BIỆT DỊCH TẠP A-HÀM
Quyển 2

GIÁO HỘI PHẬT GIÁO VIỆT NAM THỐNG NHẤT
ỦY BAN PHIÊN DỊCH TRUNG ƯƠNG

ĐẠI TẠNG KINH VIỆT NAM

THANH VĂN TẠNG

Tập 26

KINH BỘ XIV

BIỆT DỊCH TẠP A-HÀM

別譯雜阿含經

T02n0100

Việt dịch: THÍCH NGUYÊN HIỀN

Hiệu chỉnh & Chú thích: TUỆ SỸ

Quyển 2

HỘI ĐỒNG HOẰNG PHÁP

PL. 2568 - DL. 2024

ĐẠI TẠNG KINH VIỆT NAM
THANH VĂN TẠNG - Tập 26 – KINH BỘ XIV
BIỆT DỊCH TẠP A-HÀM, Quyển 2
Việt dịch: Thích Nguyên Hiền
Hiệu chỉnh & chú thích: Tuệ Sỹ

Ban Báo Chí & Xuất Bản Hội Đồng Hoằng Pháp
Ấn hành lần thứ nhất, quý IV/2024

Trách nhiệm xuất bản: Thích Nguyên Siêu
Chuyết văn, sửa lỗi: Thích Như Tú, Tâm Quang
Trình bày: Quảng Hạnh Tuệ
Thiết kế bìa: Quảng Pháp, Nhuận Pháp

https://hoangphap.org

MỤC LỤC PHÂN TÍCH

Giới thiệu công trình phiên dịch Đại Tạng Kinh Việt Nam   xiii
Duyên khởi   xxvii
Phàm lệ   xxxiii
Bảng viết tắt   38

TỤNG PHẨM II (2)

KINH 122. KỲ NHÂN CHỦ   41
KINH 123. ĐẤU TƯỚNG   43
KINH 124. ĐIỀU MÃ SƯ   45
KINH 125. ÁC TÁNH   47
KINH 126. NHƯ Ý CHÂU ĐẢNH PHÁT   49
KINH 127. VƯƠNG ĐẢNH PHÁT   51
KINH 128. LƯ TÁNH   57
KINH 129. BẾ KHẨU TÁNH   61
KINH 130. BẾ KHẨU TÁNH (2)   64
KINH 131. KẾT TẬP LUẬN GIẢ   68
NHIẾP TỤNG   72
KINH 132. A-LUYỆN-NHÃ   73
KINH 133. KIÊU MẠN   74
KINH 134. CÔNG ĐỨC TĂNG TRƯỞNG   75
KINH 135. CHO GÌ ĐƯỢC SỨC LỚN   77
KINH 136. HOAN HỶ   78
KINH 137. VIỄN DU   80
KINH 138. XÂM BỨC   81
KINH 139. NHẬT DẠ HỮU TỔN GIẢM   82
KINH 140. ĐOẠN TRỪ   83
KINH 141. THUỴ NGỤ   85
NHIẾP TỤNG   86
KINH 142. HỖ TƯƠNG HOAN HỶ   86

KINH 143. TAM CHỦNG ĐIỀU MÃ 87

KINH 144. LƯƠNG MÃ 90

KINH 145. THIỆN ĐIỀU THUẬN MÃ 91

KINH 146. TAM ĐIỀU THUẬN MÃ 93

KINH 147. TỨ ĐIỀU THUẬN MÃ 94

KINH 148. TIÊN ẢNH 94

KINH 149. BÁT CHỦNG QUÁ 96

KINH 150. BÁT CHỦNG HIỀN MÃ 99

KINH 151. ĐẠI CA-CHIÊN-DIÊN 101

NHIẾP TỤNG 105

KINH 152. ƯU-BÀ-TẮC 105

KINH 153. ĐẮC QUẢ 107

KINH 154. NHẤT THIẾT SỰ 108

KINH 155. TỰ KHỦNG 112

KINH 156. TU LỤC NIỆM 113

KINH 157. THẬP NHẤT 116

KINH 158. GIẢI THOÁT 117

KINH 159. THÔ THỦ (1) 119

KINH 160. THÔ THỦ (2) 122

NHIẾP TỤNG 125

KINH 161. HOAN HỶ VIÊN 126

KINH 162. THIỆN SA-MÔN 127

KINH 163. TÀM QUÝ 128

KINH 164. BẤT THIỆN TRI 129

KINH 165. THIỆN ĐIỀU 130

KINH 166. LA-HÁN 131

KINH 167. NGUYỆT THIÊN TỬ 132

KINH 168. THỦ NỮU 134

KINH 169. ĐỘC TRỤ 136

KINH 170. LỢI KIẾM 139

KINH 171. THIÊN NỮ 140

KINH 172. TỨ LUÂN 141

KINH 173. KẾ PHÁT 143

KINH 174. XUẤT GIA NAN 144

KINH 175. THỤY MIÊN 145

KINH 176. TRÌ THUỶ 147

KINH 177. Y-NI-DIÊN 148

KINH 178. ĐỘ BỘC SỬ LƯU 150

KINH 179. GIẢI THOÁT 151

KINH 180. SỬ LƯU 153

NHIẾP TỤNG 155

KINH 181. KINH CỤ 155

KINH 182. ĐẮC SẮC TỐI THƯỢNG 157

KINH 183. ĐẠI PHÚ 159

KINH 184. GIÁC THUỴ MIÊN 160

KINH 185. THÂU-BA-LA 163

KINH 186. TU-ĐẠT 165

KINH 187. CẤP CÔ ĐỘC 171

KINH 188. THỦ TRƯỞNG GIẢ SANH THIÊN 177

KINH 189. VÔ PHIỀN THIÊN 180

NHIẾP TỤNG 183

KINH 190. THÂN MẠNG 183

KINH 191. MỤC LIÊN 185

KINH 192. CA-CHIÊN-DIÊN 187

KINH 193. CA-CHIÊN-DIÊN 189

KINH 194. VỊ TẰNG HỮU 191

KINH 195. VÔ NGÃ 192

KINH 196. KIẾN 194

KINH 197. NGU SI 198

KINH 198. XUẤT GIA 200

NHIẾP TỤNG 208

KINH 199. ƯU TRẮC 208

KINH 200. PHÂN NẶC 210

KINH 201. CÂU-CA-NA 212

KINH 202. TU ĐẠT 214

KINH 203. TRƯỜNG TRẢO 217

KINH 204. XÁ-LA-BỘ 220

KINH 205. THƯỢNG TỌA 223

KINH 206. BÀ-LA-MÔN XUẤT GIA 226

KINH 207. CHIÊN-ĐÀ 228

KINH 208. BỔ-LŨ-ĐÊ-CA (1) 231

KINH 209. BỔ-LŨ-ĐÊ-CA (2) 232

KINH 210. THI-BÀ (1) 235

KINH 211. THI-BÀ (2) 236

KINH 212. THƯƠNG CHỦ 239

KINH 213. TU-BẠT-ĐÀ-LA 242

NHIẾP TỤNG 242

KINH 214. KHOÁNG DÃ 243

KINH 215. TỐ DI 244

KINH 216. CÙ-ĐÀM-DI 246

KINH 217. LIÊN HOA 247

KINH 218. THẠCH THẤT 249

KINH 219. TỊ-LÊ 251

KINH 220. TÌ-XÁ 252

KINH 221. CHIẾT-LA 254

KINH 222. ƯU-BÀ-CHIẾT-LA 255

KINH 223. ĐỘNG ĐẦU 257

NHIẾP TỤNG 259

KINH 224. BÀ-KÌ-XA 260

KINH 225. KIỀU TRẦN NHƯ 261

KINH 226. XÁ-LỢI PHẤT 262

KINH 227. LONG HIẾP 263

KINH 228. TỰ TỨ 265

KINH 229. BẤT LẠC 269

KINH 230. DỤC KẾT 271

KINH 231. NGHĨA LỢI 272

KINH 232. SỞ ÁI 273

KINH 233. SÁT LỢI 274

KINH 234. CHỦNG TỬ 276

KINH 235. LỤC TÌNH SINH CÁC KHỔ 277

KINH 236. Ý 278

KINH 237. PHƯỢC 279

KINH 238. PHÚC 280

KINH 239. VÔ MINH 281

KINH 240. TÍN 283

KINH 241. ĐỆ NHỊ 284

KINH 242. TRÌ GIỚI CHÍ LÃO 285

KINH 243. SANH THẾ GIAN (1) 286

KINH 244. SANH THẾ GIAN (2) 287

KINH 245. SANH THẾ GIAN (3) 288

KINH 246. PHI ĐẠO 289

KINH 247. TỐI THƯỢNG THẮNG 290

KINH 248. KỆ GIẢ HÀ GIẢ SƠ 291

KINH 249. BIỆT XA 292

NHIẾP TỤNG 293

KINH 250. XUẤT LY 294

KINH 251. KIÊU MẠN 295

KINH 252. BỔN NHƯ TÚY TỬU 297

KINH 253. TỨ CÚ TÁN 298

KINH 254. BẠT ĐỘC TIỄN 300

KINH 255. NI-CÙ-ĐÀ KIẾP-TÂN 303

KINH 256. TÁN ĐẠI THANH VĂN 304

KINH 257. BÀ-KÌ-XA DIỆT TẬN 305

NHIẾP TỤNG 307

KINH 258. KIÊU MẠN 307

KINH 259. HỎA 311

KINH 260. TĂNG-CA-LA 315

KINH 261. SANH VĂN 317

KINH 262. BÀ-LA-MÔN 319

KINH 263. KHẤT THỰC 321

KINH 264. CANH ĐIỀN 322

KINH 265. PHẠM THIÊN 324

KINH 266. PHẬT ĐÀ 326

KINH 267. NHÂN GIAN 327

KINH 268. CHIÊN-ĐÀ-LA 330

KINH 269. CÂU-CA-NI 335

KINH 270 CÂU-CA-NI (2) 336

KINH 271. BA-THUẦN-ĐỀ NỮ (1) 337

KINH 272. BA THUẦN ĐỀ NỮ (2) 338

KINH 273. XÚC 340

KINH 274. ĐẠI KHỔ BÁO 342

KINH 275. HIỀM TRÁCH 343

KINH 276. CÙ-CA-LÊ 345

KINH 277. KHINH TIỆN 348

KINH 278. ANH NGU HÝ 351

KINH 279. GIÀ CHỈ 352

KINH 280. ĐẮC DANH XƯNG 353

KINH 281. TÍCH TẬP TÀI 354

KINH 282. ĐÀN CẦM 356
KINH 283. THỪA XÁ 361
KINH 284. CHỦNG BIỆT 362
KINH 285. THIỆN TRƯỢNG PHU 364
KINH 286. XAN THAM 366
KINH 287. BÁT THIÊN 368
NHIẾP TỤNG 369
KINH 288. ĐẠI ĐỊA 370
KINH 289. HỎA BẤT THIÊU 371
KINH 290. TƯ LƯƠNG 372
KINH 291. SỞ VI 373
KINH 292. KHAM NĂNG 374
KINH 293. XA THỪA 375
KINH 294. CỨ-ĐÀ NỮ 376
KINH 295. TOÁN SỐ 377
KINH 296. HÀ TRỌNG 378
KINH 297. THẬP THIỆN 379
NHIẾP TỤNG 382
KINH 298. NHÂN-ĐÀ-LA 382
KINH 299. THÍCH CA 384
KINH 300. THUYẾT THIỆN XƯNG 385
KINH 301. THI-TÌ 385
KINH 302. NGUYỆT TỰ TẠI 386
KINH 303. TÌ-NỮU 387
KINH 304. BAN-XÀ-LA 388
KINH 305. TU-THÂM-MA 389
KINH 306. BIÊN TẾ 391
KINH 307. NGOẠI ĐẠO CHƯ KIẾN 392
NHIẾP TỤNG 396
KINH 308. MA-KHƯ 397
KINH 309. CHIẾU MINH 398
KINH 310. ĐÀM-MA 399
KINH 311. SỞ ĐOẠN 400
KINH 312. THẬT TRÍ 401
KINH 313. CA-MẶC 403
KINH 314. CHIÊN ĐÀN (1) 404
KINH 315. CHIÊN ĐÀN (2) 405

KINH 316. CA DIẾP (1) 406

KINH 317. CA DIẾP (2) 407

NHIẾP TỤNG 408

KINH 318. QUẬT-MA 409

KINH 319. BẠCH SƠN 410

KINH 320. TÂN-GIÀ-LA 412

KINH 321. PHÚ-NA-BÀ-TẨU 414

KINH 322. MA-NI-GIÀ VĂN 416

KINH 323. TIỄN MAO 418

KINH 324. THỌ TRAI 421

KINH 325. KHOÁNG DÃ 424

KINH 326. TỊNH 428

KINH 327. HÙNG 429

KINH 328. THẤT NHẠC TUYẾT SƠN 431

KINH 329. HẠI CẬP VÔ HẠI 439

NHIẾP TỤNG 440

KINH 330. HUYẾT 441

KINH 331. LỆ 444

KINH 332. MẪU NHŨ 446

KINH 333. THỔ HOÀN 447

KINH 334. NHƯ ĐẬU LẠP 448

KINH 335. HỈ LẠC 448

KINH 336. KHỔ NÃO 449

KINH 337. KHỦNG BỐ 450

KINH 338. BỈ ÁI 450

KINH 339. HẰNG HÀ 451

KINH 340. CỐT TỤ 452

NHIẾP TỤNG 453

KINH 341. THÀNH 453

KINH 342. SƠN 454

KINH 343. QUÁ KHỨ 456

KINH 344. VÔ ĐỊA PHƯƠNG XỨ 457

KINH 345. VÔ BẤT THỊ 457

KINH 346. THÔ VŨ ĐẾ VŨ 458

KINH 347. PHƯỢC TẢO TUỆ 458

KINH 348. TRỊCH TRƯỢNG 459

KINH 349. CHUYỂN LUÂN 460

KINH 350. TÌ-PHÚ-LA 460

NHIẾP TỤNG 463

KINH 351. BẤT LẠC 464

KINH 352. THỤY MIÊN 466

KINH 353. VIỄN LY 468

KINH 354. ĐẢO TỊNH 469

KINH 355. AN TRỤ 470

KINH 356. XÀ-LỢI-NA 471

KINH 357. TỤNG TẬP 472

KINH 358. HOA 473

KINH 359. CA-DIẾP 476

KINH 360. BẠT-KÌ TỬ 477

KINH 361. PHI TỲ-KHEO PHÁP 478

KINH 362. LONG DỮ 478

KINH 363. CHÚNG ĐA TỲ-KHEO 479

KINH 364. HI HÔ 480

SÁCH DẪN 485

GIỚI THIỆU CÔNG TRÌNH PHIÊN DỊCH ĐẠI TẠNG KINH VIỆT NAM

> *Yo vo, ānanda,*
> *mayā dhammo ca vinayo ca desito paññatto,*
> *so vo mamaccayena satthā.* *

I. SƠ LƯỢC QUÁ TRÌNH PHIÊN DỊCH

Trước khi nhập Niết-bàn, đức Phật có di giáo tối hậu cho các chúng đệ tử: "Pháp và Luật mà Ta đã thuyết và quy định, là Đạo Sư của các ngươi sau khi Ta diệt độ." Phụng hành di giáo của đức Thế Tôn, các vị Trưởng lão A-la-hán đã thực hiện cuộc kiết tập lần thứ nhất tại thành Vương Xá, cùng hòa hiệp phúng tụng tất cả những điều đã được Phật giảng dạy trong suốt bốn mươi lăm năm giáo hóa; nền tảng của văn hiến Phật giáo mà về sau được gọi là Tam tạng được thành lập từ đó.

Kể từ đó, giáo pháp của đức Thích Tôn theo bước chân du hóa của các Thánh đệ tử lan tỏa khắp bốn phương. Nơi nào Giáo pháp được truyền đến, nơi đó bốn chúng đệ tử học tập và hành trì theo phương ngôn của bản địa, như điều đã được đức Phật chỉ giáo: *anujānāmi, bhikkhave, sakāya niruttiyā buddhavacanaṃpariyāpuṇitun"ti.* "Này các tỳ-kheo, Ta cho phép các ngươi học Phật ngôn bằng chính phương ngữ của mình." Y cứ theo lời dạy này, ngay từ khởi thủy Phật ngôn đã được chuyển thể qua nhiều phương ngữ khác nhau. Khi các bộ phái Phật giáo phát triển, mỗi bộ phái cố gắng thành lập Tam tạng Thánh điển theo phương ngữ của địa phương được xem là căn cứ địa. Khi

---

* Này *Ānanda!* Pháp và Luật mà Ta đã thuyết và qui định, là Đạo Sư của các ngươi sau khi Ta diệt độ.

mà hệ thống văn tự tại cổ Ấn Độ chưa phổ biến, sự lưu truyền Thánh điển bằng khẩu truyền là phương tiện chính. Do khẩu truyền, những biến âm do khẩu âm của từng địa phương khác nhau thỉnh thoảng cũng ảnh hưởng đến một vài thay đổi nhỏ trong các văn bản. Những biến thiên âm vận ấy trong nhiều trường hợp dẫn đến những giải thích khác nhau về một điểm giáo nghĩa giữa các bộ phái. Tuy nhiên, nhìn từ đại thể, các giáo nghĩa trọng yếu vẫn được hiểu và hành trì như nhau giữa tất các các truyền thống, nam phương cũng như bắc phương. Điều có thể được khẳng định qua các công trình nghiên cứu tỉ giảo về văn bản trong hai nguồn văn hệ Phật giáo hiện tại: Pali và Hán tạng. Các bản Hán dịch xuất xứ từ A-hàm, và các bản văn Pali hiện đọc được, đại bộ phận đều tương ưng với nhau. Do đó, những điều được cho là dị biệt giữa hai truyền thống nam và bắc phương, mà thường hiểu lệch lạc là Tiểu thừa và Đại thừa, chỉ là sự khác biệt bởi môi trường lịch sử văn minh theo các địa phương và dân tộc. Đó là sự khác biệt giữa nguyên thủy và phát triển. Phật pháp truyền sang phương nam, đến các nước Nam Á, nơi đó sự phát triển văn minh và các định chế xã hội chưa đến mức phức tạp, nên giáo pháp của Phật được hiểu và hành gần với nguyên thủy. Về phương bắc, tại các vùng đông bắc Ấn, và tây bắc Trung Quốc, nhiều chủng tộc dị biệt, nhiều nền văn hóa khác nhau, và do đó cũng xuất hiện nhiều định chế xã hội khác nhau. Phật pháp được truyền vào đó, một thời đã trở thành quốc giáo của nhiều nước. Thích ứng theo sự phát triển của đất nước ấy, từ ngôn ngữ, phong tục, định chế xã hội, giáo pháp của đức Phật cũng dần dần được bản địa hóa.

Thánh điển Tam tạng là nguồn suối cho tất cả nhận thức về Phật pháp, để học tập và hành trì, cũng như để nghiên cứu. Kinh tạng và Luật tạng là tập đại thành Pháp và Luật do chính đức Phật giảng dạy và quy định, là sở y cho tri thức và hành trì của Thánh đệ tử để tiến tới thành tựu cứu cánh Minh và Hành. Kinh và Luật cũng bao gồm những diễn giải của các Thánh đệ tử được thân truyền từ kim khẩu của đức Phật. Luận tạng, theo truyền thống Thượng tọa bộ nam phương, và cũng theo truyền thống Hữu bộ, do chính đức Phật thuyết. Nhưng các đại luận sư như Thế Thân (*Vasubandhu*), cũng như hầu hết các nhà nghiên cứu Phật học trên thế giới hiện đại, đều không công nhận truyền thuyết này, mà cho rằng đó là tập đại thành các công trình phân tích, quảng diễn, và hệ thống hóa những điều đã được Phật thuyết trong Pháp và Luật. Kinh và Luật tạng được thành lập trong một khoảng thời gian nhất định, trực tiếp hoặc gián tiếp từ kim khẩu của Phật, và là sở y chung cho tất cả các bộ phái Phật giáo, bao gồm cả Phật giáo Đại thừa, mặc dù có những sai biệt do vấn đề truyền khẩu với các khẩu âm và phương ngữ khác nhau, theo thời gian và địa vức.

Luận tạng là bộ phận Thánh điển phản ánh lịch sử phát triển của Phật giáo, bao gồm các phương diện tín ngưỡng tôn giáo, tư duy triết học, nghiên cứu khoa học, định chế và tổ chức xã hội chính trị. Tổng quát mà nói, đó không chỉ là phản ánh lịch sử phát triển của nội bộ Phật giáo, mà trong đó cũng phản ánh toàn bộ văn minh tại những nơi mà giáo lý của đức Phật được truyền đến. Điều này cũng được chứng minh cụ thể bởi lịch sử Việt Nam.

Mỗi bộ phái Phật giáo tự xây dựng cho mình một nền văn hiến Luận tạng riêng biệt, tập hợp các luận giải giáo nghĩa, bảo vệ kiến giải Phật pháp của mình, bài trừ các quan điểm dị học. Đây là nền văn hiến đồ sộ, liên tục phát triển trên nhiều khu vực địa lý khác nhau. Cho đến khi Hồi giáo bành trướng tại Ấn Độ, Phật giáo bị đào thải. Một bộ phận văn hiến Phật giáo được chuyển sang Tây Tạng, qua các bản dịch Phạn Tạng, và một số lớn nguyên bản Phạn văn được bảo trì. Một bộ phận khác, lớn nhất, gần như hoàn chỉnh nhất, văn hiến Phật giáo được chuyển dịch sang Hán tạng, bao gồm hầu hết mọi xu hướng tư tưởng dị biệt của Phật giáo phát triển trong lịch sử Ấn Độ, từ Nguyên thủy, Bộ phái, Đại thừa, cho đến Mật giáo.

Truyền thuyết ghi rằng Phật giáo được truyền vào Trung Hoa dưới đời Hán Minh Đế, niên hiệu Vĩnh bình thứ 10 (Tl. 65), và bản kinh Phật đầu tiên được dịch sang Hán văn là Kinh Tứ thập nhị chương, do Ca-diếp Ma-đằng và Trúc Pháp Lan. Nhưng truyền thuyết này không được nhất trí hoàn toàn giữa các nhà nghiên cứu lịch sử Phật giáo Trung Quốc. Điều chắc chắn là Khương Tăng Hội, quê quán Việt Nam, xuất phát từ Giao Chỉ (Việt Nam), đã đưa Phật giáo vào Giang Tả, miền Nam Trung Hoa. Các công trình phiên dịch và chú giải của

Khương Tăng Hội đã chứng tỏ rằng trước đó, tức từ năm thứ 247 kỷ nguyên Tây lịch, thời gian được nói là Tăng Hội vào đất Kiến nghiệp, quy y cho Tôn Quyền, Phật giáo đã phát triển đến một hình thái nhất định tại Việt Nam, cùng một số kinh Phật được phiên dịch. Điều này cũng được củng cố thêm bởi những điều được ghi chép trong Mâu Tử Lý Hoặc Luận. Có lẽ do hậu quả của thời kỳ Bắc thuộc, hầu hết những điều được tìm thấy trong hành trạng của Khương Tăng Hội và trong ghi chép của Mâu Tử đều bị xóa sạch. Chỉ tồn tại những gì được ghi nhận là truyền từ Trung Quốc.

Dịch giả Phạn Hán đầu tiên tại Trung Quốc được khẳng định là An Thế Cao (đến Trung Quốc trong khoảng Tl. 147 – 167). Tất nhiên trước đó hẳn cũng có các dịch giả khác mà tên tuổi không được ghi nhận. Lương Tăng Hựu căn cứ trên bản Kinh lục xưa nhất của Đạo An (Tl. 312 – 385) ghi nhận có chừng 134 kinh không rõ dịch giả; và do đó cũng không xác định trước hay sau An Thế Cao.

Sự nghiệp phiên dịch Phật kinh Phạn Hán liên tục từ An Thế Cao, cho đến các đời Minh, Thanh được tập thành trong 32 tập của Đại Chánh, bao gồm Thánh điển Nguyên thủy, Bộ phái, Đại thừa, Mật giáo, 1692 bộ. Những trước tác của Trung Hoa, từ sớ giải, luận giải, cho đến sử truyện, du ký, v.v., tập thành từ tập 33 đến 55 trong Đại Chánh, gồm 1492 tác phẩm. Số tác phẩm được ấn hành trong Tục tạng chữ Vạn còn nhiều hơn thế nữa. Đây là hai bản Hán tạng tương đối đầy đủ nhất, trong đó tạng Đại Chánh được sử dụng rộng rãi trên quy mô thế giới.

Sự nghiệp phiên dịch Kinh điển ở nước ta được bắt đầu rất sớm, có thể trước cả thời Khương Tăng Hội, mà dấu vết có thể tìm thấy trong *Lục độ tập kinh*. Ngôn ngữ phiên dịch của Khương Tăng Hội là Hán văn. Hiện chưa có phát hiện nào về các bản dịch Kinh Phật bằng tiếng quốc âm. Suốt trong thời kỳ Bắc thuộc, do nhu cầu tinh thông Hán văn như là sách lược cấp thời để đối phó sự đồng hóa của phương bắc, Hán văn trở thành ngôn ngữ thống trị. Vì vậy công trình phiên dịch Kinh điển thành quốc âm không thể thực hiện. Bởi vì, công trình phiên dịch Tam tạng tại Trung Hoa thành tựu đồ sộ được thấy ngay, chủ yếu do sự bảo trợ của triều đình. Quốc âm chỉ được dùng như là phương tiện hoằng pháp trong nhân gian.

Cho đến thời Pháp thuộc, trước tình trạng vong quốc và sự đe dọa bởi văn hóa xâm lược, văn hóa dân tộc có nguy cơ mất gốc, cho nên sơn môn phát động phong trào chấn hưng Phật giáo, phổ biến kinh điển bằng tiếng quốc ngữ qua ký tự La-tinh. Từ đó, lần lượt các Kinh điển quan trọng từ Hán tạng được phiên dịch theo nhu cầu học và tu của Tăng già và Phật tử tại gia. Phần lớn các Kinh điển này đều thuộc Đại thừa, chỉ một số rất ít được trích dịch từ các A-hàm. Dù Đại thừa hay A-hàm, các Kinh Luận được phiên dịch đều không theo một hệ thống nào cả. Do đó sự nghiên cứu Phật học Việt Nam vẫn chưa có cơ sở chắc chắn. Mặt khác, do ảnh hưởng ngữ pháp Phạn, các bản dịch Hán hàm chứa một số vấn đề ngữ pháp Phạn Hán khiến cho ngay cả các nhà chú giải Kinh điển lớn như Cát Tạng, Trí Khải cũng phạm phải rất nhiều sai lầm. Chính Ngạn Tông, người tổ chức dịch trường theo lệnh của Tùy Dạng đế đã nêu lên một số sai lầm này. Cho đến Huyền Trang, vì phát hiện nhiều sai lầm trong các bản Hán dịch nên quyết tâm nhập Trúc cầu pháp, bất chấp lệnh cấm của triều đình và các nguy hiểm trên lộ trình.

Ngày nay, do sự phát hiện nhiều bản Kinh Luận quan trọng bằng tiếng Sanskrit, cũng như sự phổ biến ngôn ngữ Tây Tạng, mà phần lớn Kinh điển Sanskrit được phiên dịch, nên nhiều công trình chỉnh lý được thực hiện cho các bản dịch Phạn Hán. Thêm vào đó, do sự phổ biến ngôn ngữ Pali, vốn được xem là ngôn ngữ Thánh điển gần với nguyên thuyết nhất, một số sai lầm trong các bản dịch A-hàm cũng được chỉnh lý, và tỉ giảo, khiến cho lời dạy của Đức Thích Tôn được thọ trì một cách trong sáng hơn.

Trên đây là những nhận thức cơ bản để Ban phiên dịch Đại Tạng Kinh Việt Nam y theo đó mà thực hiện các bản dịch. Trước hết, là bản dịch các kinh A-hàm đang được giới thiệu ở đây. Các kinh thuộc bộ A-hàm được dịch sang Hán rất sớm, kể từ thời Hậu Hán với An Thế Cao. Nhưng phần lớn các truyền bản này đều phát xuất từ Tây vực, từ các nước Phật giáo thịnh hành thời đó như Quy-tư, Vu-điền. Do khẩu âm và phương ngữ nên trong các truyền bản được nói là Phạn văn đã hàm chứa khá nhiều sai lạc. Điều này có thể thấy rõ qua sự so sánh các đoạn tương đương Pali, hay các dẫn chứng trong Đại Tì-bà-sa, Du-già sư địa. Thêm vào đó, các dịch giả hầu hết đều học Phật và học tiếng Sanskrit tại các nước Tây Vực chứ không trực tiếp tại Ấn Độ như La-thập và Huyền Trang, nên trình độ ngôn ngữ Phạn có hạn chế. Các vị ấy khi vừa đặt chân lên Trung Hoa, do khát vọng thâm thiết của các Phật tử Trung Hoa, muốn có thêm kinh Phật để học và tu, cho nên trong khi chưa tinh thông tiếng Hán, mà công trình phiên dịch lại được thôi thúc cần thực hiện. Vì không tinh thông Hán ngữ nên công tác phiên dịch luôn luôn qua trung gian một người chuyển ngữ. Quá trình phiên dịch đi qua nhiều giai đoạn mà chính người chủ dịch không thể quán triệt, cho nên trong các bản dịch hàm chứa những đoạn văn rất tối nghĩa, và nhiều khi nhầm lẫn. Trong tình hình như vậy, một bản dịch Việt từ Hán đòi hỏi rất nhiều tham khảo để hy vọng tiếp cận với nguyên bản Sanskrit đã thất lạc, và cũng từ đó mà hy vọng có thể tiếp cận với lời Phật dạy hơn, điều mà các bản Hán dịch do trở ngại ngôn ngữ đã không thể thực hiện được.

Đại Tạng Kinh Việt Nam chủ yếu căn cứ trên Đại Chánh Đại Tạng Kinh, Nhật Bản, gồm 100 tập, được biên tập khởi đầu từ niên hiệu Đại Chánh (Taisho) thứ 11, Tl. 1922, cho đến niên hiệu Chiêu Hòa (Showa) thứ 9, Tl. 1934, tập hợp trên 100 nhà nghiên cứu Phật học hàng đầu của Nhật Bản, dưới sự chủ trì của Cao Nam Thuận Thứ Lang (Takakusu Junjiro) và Độ Biên Hải Húc (Watanabe Kaigyoku). Để bản sử dụng là bản in của chùa Hải Ấn, Triều Tiên, được gọi là bản Cao-lệ. Công trình chỉnh lý văn bản căn cứ các khắc bản Tống, Nguyên, Minh, cùng một số khắc bản và thủ bản tại Hoa và Nhật khác như tả bản Thiên Bình, bản Liêu của Cung nội sảnh, bản chùa Đại Đức, bản chùa Vạn Đức, v.v. Một số bản văn được phát hiện tại các vùng trong Tây Vực như Vu Điền, Đôn Hoàng, Quy Tư, Cao Xương, cũng được dùng làm tham khảo. Nhiều đoạn văn từ Pali và Sanskrit cũng được dẫn dưới cước chú để đối chiếu đoạn Hán dịch mà người biên tập nghi ngờ là không chính xác hoặc thuộc về dị bản nào đó.

Nội dung Đại tạng Đại Chánh được phân làm ba phần chính: phần thứ nhất, gồm 32 tập, là các bản dịch Phạn Hán bao gồm Kinh, Luật, Luận, được thuyết bởi chính kim khẩu của Phật, hay được kiết tập bởi các Thánh đệ tử, hoặc được trước tác bởi các Luận sư. Phần thứ hai, từ Đại Chánh tập 33 đến tập 55, trước tác của Trung Hoa, bao gồm các sớ giải Kinh, Luật, Luận, và luận thuyết riêng biệt của các tông phái Phật giáo Trung Hoa, các sử truyện, truyện ký, du ký, truyền kỳ; các bản Hán dịch thuộc ngoại giáo như Thắng luận, Số luận, Ba tư giáo, Thiên chúa giáo, các tập ngữ vựng Phạn Hán, giáo khoa Phạn Hán, các Kinh lục. Phần thứ ba, từ tập 56 đến 85, tập họp các trước tác của Nhật Bản, gồm các số giải Kinh, Luật, Luận, phần lớn căn cứ trên các bản số giải Trung Hoa mà giải nghĩa rộng thêm, và các luận thuyết của các tông phái tại Nhật Bản. Còn lại 12 tập sưu tập các đồ tượng, tranh ảnh, phần lớn là các đồ hình mạn-đà-la của Mật tông. 3 tập cuối, tổng mục lục, liệt kê nội dung các bản Đại tạng lưu hành.

Ban phiên dịch Đại Tạng Kinh Việt Nam chọn Đại Chánh tạng làm để bản, phiên dịch tất cả tác phẩm được ấn hành trong đó. Phàm lệ để thực hiện bản dịch tạm thời được quy định như sau:

1. Đại Tạng Kinh Việt Nam bao gồm tất cả các bản dịch tiếng Việt của Tam Tạng Kinh Điển Phật giáo đã xuất hiện ở nước ta từ trước đến nay, qua các thời kỳ với nhiều dịch giả khác nhau, để cho thấy quá trình hình thành Đại Tạng Kinh Việt Nam qua lịch sử.

2. Về bản đáy, bản dịch Việt căn cứ trên ấn bản Đại Chánh Tân Tu Đại Tạng Kinh 100 tập, mỗi tập trên dưới 1000 trang chữ Hán cỡ 10pt và sẽ được đánh số theo thứ tự của số ghi trong bản in Đại Chánh. Mỗi trang của bản in Đại chính được chia làm ba cột: a, b, c. Số trang và cột này đều được ghi trong bản dịch để tiện tham khảo.

3. Vì thế, một bản kinh chữ Hán có thể có nhiều bản dịch tiếng Việt, nên sau số thứ tự của Đại Chánh, sẽ đánh thêm các mẫu tự A, B, C... để phân biệt các bản dịch tiếng Việt khác nhau của cùng một bản kinh chữ Hán đó.

4. Về xử lý văn bản trong khi phiên dịch, phần lớn căn cứ công trình hiệu đính và đối chiếu của bản Đại Chánh. Ngoài ra, tham khảo thêm các công trình hiệu đính và đối chiếu khác.

5. Giữa các ấn bản có những điểm khác nhau, bản Việt sẽ lựa chọn hoặc hiệu đính theo nhận thức của người dịch.

6. Trong bản Hán, nếu chỗ nào xét thấy văn dịch hay từ ngữ không phù hợp với giáo nghĩa truyền thống phổ biến, người dịch sẽ tham khảo các Kinh, Luật, Luận cần thiết để hiệu chính. Những hiệu chính

này được giải thích ở phần cước chú.

7. Bản Hán dịch thực hiện căn cứ phần lớn trên sự truyền khẩu. Do đó những từ phát âm tương tự dễ đưa đến ngộ nhận, như *sam* Pāli hay *sama* và *samyak*; *cala* và *jala*; *muti* và *muṭṭhi*, v.v... Trong những trường hợp này, người dịch sẽ tham chiếu các kinh tương đương, các bản Hán biệt dịch, suy đoán tự dạng nguyên thủy có thể có trong Phạn bản để hiệu chính. Những hiệu chính này đều được ghi ở phần cước chú.

8. Do các truyền bản khác nhau giữa các bộ phái, để có nhận thức về giáo nghĩa nguyên thủy, chung cho tất cả, cần có những nghiên cứu đối chiếu sâu rộng. Công việc này ngoài khả năng hiện tại của các dịch giả. Tuy nhiên, trong trường hợp có thể, những điểm dị biệt giữa các truyền bản sẽ được ghi nhận và đối chiếu. Những ghi nhận này được nêu ở phần cước chú.

9. Bản Hán dịch được phân thành số quyển. Bản dịch Việt không chia số quyển như vậy, nhưng sẽ ghi ở phần cước chú mỗi khi bắt đầu một quyển khác.

10. Các từ Phật học trong một số bản Hán dịch nếu không phổ biến, do đó có thể gây khó khăn cho việc đọc và nghiên cứu, trong các trường hợp như vậy, tuy vẫn giữ nguyên dịch ngữ của bản Hán, nhưng dịch ngữ tương đương thông dụng hơn sẽ được ghi trong phần cước chú. Trong trường hợp có thể, sẽ ghi luôn dịch giả của những dịch ngữ này và xuất xứ của chúng từ bản dịch nào để tiện việc tham khảo.

11. Các kinh sách tham khảo trong cước chú đều được viết tắt theo quy định phổ thông của giới nghiên cứu quốc tế; xem quy định về viết tắt ở cuối mỗi tập của Đại tạng kinh Việt Nam.

II. PHƯƠNG ÁN THỰC HIỆN

Dự án thực hiện bao gồm các công trình phiên dịch, biên tập, và ấn hành, một Hội Đồng phiên dịch Đại Tạng Kinh Việt Nam được thành lập, được điều phối bởi Tổng biên tập, với các nhiệm vụ được phân phối như sau:

1. Ủy ban Phiên dịch. Để hoàn tất một bản dịch, các công tác sau đây cần được thực hiện:

a. Phiên dịch trực tiếp: Các văn bản lần lượt được phân phối đến các vị có trình độ Hán văn tương đối, kiến thức Phật học cơ bản, và khả năng ngôn ngữ cần thiết, phiên dịch trực tiếp từ Hán sang Việt.

b. Hiệu đính và chú thích: nhiệm vụ chủ yếu của phần hiệu chính là đọc lại bản dịch thô và bổ túc những sai lầm có thể có trong bản dịch. Trong thực tế, người hiệu đính còn phải làm nhiều hơn thế nữa.

Trước hết là phần chỉnh lý văn bản. Phần này đáng lý phải thực hiện trước khi phiên dịch. Việc chỉnh lý văn bản thoạt tiên có vẻ đơn giản, vì người dịch chỉ lưu ý một số nhầm lẫn trong việc khắc bản của để bản. Những điểm khác nhau giữa các bản khắc hầu hết được ghi ở cước chú trong ấn bản Đại Chánh, người dịch chỉ cần hiểu rõ nội dung đoạn dịch thì có thể lựa chọn những từ thích hợp trong cước chú. Tuy nhiên, do hạn chế về trình độ Phật pháp và khả năng tham khảo nên đa số người dịch không chọn được từ chính xác. Mặt khác, ngay cả các từ trong cước chú không phải hoàn toàn chính xác. Ngay cả Đại sư Ấn Thuận cũng phạm phải một số sai lầm khi chọn từ, vì không tìm ra các đoạn Pali hoặc Sanskrit tương đương nên phải dựa trên ức đoán. Những ức đoán phần nhiều là sai. Mặt khác, nhiều sai lầm không phải do tả bản hay khắc bản, mà do chính từ truyền bản. Bởi vì, kinh điển từ Ấn Độ truyền sang hầu hết đều do khẩu truyền. Những biến đổi trong khẩu âm, phát âm, khiến nhầm lẫn từ này với từ khác, làm cho ý nghĩa nguyên thủy của giáo lý sai lạc. Người dịch từ Hán văn mà không có trình độ Phạn văn nhất định thì không thể phát hiện những sai lầm này. Điều đáng lưu ý những sai lầm này xuất hiện rất nhiều và rất thường xuyên trong nhiều bản dịch Phạn Hán.

Phần hiệu đính tập trung trên cú pháp Phạn mà ảnh hưởng của nó trong các bản dịch khiến cho nhiều khi ngay cả những vị tinh thông Hán, ngay cả các nhà chú giải kinh điển nổi tiếng cũng phải nhầm lẫn. Để hiểu rõ nội dung bản dịch Hán, cần thiết phải tìm lại nguyên bản Phạn để đối chiếu. Đại sư Cát Tạng đã vấp phải sai lầm khi không có cơ sở để phân tích mệnh đề Hán dịch là năng động hay thụ động, do đó đã nhầm lẫn người giết với kẻ bị giết. Đó là một đoạn văn trong *Thắng man* mà nguyên bản Phạn của kinh này đã thất lạc, nhưng đoạn văn tương đương lại được tìm thấy trong trích dẫn của *Siksasamuccaya* của *Sāntideva*. Nếu không tìm thấy đoạn Sanskrit được trích dẫn này thì không ai có thể biết rằng Cát Tạng đã nhầm lẫn.

Rất nhiều kinh điển trong nguyên bản Phạn đã bị thất lạc. Ngay cả những tác phẩm quan trọng như Đại Tì-bà-sa chỉ tồn tại trong bản dịch của Huyền Trang. Nhiều đoạn được trích dẫn trong bản dịch *Câu-xá*, mà Phạn văn đã được phát hiện, cũng giúp người đọc Đại Tì-bà-sa có manh mối để đi sâu vào nội dung. Đọc một bản văn mà không nắm vững nội dung của nó, nghĩa là chính dịch giả cũng không hiểu, hoặc hiểu sai, sao có thể hy vọng người đọc hiểu được đoạn văn phiên dịch? Do đó, công tác hiệu đính không đơn giản chỉ bổ túc những khuyết điểm trong bản dịch về lối hành văn, mà đòi hỏi công phu tham khảo rất nhiều để nắm vững nội dung nguyên tác trong một giới hạn khả dĩ.

Đại Tạng Kinh Việt Nam là bản dịch Việt từ Hán tạng, do đó không thể tự tiện thay đổi nội dung dù phát hiện những sai lầm trong bản Hán. Những sai lầm mang tính lịch sử, do đó không được phép loại bỏ tùy tiện. Tuy vậy, bản dịch Việt cũng không thể bỏ qua những nhầm lẫn được phát hiện. Những phát hiện sai lầm cần được nêu lên, và những hiệu đính cũng cần được đề nghị. Những điểm này được ghi ở phần cước chú để cho bản Việt vẫn còn gần với bản Hán dịch.

Trên đây là một số điều kiện tất yếu để thực hiện một bản dịch tương đối khả dĩ chấp nhận. Trong tình hình hiện tại, chúng ta chỉ có rất ít vị có thể hội đủ điều kiện yêu cầu như trên. Do đó, dự án thực hiện hướng đến chương trình đào tạo, không đơn giản chỉ là đào tạo chuyên gia dịch thuật, mà là bồi dưỡng những vị có trình độ Phật học cao với khả năng đọc và hiểu các ngôn ngữ chuyển tải Thánh điển, chủ yếu các thứ tiếng Pali, Sanskrit, Tây Tạng và Hán. Trong tình hình nghiên cứu Phật học hiện tại trên thế giới, người muốn nghiên cứu Phật học mà không biết đến các ngôn ngữ này thì khó có thể nắm vững giáo nghĩa căn bản. Và đây cũng là điều mà Ngạn Tông đã nêu rõ trong các điều kiện tham gia dịch thuật trong viện phiên dịch bảo trợ bởi Tùy Dạng Đế, mặc dù Ngạn Tông chỉ yêu cầu hiểu biết Phạn văn nhưng đồng thời cũng yêu cầu kiến thức uyên bác, không chỉ tinh thông Phật điển mà còn cả thư tịch ngoại giáo.

Chi tiết chương trình đào tạo cần được trình bày trong một dịp khác.

2. Ủy ban Ấn hành. Công tác ấn hành gồm các phần:

a. Sửa lỗi chính tả của các bản dịch. Hiện tại lỗi chính tả trong các bản dịch do các Thầy, Cô, và Phật tử tự nguyện chỉnh sửa. Nhưng chỉ là công tác nghiệp dư, do không chuyên trách, và do đó cũng thiếu kinh nghiệm trong việc phát hiện lỗi, nên các bản in phổ biến tồn tại khá nhiều lỗi chính tả.

b. Trình bày bản in. Công tác này tùy thuộc điều kiện kỹ thuật vi tính. Sơ khởi, ban ấn hành chưa đủ điều kiện để có những vị thành thạo sử dụng kỹ thuật vi tính trong việc trình bày văn bản. Công việc này hiện tại do các Thầy, Cô phụ trách, với trình độ kỹ thuật do tự học, và tự phát. Vì vậy, trong nhiều trường hợp không khắc phục được lỗi kỹ thuật nên hình thức trình bày của bản văn chưa được hoàn hảo như mong đợi.

Sự nghiệp phiên dịch được định khoảng 15 năm, hoặc có thể lâu hơn nữa. Hình thức Đại Tạng Kinh do đó không thể được thiết kế một lần hoàn hảo. Trong diễn tiến như vậy, tất nhiên trình độ kỹ thuật được cải tiến theo thời gian, khiến cho hình thức trình bày cũng cần thay đổi cho phù hợp với thời đại. Hậu quả sẽ khó tránh khỏi là sự không đồng bộ giữa các tập Đại Tạng Kinh ấn hành trước và sau.

c. Ấn loát. Sau khi hình thức trình bày được chấp nhận, bản dịch được đưa đi nhà in. Trách nhiệm ấn loát được giao cho nhà in với các khoản được ghi thành hợp đồng. Vấn đề ấn loát như vậy tương đối ổn định. Tuy nhiên, cũng cần có người chuyên trách để theo dõi quá trình ấn loát, hầu tránh những sai sót kỹ thuật có thể có do nhà in.

d. Phát hành, phổ biến và vận động. Một nhiệm vụ không kém quan trọng là phát hành và phổ biến Đại Tạng Kinh. Công việc này đáng lý do một ban phát hành chuyên trách. Nhưng trong điều kiện nhân sự hiện tại, một Ban như vậy chưa thể thành lập, do đó ban ấn hành kiêm nhiệm. Thêm nữa, công trình phiên dịch là sự nghiệp chung của toàn thể Phật tử Việt Nam, không phân biệt Giáo hội, hệ phái, do đó cần có sự tham gia và cống hiến của chư Tăng Ni, Phật tử, bằng hằng sản và hằng tâm, bằng tâm nguyện cá nhân hay tập thể dưới các hình thức hỗ trợ và bảo trợ bằng vật chất hoặc tinh thần, cống hiến bằng tất cả khả năng vật chất và trí tuệ. Công việc vận động này để cho được hữu hiệu với sự tham gia tích cực của nhiều chúng đệ tử cũng cần được chuyên trách bởi một ban vận động. Trong điều kiện nhân sự hiện tại, ban ấn hành kiêm nhiệm.

HẬU TỪ

Trải qua trên dưới 2 nghìn năm du nhập, những giáo nghĩa căn bản mà đức Phật đã giảng được học và hành tại Việt Nam, đã đem lại nhiều an lạc cho nhiều cá nhân và xã hội, đã góp phần xây dựng tình cảm và tư duy của các cộng đồng cư dân trên đất nước Việt. Thế nhưng, sự nghiệp phiên dịch cũng như ấn hành để phổ biến Thánh điển, làm nền tảng sở y cho sự học và hành, chưa được thực hiện trên quy mô rộng lớn toàn quốc.

Sự nghiệp phiên dịch tại Trung Quốc trải qua gần hai nghìn năm, với thành tựu vĩ đại, tập đại thành và bảo tồn kho tàng Thánh điển thoát qua nhiều trận hủy diệt do những đức tin mù quáng, quàng tín. Sự nghiệp ấy đại bộ phận do các quốc vương Phật tử tích cực bảo trợ, đã là sự nghiệp chung của toàn thể nhân dân theo từng giai đoạn đặc biệt của lịch sử. Việt Nam tuy cũng có các minh quân Phật tử, nhưng do tác động bởi các yếu tố chính trị xã hội nên chưa từng được tổ chức quy mô dưới sự bảo trợ của triều đình. Chỉ do yêu cầu thực tế học và hành mà một số kinh điển được phiên dịch, nhưng chưa đủ để lập thành nền tảng tương đối hoàn bị cho sự nghiên cứu sâu giáo nghĩa.

Gần đây, vào năm 1973, một Hội đồng phiên dịch Tam tạng lần đầu tiên trong lịch sử được thành lập. Chủ tịch: Thượng tọa Thích Trí Tịnh, Tổng thư ký: Thượng tọa Thích Quảng Độ, với các thành viên quy tụ tất cả các Thượng tọa và Đại đức đã có công trình phiên dịch và có uy tín trên phương diện nghiên cứu Phật học, dưới sự chỉ đạo của Viện Tăng Thống, Giáo hội Phật giáo Việt Nam Thống nhất. Chương trình phiên dịch được soạn thảo trên quy mô rộng lớn, nhưng do bởi hoàn cảnh chiến tranh cho nên chỉ mới thực hiện được một phần nhỏ. Một phần của thành quả này về sau được ấn hành năm 1993 bởi Viện Nghiên cứu Phật học Việt Nam, trực thuộc Giáo hội Phật giáo Việt Nam, dưới danh hiệu "Đại Tạng Kinh Việt Nam." Thành quả này là các Kinh thuộc bộ A-hàm được phân công bởi Hội đồng Phiên dịch Tam tạng, trong đó, *Trường A-hàm* và *Tạp A-hàm* do TT Thiện Siêu, TT Trí Thành và ĐĐ Tuệ Sỹ thuộc Viện Cao đẳng Phật học Hải đức Nha Trang; *Trung A-hàm* và *Tăng nhất A-hàm* do TT Thanh Từ, TT Bửu Huệ, TT Thiền Tâm thuộc Viện Cao đẳng Phật học Huệ Nghiêm Saigon.

Ngoài ra, một phần phân công khác cũng đã được hoàn thành như:

TT Trí Nghiêm: Đại Bát Nhã (Huyền Trang dịch, 600 cuốn) thuộc bộ Bát-nhã. TT Trí Tịnh: Kinh *Ma-ha Bát-nhã-ba-la-mật* (Đại phẩm) thuộc bộ Bát-nhã; Kinh *Diệu pháp Liên hoa* (La-thập dịch), thuộc bộ Pháp hoa; Kinh Đại phương Quảng Phật Hoa nghiêm (bản Bát thập) thuộc bộ Hoa nghiêm, và toàn bộ Đại bảo tích.

Các bản dịch này cũng đã được ấn hành nhưng do bởi đệ tử của các Ngài chứ chưa đưa vào Đại Tạng Kinh Việt Nam.

Những vị được phân công khác chưa thấy có thành quả được công bố.

Mặc dù với nỗ lực to lớn, nhưng do hoàn cảnh nhiễu nhương của đất nước nên thành tựu rất khiêm nhượng. Thêm nữa, các thành tựu này cũng chưa hội đủ điều kiện và thời gian thuận tiện được hiệu đính và biên tập theo tiêu chuẩn nghiên cứu và phiên dịch Phật điển trong trình độ nghiên cứu Phật giáo hiện đại của thế giới, do đó cũng chưa thể được dự phần trong sự nghiệp phiên dịch và nghiên cứu Phật học trên quy mô quốc tế, như cống hiến của Phật giáo Việt Nam cho cộng đồng nhân loại trong sự nghiệp hoằng dương Chánh pháp chung của toàn thể Phật tử thế giới vì lợi ích và an lạc của hết thảy mọi loài chúng sanh.

Sự nghiệp như vậy không thể là cống hiến cá biệt của một cá nhân hay tập thể, của một Giáo hội hay hệ phái, mà là sự nghiệp chung của toàn thể Tăng tín đồ Phật giáo Việt Nam, không chỉ một thế hệ, mà liên tục trong nhiều thế hệ, cùng tồn tại và tiến bộ theo đà thăng tiến của xã hội và nhân loại. Trên hết là báo đáp ân đức của Phật Tổ, đã vì an lạc của chúng sanh mà trải qua vô vàn khổ hành, qua vô số a-tăng-kỳ kiếp. Thứ đến, kế thừa sự nghiệp hoằng pháp lợi sanh của Thầy Tổ để cho ngọn đèn Chánh pháp luôn luôn được thắp sáng trong thế gian.

Vì vậy, chúng tôi khẩn thiết, trên nương nhờ uy thần nhiếp thọ của Chư Phật và Thánh Tăng, cùng với sự tán trợ của chư vị Trưởng lão hiện tiền trong hàng Tăng bảo, kêu gọi sự hỗ trợ cống hiến bằng tất cả tâm nguyện và trí lực, bằng tất cả hằng sản và hằng tâm, của bốn chúng đệ tử Phật, cho sự nghiệp hoằng pháp đệ nhất tối thắng này được tiến hành vững chắc và liên tục từ thế hệ này cho đến nhiều thế hệ tiếp theo, duy trì ngọn đèn Chánh pháp tồn tại lâu dài trong thế gian vì lợi ích và an lạc của hết thảy chúng sanh.

Mùa Phật đản Pl. 2552 – Mậu Tý 2008
Trí Siêu – Tuệ Sỹ
cẩn bạch

GIÁO HỘI PHẬT GIÁO VIỆT NAM THỐNG NHẤT
HỘI ĐỒNG PHIÊN DỊCH TAM TẠNG LÂM THỜI

DUYÊN KHỞI

Kể từ phong trào chấn hưng Phật giáo vào thập niên 1930, chư vị dịch giả đã cố gắng phiên âm và phiên dịch Kinh điển từ Hán văn hay chữ Nôm sang chữ quốc ngữ để sử dụng trong sinh hoạt thiền môn Việt Nam cũng như để đem giáo lý Phật đi vào quần chúng. Những nỗ lực như vậy rất đáng trân trọng, nhưng vẫn còn là những đóng góp từ cá nhân, mang tính cấp thời, chưa có sự phối hợp đồng bộ, và chưa đủ tầm mức học thuật để giới thiệu Thánh điển Phật giáo tiếng Việt đến với cộng đồng dân tộc.

Vài thập niên sau đó thì chữ quốc ngữ qua ký tự La-tinh mới được phổ cập trong thiền môn, và kinh sách Phật giáo bằng tiếng Việt, phiên dịch cũng như trước tác, mới được bừng khai, không những tạo nên các phong trào tu học của quần chúng khắp nước, mà còn là sự dẫn đạo tư tưởng của Phật giáo Việt Nam đối với các thế hệ trưởng thành trong chiến tranh qua sự thành lập Giáo Hội Phật Giáo Việt Nam Thống Nhất (GHPGVNTN), đồng thời kiến lập Đại Học Vạn Hạnh, một viện đại học tư thục Phật giáo đầu tiên tại Nam Việt Nam vào năm 1964.

Từ nguồn nhân lực dồi dào với nhiều vị pháp sư, học giả được đào tạo trong và ngoài nước, cũng như các cơ sở giáo dục Phật giáo được trải rộng khắp miền Trung và Nam Việt, Viện Tăng Thống GHPGVNTN đã có nền tảng vững chắc về học thuật để quyết định thành lập Hội Đồng Phiên Dịch Tam Tạng; và qua Hội nghị Toàn thể Hội đồng Phiên dịch Tam Tạng tổ chức tại Viện Đại Học Vạn Hạnh vào các ngày 20, 21,

22 tháng 10 năm 1973, hội nghị đã đưa ra dự án phiên dịch với mục lục tổng quát các Kinh điển truyền bản Hán tạng cần phiên dịch, phân chia công việc, cũng như giới thiệu thành viên của Hội đồng Phiên dịch Tam Tạng gồm 18 vị Pháp sư như sau:

HỘI ĐỒNG PHIÊN DỊCH TAM TẠNG 1973

A. *Ủy Ban Phiên Dịch:*

1. Hòa thượng Trưởng lão Thích Trí Tịnh   (1917 – 2014)
   Trưởng Ban

2. Hòa thượng Trưởng lão Thích Minh Châu   (1918 – 2012)
   Phó Trưởng Ban

3. Hòa thượng Trưởng lão Thích Quảng Độ   (1928 – 2020)
   Tổng Thư Ký

4. Hòa thượng Trưởng lão Thích Trí Quang   (1923 – 2019)

5. Hòa thượng Trưởng lão Thích Đức Nhuận   (1924 – 2002)

6. Hòa thượng Trưởng lão Thích Bửu Huệ   (1914 – 1991)

7. Hòa thượng Trưởng lão Thích Trí Thành   (1921 – 1999)

8. Hòa thượng Trưởng lão Thích Nhật Liên   (1923 – 2010)

9. Hòa thượng Trưởng lão Thích Thiện Siêu   (1921 – 2001)

10. Hòa thượng Trưởng lão Thích Huyền Vi   (1926 – 2005)

B. *Thành Viên Bổ Sung:*

1. Hòa thượng Trưởng lão Thích Đức Tâm   (1928 – 1988)

2. Hòa thượng Trưởng lão Thích Huệ Hưng   (1917 – 1990)

3. Hòa thượng Trưởng lão Thích Thuyền Ấn   (1927 – 2010)

4. Hòa thượng Trưởng lão Thích Trí Nghiêm   (1911 – 2003)

5. Hòa thượng Trưởng lão Thích Trung Quán   (1918 – 2003)

6. Hòa thượng Trưởng lão Thích Thiền Tâm   (1925 – 1992)

7. Hòa thượng Trưởng lão Thích Thanh Từ   (1924 –)

8. Hòa thượng Thích Tuệ Sỹ   (1943 – 2023)

Sau gần 50 năm kể từ khi Hội đồng Phiên dịch Tam Tạng được thành lập, nhiều Kinh điển đã được phiên dịch, góp phần đáng kể vào kho tàng Thánh điển Phật giáo Việt Nam, nhưng có thể nói rằng dự án phiên dịch đưa ra thời ấy, vẫn chưa hoàn tất. Lý do thứ nhất, do hoàn cảnh chiến tranh và bất toàn xã hội, các Kinh điển được dịch rồi vẫn không có đủ thời gian thuận tiện để được hiệu đính và nhuận sắc lại theo đúng tiêu chuẩn Phật điển hàn lâm. Thứ nữa, với nguồn tài liệu cổ ngữ, sinh ngữ dồi dào hiện nay cùng với phương tiện kỹ thuật vi tính, thông tin liên mạng, chư vị dịch giả có rất nhiều cơ hội để truy cập, tham khảo, đối chiếu các truyền bản khác nhau để có được định bản tiếng Việt đáng tin cậy, theo chuẩn mực quốc tế. Ngoài ra, chư vị thành viên Hội đồng Phiên dịch đã theo thời gian, tuần tự viên tịch khi công trình phiên dịch còn dang dở. Nay chỉ còn 2 trong số 18 vị dịch giả còn đương tiền, nhưng một vị đang trong tình trạng bất hoạt; vị duy nhất còn lại có thể tiếp tục đảm đương trọng nhiệm là Hòa thượng Thích Tuệ Sỹ. Xét thấy, đây cũng là phước duyên hy hữu cho Phật giáo Việt Nam cũng như cho công trình phiên dịch Tam Tạng do Viện Tăng Thống đề ra nửa thế kỷ trước:

a) Về phương diện học thuật, Hòa thượng Tuệ Sỹ là một trong số ít học giả uy tín trong việc nghiên tầm, phiên dịch, chú giải và giảng thuật về Tam Tạng Kinh điển từ nhiều thập niên qua; đã và đang đào tạo, nâng đỡ nhiều thế hệ Tăng Ni và Cư sĩ có trình độ Phật học và cổ ngữ có thể phụ trợ công trình phiên dịch;

b) Về phương diện điều hành, Hòa thượng Tuệ Sỹ chính thức tiếp nhận ấn tín Viện Tăng Thống từ Đức Đệ ngũ Tăng Thống, hàm nghĩa kế thừa sự nghiệp hoằng pháp của GHPGVNTN, đồng thời kế thừa công trình phiên dịch của Hội đồng Phiên dịch Tam Tạng được Hội đồng Giáo phẩm Trung ương Viện Tăng Thống thành lập năm 1973.

Từ những nhân duyên và điều kiện kể trên, công trình phiên dịch dang dở của chư vị tiền hiền tất yếu phải được Hòa thượng Tuệ Sỹ đưa vai gánh vác, không thể để cho gián đoạn. Đó là lý do, từ danh nghĩa Viện Tăng Thống GHPGVNTN, Hội Đồng Phiên Dịch Tam Tạng Lâm Thời (HĐPDTTLT) đã được thành lập vào ngày 03 tháng 12 năm 2021, theo Thông Bạch số 11/VTT/VP, nhằm kế thừa sự nghiệp phiên dịch Tam Tạng của chư vị Trưởng lão Hội Đồng Phiên Dịch Tam Tạng Viện Tăng Thống, với thành phần nhân sự như sau:

HỘI ĐỒNG PHIÊN DỊCH TAM TẠNG LÂM THỜI 2021*

Cố Vấn: Giáo sư Trí Siêu Lê Mạnh Thát (Việt Nam)
Chủ Tịch: Hòa thượng Thích Tuệ Sỹ (Việt Nam)
Chánh Thư Ký: Hòa thượng Thích Như Điển (Đức quốc)
Phó Thư Ký Quốc Nội: Hòa thượng Thích Thái Hòa (Việt Nam)
Phó Thư Ký Hải Ngoại: Hòa thượng Thích Nguyên Siêu (Hoa Kỳ)

Ủy Ban Duyệt Sách:

Hòa thượng Thích Tuệ Sỹ; Giáo sư Trí Siêu Lê Mạnh Thát.

Ủy Ban Phiên Dịch:

Hòa thượng Thích Đức Thắng (Việt Nam); Hòa thượng Thích Thái Hòa (Việt Nam); Thượng tọa Thích Nguyên Hiền (Việt Nam); Thượng tọa Thích Nhuận Châu (Việt Nam); Đại đức Thích Nhuận Thịnh (Việt Nam); Cư sĩ Đạo Sinh Phan Minh Trị (Việt Nam); Cư sĩ Trí Việt Đỗ Quốc Bảo (Đức quốc).

Ủy Ban Chứng Nghĩa Chuyết Văn:

Hòa thượng Thích Thiện Quang (Canada); Thượng tọa Thích Nguyên Tạng (Úc); Đại đức Thích Nhuận Thịnh (Việt Nam); Cư sĩ Tâm Huy Huỳnh Kim Quang (Hoa Kỳ); Cư sĩ Tâm Quang Vĩnh Hảo (Hoa Kỳ).

Những thành viên khác tùy theo nhu cầu sẽ được thỉnh cử sau.

Xét thấy công hạnh tu trì cũng như kiến văn của thành viên chưa thể sánh ngang với chư Tôn túc Trưởng lão Hội đồng Phiên dịch Tam Tạng 1973, do đó chỉ có thể thành lập Hội đồng Lâm thời để kế thừa việc phiên dịch Kinh-Luật-Luận theo khả năng. Trong điều kiện như thế, HĐPDTTLT sẽ không phiên dịch theo thứ tự lịch sử hình thành Thánh điển như Đại Chánh, mà theo phương pháp các Kinh Lục cổ điển, phân Thánh giáo thành Ba thừa: Thanh Văn Tạng, Bồ-tát Tạng và Mật Tạng. Cho đến khi nào sở học và đạo hạnh được nâng cao, đủ để xác định tín tâm trong hàng bốn chúng đệ tử, bấy giờ Hội đồng Phiên dịch Tam Tạng Lâm thời sẽ chuyển thành chính thức, và sẽ tuần tự thực hiện chương trình phiên dịch đúng theo đề xuất của Hội đồng Phiên dịch Tam Tạng 1973.

---

* Xem thêm chú thích cuối bài.

Sự nghiệp phiên dịch Đại Tạng Kinh là sự nghiệp chung, hệ trọng và trường kỳ, của Tăng tín đồ Phật giáo Việt Nam trong và ngoài nước. Hình thành Đại Tạng Kinh tiếng Việt không những tạo điều kiện thuận lợi cho việc nghiên cứu và thực hành Phật Pháp đúng đắn cho tứ chúng đệ tử, khẳng định vị thế của Phật giáo Việt Nam đối với nhân loại và cộng đồng Phật giáo quốc tế, mà còn là sự phục hưng những giá trị văn hóa dân tộc nhằm góp phần vào việc xây dựng và phát triển đất nước. Nhận thức được tầm quan trọng này, chư vị lãnh đạo các Giáo hội Phật giáo Việt Nam Thống Nhất tại hải ngoại đã vận động thành lập Hội Đồng Hoằng Pháp vào ngày 08 tháng 5 năm 2021, với sự tán trợ của Viện Tăng Thống, nhằm mở rộng con đường hoằng pháp ngoài nước theo tiêu hướng của GHPGVNTN, cũng như để vận động yểm trợ và thúc đẩy công trình phiên dịch và ấn hành Đại Tạng Kinh Việt Nam tiến đến thành tựu viên mãn.

Để tri niệm ân sâu của chư lịch đại Tổ sư và chư vị Tôn túc trong Hội Đồng Phiên Dịch Tam Tạng 1973 trong sự nghiệp hoằng truyền chánh đạo, Hội Đồng Hoằng Pháp nguyện góp phần công đức, toàn tâm ủng hộ, cúng dường tâm lực, trí lực và tài lực để Đại Tạng Kinh Việt Nam chuẩn mực được lần lượt ấn hành, khởi đầu từ Thanh Văn Tạng, tháng 01 năm 2022, cho đến khi hoàn tất Bồ-tát Tạng và Mật Tạng trong thập niên tới.

Nguyện đem công đức Pháp thí này hồi hướng chánh pháp cửu trụ, tứ chúng an hòa, phát Bồ-đề tâm tiến tu đạo nghiệp; lại nguyện nhân loại được an vui, phúc lạc; sớm chấm dứt thiên tai dịch bệnh, khắp loài chúng sinh đều được lạc nghiệp an cư.

Ngưỡng vọng chư tôn Trưởng lão, chư Hòa thượng, Thượng tọa, Đại đức Tăng Ni cùng bốn chúng đệ tử trong và ngoài nước chứng minh và liễu tri.

Nam mô Công Đức Lâm Bồ-tát.

Phật lịch 2565, năm Tân Sửu
Ngày 01 tháng 01 năm 2022
Hội Đồng Phiên Dịch Tam Tạng Lâm Thời
Cẩn bạch

CHÚ THÍCH *(cập nhật 15/09/2024):*

Tham chiếu Quyết định số: 07.VTT/CTK/QĐ do Hòa Thượng Thích Tuệ Sỹ ký 21/09/2023; đồng thời tham chiếu Biên bản kỳ họp Ủy Ban Phiên Dịch Trung Ương mở rộng vào ngày 15/08/2024 và 29/08/2024, từ 9/2024 có những thay đổi về tổ chức và nhân sự sau:

- *Tên gọi mới:*

ỦY BAN PHIÊN DỊCH TRUNG ƯƠNG

- *Nhân sự:*

Chủ tịch: Hòa Thượng Thích Như Điển

Chánh Thư Ký: Hòa Thượng Thích Thái Hòa

Phó Thư Ký: Hòa Thượng Thích Nguyên Siêu

Phụ tá đặc trách Giáo nghĩa   Tỳ-kheo-ni TN. Thanh Trì

Tiểu Ban Phiên Dịch Chuyên Trách:

PHÀM LỆ

1. Đại Tạng Kinh Việt Nam bao gồm tất cả các bản dịch tiếng Việt của Tam Tạng Kinh Điển Phật giáo đã xuất hiện ở nước ta từ trước đến nay, qua các thời kỳ với nhiều dịch giả khác nhau, để cho thấy quá trình hình thành Đại Tạng Kinh Việt Nam qua lịch sử.

2. Về bản đáy, bản dịch Việt căn cứ trên ấn bản Đại Chánh Tân Tu Đại Tạng Kinh 100 tập, mỗi tập trên dưới 1000 trang chữ Hán cỡ 10pt và sẽ được đánh số theo thứ tự của số ghi trong bản in Đại Chánh. Mỗi trang của bản in Đại chính được chia làm ba cột: a, b, c. Số trang và cột này đều được ghi trong bản dịch để tiện tham khảo.

3. Vì thế, một bản Kinh chữ Hán có thể có nhiều bản dịch tiếng Việt, nên sau số thứ tự của Đại Chánh, sẽ đánh thêm các mẫu tự A, B, C... để phân biệt các bản dịch tiếng Việt khác nhau của cùng một bản Kinh chữ Hán đó.

4. Về xử lý văn bản trong khi phiên dịch, phần lớn căn cứ công trình hiệu đính và đối chiếu của bản Đại Chánh. Ngoài ra, tham khảo thêm các công trình hiệu đính và đối chiếu khác.

5. Giữa các ấn bản có những điểm khác nhau, bản Việt sẽ lựa chọn hoặc hiệu đính theo nhận thức của người dịch.

6. Trong bản Hán, nếu chỗ nào xét thấy văn dịch hay từ ngữ không phù hợp với giáo nghĩa truyền thống phổ biến, người dịch sẽ tham khảo các Kinh, Luật, Luận cần thiết để

hiệu chính. Những hiệu chính này được giải thích ở phần cước chú.

7. Bản Hán dịch thực hiện căn cứ phần lớn trên sự truyền khẩu. Do đó những từ phát âm tương tự dễ đưa đến ngộ nhận, như *sam* Pāli hay *sama* và *samyak*; *cala* và *jala*; *muti* và *muṭṭhi*, v.v... Trong những trường hợp này, người dịch sẽ tham chiếu các Kinh tương đương, các bản Hán biệt dịch, suy đoán tự dạng nguyên thủy có thể có trong Phạn bản để hiệu chính. Những hiệu chính này đều được ghi ở phần cước chú.

8. Do các truyền bản khác nhau giữa các bộ phái, để có nhận thức về giáo nghĩa nguyên thủy, chung cho tất cả, cần có những nghiên cứu đối chiếu sâu rộng. Công việc này ngoài khả năng hiện tại của các dịch giả. Tuy nhiên, trong trường hợp có thể, những điểm dị biệt giữa các truyền bản sẽ được ghi nhận và đối chiếu. Những ghi nhận này được nêu ở phần cước chú.

9. Bản Hán dịch được phân thành số quyển. Bản dịch Việt không chia số quyển như vậy, nhưng sẽ ghi ở phần cước chú mỗi khi bắt đầu một quyển khác.

10. Các từ Phật học trong một số bản Hán dịch nếu không phổ biến, do đó có thể gây khó khăn cho việc đọc và nghiên cứu, trong các trường hợp như vậy, tuy vẫn giữ nguyên dịch ngữ của bản Hán, nhưng dịch ngữ tương đương thông dụng hơn sẽ được ghi trong phần cước chú. Trong trường hợp có thể, sẽ ghi luôn dịch giả của những dịch ngữ này và xuất xứ của chúng từ bản dịch nào để tiện

việc tham khảo.

11. Các Kinh sách tham khảo trong cước chú đều được viết tắt theo quy định phổ thông của giới nghiên cứu quốc tế; xem quy định về viết tắt ở cuối mỗi tập của Đại Tạng Kinh Việt nam.

12. Quy ước các danh từ viết hoa

* Các từ gốc Sanskrit/Pāli:

a. Từ thường phiên âm: tất cả viết thường với gạch nối. Như *śūnyatā* = thuấn-nhã-đa tính, *kṣatriya* = sát-đế-lợi. Trừ các từ tôn kính, theo ngữ cảnh; như: *Nirvāṇa* = Niết-bàn; *Ācārya* = A-xà-lê; *Bhikṣu* = Tỳ-kheo v.v...

b. Từ đặc hữu (nhân danh, địa danh): Chữ đầu hoa, còn lại thường, với gạch nối. Như *Śariputra* = Xá-lợi-phất, *Śrāvastī* = Xá-vệ, *Kapilavastu* = Ca-tì-la-vệ.

c. Trường hợp vừa âm vừa nghĩa, phần phiên âm chữ đầu hoa, còn lại thường với gạch nối; phần nghĩa viết Hoa, như *Śariputra* = Xá-lợi Tử.

* Các từ thuần Việt, chưa có quy tắc chính thức, nhưng theo cách viết phổ thông hiện nay:

a. Từ phổ thông: tất cả không hoa, trừ trường hợp tôn kính hay đặc biệt.

b. Từ đặc hữu, nhân danh, địa danh: tất cả viết hoa.

Vạn Hạnh, Pl. 2550 - Dl. 2006
Trí Siêu và **Tuệ Sỹ** cẩn chí

BẢNG VIẾT TẮT

A	*Aṅguttara-Nikāya* – Tăng chi bộ kinh
Câu-xá	A-tỳ-đạt-ma-câu-xá luận, T 29 No 1558
Cf.	*confer*, Tham chiếu, so sánh
Cđ., Chân Đế	bản dịch của Chân Đế
cht.	chú thích
Ch.	Chương
...cho đến	Lặp lại nguyên văn đoạn trên
D	*Dīgha-nikāya*, Trường bộ kinh
Đại.	Đại Chánh Tân Tu Đại Tạng Kinh, Taisho
đd	đã dẫn
Dh, Dhp	*Dhammapada*, kinh Pháp cú
Du-già	Du-già sư địa luận, T 30 No 1579
ff.	following, tiếp theo
Ht., Huyền Trang	bản dịch của Huyền Trang
ibid.	*ibidem*, cùng chỗ đã dẫn, đã dẫn, dẫn thượng
M	*Majjhima-Nikāya* – Trung bộ kinh
n.	number, số hiệu
Niss.	*Nissaggiya*, Ni-tát-kỳ
NM	bản in đời Nguyên Minh
nt	như trên
Pl.	Pāli
S	*Samyutta-Nikāya* – Tương ưng bộ kinh
Pāc.	*Pācittiya*, Ba-dật-đề
Sdt.	sách dẫn trên
Sđd.	Sách đã dẫn
Skt.	Sanskrit

Sn	*Sutta-nipāta* – Kinh tập
T.	Taisho (大正), Đại chánh tân tu Đại tạng kinh, dẫn theo số sách, số trang, cột và dòng.
Tập dị	Tập dị môn túc luận
Th 1	*Theragātha* – Trưởng lão kệ
Th 2	*Therīgāthā* – Trưởng lão ni kệ
thc.	tham chiếu
thk.	tham khảo
Tì-bà-sa	A-tì-đạt-ma Đại tì-bà-sa luận
Tl.	Tây lịch
TNM	bản in các đời Tống Nguyên Minh
tr.	Trang
vd.	ví dụ
Vin.	*Vinaya*, Luật tạng Pāli
Vsm.	*Visuddhimagga* – Thanh tịnh đạo luận
x.	xem
X.	Xuzang (續藏), Tục tạng, Vạn.
Wogihara	Phạn Hòa từ điển, Địch Nguyên Vân Lai (Wogihara Unrai)

TỤNG PHẨM II (2)

KINH 122. KỸ NHÂN CHỦ[1]

Tôi nghe như vầy:[2]

[420a07] Bấy giờ, Thế Tôn đang ở tại vườn Trúc, Ca-lan-đà, thành Vương Xá. Lúc ấy, trong thành có người chủ đoàn ca kỹ[3], tên Động Phát[4], đi đến chỗ Phật. Sau khi đến chỗ Phật, đầu mặt lễ sát chân Phật, ngồi sang một bên, nói thế này: "Thưa Cù-đàm! Lúc trước, tôi từng nghe các vị túc cựu lớn tuổi trong hàng ca kỹ nói: 'Các ca kỹ ở trên sân khấu, đặt bày những khí cụ vui chơi, cả trăm nghìn vạn người đến xem, đánh đàn, hát xướng, trống nhạc đàn ca, đủ trò vui đùa. Nghề nghiệp kết thúc, sau khi mạng chung, sanh lên cõi trời Quang Chiếu[5].' Những lời như vậy là thật hay hư dối?[6]"

Phật nói với ông ấy: "Thôi thôi! Bây giờ, ông chớ có hỏi việc này."

Khi ấy, người chủ ca kỹ kia lần thứ hai, lần thứ ba cũng hỏi như

---

[1] Tương đương *No. 99* (907). Pāli, S. 42.2. *Puṭa (Tālapuṭa)*. Tham khảo *Tạp A-hàm*, Việt dịch, kinh 1288.

[2] Dịch theo *No. 99*. Câu này Để bản không có.

[3] Kỹ nhân chủ 伎人主, ông chủ của những ca kỹ. *No. 99*: tụ lạc chủ 聚落主, trưởng thôn. Pāli *naṭagāmaṇi*, trưởng đoàn ca vũ.

[4] Động Phát. 動髮 *No. 99*: Giá-la-châu-la-na-la 遮羅周羅那羅. Pāli *Tālapuṭa*.

[5] Hoan hỷ thiên 歡喜天. Pāli *Pahāsa devā*.

[6] *No. 99*: Còn ở trong pháp Cù-đàm này thì nói thế nào?

vậy. Phật đều không trả lời.

Bấy giờ, Như Lai nói với người chủ ca kỹ: "Nay Ta hỏi ông, ông cứ tùy ý đáp. Nếu có người ca kỹ, ở trên sân khấu kỹ nhạc, đặt bày các khí cụ vui chơi, đánh đàn, hát xướng, trống nhạc đờn ca. Vì việc này mà có trăm nghìn người tụ tập đến. Những người này vốn bị ái dục, sân nhuế, ngu si trói buộc, lại còn tạo tác các nghiệp buông lung, lẽ nào tham sân si kia không tăng thêm?[7] Thí như có người bị dây trói, mà dùng nước tưới lên, càng làm tăng thêm sự nguy cấp. Những người như vậy, trước đã bị ba độc trói buộc, lại ở trên sân khấu ca kỹ kia hát xướng kỹ nhạc, chỉ càng làm tăng thêm ba độc mãnh liệt như vậy. Chủ ca kỹ! Ông làm những việc như vậy, sau khi mạng chung được sanh lên cõi trời Quang Chiếu, không thể có trường hợp này. Nếu có người cho rằng ở trên sân khấu làm các việc kỹ nhạc, sau khi mạng chung sẽ được sanh lên cõi trời Quang Chiếu, ta nói người này là tà kiến. Quả của tà kiến, sanh về hai nơi, hoặc đọa vào địa ngục, hoặc đọa làm súc sanh."

Đức Phật nói như vậy rồi, bấy giờ người chủ ca kỹ kia, buồn khóc rơi lệ. Phật nói với chủ ca kỹ: "Chính vì nhân duyên này, mà ông thưa thỉnh ba lần, ta vẫn không nói cho ông."

Bấy giờ, chủ ca kỹ bạch Phật: "Bạch Thế Tôn! Hôm nay con không phải do nghe [420b01] Phật dạy mà khóc lóc. Con xót thương cho những người ca kỹ, ngu dại vô trí, làm nghề bất thiện. Họ khởi kiến chấp như vậy suốt thời gian dài, ở trong đời vị lai sẽ thọ đại khổ, thường bị lừa dối, bị người khinh thường. Nếu có người ca kỹ nào nói như vầy: 'Ở trên sân khấu ca kỹ hát xướng, kỹ nhạc, đến khi mạng chung sanh lên cõi trời Quang Chiếu.' Nói như vậy gọi là đại vọng ngữ. Nếu vì nghề nghiệp này mà sanh lên cõi trời Quang Chiếu, không thể có trường hợp này. Bạch Thế Tôn! Kể từ hôm nay, con không còn tạo

---

7 *No. 99:* Những con hát kia ở trước mọi người trình diễn ca múa, kỹ nhạc, và diễn hài làm cho mọi người vui cười hoan lạc. ... há không phải đang làm tăng trưởng sự trói buộc của tham dục, sân nhuế, và si mê đó sao?

ác nghiệp như vậy nữa."[8]

Đức Phật liền nói: "Hôm nay ông chân thật, thì trong đời vị lai chắc chắn sẽ sanh về chốn lành."[9]

Bấy giờ, chủ ca kỹ và các tỳ-kheo sau khi nghe những lời Phật dạy, hoan hỷ phụng hành.

KINH 123. ĐẤU TƯỚNG[10]

Tôi nghe như vầy:

Một thời, Đức Phật ở tại vườn Trúc, Ca-lan-đà, thành Vương Xá. Bấy giờ, trong thành ấy có vị thôn trưởng, một tướng quân giỏi[11], đi đến chỗ Phật, đảnh lễ sát chân Phật, thăm hỏi xong, ngồi sang một bên, bạch Phật: "Bạch Thế Tôn! Ngày trước, tôi từng nghe các vị túc cựu lớn tuổi nói: 'Nếu muốn chiến đấu, cần phải trang nghiêm, tay cầm khí trượng, phòng hộ mình vững chắc, dũng mãnh tiến tới, không có hèn nhát, có thể phá tan quân địch phía trước, giết hại sinh mạng loài vật, khiến cho những binh chủng còn lại đều rút lui, tán loạn. Nếu đã làm sự nghiệp này, thì mạng chung được sanh lên cõi trời Tiễn Trang Nghiêm.'"[12]

---

[8] *No. 99:* Từ nay tôi xin từ bỏ cái nghề nghệ sỹ ác bất thiện kia, xin quy y Phật, quy y Pháp, quy y Tỳ-kheo Tăng." Pāli *Alattha kho tālapuṭo naṭagāmaṇi bhagavato santike pabbajjaṃ, alattha upasampadaṃ... pe... arahataṃ ahosīti.*

[9] *No. 99:* Lành thay, thôn trưởng! Đây là điều chân thật.

[10] Tương đương *No. 99* (908). Pāli, S. 42. 3. *Yodhājīva.* Tham khảo *Tạp A-hàm*, Việt dịch, kinh 1289.

[11] Thiện đấu tướng vi tụ lạc chủ 善鬪將，為聚落主. *No. 99:* 戰鬪活聚落主. Pāli *yodhājīvagāmaṇi,* người cầm đầu phường võ.

[12] Tiễn trang nghiêm thiên 箭莊嚴天. *No. 99:* Tiễn hàng phục thiên 箭降伏天. Pāli *parajitānaṃ devānaṃ sahabyataṃ upapajjatīti,* cộng trú với chư thiên chiến thắng/hàng phục. (*sarāñjitā or sarājitā devā,* tiễn

Khi tướng quân kia hỏi như vậy,[13] Đức Phật bảo ông ta: "Thôi, đừng nói. Câu hỏi của ông hôm nay, nghĩa thú thật là bất thiện."[14] Lần thứ hai, lần thứ ba, người kia cũng hỏi như vậy.

Đức Phật lại nói: "Ông đã ân cần hỏi Ta ba lần, nếu ông có thể tiếp nhận, Ta sẽ nói cho ông. Những chiến sĩ nào, tự mình trang bị chắc chắn, khéo biết chiến thuật, nhất là dẫn đầu trận chiến, dũng mãnh tiến lên phía trước. Những chiến sĩ ấy há không nghĩ cách muốn sát hại được quân địch kia, nghĩ thế này: 'Làm thế nào phải bắt trói bọn chúng, giết hại bọn chúng, khiến bọn chúng chết sạch.' Lẽ nào họ không khởi suy nghĩ như vậy? Này tướng quân! Ông đối với chúng sanh khởi ba nghiệp tà ác. Thế nào gọi là ba nghiệp tà ác? Đó chính là thân, khẩu, ý. Nếu do ba nghiệp bất thiện này, mà khi thân hoại mạng chung được sanh lên cõi trời, không thể có trường hợp này. Này tướng quân! Nay nếu ông có quan điểm như vậy, chính là tà kiến. Nghiệp của tà kiến chắc chắn sẽ sanh về hai nơi, hoặc ở địa ngục, hoặc đọa làm súc sanh."

Bấy giờ, tướng quân nghe Phật dạy xong, buồn khóc rơi lệ.

Đức Phật lại nói: [420c01] "Vì lý do này, nên ông ba lần thưa thỉnh, Ta vẫn không nói. Nay Ta đã nói cho ông, vì sao lại khóc?"

Tướng quân bạch Phật: "Bạch Thế Tôn! Con không phải vì nghe nói như vậy mà sanh bi ai phiền não. Mà vì thương xót cho những người chiến sĩ, suốt đời ngu tối, khờ dại không biết, làm điều bất thiện, thường vì việc này, phải lãnh thọ đại khổ trong đời vị lai. Những ác nghiệp này quả thật không thể được sanh lên trời. Nếu do những nghiệp này mà được sanh lên cõi trời Tiễn Trang Nghiêm, thật không thể có điều này. Bạch Thế Tôn! Con từ ngày nay nguyện không tạo nghiệp tà kiến như vậy nữa."

---

hàng phục thiên).

[13] *No. 99:* Còn ở trong pháp của Cù-đàm, nghĩa này như thế nào? [Pali] *Idha bhagavā kimāhā" ti?* Ở đây, Thế Tôn nói thế nào?

[14] *No. 99:* Thôi, chớ nên hỏi nghĩa này. [Pali] *Alaṃ, gāmaṇi, tiṭṭhatetaṃ; mā maṃ etaṃ pucchīti.* Thôi, trưởng phường võ, hãy dừng lại ở đây. Chớ hỏi Ta điều này.

Đức Phật liền khen: "Lành thay, lành thay! Điều ông nói thật là hy hữu."[15]

Bấy giờ, tướng quân sau khi nghe Phật dạy xong, đánh lễ ra về.

KINH 124. ĐIỀU MÃ SƯ[16]

Tôi nghe như vầy:

Một thời, Đức Phật ở tại vườn Trúc, Ca-lan-đà, thành Vương Xá. Bấy giờ, có thôn trưởng, người giỏi huấn luyện ngựa,[17] đi đến chỗ Phật, đánh lễ sát chân Phật rồi ngồi sang một bên.

Phật hỏi người huấn luyện ngựa: "Có bao nhiêu cách, khiến ngựa được điều phục?"

Người huấn luyện ngựa nói: "Thưa Cù-đàm! Có ba cách có thể khiến ngựa được điều phục. Một là phải một mực mềm mỏng; hai là phải một mực cứng rắn; ba là vừa mềm mỏng vừa cứng rắn."

Phật nói với người huấn luyện ngựa: "Nếu dùng ba cách này mà không thể điều phục, thì phải làm sao?"

Người huấn luyện ngựa đáp: "Đánh chết."[18]

Người huấn luyện ngựa lại nói: "Thưa Cù-đàm! Ngài là bậc Thầy Điều ngự Vô thượng. Khi điều phục con người, Ngài dùng bao nhiêu cách để điều phục?"

Phật nói: "Ta cũng dùng ba cách để điều ngự. Một là nói lời mềm mỏng; hai là nói lời cứng rắn; ba là không mềm mỏng không cứng

---

[15] *No. 99:* Đây là điều chân thật.

[16] Tương đương *No. 99* (909). Pāli, S. 42. 5. *Assāroha (Assa).* Tham khảo *Tạp A-hàm,* Việt dịch, kinh 1290.

[17] Thiện điều mã sư 善調馬師. *No. 99:* Điều mã tụ lạc chủ 調馬聚落主. assāroho gāmaṇi.

[18] Đả linh mạng chung 打令命終. *No. 99:* Tiện đương sát chi 便當殺之.

rắn[19], để được điều phục.

"Thế nào gọi là phải một mực mềm mỏng? Như Đức Phật nói với các tỳ-kheo: 'Nếu các ông tu tập ba nghiệp thiện, sẽ đạt được quả báo thiện, đó là cõi trời, đó là cõi người.' Đây gọi là một mực dùng mềm mỏng để được điều phục.

"Thế nào gọi là cứng rắn? Như nói ba đường ác. Đây là nghiệp thân, miệng, ý tạo thành quả báo ác.

"Thế nào gọi là vừa cứng rắn vừa mềm mỏng? Đó là nói thân, miệng, ý có các nghiệp thiện, được sanh lên cõi người cõi trời. Đây là quả báo đạt được từ thân, miệng, ý thiện. Cũng nói thân, miệng, ý có các nghiệp ác, sẽ đọa ba đường ác. Đây cũng là quả báo đạt được từ thân, miệng, ý. Đó gọi là vừa cứng rắn vừa mềm mỏng để điều phục chúng sanh."

Người huấn luyện ngựa bạch Phật: "Nếu dùng ba cách này vẫn không thể điều phục, phải làm thế nào để điều phục?"

Phật bảo người huấn luyện ngựa: "Nói cho người ấy những lời thiết yếu, nếu vẫn không điều phục được, thì tiến hành hủy hoại."[20]

Người huấn luyện ngựa hỏi lại: "Ngài là Sa-môn, thường nói không giết,[21] vậy nói hại là thế nào?"

Đức Phật nói: "Này người huấn luyện ngựa! Đúng vậy! [421a01] Đúng vậy! Nói Như Lai, thì quả thực không thể giết, điều đó không thể làm. Như Lai Thế Tôn dùng ba cách này để điều phục chúng sanh. Nếu người nào không thể điều phục, thì hoàn toàn không nói đến, cũng không dạy dỗ, cũng không chỉ dẫn."

Đức Phật nói với người huấn luyện ngựa: "Ý ông thế nào? Như Lai nếu không dạy dỗ, không nói đến, không chỉ dẫn, người như vậy gọi

---

[19] Bất nhu bất thô 不濡不麁. *No. 99*: Nhu nhuyễn cang cường 柔軟剛強.

[20] Thâm gia hủy hại 深加毀害. *No. 99*: "Phải giết người đó đi. Vì sao? Vì không để cho pháp của Ta bị khuất nhục."

[21] Trong pháp của Cù-đàm, sát sanh là bất tịnh. Vậy trong pháp của Cù-đàm là không cho sát hại.

là hủy hoại, là chân thật hủy hoại."[22]

Người huấn luyện ngựa đáp: "Đúng vậy! Thưa Cù-đàm! Nếu Như Lai không còn nói đến người ấy, không dạy dỗ pháp, thật sự thành hủy hoại, càng hơn cái hại ở thế gian."

Người huấn luyện ngựa lại nói: "Thưa Cù-đàm! Con từ nay về sau sẽ đoạn hủy hoại, càng không tạo ác."

Đức Phật liền khen: "Này người huấn luyện ngựa! Như những lời ông nói, thật là chân chánh."

Bấy giờ, người huấn luyện ngựa sau khi nghe Phật dạy, hoan hỷ đảnh lễ rồi ra về.

KINH 125. ÁC TÁNH[23]

Tôi nghe như vầy:

Một thời, Đức Phật ở tại vườn Trúc, Ca-lan-đà, thành Vương Xá. Bấy giờ, có thôn trưởng tên Ác Tánh[24], đi đến chỗ Phật, đảnh lễ sát chân Phật rồi ngồi sang một bên, bạch Phật: "Bạch Thế Tôn! Như trong thế gian có người không tu tập, xúc não người khác, nói lời xúc não, cho nên mọi người đều gọi người ấy tên là cực ác."[25]

---

[22] *No. 99:* Này thôn trưởng, Như Lai khi điều ngự con người, mà không nói đến người đó nữa, không giáo thọ, không giáo giới cho nữa, đó há không phải là sát hại sao?

[23] Tương đương *No. 99* (910). Pāli, S. 42.1. *Caṇḍa.* Tham khảo *Tạp A-hàm,* Việt dịch, kinh 1291.

[24] Tụ lạc chủ danh viết ác tánh 聚落主名曰惡性. *No. 99:* Hung ác tụ lạc chủ 兇惡聚落主. Pāli *Caṇḍo gāmaṇi,* thôn trưởng Canda (caṇḍa: hung dữ, tàn bạo).

[25] *No. 99:* Vì không tu những pháp gì, mà khởi sân đối với người khác; do khởi sân nên miệng thốt ra lời nói ác, người ta cũng vì vậy mà đặt cho người ấy tên gọi là Ác Tánh? Pāli *ko nu kho, bhante, hetu, ko*

Phật nói với thôn trưởng: "Nếu có một người xúc não người khác, nói những lời não hại. Do thốt ra những lời xúc não, khiến người khác sân giận, vì vậy mà gọi nó là Ác Tánh. Không tu Chánh kiến, Chánh tư duy, Chánh ngữ, Chánh nghiệp, Chánh mạng, Chánh tinh tấn, Chánh niệm, Chánh định; vì không tu Chánh định nên xúc não người khác, do xúc não nên sanh giận dữ; vì giận dữ nên thốt ra những lời sân hận, do thốt ra những lời sân hận nên gọi là Ác Tánh."

Khi ấy, thôn trưởng nói: "Hy hữu thay Cù-đàm! Thật đúng như lời Ngài nói. Do xúc não mà thật có tên Ác Tánh. Con vì không tu Chánh kiến, làm xúc não người khác; do xúc não mà gọi con là Ác Tánh. Tất cả người thế gian thảy đều gọi con là Ác Tánh, và từ đó trở đi, con có tên Ác Tánh."

Thôn trưởng lại nói: "Thưa Cù-đàm! Làm thế nào để không xúc não; vì không xúc não sẽ có được lời nói không não hại. Tuy bị người khác xúc não, cũng không não hại người khác. Tuy bị người khác nói lời não hại, nhưng không dùng lời não hại xúc não người khác. Tuy bị người khác não hại, cũng không sanh tâm não hại; vì không não hại, nên người thế gian đều gọi là Nhẫn Thiện[26], cũng lại sanh tưởng nhẫn thiện đối với người khác?"[27]

Phật nói với thôn trưởng[28]: "Nếu người như vậy tu Chánh kiến; vì tu Chánh kiến, nên tu Chánh tư duy, Chánh ngữ, Chánh nghiệp, Chánh mạng, Chánh tinh tấn, [421b01] Chánh niệm, Chánh định. Vì tu Chánh định, nên bị người khác xúc não cũng không sanh não hại. Do không sanh não hại nên gọi là Nhẫn Thiện."

Thôn trưởng nói: "Hy hữu thay Cù-đàm! Điều Ngài dạy rất hay.

paccayo yena midhekacco caṇḍo caṇḍotveva saṅkhaṃ gacchati.

[26] Nhẫn thiện 忍善. *No. 99:* Hiền thiện 賢善. pāli *Sorata,* nhu hòa.

[27] *No. 99:* Phải tu tập pháp gì để không sân nhuế đối với người khác. Do không sân nhuế, nên miệng nói ra lời thiện; người ta vì vậy đặt tên là Hiền Thiện?

[28] Câu này Để bản không có, vì theo Để bản, từ đoạn trên "Thưa Cù-đàm, cho đến... Do không sanh não hại nên gọi là Nhẫn Thiện." ở bên dưới đều là lời của Thôn trưởng nói.

Thật đúng như Ngài nói, con vì không tu Chánh kiến nên bị người khác xúc não. Vì bị người xúc não nên thốt ra lời xúc não, vì thế người đời gọi con là Ác Tánh; do khởi tưởng ác nên gọi là Ác Tánh. Vì không tu Bát chánh đạo nên bị người khác xúc não, liền thốt ra những lời xúc não, dẫn đến sân hận; vì có tưởng này nên người đời gọi con là Ác Tánh."

Thôn trưởng lại nói: "Thưa Cù-đàm! Con từ nay về sau xin xả bỏ những ác tánh, tàn bạo, ngã mạn, hung hiểm như vậy."

Phật khen thôn trưởng: "Nếu ông như vậy, quả thật là rất tốt."

Khi ấy, thôn trưởng kia sau khi nghe Phật dạy, hoan hỷ, đảnh lễ, ra về.

KINH 126. NHƯ Ý CHÂU ĐẢNH PHÁT[29]

Tôi nghe như vầy:

Một thời, Đức Phật ở tại vườn Trúc, Ca-lan-đà, thành Vương Xá.[30] Bấy giờ, có thôn trưởng tên Như Ý Châu Đảnh Phát, đi đến chỗ Phật, đảnh lễ sát chân Phật rồi ngồi sang một bên, bạch Phật: "Bạch Thế Tôn! Ngày trước, tại cung điện vua, con và các phụ tướng, quần thần quyến thuộc đã ngồi chung lại một chỗ, cùng nhau bàn luận: 'Làm sa-môn có được nắm giữ tiền bạc châu báu, hay không được nắm giữ?'[31] Khi ấy, trong chúng kia có một người nói: 'Dẫu cho nắm giữ, cũng đâu

---

[29] Tương đương *No. 99* (911). Pāli, S. 42. 10. *Maṇicūḷa*. Tham khảo *Tạp A-hàm*, Việt dịch, kinh 1292.

[30] Hai câu này dịch theo *Tạp A-hàm*, Để bản chỉ bắt đầu từ 'Bấy giờ...' sau đây. Pāli *Ekaṃ samayaṃ bhagavā rājagahe viharati veḷuvane kalandakanivāpe.*

[31] *No. 99:* Thế nào, Tỳ-kheo Sa-môn Thích tử tự mình nhận và cất chứa vàng bạc của báu, là tịnh hay bất tịnh? Pāli *kappati, na kappati*, hợp pháp hay không hợp pháp?

có lỗi gì? Có thể được nắm giữ.'[32] Một người khác lại nói: 'Không thể được nắm giữ. Sa-môn Thích tử không cầm giữ tiền bạc châu báu.'[33] Bạch Thế Tôn! Lời nói của hai vị này, được gọi là hợp pháp, hay không hợp pháp? Nói như vậy, không hủy báng Phật, không nói sai lầm? Nói đúng lời Phật, hay không đúng?"[34]

Đức Phật nói với Thôn trưởng: "Nếu nói như vậy, đây gọi là hủy báng Ta, nói không hợp pháp, gọi là nói sai lầm. Những lời Ta nói quả thật không giống người kia. Vì sao? Là Tỳ-kheo, Sa-môn Thích tử, theo pháp không được nắm giữ tiền bạc châu báu. Nếu nắm giữ tiền bạc châu báu, thì không phải pháp của Sa-môn Thích tử; Giáo pháp của Phật chuyển hóa thù thắng đoan nghiêm. Đức Phật dạy như vầy, là Tỳ-kheo, không được nắm giữ tiền bạc châu báu. Người nào nắm giữ, thì không phải pháp Sa-môn."[35]

Thôn trưởng nói: "Lúc ấy, con ở trước mọi người cũng nói như vậy. Sa-môn Thích tử quả thật không được nắm giữ tiền bạc châu báu. Nếu ai nắm giữ, có lẽ là tự ý buông lung theo ngũ dục." Lúc ấy, Thôn trưởng kia sau khi nghe Phật dạy, đảnh lễ ra về.

Lúc bấy giờ, Tỳ-kheo A-nan đang đứng hầu bên Phật, cầm quạt quạt cho Phật. Phật bảo A-nan: "Ngươi hãy triệu tập các tỳ-kheo đang trú trong thành Vương Xá, vân tập tại giảng đường."

Bấy giờ, A-nan vâng lời Phật dạy, thông báo các tỳ-kheo vân tập hết về giảng đường. Sau khi các tỳ-kheo vân tập đủ, A-nan đi đến chỗ Phật, đảnh lễ sát chân Phật rồi ngồi sang một bên, bạch Phật: "Bạch Thế Tôn! Các tỳ-kheo trú tại vườn Trúc, Ca-lan-đà, thành Vương Xá, đều đã tập hợp trong giảng đường. Cúi mong Đức Thế Tôn biết thời!"

---

[32] *No. 99:* Sa-môn Thích tử được phép tự mình nhận và cất chứa vàng bạc vật báu.

[33] *No. 99:* Không được phép tự mình nhận và cất chứa vàng bạc vật báu.

[34] *No. 99:* ... những lời này là tùy thuận pháp hay là không tùy thuận pháp, là lời nói chân thật hay là lời nói hư vọng? Những lời nói như vậy không bị rơi vào chỗ đáng bị chỉ trích chăng?

[35] *No. 99:* Nếu Sa-môn Thích tử tự mình nhận và cất chứa vàng bạc, trân báu là thanh tịnh, thì phẩm chất của năm dục lẽ ra cũng thanh tịnh.

Bấy giờ, Thế Tôn liền đến giảng đường, trải tòa ngồi ở trước Đại chúng. Phật bảo các tỳ-kheo: "Có thôn trưởng tên Như Ý Châu Đảnh Phát đi đến chỗ Ta, đảnh lễ Ta, nói thế này: 'Ngày trước, tại cung điện vua, con và các đại thần phụ tướng, cùng nhau bàn luận về pháp của sa-môn, được nắm giữ tiền bạc châu báu, hay không được nắm giữ?' Khi ấy, trong chúng kia có một người nói: 'Dẫu cho sa-môn nắm giữ tiền của và vàng bạc.., cũng đâu có lỗi gì? Chỉ nắm giữ thôi thì không khổ". Một người khác lại nói: 'Pháp của sa-môn, theo pháp không được nắm giữ tiền bạc châu báu.' Như lời của hai vị này không giống nhau, vậy hai vị này, ai nói hợp pháp? Ta liền đáp: 'Sa-môn Thích tử không được nắm giữ tiền tài bảo vật.' Khi ấy, Thôn trưởng nói: 'Con lúc bấy giờ ở trước mọi người cũng nói như vầy, như sa-môn này được nắm giữ tiền bạc châu báu, cũng có thể buông lung thọ hưởng ngũ dục.' Khi ấy, Thôn trưởng kia nghe Ta dạy xong, hoan hỷ ra đi."

Đức Phật nói với các tỳ-kheo: "Các ngươi nên biết! Vị Thôn trưởng Như Ý Châu Đảnh Phát kia ở trước mọi người đã cất lên tiếng rống sư tử: 'Pháp của Sa-môn không được thọ nhận và nắm giữ vàng bạc tiền của.' Tỳ-kheo các ngươi từ nay về sau, nếu có việc cần, muốn nắm giữ chúng, thì phải khởi tưởng như cỏ cây và nắm giữ phân. Thà nắm giữ phân nhơ chứ không cầm giữ bảo vật."[36]

Bấy giờ, các tỳ-kheo sau khi nghe những lời Phật dạy, hoan hỷ, đảnh lễ rồi đi.

KINH 127. VƯƠNG ĐẢNH PHÁT[37]

Tôi nghe như vầy:

---

[36] *No 99*: Từ ngày nay các ngươi cần cây thì xin cây, cần cỏ thì xin cỏ, cần xe thì xin xe, cần người giúp việc thì xin người giúp việc. Cẩn thận chớ nên nhận lấy vàng bạc, và các thứ vật báu cho mình.

[37] *Tương đương No. 99* (912). Pāli. S. 42.12. *Rāsiya*. Tham khảo *Tạp A-hàm*, Việt dịch, kinh 1293.

Một thời, Đức Phật trú bên bờ hồ Kỳ, thành Kiệt, nước Chiêm-ba.[38] Bấy giờ có thôn trưởng tên Vương Đảnh Phát[39] đi đến chỗ Phật, đảnh lễ sát chân Phật rồi ngồi sang một bên.

Phật nói với vị ấy rằng:

"Trong thế gian này, có rất nhiều chúng sanh chạy theo hai khuynh hướng: Một là tham đắm dục lạc; hai là tập hành theo điều vô ích. Thân tôn thờ pháp phi Thánh, chỉ thọ nhận tổn giảm, vô ích[40]; tập hành dục lạc, đó gọi là pháp hạ tiện, hệ lụy[41].

"Người thọ dục lạc cũng có ba hạng. Những gì là ba?

"Một là hạng người gom góp tiền của một cách phi pháp, tàn hại mạng sống và tài vật[42], tự yêu thích bản thân mình, vì thân mình mà tạo nhân chánh lạc. Hạng người này cũng chẳng gọi là cung dưỡng cha mẹ, cũng chẳng cung cấp cho vợ con và nô bộc của mình, cũng chẳng cho những thân hữu, tri thức, quyến thuộc, người giúp đỡ mình, lại cũng không gọi là người cúng dường cung cấp cho sa-môn, bà-la-môn, các hạng phước điền... Những người như thế không tu chánh đạo, không tạo nhân an lạc, không được quả báo an lạc[43]. Đây gọi là hạng người thứ nhất hưởng dục lạc.

---

[38] Kiệt thành Kỳ trì ngạn 竭城祇池岸. *No. 99:* Yết-già trì trắc 揭伽池側. **Pāli** *Gaggarā.*

[39] Vương Đảnh Phát 王頂髮. *No. 99:* Vương Đảnh 王頂. **Pāli** *Rāsiya.*

[40] *No. 99:* hạng người nỗ lực làm khổ tự thân một cách sai lầm, không có mục đích không có lợi ích. **Pāli** *yo cāyaṃ attakilamathānuyogo dukkho anariyo anatthasaṃhito:* người nào thực hành bằng cách hành hạ tự thân, thì đau khổ, không phải bậc Thánh, không có lợi ích.

[41] *No. 99:* người tham đắm ngũ dục, thuộc hạng thấp hèn, tầm thường, nông dân, phàm phu. **Pāli** *yo cāyaṃ kāmesu kāmasukhallikānuyogo hīno gammo pothujjaniko anariyo anatthasaṃhito:* người nào say đắm cảm thọ lạc của dục nơi các dục, thì thấp hèn, tầm thường, phàm phu, không phải bậc Thánh, không có lợi ích.

[42] **Pāli** *sāhasena adhammena bhoge pariyesitvā:* sau khi tìm kiếm của cải một cách phi pháp bằng sức mạnh.

[43] **Pāli** *na attānaṃ sukheti na pīṇeti na saṃvibhajati na puññāni karoti,*

"Giả sử thọ dục lạc hoặc có khi như pháp, hoặc không như pháp, hoặc là tàn hại, hoặc không tàn hại, chỉ làm an vui cho mình, làm an vui cho cha mẹ, vợ con, nô bộc, thân hữu, quyến thuộc, người giúp đỡ mình, tất cả đều cúng dường cung cấp, làm cho họ được an lạc chánh đáng, nhưng không bố thí cho sa-môn, bà-la-môn và các hạng phước điền, lại cũng không tu chánh đạo, không tạo nhân an lạc, không cầu quả báo an lạc, không tạo nhân duyên sanh Thiên. Đây gọi là hạng người thứ hai hưởng dục lạc."

Đức Phật lại nói với thôn trưởng rằng:

"Nếu có người gom góp tiền tài của báu, như pháp mà gom góp, không[44] làm tàn hại, vì như pháp nên không tạo việc tàn ác, tự tu sửa thân mình, chính đáng thọ nhận niềm an vui ấy, đó cũng gọi là phụng dưỡng cha mẹ, cung cấp cho vợ con, nô bộc, thân hữu, quyến thuộc, người phụ trợ mình một cách hợp lý, đều gọi là làm cho an lạc một cách đúng đắn, phụng sự cấp dưỡng một cách đúng đắn[45], thường xuyên cúng dường sa-môn, bà-la-môn, tu tạo phước điền, tu theo đạo hướng thượng, gieo trồng nhân an lạc, cầu quả báo an lạc, tạo nhân duyên sanh Thiên. Đây gọi là hạng người thứ hai hưởng dục lạc.

"Nay Ta nói cho những người thọ hưởng dục lạc thảy đều bằng nhau:[46] Có những người thọ dục lạc, Ta nói hạng thấp hèn. Có người thọ dục lạc, Ta nói hạng trung; Có người thọ dục lạc, Ta nói hạng thượng.

"Hạng thấp hèn là gì? Gom góp tài vật một cách phi pháp, sau khi tích góp tài sản một cách phi pháp, lại không làm an vui cho bản thân, cũng không tạo nhân an vui đúng đắn cho chính mình, người này cũng không cúng dường, không cho vợ con, nô bộc, thân hữu,

---

người ấy không làm an vui cho chính mình, không hoan hỷ, không san sẻ, không tạo các công đức.

[44] **Bản Đại chánh:** 而 nhi, có lẽ chép nhầm, **bản TNM:** 不 bất.

[45] **Pāli:** *attānaṃ sukheti piṇeti saṃvibhajati puññāni karoti*: người ấy tự làm an vui cho mình, hoan hỷ, san sẻ, và tạo các công đức.

[46] Bản Hán tối nghĩa, tham khảo *No. 99*: "Ta không nói một chiều rằng mọi hưởng thụ dục lạc đều ngang bằng nhau".

quyến thuộc, cũng không biết tùy thời cúng dường cho sa-môn, bà-la-
môn và những bậc phước điền...; không tu tập thượng đạo, không tạo
nhân an lạc, không được quả báo an lạc, không tạo nhân duyên sanh
Thiên. Đây gọi là hạng thấp hèn.

"Hạng trung là gì? Giả sử thọ dục lạc, hoặc có lúc như pháp, hoặc
có lúc không như pháp, hoặc làm tàn hại, tự làm an vui cho bản thân,
cũng như đem lại sự an lạc cho cha mẹ, vợ con, nô bộc, thân quyến
cho đến không tạo nhân duyên sanh về cõi trời. Đây gọi là hạng trung.

"Sao gọi là hạng thượng? Những gì được gọi là sự gom góp tài vật
đúng như pháp, không làm tàn hại, thân thọ lạc chính đáng, đúng như
lý cung dưỡng cha mẹ và ban cho vợ con, nô bộc, thân hữu, cho đến có
thể tạo nhân duyên phước báo để sanh thiên. Đây gọi là hạng thượng.

"Ba hạng làm khổ thân vô ích là những gì?

"Đó là Khổ không có Thánh pháp, không có mục đích, không có
lợi ích. Như có người làm khổ thân, tâm đã hư hoại.[47] Ban đầu mới
phạm cấm giới, thân tâm trong ngoài tất cả đều nóng bức. Cứ nhớ
nghĩ chuyện này không lúc nào tạm xa lìa. Trong đời hiện tại không
xa lìa phiền não nóng bức, rốt cuộc không được pháp hơn người.[48]
Đây gọi là hạng người thứ nhất làm khổ thân vô ích.

"Hoặc có người tuy không phạm giới, tâm cũng không biến hoại,
nhưng lại hợp với hai nghiệp của thân tâm, trong ngoài đều dễ chịu,
tu học sự việc này, trong đời hiện tại không xa lìa được phiền não, rốt
cuộc không được pháp hơn người. Đây là hạng người thứ hai làm khổ
thân vô ích.

"Lại nữa, hoặc có người tuy không phạm giới, tâm không biến đổi
khác, nhưng lại hợp với hai nghiệp của thân tâm, trong ngoài đều dễ

---

[47] Tâm dĩ biến hoại 心已變壞. *No. 99:* sống khắc khổ. Pāli *lūkhajīvī*, sống
khắc khổ.

[48] Quá nhân chi pháp 過人之法. Pāli *uttarimanussadhamma*, pháp hơn
người. Bản *No. 99* & Pāli thêm: *No. 99:* không trụ an lạc, tri kiến
thắng diệu. Pāli *alamariyañāṇadassanavisesaṃ na sacchikaroti*,
không chứng đắc tri kiến thù thắng xứng đáng bậc Thánh.

chịu, tu niệm đối với việc này, trong đời hiện tại cũng không xa lìa được nhiệt não, có tăng tiến chút ít pháp hơn người, hoặc được chút ít trí tuệ, hoặc được thấy pháp, hoặc được chút ít thiền định. Đó gọi là hạng người thứ ba làm khổ thân vô ích.

"Này thôn trưởng! Ta cũng không nói người khổ hành vô ích đều là một hạng. Vì có hạng khổ hạnh gọi là thấp kém; cũng có hạng khổ hạnh gọi là trung bình; lại có hạng khổ hạnh gọi là thượng đẳng.

"Sao gọi là hạng thấp kém? Khi mới hủy phạm giới thì tâm đã biến hoại. Thân tâm trong ngoài tất cả đều nóng bức. Nhớ nghĩ việc này không lúc nào tạm lìa xa. Trong đời hiện tại không lìa phiền não, rốt cuộc không được pháp hơn người. Đây gọi là hạng thấp kém.

"Sao gọi là hạng trung bình? Như có người tuy không phạm giới, tâm cũng không bị biến hoại, nhưng lại xứng hợp với hai nghiệp của thân tâm, trong ngoài đều dễ chịu. Tu học sự việc này, trong đời hiện tại không lìa được phiền não nóng bức. Cũng không được pháp hơn người. Đây gọi là hạng trung bình.

"Sao gọi là hạng thượng đẳng? Lại có người tuy không phạm giới, tâm cũng không bị biến hoại, nhưng lại hợp với hai nghiệp của thân tâm, trong ngoài đều dễ chịu. Tu học sự việc này, trong đời hiện tại không thể đoạn trừ vĩnh viễn tất cả phiền não. Có chút tăng tiến pháp pháp hơn người, hoặc được chút ít trí, hoặc thấy được pháp, hoặc xúc chứng lạc của Thiền[49]. Đây gọi là hạng thượng đẳng.

"Này thôn trưởng, nếu trừ được hai khuynh hướng này thì đi thẳng đến Đạo: đó là ba hạng người thọ dục lạc và ba hạng người làm khổ thân vô ích, [trừ được chúng] thì đi thẳng đến Trung đạo.

"Thế nào là loại bỏ ba hạng người tôn sùng dục lạc và ba hạng người làm khổ thân vô ích, đi thẳng đến Trung đạo?

"Này thôn trưởng! Tham nhiễm dục lạc thì não hại tự thân, cũng não hại người khác, não hại cả mình và người. Hiện tại kết tập các điều ác, trong đời vị lai cũng kết tập các điều ác. Do nhân duyên này, tâm phiền não lo buồn, thọ các khổ não. Nếu chấm dứt các dục kết,

---

[49] **Pāli** *kusalañca dhammaṃ adhigacchati*, chứng nghiệm thiện pháp.

cũng không làm khổ mình, cũng không làm khổ người khác, cũng lại không có cái khổ của mình và người. Trong đời hiện tại không tập họp các khổ. Trong đời vị lai cũng không tập hợp tất cả các khổ. Do ý nghĩa này, mà được cái vui của pháp hiện chứng, xa lìa nhiệt não, không lệ thuộc thời gian, đắc cận Niết-bàn, trong đời hiện tại có thể đắc đạo quả, bậc trí tự chứng tri, minh liễu, không đình trệ, không theo giáo nghĩa khác.[50] Đây gọi là Sơ trung đạo.

"Này thôn trưởng! Lại có một thứ Trung đạo xa lìa nhiệt não, không lệ thuộc thời gian, đắc cận Niết-bàn, bậc trí tự chứng tri, minh liễu, không theo giáo nghĩa khác. Đó là Chánh kiến, Chánh ngữ, Chánh nghiệp, Chánh mạng, Chánh định, Chánh tinh tấn[51], Chánh tư duy[52] và Chánh niệm. Đây là Đệ nhị Trung đạo."

Khi Đức Phật nói pháp này, thôn trưởng Vương Đảnh Phát xa lìa trần cấu, đắc Pháp nhãn tịnh. Bấy giờ thôn trưởng Vương Đảnh Phát biết pháp, thấy pháp, đắc pháp, thoát nghi sang bờ kia, xa lìa mọi nghi hoặc, không theo giáo nghĩa khác, không thọ kiến chấp khác, ở trong Phật pháp được biện tài tự tại, liền từ chỗ ngồi đứng dậy, chỉnh sửa y phục, chắp tay hướng Phật mà bạch Phật rằng:

"Bạch Đức Thế Tôn! Kể từ hôm nay con đã được độ thoát, xin quy y Phật, cũng xin quy y Pháp và Tăng bảo, con xin quy y Tam bảo, thọ trì giới Ưu-bà-tắc từ nay cho đến trọn đời."

Bấy giờ, thôn trưởng Vương Đảnh Phát nghe lời Phật dạy, hoan hỷ phấn chấn, đảnh lễ rồi lui.

---

[50] Đây là những từ thường chỉ cho các phẩm tính của Chánh pháp; định cú theo [Pali] *svākkhāto bhagavatā dhammo sandiṭṭhikio akāliko ehipassiko opnayiko paccattaṃ veditabbo viññuhī ti.* Hán dịch, *Pháp uẩn 2* (tr.462a): thiện thuyết, hiện kiến, vô nhiệt, ứng thời, dẫn đạo, cận quán, trí giả nội chứng 善說現見無熱應時引導近觀智者內證; tham chiếu *Du-già 84* (tr. 766c17): hiện kiến, vô xí nhiên, ứng thời, dẫn đạo, duy thử kiến, nội sở chứng.

[51] Chánh phương tiện 正方便. [Pali] *sammāvāyāma.*

[52] Chánh chí 正志. [Pali] *sammāsaṅkappa.*

KINH 128. LƯ TÁNH[53]

Bấy giờ, Thế Tôn du hành từ thôn ấp Mạt Lao[54], lần lượt đi đến tụ lạc Ưu-lầu-tần-loa, trong rừng Anh Vũ Diêm vô quả[55]. Bấy giờ có thôn chủ Lư Tánh,[56] từ xa nghe Đức Thế Tôn du hành ở Mạt La thôn ấp, đang đi đến tụ lạc Ưu-lâu-tần-loa, trong rừng Anh Vũ Diêm vô quả, liền tư duy như vầy: "Ta nghe nói Giáo pháp của Thế Tôn Cù-đàm tuyên thuyết có khả năng diệt trừ tất cả sự tập khởi của Khổ hiện tại[57]. Ta cũng muốn diệt trừ tất cả sự tập khởi của khổ hiện tại, ta nên đến đó để nghe diệu pháp này, có thể Ngài nói cho ta về phương pháp tận diệt những tập khởi của khổ".

Bấy giờ Lư Tánh tư duy vậy rồi, liền ra khỏi tụ lạc, đi đến chỗ Thế Tôn, đảnh lễ dưới chân Phật rồi ngồi sang một bên, bạch với Đức Phật rằng:

"Bạch Đức Thế Tôn! Con nghe Giáo pháp mà Như Lai tuyên thuyết có thể diệt trừ được khổ tập của chúng sanh trong hiện tại. Lành thay Thế Tôn! Xin Ngài từ bi lân mẫn, diễn bày yếu nghĩa có thể diệt trừ sự tập khởi của khổ hiện tại."

Bấy giờ Thế Tôn liền nói với Lô Tánh rằng:

"Nếu ta nói cho ông vô lượng chúng khổ và phương pháp diệt trừ khổ tập trong thời quá khứ. Ông hoặc có lúc tin, hoặc không tin, hoặc

---

[53] *Tương đương No. 99* (913). *Pāli. S. 42.11. Bhadra.* Tham khảo *Tạp A-hàm*, Việt dịch, kinh 1294.

[54] Mạt-lao thôn ấp 末牢村邑, *No. 99:* Lực sỹ nhân gian 力士人間. Pāli *Mallesu*, giữa những người *Malla*.

[55] Uất-tì-la tụ lạc Anh vũ diêm vô quả lâm 鬱鞞羅聚落鸚鵡閻無果林. *No. 99:* Ưu-lâu-tần-loa tụ lạc Anh vũ diêm phù lâm 優樓頻螺聚落鸚鵡閻浮林. Pāli *Uruvelakappaṃ nāma mallānaṃ nigamo*, một thị trấn của người *Malla* có tên *Uruvelakappa*.

[56] Lư tánh 驢姓. *No. 99:* Yết-đàm 揭曇. Pāli *Bhadra*.

[57] Hiện tại nhất thiết khổ tập 現在一切苦習. *No. 99:* sự tập khởi của khổ và sự tiêu diệt của khổ hiện tại. Pāli *dukkhassa samudayañca atthaṅgamañca*, sự tập khởi và sự tịch diệt của khổ.

thích hoặc không thích, ta nay cũng muốn nói cho ông phương pháp diệt trừ khổ tập trong vô lượng chúng khổ ở đời vị lai. Ông có thể tin, có thể không tin, hoặc thích hoặc không thích."

Đức Phật lại nói rằng:

"Hôm nay ta ở ngay chỗ này, nói cho ông phương pháp diệt trừ tập khí đau khổ, ông nên nghe cho kỹ, chí tâm mà thọ trì.

Có những chúng sanh, sanh khởi chút khổ nhỏ, nhưng trong cái khổ này có chủng chủng sai biệt. Những thứ khổ này do Dục mà sanh, đều huân tập nơi Dục, Dục là căn bản, Dục là nhân duyên."

Bấy giờ Tụ lạc chủ lại bạch với Phật rằng:

"Lành thay Thế Tôn! Nay con căn trí ám độn, không hiểu khi nghe sơ lược. Cúi mong Thế Tôn lân mẫn diễn rộng nghĩa này. Giúp con được khai ngộ."

Đức Phật lại bảo:

"Ta nay hỏi ông, tùy ông vui đáp. Trong tụ lạc Ưu-lầu-tần-loa này có các dân chúng. Giả sử có người bắt trói hết họ, rồi thêm chửi mắng mạ nhục, chém giết hết thảy[58]. Ông đối với họ có sanh khổ não không?"

Tụ lạc chủ đáp:

"Tuy rất buồn thảm, nhưng bất tất một mực sanh đại khổ não."

Tụ lạc chủ lại thưa:

"Bạch Đức Thế Tôn! Trong tụ lạc Ưu-lầu-tần-loa này, người mà con yêu thương thì mới sanh buồn lo khổ não, tâm không vui vẻ. Còn không phải người con yêu thương, không phải người con mong muốn, không phải người con nhớ nghĩ, những kẻ bàng quan như vậy thì con chẳng có gì phải lo buồn khổ não cả."

Đức Phật nói với Lô Tánh rằng:

"Này tụ lạc chủ! Vì vậy ông nên biết, tất cả các thứ sanh ra khổ não đều do nơi Dục. Hết thảy đều nhân nơi Dục, Dục là gốc rễ."

---

[58] *No. 99*: gặp khi họ hoặc bị trói, hoặc bị đánh, hoặc bị trách, hoặc bị giết,

Đức Phật lại nói:

"Này Tụ lạc chủ! Ý của ông nghĩ sao? Khi con của ông chưa sanh ra, chưa dựa vào mẹ[59], chưa thấy nghe gì, ông có muốn ở đó thân gần yêu thương nhớ nghĩ không?"

Tụ lạc chủ đáp:

"Dạ thưa không!"

Đức Phật lại nói:

"Khi con của ông đã nương nơi thai mẹ mà sanh trưởng rồi, khi ông đã thấy nó rồi, ông có sanh tâm muốn thân gần yêu thương nhớ nghĩ nó không?"

Lô Tánh đáp:

"Thật đúng có như thế!"

Phật nói:

"Con của ông được mẹ sanh ra rồi lớn dần, giả sử bị bại hoại, bị vương tặc cướp đoạt, nếu bị như vậy, ông có sanh tâm đau buồn lo lắng khổ não hay không?"

Tụ lạc chủ đáp:

"Nếu gặp phải những chuyện ấy, ngay lúc ấy tâm con sẽ rất đau buồn, đau buồn đến chết hay gần chết, huống hồ là không ưu bi khổ não."

Đức Phật lại bảo:

"Vì vậy nên biết, tất cả các thứ khổ não sanh ra đều do nơi Dục. Hết thảy đều từ Dục sanh ra, Dục là gốc rễ."

Tụ lạc chủ nói:

"Hy hữu Thế Tôn! Ngài thuyết pháp hết sức khéo léo, dùng phương

---

[59] 依於母, *No. 99*: y phụ mẫu 依父母; nghĩa không rõ. Ngộ Từ Pháp sư giải, y phụ mẫu: chỉ người con; sau khi sinh được đưa cho người khác nuôi. Bản Pāli, *Bhadra* có người con trai tên *Ciravāsi*. Phật hỏi: "Ông và mẹ của *Ciravāsi* nếu chưa thấy nhau...?"

tiện thiện xảo để ví dụ."

Tụ lạc chủ lại bạch Phật rằng:

"Con của con giả sử đang ở nơi xa[60], muốn bảo nó về thăm, nếu nó về chậm thì con và mẹ nó tâm ý cũng bất an. Không biết chuyện gì quái lạ mà về trễ quá. Con của con không biết có chuyện gì không?"

Phật dạy:

"Này Tụ lạc chủ! Vì vậy nên biết, chúng sanh khổ não, đủ thứ lo buồn đều do nơi Dục, từ Dục mà sanh, Dục là căn bản. Giả sử có bốn người mà mình yêu thương bị bại hoại biến khác, liền sanh bốn thứ ưu bi khổ não. Nếu có ba người yêu thương thì cũng đều sanh ưu bi khổ não. Nếu có một người yêu thương thì cũng sẽ sanh một nỗi lo buồn khổ não. Nếu không có yêu thương luyến ái thì không có ưu bi khổ não, lìa xa trần cấu, như sen trong ao không bị thấm nước vậy[61]."

Khi Đức Phật thuyết pháp này, Lô Tánh tụ lạc chủ xa lìa trần cấu, đắc pháp nhãn tịnh, thấy pháp, đắc pháp, giải pháp, tri pháp, vượt qua các mối nghi, lìa các mê lầm. Không theo tâm ý người khác, không hướng đến đạo khác, ở trong Phật pháp đạt được năng lực biện tài, liền từ chỗ ngồi đứng dậy, chỉnh sửa y phục, chắp tay bạch với Đức Phật rằng:

"Bạch Đức Thế Tôn! Con nay đã được xuất ly, quy y Tam bảo, ngay từ hôm nay xin được làm một vị Ưu-bà-tắc đến suốt đời con sanh niềm tin thanh tịnh."

Lô Tánh tụ lạc chủ nghe Đức Phật thuyết pháp rồi, hoan hỷ đảnh lễ rồi lui ra. Các vị tỳ-kheo nghe Phật thuyết pháp, hoan hỷ phụng hành.

---

[60] **Bản Pāli:** có con trai tên là *Ciravāsi* sống tại một nơi khác. *No. 99*: Thế Tôn đã khéo nói thí dụ về cha mẹ nuôi như vậy. Tôi có cha mẹ nuôi, nhưng sống tại nơi khác.

[61] *Tạp A-hàm* viết theo dạng kệ: 若無世間愛念者 則無憂苦塵勞患 一切憂苦消滅盡 猶如蓮花不著水 Nếu không có ái niệm thế gian, Thì không lo trần lao ưu khổ; Tiêu diệt hết tất cả ưu khổ, Giống như hoa sen không dính nước.

KINH 129. BẾ KHẨU TÁNH[62]

Bấy giờ, Đức Thế Tôn cùng với một ngàn hai trăm năm mươi vị Đại Tỳ-kheo Tăng, một ngàn vị Ưu-bà-tắc, và năm trăm người ăn xin[63] đi theo cùng, du hành từ tụ lạc này đến tụ lạc khác, từ thành phố này đến thành phố khác, đi lần đến lâm viên Mại điệp, thành Na-la-kiền-đà,[64] nước Ma-kiệt-đề, rồi dừng lại ở đó.

Lúc ấy, thôn trưởng Bế Khẩu Tánh[65] vốn là đệ tử của Ni-kiền-đà, nghe Đức Phật du hóa tại nước Ma-kiệt-đề, đi lần đến viên lâm này, chợt nghĩ như vầy: "Ta nên đến bạch với Sư phụ Ni-kiền-đà, sau đó mới đến chỗ Cù-đàm". Bấy giờ Bế Khẩu Tánh liền đến chỗ Ni-kiền-đà, đảnh lễ dưới chân rồi ngồi sang một bên.

Lúc ấy, Ni-kiền-đà liền bảo với Bế Khẩu Tánh rằng:

"Ông có thể đem hai luận điểm này[66] vấn nạn Cù-đàm được chăng? Giống như hai cái móc câu để câu cá vậy. Khi cá đã mắc câu, nhả ra chẳng được mà nuốt vô cũng không xong, hai thứ luận này cũng như thế, có thể khiến cho Cù-đàm nuốt nhả đều chẳng được."[67]

Tụ lạc chủ nói:

"Xin Ngài dạy cho, con sẽ đến đó hỏi. Thế nào là hai luận điểm

---

[62] *Tương đương No. 99* (914). Pāli. S. 42.9. *Kula.* Tham khảo *Tạp A-hàm,* Việt dịch, kinh 1295.

[63] *No. 99:* 五百乞殘食人 năm trăm người xin đồ ăn dư. Xem thêm *Tạp III.* Kinh 1295, **cht.36.**

[64] Na-la-kiền-đà thành Mại điệp viên lâm 那羅健陀城賣疊園林; *No. 99:* Na-la tụ lạc Hảo y am-la viên 那羅聚落好衣菴羅園. Pāli *Nāḷandāyaṃ viharati pāvārikambavane,* Ngài trú trong rừng *Pāvārikamba,* ở *Nāḷandā.* Xem thêm *Tạp III.* Kinh 1295, **cht.37.**

[65] Bế Khẩu Tánh 閉口姓; *No. 99:* Đao Sư Thị 刀師氏. Pāli *Asibandhakaputta.*

[66] Nhị chủng luận 二種論; *No. 99:* Tật lê luận 蒺藜論. Pāli *ubhatokoṭika pañha,* câu hỏi có hai đầu nhọn.

[67] *No. 99:* nói cũng không được, mà không muốn nói cũng không được. Pāli *puṭṭho neva sakkhati uggilituṃ, neva sakkhati ogilituṃ,* không thể ói ra cũng không thể nuốt xuống.

khiến cho Cù-đàm mắc nghẹn?"

Ni-kiền-đà nói:

"Ngươi hãy đến chỗ ấy, nói y như lời ta: Cù-đàm nay có muốn làm lợi ích cho mọi nhà không? Nếu không có lợi ích thì ông có gì khác biệt với những kẻ phàm ngu. Còn nếu bảo là lợi ích thì hà cớ phải đem một ngàn hai trăm năm mươi Tỳ-kheo, một ngàn Ưu-bà-tắc cùng năm trăm trẻ ăn xin đi từ tụ lạc này đến thôm xóm khác, từ đô thị này đến thành phố khác để ăn xin, phá hoại mọi người như thế? Những nơi đi qua đều bị ông giẫm đạp, gãy đổ, thương tổn, hủy hoại, giống như một trận mưa đá trút xuống ruộng lúa vậy. Đó gọi là phá hoại, đó không phải là lợi ích."

Bấy giờ Bế Khẩu thọ giáo của Ni-kiền-đà rồi, liền đi đến Mại-điệp lâm, tới chỗ của Đức Phật, thăm hỏi một cách qua loa thô tháo rồi ngồi sang một bên, bạch với Phật rằng:

"Cù-đàm! Ngài há chẳng phải muốn làm lợi ích cho mọi nhà chăng? Chẳng phải Ngài thường tán thán lợi ích tăng trưởng đấy sao?"

Phật nói với Bế Khẩu rằng:

"Ta suốt bao ngày hằng muốn tăng trưởng lợi ích."

Lúc ấy Tụ lạc chủ liền nói như vầy:

"Ngài muốn lợi ích, hà cớ gì trong thời buổi đói kém như bây giờ lại cùng một ngàn hai trăm năm mươi vị Tỳ-kheo, một ngàn Ưu-bà-tắc cùng với năm trăm trẻ ăn mày đi xin ăn từ làng này qua xóm khác, từ phố này đến thành khác, phá hoại mọi người, mọi nhà như vậy? Đó chẳng phải là pháp lợi ích tăng trưởng. Đó là tổn giảm. Giống như mưa đá trút xuống ruộng lúa, Ngài phá hoại nhân dân cũng giống như thế."

Đức Phật bảo ông ấy rằng:

"Ta nhớ cách đây chín mươi mốt kiếp không có một nhà nào đem thức ăn nấu chín bố thí mà bị tổn giảm[68]. Nay ngươi thử xem tất cả

---

[68] *No. 99*: không thấy một người nào bố thí cho một tỳ kheo mà bị cạn kiệt, bị tổn giảm. Pāli *nābhijānāmi kiñci kulaṃ*

những gia đình, có rất nhiều tiền tài của báu, quyến thuộc nô bộc, voi ngựa trâu dê, cơ nghiệp giàu có, có ai không từ việc bố thí mà có được chăng? Người ta không bị cạn kiệt do bố thí cho Ta, còn được quả báo này.[69]

"Có tám nhân duyên có thể hủy hoại mọi nhà. Hoặc là bị phép vua xâm đoạt, giặc cướp vơ vét, hoặc là bị lửa thiêu đốt, hoặc bị nước lụt cuốn trôi, hoặc mất hết của cải cất chứa, hoặc là sanh ra ác tử, con cái phá gia phá sản, hoặc không biết làm ăn, tiêu xài hết sạch tiền bạc, hoặc sử dụng tài vật một cách vô lý. Tất cả mọi người đều như vậy. Tám việc này có thể phá hoại hết cả mọi người. Ta nay nói thêm loại phá hoại thứ chín, đó chính là Vô thường. Lìa chín thứ này ra mà bảo Sa-môn Cù-đàm phá hoại mọi nhà, không làm tăng trưởng là hoàn toàn không có chuyện đó. Nếu bỏ hết chín nhân duyên ấy mà nói Sa-môn Cù-đàm phá hoại mọi nhà, không làm tăng trưởng thì hoàn toàn không có duyên đó. Không bỏ những lời nói này, không bỏ mong muốn ác độc này thì những người như thế, trong thời gian nhanh như đá bay một trái cầu ắt đọa địa ngục."

Bế Khẩu Tánh tụ lạc chủ nghe những lời nói như vậy từ Đức Phật, lúc ấy tâm sanh kinh sợ, ưu não tột độ, lông mình dựng đứng, khởi thân lễ dưới chân Phật, quy mạng nơi Phật mà nói rằng:

"Con nay thành tâm hướng Phật sám hối. Con hết sức ngu si, như đứa trẻ nhỏ làm việc bất thiện. Nay ở trước Phật mà hư vọng không thật, nói lời vọng ngữ một cách hạ tiện. Cúi mong Đức Thế Tôn ai mẫn cho con sám hối."

Đức Phật nói rằng:

"Ta biết ông chí tâm. Ông thật biết tội, thật biết ngu si, như đứa con

---

pakkabhikkhānuppadānamattena upahatapubbaṃ, Ta chưa thấy một gia đình nào bị tổn hại do ưa thích bố thí thức ăn nấu chín.

[69] *No. 99*: nên biết, gia đình này lâu dài ưa thích bố thí, chân thật tích chứa, nên được phước lợi này. Pāli: *sabbāni tāni dānasambhūtāni ceva saccasambhūtāni ca sāmaññasambhūtāni ca*, tất cả những điều này được phát sinh từ việc bố thí, được phát sinh từ sự chân thật, được phát sinh từ sự tôn kính các bậc xuất gia.

nít làm điều bất thiện. Ông đối với Như Lai A-la-hán mà tạo nghiệp hư vọng đê hèn. Nay tự biết tội, thành tâm sám hối, thiện pháp tăng trưởng, việc ác lui mất. Ta nay thương xót ông, nhận lời sám hối của ông, giúp ông tăng trưởng pháp lành, thường không bị thối thất."

Bấy giờ, thôn trưởng Bế Khẩu Tánh nghe Phật nói rồi, hoan hỷ đảnh lễ rồi lui.

KINH 130. BẾ KHẨU TÁNH[70] (2)

Tôi nghe như vầy:

Một thời, Đức Phật ở trong rừng Mại điệp, thành Na-la-kiền-đà. Bấy giờ, thôn trưởng Bế Khẩu Tánh nghĩ như vầy: "Ta nay muốn gặp Sa-môn Cù-đàm, nhưng nếu chưa gặp Sư phụ Ni-kiền-đà của ta thì chưa được đến đó", ngay tức thì liền đi đến chỗ Ni-kiền-đà đảnh lễ sát chân vị ấy rồi ngồi sang một bên.

Bấy giờ Ni-kiền-đà liền bảo Bế Khẩu tánh rằng:

"Nay ta dạy ông dùng hai vấn nạn, khiến cho Cù-đàm không thốt ra được mà cũng không nuốt trôi được."

Bế Khẩu Tánh liền hỏi:

"Thưa Thầy! Dùng hai nạn đề gì mà có thể khiến Cù-đàm không thốt ra được mà cũng không nuốt trôi được?"

Ni-kiền-đà nói:

"Ông nên đi đến chỗ của Cù-đàm nói như thế này: Ngài há chẳng phải muốn làm lợi ích an lạc tất cả chúng sanh ư? Ngài cũng thường khen ngợi Giáo pháp có khả năng làm an lạc lợi ích tất cả chúng sanh. Nếu bảo là không vì lợi ích an lạc tất cả chúng sanh thì Ngài cùng với những kẻ phàm phu ngu muội phỏng có khác gì. Nếu bảo rằng ta

---

[70] *Tương đương No. 99* (915). Pāli. S. 42.7. *Khettūpama (Desanā)*. Tham khảo *Tạp A-hàm*, Việt dịch, kinh 1296.

muốn làm lợi ích an lạc tất cả chúng sanh, hà cớ Ngài không thuyết pháp đồng đẳng cho tất cả? Vì sao có những kẻ Ngài không thuyết pháp?"

Thôn trưởng thọ giáo xong rồi liền đi đến chỗ Phật, thưa hỏi một cách qua loa thô tháo rồi ngồi sang một bên, bạch với Đức Phật rằng:

"Ngài há chẳng phải muốn làm lợi ích an lạc tất cả chúng sanh ư? Ngài cũng chẳng thường khen ngợi Giáo pháp có khả năng làm an lạc lợi ích tất cả chúng sanh đó sao?"

Đức Phật bảo rằng:

"Ta suốt đêm dài thường muốn làm lợi ích tất cả chúng sanh, cũng thường tán thán Giáo pháp như vậy."

Bế Khẩu Tánh liền nói:

"Nếu như vậy, hà cớ gì không vì tất cả chúng sanh đồng đẳng thuyết pháp mà lại có người Ngài không thuyết pháp?"

Đức Phật nói:

"Nay ta hỏi ông, tùy ông vui lòng đáp. Giống như thế nhân có ba loại ruộng. Có một loại ruộng bậc thượng, tốt tươi màu mỡ, hết sức tốt đẹp. Loại ruộng thứ hai là loại bậc trung cũng tương đối thích hợp. Loại ruộng thứ ba là loại ruộng ở ngoài biên ải xa xôi hoang dại, cát muối mặn gắt. Có những người làm ruộng sẽ chọn ruộng nào trước để gieo trồng lúa mạ?"

Bế Khẩu Tánh đáp:

"Vì sự lợi ích nên trước chọn ruộng tốt để gieo giống với hy vọng được đại lợi."

Đức Phật bảo:

"Nếu hết ruộng tốt rồi thì sẽ gieo trồng vào ruộng nào? "

Bế Khẩu Tánh đáp:

"Tiếp theo thì trồng vào ruộng bậc trung. Trồng hết ruộng bậc trung rồi thứ đến ruộng bậc hạ, cũng gieo giống xuống như thế, những mong về sau thu hoạch được chút ít."

Phật nói với Bế Khẩu Tánh rằng:

"Nên biết ruộng bậc thượng giống như các đệ tử tỳ-kheo, tỳ-kheo ni của Ta. Ta thuyết pháp cho họ ban đầu, khoảng giữa và sau cùng đều hoàn hảo, thành tựu mục đích của mình, cú nghĩa vi diệu, nêu rõ đời sống Phạm hạnh lợi ích đầy đủ, thanh bạch hoàn toàn[71]. Các tỳ-kheo, tỳ-kheo ni sau khi nghe pháp của Ta, y chỉ Ta mà an trụ, quy y Ta, nương tựa vào Ta. Ta là thuyền chủ đưa họ vượt qua sông, Ta mở mắt cho họ, giúp họ nhìn thấy được rõ ràng, trụ nơi yên ổn. Các vị ấy nghe Ta nói pháp rồi, ai cũng nghĩ rằng: Đức Phật chỉ dạy cho ta, hết thảy chúng ta phải nên một dạ tu hành, khiến cho tất cả chúng ta đều được lợi ích lâu dài, đạt được mục đích và an lạc.'

"Còn lại ruộng bậc trung kia giống như các đệ tử ưu-bà-tắc, ưu-bà-di của Ta. Ta nói pháp cho họ, sơ, trung, hậu thiện, thành tựu mục đích của mình, cú nghĩa vi diệu, đầy đủ nghĩa lợi, hoàn toàn thanh bạch, hiển thị phạm hạnh. Các ưu-bà-tắc, ưu-bà-di nghe pháp của ta rồi y chỉ nơi Ta, quy y với Ta, nương tựa vào Ta. Ta là thuyền chủ, đưa họ vượt qua sóng gió. Ta mở mắt cho họ giúp họ được nhìn thấy, an trú nơi yên ổn. Các vị ấy nghe ta nói pháp rồi, ai cũng nghĩ rằng: 'Đức Phật nói cho ta, chúng ta đều phải nên chí tâm tu hành, giúp cho chúng ta được lợi ích lâu dài, đạt được mục đích và an lạc'.

"Nếu muốn biết loại hạ điền cát khô muối mặn kia, giống như những kẻ ngoại đạo vậy. Ta cũng vì họ thuyết sơ, trung, hậu thiện, *cho đến:* hiển phát Phạm hạnh. Các ngoại đạo ấy đều có thể nghe nhận, tùy họ ưa thích, cho đến một câu kệ giải thích nghĩa thú. Ta cũng vì họ nói, trong suốt đêm dài cứu tế đưa đến lợi ích, đạt được mục đích và an lạc."

Bấy giờ Bế Khẩu Tánh nghe Phật nói rồi, bạch như thế này:

"Hy hữu thay Cù-đàm! Ngài nêu lên ví dụ thật là tuyệt vời."

---

[71] *No. 99:* 純一滿淨，梵行清白，開示顯現 hoàn toàn thanh tịnh thuần nhất, Phạm hạnh thanh bạch, khai thị rõ ràng. *Pali* kevalaparipuṇṇaṃ parisuddhaṃ brahmacariyaṃ pakāsemi, Ta chỉ dạy rõ đời sống Phạm hạnh hoàn toàn đầy đủ, thanh tịnh trọn vẹn.

Đức Phật bảo với thôn trưởng rằng:

"Để chứng minh nghĩa này, Ta sẽ nêu thêm một ví dụ. Như thế nhân có ba loại chậu. Loại chậu thứ nhất là loại chậu lành lặn, cứng cáp, không bị lỗ mọt, cũng không bị rỉ lậu. Loại chậu thứ hai là loại chậu cứng cáp, không bể vỡ, không bị nứt chảy, nhưng cũng bị thấm tháp rò rỉ đôi chút. Loại chậu thứ ba là loại vừa bị bể nứt vừa bị rỉ chảy. Khi người ta dùng chậu đựng nước thì trước hết họ chọn loại chậu nào?"

Bế Khẩu đáp:

"Tất nhiên trước phải chọn loại chậu không bể nứt. Khi đựng nước đầy rồi sẽ rót nước vào loại chậu thứ hai. Loại chậu thứ hai tuy còn chắc không bể nhưng lại có rò rỉ đôi chút."

Đức Phật lại bảo:

"Khi các chậu này đầy rồi thì đổ nước vào đâu? Loại chậu thứ ba tuy có bị nứt bể nhưng cũng nên chế nước vào. Vì trong lực nước chưa chảy hết thì có thể dùng tạm. Loại chậu thứ nhất dụ cho đệ tử của ta, các vị tỳ-kheo, tỳ-kheo-ni, Ta thuyết pháp cho họ, cho đến giúp cho họ được ý nghĩa và lợi lạc. Loại chậu thứ hai dụ cho ưu-bà-tắc ưu-bà-di đệ tử của ta. Ta thuyết pháp cho họ, cho đến đạt được mục đích và an lạc. Loại chậu thứ ba dụ cho các ngoại đạo. Ta cũng vì họ thuyết pháp. Nếu họ nghe được chút ít gì cũng có thể giúp họ đạt được mục đích và an lạc."

Thôn trưởng Bế Khẩu Tánh nghe những lời nói như vậy từ Đức Phật, lúc ấy tâm sanh kinh sợ, ưu não tột độ, lông mình dựng đứng, khởi thân lễ dưới chân Phật, quy mạng nơi Phật mà nói rằng:

"Con nay thành tâm hướng Phật sám hối. Con hết sức ngu si, như đứa trẻ nhỏ làm việc bất thiện. Nay ở trước Phật mà hư vọng không thật, nói lời vọng ngữ một cách hạ tiện. Cúi mong Đức Thế Tôn ai mẫn cho con sám hối."

Đức Phật nói rằng:

"Ta biết ông chí tâm. Ông thật biết tội, thật biết ngu si, như đứa trẻ trâu làm chuyện bất thiện. Ông ở trước Như Lai A-la-ha mà tạo nghiệp bỉ tiện hư vọng. Nay tự biết tội, thành tâm sám hối, thiện pháp tăng trưởng, việc ác lui mất. Ta nay thương xót ông, nhận lời sám hối của ông, giúp ông tăng trưởng pháp lành, không bị thối thất."

Bấy giờ, thôn trưởng Bế Khẩu Tánh nghe Phật nói rồi, hoan hỷ đảnh lễ rồi lui.

KINH 131. KẾT TẬP LUẬN GIẢ[72]

Tôi nghe như vầy:

Một thời, Đức Phật trụ trong rừng Mại điệp, thành Na-la-kiền-đà. Bấy giờ, thôn trưởng Kết Tập Luận Giả[73] tư duy như vầy: "Ta nay không nên đến gặp Ni-kiền, nên đến chỗ Phật". Nghĩ như vậy rồi ông liền tìm đến chỗ Phật, thưa hỏi xong rồi ngồi qua một bên.

Bấy giờ, Thế Tôn nói với thôn trưởng Kết Tập Luận Giả rằng:

"Này đệ tử của Ni-kiền-đà Nặc-đề! Thầy của ông nói những pháp gì cho các đệ tử?"

Lúc ấy, thôn trưởng bạch với Đức Phật rằng:

"Bạch Đức Thế Tôn! Ni-kiền-đà thường nói như vầy: 'Nếu tạo nghiệp sát sanh, theo thời gian sát hại nhiều tất sẽ đọa vào ác thú, rơi vào địa ngục. Trộm cắp, tà dâm và vọng ngữ... cũng lại như thế. Tùy theo thời gian tạo nhiều hay ít mà sẽ đọa địa ngục.'"[74]

Bấy giờ Thế Tôn nói với thôn trưởng rằng;

---

[72] *Tương đương No. 99* (916). Pāli. S. 42.7. *Saṅkha*. Tham khảo *Tạp A-hàm*, Việt dịch, kinh 1297.

[73] Kết tập luận giả 結集論者. *No. 99*: Đao sư thị 刀師氏. Pāli *Asibandhakaputta*.

[74] *No. 99*: 以多行故, 則將至彼 vì hành nhiều lần, nên sẽ dẫn đến nơi đó. Pāli *yaṃbahulaṃ yaṃbahulañca viharati, tena tena nīyati*, người ấy sống thường xuyên với cái đó, nên bị nó dẫn dắt.

"Nếu như nói theo cách của Nì-kiền thì tất cả chúng sanh đều không bị đọa lạc vào ác thú, rơi vào địa ngục. Vì sao nói vậy? Như thuyết của Ni-kiền, nếu tạo sát nghiệp, tùy thời gian sát nhiều tất đọa vào ác thú, rơi vào địa ngục, trộm cắp, tà dâm, vọng ngữ... đều cũng như vậy. Tất cả chúng sanh, theo thời gian sát sanh ít, thời gian sát sanh không nhiều, vì vậy sẽ không đọa vào ác thú, rơi vào địa ngục. Trộm cắp, tà dâm, vọng ngữ... cũng như thế. Thời gian tạo nghiệp ít, thời gian tạo nghiệp không nhiều, thảy đều không đọa vào ác thú, rơi vào địa ngục."

Đức Phật lại nói với thôn trưởng:

"Nói như ông thì không có người nào rơi vào địa ngục cả."

Thôn trưởng liền bạch với Đức Phật rằng:

"Thật đúng như vậy thưa Cù-đàm!"

Đức Phật lại nói với thôn trưởng:

"Nếu có bậc Đạo sư[75] xuất hiện ở thế gian, khéo suy lường, có tuệ phân biệt, ở trong cấp bậc tư lượng, đem tài hùng biện của mình, thuyết pháp cho các đệ tử ở địa vị phàm phu như thế này: 'Người nào sát sanh đều sẽ rơi vào ác đạo, đọa vào địa ngục, tùy theo thời gian tạo nghiệp nhiều, do vì nhiều nghiệp, kéo dẫn vào địa ngục. Trộm cắp, tà dâm, vọng ngữ... cũng lại như thế. Tùy thời gian tạo nghiệp nhiều, đọa vào ác thú, rơi vào địa ngục.' Các đệ tử của họ đặt trọn niềm tin vào lời nói của Thầy mình, chí tâm thọ trì, nói như thế này: 'Bậc Giáo chủ hướng đạo của ta biết cảnh giới trước kia, thấy những điều cần thấy, của các đệ tử.' Những vị đệ tử này lại có đệ tử, rồi lại nói với đệ tử thế này: 'Giáo chủ hướng dẫn của ta nói pháp như vầy: Nếu có sát sanh, tùy theo thời gian sát hại nhiều mà đọa vào ác thú, rơi vào địa ngục.' Các đệ tử ấy nghĩ như thế này: 'Ta trước sát sanh, tất sẽ đọa vào địa ngục. Trộm cắp, tà dâm cùng với vọng ngữ... đều rơi vào ác đạo, đọa vào địa ngục.' Nhân đó khởi kiến chấp, liền đắc kiến chấp này, đó gọi là Tà kiến. Không xả kiến chấp này, không tháo gỡ nghi hoặc, không hối hận việc mình đã làm, làm nhân cho ác nghiệp lại còn

---

[75] Giáo đạo giả 教導者.

thường tạo ác nghiệp như thế, tâm không chịu hối cải, nên không thể đầy đủ. Tâm giải thoát, cũng không thể đầy đủ; tuệ giải thoát cũng không thể đầy đủ. Do tâm giải thoát và tuệ giải thoát không đầy đủ nên phỉ báng Hiền thánh, phỉ báng Hiền thánh tức là tà kiến."

Đức Phật lại bảo thôn trưởng:

"Giả sử có một người khởi tà kiến như vậy rơi vào ác đạo, đọa vào địa ngục. Tất cả chúng sanh đều có nhân duyên nhiễm ô, có tâm cấu bẩn. Do bởi duyên này mà tất cả chúng sanh bị nghiệp trói buộc, sai sử. Giả như có Đức Phật, Như Lai, Ứng Cúng, Chánh Biến Tri, A-la-hán, Tam miệu-tam Phật-đà, Phật xuất hiện mà dùng nhiều nhân duyên quở trách các nghiệp sát sanh, trộm cắp, tà dâm và vọng ngữ v.v. cũng lại như thế. Đồng thời tán thán pháp thù thắng hơn nó để có niềm tin xác quyết."

Thôn trưởng lại bạch Phật rằng: 'Thế Tôn của con tri kiến chân thật, nói pháp nhiều cách, khiến con được nói pháp như vậy cho đệ tử, dùng nhiều nhân duyên quở trách sát sanh, tán thán không sát sanh. Dùng nhiều nhân duyên khen ngợi không vọng ngữ, không tà dâm, không trộm cắp. Con xưa đã từng sát sanh, trộm cắp, tà dâm cùng với vọng ngữ... Con nhờ nhân duyên này mà thường tự hối trách. Tuy tự hối lỗi, trách cứ mình nhưng được gọi là không tạo tội nghiệp nữa. Vì vậy tự mình hối trách một cách sâu sắc những ác nghiệp như thế. Nhờ sự sám hối đó mà trừ được nghi hối, tăng tấn thiện nghiệp, lại không còn sát sanh, trộm cắp, tà dâm và vọng ngữ, hối lỗi và tự trách những nghiệp mình đã tạo từ trước, về sau sẽ không tạo tất cả những ác nghiệp. Vì những điều này mà tâm được đầy đủ, đạt được giải thoát; cũng đầy đủ tuệ giải thoát. Do Tâm và Tuệ đầy đủ nên không phỉ báng Hiền thánh, do không phỉ báng Hiền thánh nên được Chánh kiến."

Đức Phật nói với thôn trưởng:

"Do nhân duyên tu tập Chánh kiến, khi thân hoại mạng chung, được đi đến thiện thú, sanh lên cõi trời, nhờ có thể sám hối theo Chánh kiến mà có thể làm thanh tịnh tâm của tất cả chúng sanh; cũng có thể làm thanh tịnh các kết, nghiệp phiền não, tội cấu của chúng sanh. Đệ tử bậc Thánh nghe được pháp này tức thời tu học, hoặc là một ngày, một giờ, trong một giờ, trong khoảng ngày đêm đã qua. Trong khoảng thời gian ấy, thời gian sát hại nhiều hay không sát hại nhiều, theo nghĩa mà suy ra, thời gian sát sanh ít, thời gian không sát sanh nhiều. Trong thời gian ấy ta tạo nghiệp sát sanh, ta thật là bất thiện, làm việc phi lý. Từ nay về sau ta không sát sanh nữa. Ta đối với tất cả không còn sanh hiềm, không còn sanh hận, cũng không sanh tật đố, mà nên phát sanh niềm hoan hỷ. Nhờ phát sanh niềm hoan hỷ sâu sắc mà sanh ra ái lạc. Nhờ sanh ái lạc mà được niềm vui tốt đẹp. Nhờ niềm vui tốt đẹp mà thọ nhận được sự an lạc. Nhờ thọ nhận được sự an lạc mà tâm được định. Đệ tử của bậc Hiền thánh nhờ tâm Định mà được câu hữu với lòng Từ. Do câu hữu với lòng Từ nên không có oán hờn, tỵ hiềm, thù hận, không còn ganh ghét. Tâm vị ấy rộng lớn, chí hướng cao rộng, vô lượng vô biên. Nhờ khéo tu Từ tâm mà đối với tất cả chúng sanh ở phương Đông đều không có oán thù hiềm hận, các phương Nam, Tây, Bắc, tứ duy thượng hạ đều cũng như thế, phát sanh Từ tâm khắp tất cả thế giới, khởi ý giải như vầy: Nên tu tập và tạo dựng thiện tâm như thế, luôn an trụ trong ý niệm thiện."

Bấy giờ, Đức Thế Tôn lấy một ít đất để trên đầu móng tay rồi hỏi thôn trưởng Tạo Luận Tánh rằng:

"Đất nơi đại địa nhiều hay đất trên đầu móng tay ta nhiều?"

Thôn trưởng đáp:

"Đất trên đầu móng tay cực ít, không thể đem so sánh. Đất của đại địa trăm phần, ngàn phần, ngàn ức phần, không thể so sánh, so lường với nhau được."

Đức Phật bảo với thôn trưởng:

"Những tội nghiệp đã tạo giống như đất trên móng tay, còn đất của đại địa thì thí dụ toán số không thể đo lường được."

Thôn trưởng nói:

"Đúng vậy, đúng vậy! Ác nghiệp giản lượng có thể biết. Như vậy nghiệp ít không thể dẫn dắt con người khiến rơi vào ác đạo được, cũng không thể dừng trụ, cũng không thể tính kể. Phàm người thực hành lòng Từ bi, công đức đạt được như đất trên khắp đại địa. Còn tội sát sanh giống như đất trên đầu ngón tay. Công đức của Hoan hỷ giống như đất của cả đại địa. Tội lỗi của tà dâm giống như đất trên đầu móng tay, công đức buông xả nó giống như đất của cả đại địa. Tội của vọng ngữ giống như đất trên đầu móng tay."

Khi Đức Như Lai phân biệt các pháp như thế, Tạo Luận Tánh thôn trưởng nghe Đức Phật nói rồi, được xa lìa trần cấu, được Pháp nhãn tịnh, đắc pháp và chứng pháp, thấy pháp, biết pháp, đạt đến chỗ biên tế của pháp[76], vượt qua mọi nghi hoặc, không cần tin theo người khác, sự tìm kiếm đã được thấy biết đầy đủ. Thôn trưởng liền đứng dậy rời tòa, chỉnh sửa y phục chắp tay bạch với Đức Phật rằng:

"Bạch Đức Thế Tôn! Con đã được độ. Con đã được độ. Nay con xin quy y Phật, quy y Pháp, quy y Tăng, làm một vị ưu-bà-tắc, suốt thân mạng này với niềm tin thanh tịnh."

Thôn trưởng lại bạch với Đức Phật rằng:

"Bạch Đức Thế Tôn! Giống như vì lợi dưỡng mà tạo sự mắng nhiếc thô ác, mỗi ngày một ác hơn, còn mất đi tài sản của mình huống là được lợi. Con cũng giống như thế, vì muốn được lợi mà thân gần Ni-kiền ngu si bất thiện. Con vì mê lầm cuồng vọng mà gần gũi ông ấy, cúng dường cung kính. Con ở chỗ ông ấy không được lợi ích thiện, bị ông ta hãm hại đến sắp đọa địa ngục. Thế Tôn đã cứu vớt con được lìa ác thú. Nay một lần nữa con xin quy y Phật, Pháp, Tăng, nguyện trọn đời làm một ưu-bà-tắc. Con trước đây ở chỗ Ni-kiền ngu si, có tín tâm yêu thương cung kính, nay thảy đều buông xả. Con nay lần thứ ba cũng xin được quy y Phật, Pháp, Tăng, trọn đời con làm một ưu-bà-tắc, không sanh khởi tâm bất tín."

Bấy giờ, thôn trưởng Tạo luận tánh nghe Đức Phật nói pháp rồi, hoan hỷ đảnh lễ rồi lui ra.

NHIẾP TỤNG

Động giao vào Đấu tránh
Điều mã và Ác tánh

---

[76] 得法邊際 đắc pháp biên tế; *No. 99*: 深入於法 thâm nhập ư pháp.

Đảnh phát và Mâu-ni
Vương Phát và Lư Tánh
Cơ cẩn và Chủng điền
Thuyết hà luận là mười⁷⁷.

KINH 132. A-LUYỆN-NHÃ⁷⁸

Tôi nghe như vầy:

Một thời, Đức Phật ở tại vườn Cấp Cô Độc, rừng cây Kỳ-đà, nước Xá-vệ. Bấy giờ, có một Thiên tử ánh sáng sắc tướng tuyệt vời, đang đêm đi đến chỗ Phật, đảnh lễ dưới chân Phật rồi ngồi sang một bên. Lúc ấy ánh sáng của vị Trời này hết sức rực rỡ, chiếu sáng khắp cả Kỳ-hoàn, đâu đâu cũng sáng tỏ. Bấy giờ, vị Trời này ngồi sang một bên mà nói kệ rằng:

"Trụ nơi A-luyện-nhã⁷⁹
Vắng lặng tu Phạm hạnh
Mỗi ngày ăn một lần⁸⁰
Nhan sắc cực hòa vui."

Bấy giờ Thế Tôn lại nói kệ rằng:

"Không sầu nhớ quá khứ
Chẳng cầu vọng vị lai
Hiện tại chánh trí ăn⁸¹
Chỉ mong duy trì thân

---

⁷⁷ Hán dịch, hết quyển 7.

⁷⁸ *Tương đương No. 99* (995). Pāli. S. 1.10. *Arañña*. Tham khảo *Tạp A-hàm*, Việt dịch, kinh 1125.

⁷⁹ Xem *Tạp*. Kinh 1125. **Cht. 3.**

⁸⁰ Thực nhất thực食一食. *No. 99*: Nhất toạ thực 一坐食. Pāli *ekāsanaṃ* = *ekabhattaṃ*. Xem *Tạp*. 1125. **Cht. 5.** Xem thêm *Tứ phần 14*, tr.660b8.

⁸¹ *No. 99*: 飯食繫念故, do chánh niệm khi ăn.

Muốn ở đời vị lai
Truy niệm việc quá khứ
Lục tình đều hoan hỷ
Do vậy nhan sắc hòa.
Như cỏ tranh mới mọc
Cắt để dưới trời nắng
Phàm phu tự cháy khô
Việc ấy cũng như thế[82].”

Vị trời lại nói kệ rằng:

“Xưa kia đã từng thấy
Bà-la-môn Niết-bàn
Xả rồi nỗi hiểm sợ
Vượt qua ái thế gian[83].”

Bấy giờ, vị Trời ấy nói kệ này xong rồi, hoan hỷ trở về thiên cung.

KINH 133. KIÊU MẠN[84]

Tôi nghe như vầy:

Một thời, Đức Phật ở tại vườn Cấp Cô Độc, rừng cây Kỳ-đà, nước Xá-vệ. Bấy giờ, có một Thiên tử ánh sáng sắc tướng tuyệt vời, đang đêm đi đến chỗ Phật, đảnh lễ sát chân Phật rồi ngồi sang một bên. Lúc ấy ánh sáng của vị Trời này hết sức rực rỡ, chiếu sáng khắp cả

---

[82] *Tạp.*: Tâm, tưởng ruổi vị lai; buồn tiếc theo quá khứ; lửa ngu si tự nấu, như mưa đá chết cỏ. **Pāli** *Anāgatappajappāya, atītassānusocanā; etena bālā sussanti, naḷova harito luto*, do mong cầu vị lai, sầu ưu việc quá khứ, nên phàm phu khô héo, như lau xanh bị cắt.

[83] Xem *Tạp*. 1125. **Cht. 6.**

[84] *Tương đương No.* 99 (996). Pāli. S. 1.10. *Mānakāma*. Tham khảo *Tạp A-hàm*, Việt dịch, kinh 1126.

Kỳ-hoàn, đâu đâu cũng sáng tỏ. Vị Trời này liền ngồi sang một bên mà nói kệ rằng:

> *"Có những kẻ kiêu mạn*
> *Trọn không thể điều phục*
> *Trá hiện tu Thiền định*
> *Ở rừng vắng buông lung.*
> *Do vì phóng dật này,*
> *Không vượt bờ sanh tử." -*

Bấy giờ Thế Tôn lại nói kệ rằng:

> *"Xả mạn thường nhập định*
> *Biệt tưởng, biết rõ pháp*
> *Giải thoát tất cả xứ*
> *Rừng vắng không buông lung*
> *Cũng nhờ không phóng dật*
> *Vượt qua bờ sanh tử."*

Vị Trời tán thán kệ rằng:

> *"Xưa kia đã từng thấy*
> *Bà-la-môn Niết-bàn*
> *Sợ hãi bỏ lâu rồi*
> *Vượt thoát ái thế gian."*

Bấy giờ, vị Trời ấy nói kệ này xong rồi, hoan hỷ trở về thiên cung.

KINH 134. CÔNG ĐỨC TĂNG TRƯỞNG[85]

Tôi nghe như vầy:

Một thời, Đức Phật ở tại vườn Cấp Cô Độc, rừng cây Kỳ-đà, nước Xá-vệ. Bấy giờ, có một Thiên tử ánh sáng sắc tướng tuyệt vời, đang

---

[85] *Tương đương No. 99* (997). Pāli. S. 1.47. *Vanaropa.* Tham khảo *Tạp A-hàm*, Việt dịch, kinh 1127.

đêm đi đến chỗ Phật, đảnh lễ sát chân Phật rồi ngồi sang một bên. Lúc ấy ánh sáng của vị Trời này hết sức rực rỡ, chiếu sáng khắp cả Kỳ-hoàn, đâu đâu cũng sáng tỏ. Vị Trời liền ngồi sang một bên mà nói kệ rằng:

> *"Làm sao suốt ngày đêm*
> *Phước nghiệp*[86] *thường tăng trưởng?*
> *Như pháp mà trì giới*
> *Kẻ nào sinh thiên đạo?*[87]*"*

Bấy giờ Thế Tôn lại nói kệ rằng:

> *"Trồng cây tạo vườn rừng*
> *Làm cầu, thuyền nước lớn*
> *Đào giếng chốn đồng hoang*
> *Đường xa dựng khách xá*[88].
> *Người ấy suốt ngày đêm*
> *Phước nghiệp thường tăng trưởng*
> *Chánh pháp, tịnh trì giới.*
> *Như vậy đến thiên đạo."*

Vị Trời cũng tán kệ rằng:

> *"Xưa kia đã từng thấy*
> *Bà-la-môn Niết-bàn*
> *Hiềm sợ bỏ lâu rồi*
> *Vượt qua ái thế gian."*

Bấy giờ vị Trời ấy nói kệ này xong rồi, hoan hỷ trở về thiên cung.

---

[86] Pāli *puñña*, đây chỉ cho ba phước nghiệp sự. Cf. *Trường*, kinh 9: Chúng tập; *Tập dị 5* (tr. 385c12), ba phước nghiệp sự: thí loại phước nghiệp sự 施類福業事, giới loại phước nghiệp sự 戒類福業事, tu loại phước nghiệp sự 修類福業事.

[87] No. 99: Làm sao được sanh thiên, xin Ngài giải nói rõ? Pāli *Dhammaṭṭhā sīlasampannā, ke janā saggagāmino" ti*, đầy đủ giới như pháp, những ai sanh thiên giới?

[88] Xem *Tạp. Kinh 1127*. cht. 12.

KINH 135. CHO GÌ ĐƯỢC SỨC LỚN[89]

Tôi nghe như vầy:

Một thời, Đức Phật ở tại vườn Cấp Cô Độc, rừng cây Kỳ-đà, nước Xá-vệ. Bấy giờ, có một Thiên tử ánh sáng sắc tướng tuyệt vời, đang đêm đi đến chỗ Phật, đảnh lễ sát chân Phật rồi ngồi sang một bên. Lúc ấy ánh sáng của vị Trời này hết sức rực rỡ, chiếu soi khắp cả Kỳ-hoàn, đâu đâu cũng sáng tỏ. Vị Trời liền ngồi sang một bên mà nói kệ rằng:

> *"Làm sao được đại lực*
> *Được sắc tướng vi diệu?*
> *Thí gì được an lạc?*
> *Duyên gì được mắt sáng?*
> *Thế nào thí tất cả?*
> *Xin nói rõ cho con."*

Bấy giờ Thế Tôn dùng kệ đáp rằng:

> *"Thí ăn được đại lực*
> *Thí y được sắc đẹp*
> *Thí xe được an lạc*
> *Cúng đèn được mắt sáng*
> *Nhà cửa, nhất thiết thí*
> *Như pháp dạy đệ tử*
> *Bố thí được như vậy*
> *Gọi là thí Cam lồ."*

Vị Trời tán thán kệ rằng:

> *"Xưa kia đã từng thấy*
> *Bà-la-môn Niết-bàn*
> *Hiềm sợ bỏ lâu rồi*
> *Vượt qua ái thế gian."*

Bấy giờ, vị Trời ấy nói kệ này xong rồi, hoan hỷ trở về thiên cung.

---

[89] *Tương đương No. 99 (998). Pāli. S. 1.42. Kiṃdada. Tham khảo Tạp A-hàm, Việt dịch, kinh 1128.*

KINH 136. HOAN HỶ[90]

Tôi nghe như vầy:

Một thời, Đức Phật ở tại vườn Cấp Cô Độc, rừng cây Kỳ-đà, nước Xá-vệ. Bấy giờ, có một Thiên tử[91] ánh sáng sắc tướng tuyệt vời, đang đêm đi đến chỗ Phật, đảnh lễ sát chân Phật rồi ngồi sang một bên. Lúc ấy ánh sáng của vị Trời này hết sức rực rỡ, chiếu sáng khắp cả Kỳ-hoàn, đâu đâu cũng sáng tỏ. Vị Trời liền ngồi sang một bên mà nói kệ rằng:

"Thế gian trời và người
Ăn uống sanh hoan hỷ
Trong đời không loài nào
Không ưa thích thức ăn[92]."

Bấy giờ Đức Thế Tôn lại thuyết kệ rằng:

"Nếu có niềm tin thí
Khiến tâm cực thanh tịnh
Đời nay và đời sau
Thức ăn, phước theo sau."[93]

Bấy giờ, vị Trời này nghe Phật nói kệ rồi, bạch với Phật rằng:

"Bạch Đức Thế Tôn! Thật là hy hữu, Ngài đã khéo nói kệ này."

Vị Trời lại bạch với Phật rằng:

"Bạch Đức Thế Tôn! Con nhớ trong quá khứ, có một vị vua tên là

---

[90] *Tương đương No. 99 (999). Pāli. S. 1.43. Anna. Tham khảo Tạp A-hàm,* Việt dịch, kinh 1129.

[91] *No. 99: Tất-tì-lê* 悉鞞梨. *Serī devaputto.*

[92] *Tạp: vậy có các thế gian, phước lạc tự theo chăng?* Atha ko nāma so yakkho, yaṃ annaṃ nābhinandatī''ti, *có dạ-xoa tên gì không ưa thích thức ăn?*

[93] *Tạp: người ấy sinh nơi đâu, phước báu theo như bóng.* tameva annaṃ bhajati, asmiṃ loke paramhi ca, *có được thức ăn này, trong đời nay và đời sau.*

Trì Hoãn[94]. Vị vua ấy bố thí ẩm thực nơi bốn cổng thành. Ở trong thành và phố chợ cũng bố thí thức ăn. Lúc ấy phu nhân của vua tâu với nhà vua rằng: 'Nay bệ hạ tác phước xin cho thần thiếp trợ giúp bệ hạ làm phước với!' Nhà vua nghe nói rồi bèn đem thực phẩm ở cửa Đông trao hết cho phu nhân.

"Thái tử của nhà vua cũng tâu với phụ hoàng rằng: 'Cha mẹ tu phước, con cũng thích tu'. Nhà vua nghe vậy, lại đem hết thực phẩm bố thí ở cửa thành phía Nam trao hết cho Thái tử.

"Các phụ tướng đại thần đến sau cũng khải tấu với nhà vua: 'Nay bệ hạ tu phước, phu nhân, thái tử cũng đều tạo phước nghiệp. Cúi mong bệ hạ cho chúng thần được trợ duyên tu phước nghiệp'. Nhà vua nghe thế liền đem hết thực phẩm bố thí ở cổng thành phía Tây trao cho các phụ tướng cận thần.

"Bấy giờ các quan cũng lại tâu với nhà vua: 'Phu nhân, thái tử cùng với các phụ tướng cận thần đều tu phước đức. Nay chúng hạ thần cũng thích được trợ duyên tu tạo phước nghiệp'. Nhà vua nghe vậy cũng đem hết thực phẩm bố thí ở cổng thành phía Bắc trao cho các quan.

"Lúc ấy những người trong nước lại tâu với vua rằng: 'Phu nhân, thái tử, phụ tướng đều tu phước đức. Cúi xin bệ hạ cho chúng tôi cũng được trợ duyên tu phước'. Nhà vua nghe lời ấy cũng đem hết của bố thí ra trao hết cho nhân dân.

"Bấy giờ quan Điển thí tâu với nhà vua rằng: 'Sở hữu của Đức vua, nơi bốn cổng thành và của bố thí thảy đều trao hết cho phu nhân, thái tử, phụ tướng, đại thần và nhân dân trong nước, hết luôn của bố thí của nhà vua, cạn kiệt cả kho tàng.'

"Nhà vua liền đáp: 'Thứ đem cho trước thì đã cho hết. Từ nay về sau, các tiểu quốc ở phương khác có thể sẽ cống hiến, một nửa nhập vào quốc khố, còn một nửa cũng dùng tu phước.'

"Bạch Đức Thế Tôn! Con nhớ lúc ấy con ngày đêm tu phước, con cũng bao đời được phước báo thù thắng, thường ôm lòng vui sướng

---

[94] Tạp: con tự biết, thời quá khứ con đã từng làm quốc vương tên Tất-tì-lê.

thọ nhận phước báo vô cùng vô tận, không có biên tế. Con được thọ nhận quả báo lớn lao, nên biết Thế Tôn khéo nói bài kệ này."

Bấy giờ Trì Hoãn thiên tử nghe Đức Phật nói rồi, hoan hỷ phấn chấn, đảnh lễ dưới chân Phật rồi trở về lại thiên cung.

KINH 137. VIỄN DU[95]

Tôi nghe như vầy:

Một thời, Đức Phật ở tại vườn Cấp Cô Độc, rừng cây Kỳ-đà, nước Xá-vệ. Bấy giờ có một Thiên tử ánh sáng sắc tướng tuyệt vời, đang đêm đi đến chỗ Phật, đảnh lễ sát chân Phật rồi ngồi sang một bên. Lúc ấy ánh sáng của vị Trời này hết sức rực rỡ, chiếu sáng khắp cả Kỳ-hoàn, đâu đâu cũng sáng tỏ. Vị Trời liền ngồi sang một bên mà nói kệ rằng:

"Như xa đến nước khác
Ai là người đáng thân[96]?
Còn ở tại nhà mình
Lấy ai làm thân hữu?
Đối với tài sản mình[97]
Lấy ai làm bằng hữu?
Còn khi đến đời sau
Lấy ai làm thân hữu?"

Bấy giờ Thế Tôn thuyết kệ đáp rằng:

"Như xa đến nước khác
Bạn đồng hành đáng thân.

---

[95] *Tương đương No. 99 (1000). Pāli. S. 1.53. Mitta. Tham khảo *Tạp A-hàm*, Việt dịch, kinh 1130.*

[96] *No. 99*: những ai có thể là người bạn khi đi xa? **Pāli** *Kiṃsu pavasato mittaṃ*, ai là bạn khi đi xa?

[97] Xem *Tạp. Kinh 1130.* **Cht. 22.**

Nếu ở tại nhà mình
Mẹ hiền chính là bạn.
Với điều sanh tài lợi,
Quyến thuộc là bằng hữu.
Thường tu các công đức,
Là thân hữu đời sau."

Vị trời tán thán kệ rằng:

"Xưa kia đã từng thấy
Bà-la-môn Niết-bàn
Hiềm sợ bỏ lâu rồi
Vượt qua ái thế gian."

Bấy giờ, vị Trời này nghe Phật nói kệ rồi, hoan hỷ đi ra.

KINH 138. XÂM BỨC[98]

Tôi nghe như vầy:

Một thời, Đức Phật ở tại vườn Cấp Cô Độc, rừng cây Kỳ-đà, nước Xá-vệ. Bấy giờ có một Thiên tử ánh sáng sắc tướng tuyệt vời, đang đêm đi đến chỗ Phật, đảnh lễ sát chân Phật rồi ngồi sang một bên. Lúc ấy ánh sáng của vị Trời này hết sức rực rỡ, chiếu sáng khắp cả Kỳ-hoàn, đâu đâu cũng sáng tỏ. Vị Trời liền ngồi sang một bên mà nói kệ rằng:

"Nhân sanh thọ bất định
Mỗi ngày hướng nẻo chết
Vô thường xâm đoạt mãi
Thọ mạng thật ngắn ngủi
Tuổi già lấn sắc trẻ
Chẳng có ai cứu hộ

---

[98] *Tương đương No. 99 (1001). Pāli. S. 1.3. Upanīya; S.2.19. Uttara.* Tham khảo *Tạp A-hàm*, Việt dịch, kinh 1129.

Sợ hãi hướng cõi chết
Làm phước hướng an vui."

Bấy giờ Thế Tôn nói kệ đáp rằng:

"Nhân sanh thọ bất định
Mỗi ngày về nẻo chết
Vô thường xâm đoạt mãi
Thọ mạng thật ngắn ngủi
Tuổi già lấn sắc trẻ
Chẳng có ai cứu hộ
Sợ hãi hướng cõi chết
Muốn được vui tịch diệt
Bỏ ngũ dục ở đời
Không nên sanh đắm trước."

Vị Trời tán thán kệ rằng:

"Xưa kia đã từng thấy
Bà-la-môn Niết-bàn
Sợ hãi bỏ lâu rồi
Vượt qua ái thế gian."

Bấy giờ, vị Thiên tử này nghe Phật nói kệ rồi, hoan hỷ đi ra.

KINH 139. NHẬT DẠ HỮU TỔN GIẢM[99]

Tôi nghe như vầy:

Một thời, Đức Phật ở tại vườn Cấp Cô Độc, rừng cây Kỳ-đà, nước Xá-vệ. Bấy giờ có một Thiên tử ánh sáng sắc tướng tuyệt vời, đang đêm đi đến chỗ Phật, đánh lễ sát chân Phật rồi ngồi sang một bên. Lúc ấy ánh sáng của vị Trời này hết sức rực rỡ, chiếu sáng khắp cả Kỳ-hoàn, đâu đâu cũng sáng tỏ. Vị Trời liền ngồi sang một bên mà nói

---

[99] *Không có tương đương No. 99. Pāli. S. 1.4. Accenti.*

kệ rằng:

"Bốn thời chẳng tạm dừng
Mạng cũng ngày đêm hết,[100]
Tuổi trẻ không dừng lâu
Sợ đi về cõi chết.
Muốn đến cõi Niết-bàn
Phải siêng năng tu phước."

Bấy giờ Thế Tôn dùng kệ đáp rằng:

"Bốn thời chẳng tạm dừng
Mạng cũng ngày đêm hết
Tuổi trẻ không dừng lâu
Sợ đi về cõi chết.
Thấy cái khổ sanh tử
Phải càng thêm sợ hãi
Xả bỏ ngũ dục lạc
Thường cầu nơi tịch diệt."

Vị Trời tán thán kệ rằng:

"Xưa kia đã từng thấy
Bà-la-môn Niết-bàn
Sợ hãi bỏ lâu rồi
Vượt qua ái thế gian."

Bấy giờ vị Thiên tử này nghe Phật nói kệ rồi, hoan hỷ đi ra.

KINH 140. ĐOẠN TRỪ[101]

Tôi nghe như vầy:

---

[100] **Pāli** *accenti kālā tarayanti rattiyo,* Thời gian trôi mau, màn đêm tấn tốc.

[101] *Tương đương No. 99 (1002). Pāli. S.1.5. Katichinda. Tham khảo Tạp A-hàm, Việt dịch, kinh 1132.*

Một thời, Đức Phật ở tại vườn Cấp Cô Độc, rừng cây Kỳ-đà, nước Xá-vệ. Bấy giờ có một Thiên tử ánh sáng sắc tướng tuyệt vời, đang đêm đi đến chỗ Phật, đảnh lễ sát chân Phật rồi ngồi sang một bên. Lúc ấy ánh sáng của vị Trời này hết sức rực rỡ, chiếu sáng khắp cả Kỳ-hoàn, đâu đâu cũng sáng tỏ. Vị Trời liền ngồi sang một bên mà nói kệ rằng:

> *"Nên tư duy pháp nào?*[102]
> *Nên xả bỏ pháp nào?*
> *Tu tập thắng pháp gì?*
> *Thành tựu những pháp gì?*[103]
> *Vượt qua dòng nước xiết*
> *Được danh xưng tỳ-kheo."*

Bấy giờ, Thế Tôn dùng kệ đáp rằng:

> *"Cần đoạn trừ năm cái*
> *Cần xả bỏ ngũ dục*
> *Tu tập thêm năm căn*
> *Thành tựu năm phần pháp,*[104]
> *Vượt qua dòng nước xiết*
> *Được danh xưng tỳ-kheo."*

Vị Trời tán thán kệ rằng:

> *"Xưa kia đã từng thấy*
> *Sợ hãi bỏ lâu rồi*
> *Vượt qua ái thế gian."*

Bấy giờ, vị Thiên tử này nghe Phật nói kệ rồi, hoan hỷ đi ra.

---

[102] Đương tư ư hà pháp 當思於何法. *No. 99:* bao nhiêu pháp cần đoạn? Pāli *kati chinde,* phải đoạn trừ bao nhiêu?

[103] *No. 99:* tăng thượng phương tiện tu, phải siêu việt mấy tự? Pāli *kati cuttari bhāvaye; kati saṅgātigo,* phải tu thêm bao nhiêu, thoát bao nhiêu trói buộc?

[104] *No. 99:* vượt lên năm hoà hiệp, chỉ 5 kết: tham, sân, mạn, tật đố, keo kiệt (xan). Pāli *pañca saṅgātigo,* vượt thoát năm trói buộc.

KINH 141. THUỴ NGỤ[105]

Tôi nghe như vầy:

Một thời, Đức Phật ở tại vườn Cấp Cô Độc, rừng cây Kỳ-đà, nước Xá-vệ. Bấy giờ có một Thiên tử ánh sáng sắc tướng tuyệt vời, đang đêm đi đến chỗ Phật, đảnh lễ sát chân Phật rồi ngồi sang một bên. Lúc ấy ánh sáng của vị Trời này hết sức rực rỡ, chiếu sáng khắp cả Kỳ-hoàn, đâu đâu cũng sáng tỏ. Vị Trời liền ngồi sang một bên mà nói kệ rằng:

"Ai ngủ mà bảo thức?
Ai thức lại nói ngủ[106]?
Sao bị nhiễm trần cấu?
Làm sao được thanh tịnh?"

Bấy giờ, Thế Tôn dùng kệ đáp rằng:

"Như người trì Ngũ giới
Tuy ngủ gọi là thức
Như người tạo năm ác
Tuy thức gọi là ngủ.
Nếu bị ngũ cái che
Gọi là nhiễm trần cấu
Vô học, Ngũ phần thân
Thanh tịnh lìa trần cấu[107]."

Vị Trời tán thán kệ rằng:

---

[105] *Tương đương No. 99* (1003). Pāli. S. 1.6. *Jāgara.* Tham khảo *Tạp A-hàm*, Việt dịch, kinh 1133.

[106] *No. 99*: Mấy người ngủ khi thức? Mấy người thức khi ngủ? Xem *Tạp.* Kinh 1133. Cht. 31.

[107] *No. 99*: Năm người ngủ khi thức. Năm người thức khi ngủ. Năm người lầm cáu bẩn. Năm người được thanh tịnh. Pāli *Pañca jāgarataṃ suttā, pañca suttesu jāgarā; Pañcabhi rajamādeti, pañcabhi parisujjhatī"ti.* năm pháp ngủ khi thức, năm pháp thức khi ngủ; năm pháp đưa đến cấu bẩn, năm pháp khiến thành thanh tịnh.

"Xưa kia đã từng thấy
Bà-la-môn Niết-bàn
Hiềm sợ bỏ lâu rồi
Vượt qua ái thế gian."

Bấy giờ, vị Thiên tử này nghe Phật nói kệ rồi, hoan hỷ đi ra.

NHIẾP TỤNG

A-luyện-nhã, kiêu mạn,
Tu phước ngày đêm tăng,
Làm sao được Đại lực,
Vật gì sanh hoan hỷ,
Đi xa, cưỡng thân bức,
Ngày đêm có tổn giảm,
Tư duy và thức ngủ.

KINH 142. HỖ TƯƠNG HOAN HỶ[108]

Tôi nghe như vầy:

Một thời, Đức Phật ở tại vườn Cấp Cô Độc, rừng cây Kỳ-đà, nước Xá-vệ. Bấy giờ có một Thiên tử ánh sáng sắc tướng tuyệt vời, đang đêm đi đến chỗ Phật, đảnh lễ sát chân Phật rồi ngồi sang một bên. Lúc ấy ánh sáng của vị Trời này hết sức rực rỡ, chiếu sáng khắp cả Kỳ-hoàn, đâu đâu cũng sáng tỏ. Vị Trời liền ngồi sang một bên mà nói kệ rằng:

"Nếu người có con cháu
Ắt sanh niềm hoan hỷ
Tài bảo và lục súc
Nếu có đều hoan hỷ

---

[108] *Tương đương No. 99 (1004). Pāli. S.1.12. Nandati; S.4.8. Nandati; S.1.11. Nandana.* Tham khảo *Tạp A-hàm*, Việt dịch, kinh 1134.

Nếu người được thọ thân
Cũng lại sanh hoan hỷ
Nếu không được thọ thân
Thì tâm không thể vui."

Bấy giờ, Thế Tôn dùng kệ đáp rằng:

"Nếu người có con cháu
Sanh ưu não lo buồn
Tài bảo và lục súc
Là gốc của khổ đau
Nếu như được thọ thân
Thì ưu não hoạn nạn
Còn nếu chẳng thọ thân
Thì an vui tịch diệt."

Vị Trời tán thán kệ rằng:

"Xưa kia đã từng thấy
Bà-la-môn Niết-bàn
Hiềm sợ bỏ lâu rồi
Vượt qua ái thế gian."

Bấy giờ, vị Thiên tử này nghe Phật nói kệ rồi, hoan hỷ đi ra.

KINH 143. TAM CHỦNG ĐIỀU MÃ[109]

Tôi nghe như vầy:

Một thời, Đức Phật ở tại vườn Cấp Cô Độc, rừng cây Kỳ-đà, nước Xá-vệ. Bấy giờ, Đức Thế Tôn bảo với các tỳ-kheo rằng:

"Thế gian có ba loại ngựa chưa được huấn luyện. Tất cả người đời đều biết rõ. Hoặc có ngựa chạy rất nhanh, nhưng không có sắc

---

[109] *Tương đương No. 99 (917). Pāli. A.3.137. Assakhaḷuṅka.* Tham khảo *Tạp A-hàm,* Việt dịch, kinh 1298.

tướng đẹp. Đây gọi là hình thể không đầy đủ[110]. Cũng có loại ngựa chạy không nhanh, tuy có sắc tướng rất đẹp. Đây cũng gọi là hình thể không đầy đủ. Hoặc có loại ngựa tốt, chạy rất nhanh, lại có sắc tướng đẹp. Đây gọi là hình thể đầy đủ[111].

"Con người cũng có ba hạng, giống như ba loại ngựa chưa được huấn luyện nói trên. Ba hạng người này ở trong Giáo pháp của Phật hiện có thể thấy biết. Những gì là ba?

"Có người tài năng đầy đủ, sắc tướng và hình thể lại[112] không đầy đủ. Hoặc lại có người tài năng đầy đủ, nhan sắc đầy đủ, nhưng hình thể không đầy đủ. Lại có người tài năng, nhan sắc và hình thể, tất cả đều đầy đủ.

"Thế nào là người tài năng đầy đủ, sắc không đầy đủ, hình thể không đầy đủ?

"Như người ở trong Phật pháp, như thật biết Khổ, như thật biết sự tập khởi của khổ, như thật biết sự diệt tận của khổ, như thật biết con đường đưa đến sự diệt tận khổ. Có được tri kiến như vậy rồi, thì đoạn trừ ba kết, đó là thân kiến, giới thủ và nghi. Đoạn trừ ba kết sử này chứng được quả Tu-đà-hoàn, không còn đọa vào ác thú, quyết định hướng đến Chánh giác,[113] cho đến bảy lần sanh lại chốn nhân thiên, chấm dứt sự khổ. Đây gọi là tài năng đầy đủ.

"Sao gọi là Sắc không đầy đủ? Nếu có người vấn nạn về A-tỳ-đàm, Tỳ-ni mà không thể làm cho thông suốt rõ ràng; với những vấn nạn sâu xa hơn, cũng không thể làm cho thấu triệt, không thể trình bày ý nghĩa thích hợp, cũng không thể trình bày một cách đầy đủ đúng phương pháp. Đây gọi là sắc không đầy đủ.

---

[110] Thừa bất cụ túc 乘不具足. *No. 99*: hình thể bất cụ túc 形體不具足. [Pāli] na ārohapariṇāhasampanno, chiều cao, kích thước không đầy đủ.

[111] Thừa cụ túc 乘具足. *No. 99*: hình thể cụ túc 形體具足. [Pāli] ārohapariṇāhasampanno, chiều cao, kích thước đầy đủ.

[112] Sắc cập khả thừa nhiên 色及可乘然.

[113] Ư đạo quyết định 於道決定. *No. 99*: quyết định chánh hướng Tam-bồ-đề 決定正趣三菩提.

"Sao gọi là hình thể không đầy đủ? Đó là hạng người có phước đức ít. Chỗ họ sinh ra không có phước đức, không được lợi dưỡng như y phục, ẩm thực, ngọa cụ, thuốc thang. Đó gọi là hình thể không đầy đủ.

Đây gọi là hạng người tài năng đầy đủ, sắc không đầy đủ, hình thể không đầy đủ.

"Thế nào là người tài năng đầy đủ, sắc tướng đầy đủ, nhưng hình thể không đầy đủ?

"Thế nào là người tài năng đầy đủ? Như người ở trong Phật pháp, như thật biết Khổ, như thật biết sự tập khởi của khổ, như thật biết sự diệt tận của khổ, như thật biết con đường đưa đến sự diệt tận khổ. Thấy biết như thế rồi đoạn trừ ba kết sử, đó là thân kiến, giới thủ và nghi. Đoạn được ba kết sử rồi chứng được quả Tu-đà-hoàn, không còn đọa vào ác thú, quyết định hướng đến Chánh giác, cho đến bảy lần sanh lại chốn nhân thiên, dứt tận gốc Khổ. Đó gọi là người tài năng đầy đủ.

"Thế nào là sắc tướng đầy đủ? Nếu có người vấn nạn về A-tỳ-đàm, Tỳ-ni mà có thể giải thích rõ ràng, trình bày ý nghĩa tương ứng, hợp lý. Đó gọi là sắc tướng đầy đủ.

"Thế nào là hình thể không đầy đủ? Là hạng người ít phước đức, không được sanh ra ở nơi có phước đức lớn, không được lợi dưỡng như y phục, ẩm thực, ngọa cụ, thuốc thang. Đây gọi là người tài năng và sắc tướng được đầy đủ nhưng hình thể không đầy đủ.

"Thế nào là người tài năng, sắc tướng và hình thể thảy đều đầy đủ?

"Tài năng đầy đủ là thế nào? Như người ở trong Phật pháp, như thật biết Khổ, như thật biết sự tập khởi của khổ, như thật biết sự diệt tận của khổ, như thật biết con đường đưa đến sự diệt tận khổ. Thấy biết như vậy rồi dứt trừ ba kết sử, đắc quả Tu-đà-hoàn, bảy lần sanh lại chốn nhân thiên, không đọa vào ác thú. Đây gọi là tài năng đầy đủ.

"Thế nào là sắc tướng đầy đủ? Nếu có người vấn nạn về A-tỳ-đàm, Tỳ-ni đều có thể giải thích thông suốt, trình bày ý nghĩa tương ứng, hợp lý. Đây gọi là sắc tướng đầy đủ.

"Thế nào gọi là hình thể được đầy đủ? Đó là hạng người có nhiều phước đức, sanh ra liền có phước đức, có được lợi dưỡng như y phục, ẩm thực, ngọa cụ, thuốc thang. Đây gọi là hình thể được đầy đủ.

"Đây là hạng người thứ ba, tài năng, sắc tướng và hình thể thảy đều đầy đủ."

Các vị tỳ-kheo nghe Phật thuyết pháp rồi, vâng lời Phật dạy, hoan hỷ phụng hành.

KINH 144. LƯƠNG MÃ[114]

Tôi nghe như vầy:

Một thời, Đức Phật ở tại vườn Cấp Cô Độc, rừng cây Kỳ-đà, nước Xá-vệ. Bấy giờ, Đức Phật bảo với các tỳ-kheo rằng:

"Thế gian có ba loại ngựa tốt, dễ huấn luyện[115]. Hoặc có loại ngựa tài năng đầy đủ nhưng sắc tướng và hình thể không đầy đủ. Hoặc có loại ngựa tài năng và sắc tướng cả hai đều đầy đủ, nhưng hình thể thì không đầy đủ. Hoặc có loại ngựa, cả ba việc ấy đều đầy đủ.

"Con người cũng có ba hạng sai khác như ba loại ngựa vậy. Ba hạng người này ở trong Phật pháp, hiện có tri kiến, hoặc có người tài năng đầy đủ nhưng sắc và hình thể không đầy đủ. Có người thì đầy đủ cả hai thứ, nhưng một thứ không đầy đủ. Có người thì cả ba việc đều đầy đủ.

"Thế nào là cái thứ nhất đầy đủ, hai cái sau không đầy đủ? Như trong Phật pháp, như thật biết Khổ, như thật biết sự tập khởi của khổ, như thật biết sự diệt tận của khổ, như thật biết con đường đưa

---

[114] *Tương đương No. 99* (918). Pāli. A.3.138. *Assaparassa* (*Assasadassa*). Tham khảo *Tạp A-hàm*, Việt dịch, kinh 1299.

[115] *No. 99*: Thế gian có ba loại ngựa tốt. Pāli "*Tayo ca, assaparasse desessāmi tayo ca purisaparasse.* Ta sẽ nói về ba loại ngựa tốt và ba hạng người tốt.

đến sự diệt tận khổ, đoạn trừ năm hạ phần kiết, đắc quả A-na-hàm, hạng người này không quay trở lại [chốn nhân thiên], không còn rơi vào ác thú.

"Thế nào là sắc tướng không đầy đủ? Nếu có người vấn nạn về A-tỳ-đàm, Tỳ-ni mà không thể giải thích rõ, không thể trình bày ý nghĩa hợp lý. Đây gọi là sắc tướng không đầy đủ.

"Thế nào là hình thể không đầy đủ? Đó là hạng người ít phước đức, không được sanh ra ở nơi có đại phước đức, không được lợi dưỡng như y phục, ẩm thực, ngọa cụ, thuốc thang. Đó gọi là hình thể không đầy đủ.

"Thế nào là hạng người thứ hai, hai việc đầy đủ, một việc không đầy đủ?

Người này ở trong Phật pháp thấy được bốn chân đế cho đến đoạn được năm hạ phần kết sử, đắc A-na-hàm. Nếu có người vấn nạn A-tỳ-đàm hoặc Tỳ-ni mà có thể giải thích rõ ràng, những việc còn lại cũng nói như trên. [Hạng người] một thứ không đầy đủ, cũng nói như trên. Đó là hạng người thứ hai, hai cái đầy đủ, một cái không đủ.

"Thế nào là hạng người thứ ba, ba thứ đều đầy đủ? Hạng người này ở trong Phật pháp đã biết như thật, đã thấy bốn chân đế, đắc quả A-na-hàm, cho đến có nhiều phước đức, có nhiều lợi dưỡng. Đây gọi là hạng người thứ ba, ba thứ đều đầy đủ."

Bấy giờ, các tỳ-kheo sau khi nghe Đức Phật dạy, hoan hỷ phụng hành.

KINH 145. THIỆN ĐIỀU THUẬN MÃ[116]

Tôi nghe như vầy:

---

[116] *Tương đương No. 99* (919). Pāli. A.3.139. *Assājānīya.* Tham khảo *Tạp A-hàm*, Việt dịch, kinh 1300.

Một thời, Đức Phật ở tại vườn Cấp Cô Độc, rừng cây Kỳ-đà, nước Xá-vệ[117]. Bấy giờ, Đức Phật bảo với các tỳ-kheo rằng:

"Thí như thế gian có ba loại ngựa được huấn luyện thuần thục[118]. Con người cũng như vậy, có ba hạng.[119]

"Hạng người thứ nhất, tài năng, sắc tướng và hình thể thảy đều đầy đủ[120]. Nếu có người nào ở trong Phật pháp, như thật biết và chứng nghiệm bốn chân đế, đoạn trừ ba lậu hoặc, đó là dục lậu, hữu lậu và vô minh lậu, giải thoát tri kiến đầy đủ, dứt sạch các kết sử, tâm được tự tại, đắc quả A-la-hán: 'Sanh tử đã dứt, Phạm hạnh đã lập, việc cần làm đã làm xong, không còn thọ thân đời sau nữa'. Đó gọi là hạng người đầy đủ tài năng; hai hạng còn lại giống như trên đã nói.

"Thế nào là hạng người thứ hai, hai thứ đầy đủ, một thứ không đủ? Hạng người này ở trong Phật pháp, đã như thật tri kiến bốn chân đế, *cho đến* đắc quả A-la-hán, nếu khéo thông đạt các vấn nạn, những điều còn lại, như trên đã nói.

"Thế nào là hạng người thứ ba, cả ba việc đều đầy đủ? Người này ở trong Phật pháp đã như thật biết và chứng nghiệm bốn chân đế, *cho đến* có phước đức, có được sự lợi dưỡng. Đây gọi là hạng người ba sự đều đầy đủ."

Đức Phật nói xong rồi, các tỳ-kheo vâng lời Phật dạy, hoan hỷ phụng hành.

---

[117] *No. 99:* vườn Trúc, Ca-lan-đà, thành Vương Xá.

[118] Thiện thừa chi mã 善乘之馬, ngựa cưỡi dễ. *No. 99:* lương mã 良馬, ngựa tốt. *Pāli bhadre assājānīye*, ngựa được huấn luyện tốt.

[119] *Pāli "Tayo ca, bhadre assājānīye desessāmi tayo ca bhadre purisājānīye.* Ta sẽ giảng về ba loại ngựa được huấn luyện tốt và ba hạng người được điều phục/dạy dỗ tốt.

[120] *Tạp:* Có loại ngựa có đủ sự nhanh nhẹn, nhưng chẳng có đủ sắc, chẳng có đủ hình thể.

KINH 146. TAM ĐIỀU THUẬN MÃ [121]

Tôi nghe như vầy:

Một thời, Đức Phật ở tại vườn Cấp Cô Độc, rừng cây Kỳ-đà, nước Xá-vệ.[122] Bấy giờ, Đức Phật bảo với các tỳ-kheo rằng:

"Ba loại ngựa được huấn luyện thuần thục như trên, thích hợp cho vua và vương tử cưỡi.[123]

"Thế nào là ba việc đầy đủ? Đó là tài năng đầy đủ, sắc tướng đầy đủ và hình thể đầy đủ. Ba hạng tỳ-kheo cũng như ba loại ngựa ấy vậy. Nếu tỳ-kheo đầy đủ cả ba thứ trên, phải nên lễ bái cúng dường, chắp tay tán thán. Đó gọi là ba việc đầy đủ.

"Sao gọi là sắc tướng đầy đủ? Đó là trì giữ đầy đủ cấm giới. Đối với phòng hộ bởi Ba-la-đề-mộc-xoa, ra vào lui tới đầy đủ các oai nghi, mắc phải một tội nhỏ thì tâm sanh sợ hãi, kiên trì cấm giới không hề hủy tổn. Đó gọi là Sắc tướng đầy đủ.

"Sao gọi là Lực đầy đủ? Nghĩa là khi ác pháp chưa sanh thì khiến cho nó không sanh. Ác pháp đã sanh thì phương tiện khiến cho nó diệt. Thiện pháp chưa sanh thì phương tiện làm cho chúng được tăng trưởng rộng lớn. Đó gọi là lực đầy đủ.

"Sao gọi là Tài năng đầy đủ? Nếu như thật biết ở trong Phật pháp, chứng nghiệm bốn chân đế rồi, đó gọi là tài năng đầy đủ."

Các vị tỳ-kheo nghe Phật thuyết pháp, vâng lời Phật dạy, hoan hỷ phụng hành.

---

[121] *Tương đương No. 99* (920). Pāli. A.3. 94. *Ājānīya*. Tham khảo *Tạp A-hàm*, Việt dịch, kinh 1301.

[122] *No. 99*: vườn Trúc, Ca-lan-đà, thành Vương Xá.

[123] *No. 99*: ba loại ngựa tốt được vua dùng để kéo xe. Pāli *rañño bhadro assājānīyo rājāraho hoti rājabhoggo, rañño aṅganteva saṅkhayaṃ gacchati*.

KINH 147. TỨ ĐIỀU THUẬN MÃ [124]

Tôi nghe như vầy:

Một thời, Đức Phật ở tại vườn Cấp Cô Độc, rừng cây Kỳ-đà, nước Xá-vệ.[125] Bấy giờ, Đức Phật bảo với các tỳ-kheo rằng:

"Có bốn loại ngựa tốt mà bậc vương giả có thể cưỡi[126]. Sao gọi là bốn? Đó là loại ngựa khéo điều phục, chạy nhanh, có thể ẩn nhẫn dừng lại và không tranh đấu[127]. Một bậc tỳ-kheo cũng như thế, ta gom thành bốn loại.

"Phải nên quy y, cúng dường, lễ bái và chắp tay cung kính. Ở trong thế gian là ruộng phước vô thượng. Sao gọi là bốn? Đó là khéo điều, chạy nhanh, có thể khiến dừng lại và không tranh đấu."

Các vị tỳ-kheo nghe Phật nói rồi, vâng lời Phật dạy, hoan hỷ phụng hành.

KINH 148. TIÊN ẢNH[128]

Tôi nghe như vầy:

Một thời, Đức Phật ở tại vườn Cấp Cô Độc, rừng cây Kỳ-đà, nước

---

[124] *Tương đương No. 99* (921). Pāli. A.4. 256-257. *Ājānīya.* Tham khảo *Tạp A-hàm*, Việt dịch, kinh 1302.

[125] *No. 99:* vườn Trúc, Ca-lan-đà, thành Vương Xá.

[126] *Tạp:* đủ bốn năng lực. Pāli *rañño bhaddo assājāniyo*, ngựa được huấn luyện thuần thục của vua.

[127] Bốn yếu tố, theo Pāli *vaṇṇasampanno, balasampanno, javasampanno, ārohapariṇāhasampanno*: có sắc, có lực, có sự nhanh nhẹn, có thân hình cao lớn.

[128] *Tương đương No. 99* (922). Pāli. A.4. 113. *Patoda.* Tham khảo *Tạp A-hàm*, Việt dịch, kinh 1303.

Xá-vệ.[129] Bấy giờ, Đức Phật bảo với các tỳ-kheo rằng:

"Thế gian có bốn loại ngựa, Hiền nhân có thể cưỡi.[130] Bốn loại là gì?

"Loại ngựa thứ nhất, thấy bóng roi đưa lên liền kinh sợ, làm theo ý của ngự giả.

"Loại ngựa thứ hai là loại ngựa bị roi mới phất vào lông mình đã sợ hãi, xứng ý của ngự giả.

"Loại ngựa thứ ba là loại bị roi quất vào thịt thân sau đó mới sợ, làm theo ý của ngự giả.

"Loại ngựa thứ tư là loại mà khi roi quất mạnh đến tận thịt xương thì sau đó mới sợ, làm theo ý của ngự giả.

"Bậc trượng phu cưỡi ngựa cũng có bốn loại như vậy. Sao gọi là bốn?

"Hạng thứ nhất, như nghe trong xóm làng khác có người, hoặc nam hoặc nữ bị bệnh làm cho não hại, hết sức khốn đốn, nặng dần đến chết. Nghe nói việc ấy rồi, đối với pháp thế tục biết một cách sâu sắc rằng chán ngán. Do tâm chán ngán ấy mà chí tâm tu thiện. Đó gọi là trượng phu khéo điều phục ngựa mình cưỡi, như chỉ mới thấy cái bóng của chiếc roi thôi đã biết sợ, làm theo ý của người cỡi ngựa.

"Hạng thứ hai, như thấy người ở trong tụ lạc của mình, hoặc nam hoặc nữ bị bệnh nặng, vô cùng khốn khổ, đưa đến mạng chung. Thấy việc ấy rồi sanh tâm chán ngán, do chán ngán mà chí tâm tu thiện. Đó gọi là trượng phu khéo điều phục ngựa mình cưỡi, như roi mới quất vào lông da đã sợ hãi và làm xứng ý của người cỡi ngựa.

"Hạng thứ ba, tuy thấy người ở trong tụ lạc của mình bệnh hoạn rồi chết nhưng chẳng sanh lòng chán sợ họa hoạn. Thấy ngay bản thân mình vẫn có thân tộc giúp đỡ cho mình. Thấy người bệnh hoạn, nặng nề đến chết, sau đó mới có thể đối với thế gian pháp sanh tâm chán ghét, do chán ghét đó mà siêng tu Phạm hạnh. Đó gọi là trượng phu cỡi ngựa của mình mà roi quất vào thịt thân mới làm xứng ý

---

[129] *No. 99:* vườn Trúc, Ca-lan-đà, thành Vương Xá.
[130] *Tạp:* Thế gian có bốn loại ngựa tốt.

người cưỡi ngựa.

"Hạng thứ tư, là tuy cũng thấy những người trong thân tộc, những kẻ giúp đỡ mình gặp bệnh tử vong nhưng không sanh tâm chán ghét. Nếu chính thân mình mắc bệnh, hết sức khốn đốn, chịu bao khổ não, ý nặng nề không vui, sau đó mới sanh lòng chán ghét thế gian. Do tâm chán ghét đó mà tu các hạnh lành. Đó là trượng phu cưỡi ngựa của mình, để roi quất mạnh thấu thịt thấu xương mới làm theo ý của ngự giả."

Bấy giờ các tỳ-kheo nghe Đức Phật nói rồi, vâng lời Phật dạy, hoan hỷ phụng hành.

KINH 149. BÁT CHỦNG QUÁ[131]

Tôi nghe như vầy:

Một thời, Đức Phật ở tại vườn Cấp Cô Độc, rừng cây Kỳ-đà, nước Xá-vệ.[132] Bấy giờ, Đức Phật bảo với các tỳ-kheo rằng:

"Ngựa có tám tật xấu[133] được biết trong thế gian, hiện tại có thể thấy.[134]

"Sao gọi là tám? Một là loại ngựa mà khi người cưỡi ngựa dùng roi khống chế ngựa trên đường xa. Loại ngựa chứng này nhảy dựng

---

[131] *Tương đương No. 99* (924). Pāli. A.8. 14. *Assakhaluṅka.* Tham khảo *Tạp A-hàm,* Việt dịch, kinh 1305.

[132] *No. 99:* vườn Trúc, Ca-lan-đà, thành Vương Xá.

[133] *No. 99:* mã hữu bát thái 馬有八態, ngựa có tám cách thái. Pāli *aṭṭha assadosā,* tám tật xấu của ngựa.

[134] Pāli *Aṭṭha ca, bhikkhave, assakhaḷuṅke desessāmi aṭṭha ca assadose, aṭṭha ca purisakhaḷuṅke aṭṭha ca purisadose,* này các Tỳ-kheo, Ta sẽ giảng về tám loại ngựa khó thuần phục và tám tật xấu của ngựa, cũng như tám hạng người khó điều phục và tám tật xấu của con người.

lên, đứng sựng không đi, kiềm ghì dàm má, phá nát yên cương, tổn thương hình thể. Đó gọi là tật xấu của ngựa[135].

"Loại ngựa thứ hai là loại mà khi người cưỡi nó, nó không chịu đi tới. Loại ngựa chứng này nhảy vọt lên chống cự, phá nát yên cương.

"Loại ngựa thứ ba là loại mà khi ngự giả cưỡi nó, nó không chịu đi trên đường, cứ vọt qua hầm hố.

"Loại ngựa thứ tư là loại mà khi cưỡi nó, nó cũng không chịu đi tới, quay tới rồi quay lui.

"Loại ngựa thứ năm là loại không sợ người cưỡi nó quất roi đau đớn.

"Loại ngựa thứ sáu là loại mà người cưỡi nó dùng roi quất, nó dựng đứng hai chân lên song song cách đất.

"Loại ngựa thứ bảy là loại mà khi người cưỡi nó muốn kéo chạy nhanh, nó lại muốn nằm, không chịu đi nữa.

"Loại ngựa thứ tám là loại mà người cưỡi muốn đi, mà nó lại muốn dừng.[136]

"Ở trong Phật pháp, người tu học[137] cũng có tám tật xấu như vậy.[138] Sao gọi là tám?

"Nếu tỳ-kheo đồng Phạm hạnh có thấy, nghe, nghi những chuyện đụng chạm tới bản thân mình thì mình liền nói với họ rằng: "Ông nay như trẻ con, vô trí, bất thiện, không hiểu biết, ông có thể xúc phạm những người khác, vì sao ông lại muốn xúc phạm tôi? Chính ông có

---

135 **Pāli**: *Ayaṃ paṭhamo assadoso*, đây là tật xấu thứ nhất của ngựa.

136 **Pāli**: *Ayaṃ aṭṭhamo assadoso. Ime kho, bhikkhave, aṭṭha assakhaḷuṅkā aṭṭha ca assadosā.* Đây là tật xấu thứ tám của ngựa. Này các Tỳ-kheo, đây là tám loại ngựa khó thuần phục và tám tật xấu của ngựa.

137 Tu học trượng phu 修學丈夫. *No. 99*: thế gian ác trượng phu 世間惡丈夫. Bản **Pāli** *aṭṭha purisakhaḷuṅkā aṭṭha ca purisadosā*, tám hạng người bất kham, tám khuyết điểm ở người.

138 **Pāli** *aṭṭha purisakhaḷuṅkā aṭṭha ca purisadosā*, tám hạng người khó điều phục và tám tật xấu của con người.

lỗi, lại cử tội người khác'. Hạng người như thế giống như loại ngựa thứ nhất.

"Loại người thứ hai là hạng thấy tỳ-kheo khác thấy, nghe, nghi tội của người đồng Phạm hạnh, liền nói với người có tội ấy rằng: 'Ông nay phạm những tội như thế'. Lúc ấy người có tội lại nói với người kia rằng: 'Ông nay tự phạm những tội như vậy, nếu sám hối rồi mới có thể cử tội của tôi'. Những người như thế giống như loại ngựa thứ hai, có nhiều lỗi lầm.

"Loại người thứ ba, nếu có tỳ-kheo thấy, nghe, nghi có tội vì người khác cử tội liền nói lời khác ấy tùy theo yêu thương, sân hận hay sợ hãi, si mê sanh ra phẫn nộ. Người như thế giống như loại ngựa thứ ba, có nhiều lỗi lầm.

"Loại người thứ tư, nếu có tỳ-kheo, cũng lại thấy, nghe, nghi tội, cử tội người khác, người ấy liền nói với người cử tội rằng: 'Tôi không có nhớ đã phạm tội như vậy'. Nên biết hạng người này có những lỗi lầm giống như loại ngựa thứ tư vậy.

"Loại người thứ năm, nếu có tỳ-kheo cũng phạm tội đối với thấy, nghe, nghi có tội, người đồng Phạm hạnh đến cử tội tỳ-kheo ấy, bấy giờ người phạm tội liền thâu xếp y bát, tùy ý mà bỏ đi, trong tâm không có chút sợ hãi úy ky gì đối với chúng Tăng và người cử tội. Nên biết hạng người này có lỗi lầm giống như loại ngựa thứ năm vậy.

"Loại người thứ sáu, nếu có tỳ-kheo, cũng bị phạm tội đối với tội thấy, nghe, nghi, khi người đồng Phạm hạnh nêu việc ấy ra thì người phạm tội liền ngồi ở chỗ cao, cùng với các vị Trưởng lão Tỳ-kheo tranh luận đạo lý, quơ tay to tiếng nói như thế này: 'Mọi người các ông thảy đều phạm tội thấy, nghe, nghi, mà lại nói tôi phạm'. Nên biết tội lỗi của hạng người này giống như hạng ngựa thứ sáu vậy.

"Loại người thứ bảy, nếu có tỳ-kheo, cũng lại phạm vào thấy, nghe, nghi có tội, thanh tịnh tỳ-kheo nêu ra sự việc ấy, người có tội lại mặc nhiên mà đứng, cũng chẳng thèm nói năng là có tội hay không có tội, làm não loạn chúng Tăng. Nên biết lỗi lầm của hạng người này giống như loại ngựa thứ bảy vậy.

"Loại người thứ tám, nếu có tỳ-kheo cũng phạm đối với thấy, nghe, nghi có tội, khi thanh tịnh tỳ-kheo phát cử việc ấy thì người phạm tội kia liền xả giới, thối thất thiện căn, bỏ đạo hoàn tục. Đã bỏ đạo rồi lại còn đứng một bên cửa chùa nói với các tỳ-kheo khác rằng: 'Tôi nay hoàn tục, như vậy đã thỏa mãn các ông chưa? Từ nay các ông vui mừng khoái chí lắm phải không?' Nên biết hạng người này giống như là loại ngựa có tật xấu thứ tám vậy."

Các vị tỳ-kheo sau khi nghe lời Phật dạy, hoan hỷ phụng hành.

KINH 150. BÁT CHỦNG HIỀN MÃ[139]

Tôi nghe như vầy:

Một thời, Đức Phật ở tại vườn Cấp Cô Độc, rừng cây Kỳ-đà, nước Xá-vệ.[140] Bấy giờ, Đức Phật bảo các tỳ-kheo rằng:

"Có tám loại ngựa được Hiền giả cưỡi.[141] Nói Hiền giả là chỉ cho Chuyển luân Thánh vương. Những gì là tám?

"Loại ngựa sanh ra được Hiền giả cưỡi. Đó là đức tính thứ nhất của ngựa Hiền giả cưỡi.

"Loại ngựa thứ hai là loại cực kỳ thuần thiện, không làm xúc não các loại ngựa khác. Đó là đức tính thứ hai của ngựa Hiền giả cưỡi.

"Loại ngựa thứ ba là loại ăn cỏ không chọn lựa tốt xấu, hết thảy đều ăn sạch. Đó cũng gọi là đức tính của ngựa Hiền giả cưỡi.

"Loại ngựa thứ tư là loại hễ thấy có vật nhơ uế thô ác liền sanh

---

[139] *Tương đương No. 99 (925). Pāli. A.8. 13. Assājānīya.* Tham khảo *Tạp A-hàm*, Việt dịch, kinh 1306.

[140] Hữu bát chủng mã vi hiền sở thừa 有八種馬為賢所乘. *No. 99:* vườn Trúc, Ca-lan-đà, thành Vương Xá.

[141] *No. 99:* Ngựa tốt ở thế gian có đủ tám đức tính tốt. Pāli *Aṭṭhahi aṅgehi samannāgato rañño bhaddo assājāniyo*, ngựa được huấn luyện thuần thục của vua có tám đức tính.

khởi bất tịnh tướng. Nói chung chúng không bao giờ dừng lại, ngủ nghỉ ở những nơi đại tiểu tiện. Đó gọi là tướng ngựa thứ tư mà bậc Hiền giả cười.

"Loại ngựa thứ năm là loại ngựa thường thể hiện tật xấu của ác mã trước ngự giả, để ngự giả huấn luyện, điều trị những tình trạng bệnh tật của ác mã[142]. Đó cũng là tướng ngựa thứ năm mà bậc Hiền giả cười.

"Loại ngựa thứ sáu là loại có thể chịu vác nặng, không cầu hàng nhẹ. Chúng thường nghĩ như vầy: 'Khi ta thấy những con ngựa khác gánh vác, ta nên vác thay chúng. Đó là tướng ngựa thứ sáu mà một bậc Hiền giả cười.

"Loại ngựa thứ bảy là loại thường chạy trên đường, húc đầu không sổng vọt. Đường tuy nhỏ hẹp, mất lối nhưng vẫn biết lối đi rõ ràng. Đó gọi là tướng ngựa thứ bảy mà Hiền giả cười.

"Loại ngựa thứ tám là loại ngựa tuy bị bệnh rất nặng, thậm chí sắp chết nhưng lực dụng cũng không khác. Đó là loại ngựa thứ tám mà bậc Hiền giả cười.

"Hạng người Hiền[143] cũng có tám việc. Sao gọi là tám?

"Thứ nhất là, nếu có tỳ-kheo giữ cấm giới, đầy đủ oai nghi, qua lại trong nhân gian không để hủy phạm, giả sử có phạm chút tội nhỏ nào thì trong tâm phát sanh nỗi sợ hãi, gìn giữ giới luật giống như kẻ chột gìn giữ con mắt còn lại của mình. Nên biết hạng người này đồng hạng với loại ngựa đầu tiên mà bậc Hiền kỵ cười.

"Hạng thứ hai, như có tỳ-kheo đầy đủ thiện pháp, trọn không xúc não người đồng Phạm hạnh, cùng sống chung an lạc như nước với sữa hòa hợp. Nên biết hạng người này giống như loại ngựa thứ hai, được sanh về cõi của bậc Hiền.

"Hạng thứ ba, lại có tỳ-kheo, khi thọ ẩm thực, không chọn lựa ngon dở, ăn hết không chừa. Nên biết hạng người này giống như loại ngựa

---

[142] Xem *Tạp.* III. Kinh 1306, **cht.** 23.
[143] Trượng phu hiền thừa 丈夫賢乘.

thứ ba, sanh về chỗ của bậc Hiền.

"Hạng thứ tư, nếu có tỳ-kheo, thấy các ác pháp không thanh tịnh, trong tâm phát sanh sự chán ghét, thảy đều xa lìa ba nghiệp bất thiện, quở trách ác pháp bỉ lậu hạ tiện. Nên biết người này đồng loại với ngựa thứ tư, sanh về chỗ của bậc Hiền.

"Hạng thứ năm, nếu có tỳ-kheo đã phạm tội rồi, gần gũi trước Phật bộc bạch tội lỗi của mình. Đối với những điều được các bậc tu hành Phạm hạnh chỉ dạy, tự phát rõ lầm lỗi. Nên biết hạng người này đồng loại với ngựa thứ năm, sanh về chỗ của bậc Hiền.

"Hạng thứ sáu, nếu có tỳ-kheo đầy đủ học giới. Thấy các vị tỳ-kheo đồng Phạm hạnh có phạm giới đã thọ, trong tâm thường nghĩ rằng: 'Ta nên tu học không để hủy phạm.' Nên biết hạng người này đồng với loại ngựa thứ sáu, sanh về chỗ của bậc Hiền.

"Hạng thứ bảy, nếu có tỳ-kheo thực hành Bát chánh đạo, không lạc vào nẻo tà. Nên biết hạng người này đồng với loại ngựa thứ bảy không thực hành phi đạo, sanh về chỗ bậc Hiền.

"Hạng thứ tám, nếu có tỳ-kheo tuy bệnh nặng trầm trọng đến gần chết, nhưng tinh tấn không giải đãi, ý chí kiên cố, không hề giao động, thường mong cầu tiến để đạt được những diệu pháp thù thắng, tâm không hề mệt mỏi. Nên biết hạng người này đồng với loại ngựa thứ tám, gắng sức đến cùng, sanh về chỗ của bậc Hiền, trong Giáo pháp của Đức Phật được sự chân thật."

Đức Phật nói pháp xong, các tỳ-kheo sau khi nghe lời Phật dạy, hoan hỷ phụng hành.

KINH 151. ĐẠI CA-CHIÊN-DIÊN[144]

Tôi nghe như vầy:

---

[144] *Tương đương No. 99 (926). Pāli. A.11. 1.9. Saddha (11.10. Sandha).*

Một thời, Đức Phật trú tại tinh xá Úng-thật-ca, nước Na-đề-ca[145]. Bấy giờ, Đức Thế Tôn bảo với Đại Ca-chiên-diên[146] rằng: "Hãy kiên định tâm ý, chớ có tán loạn[147], phải nên như một người lái xe giỏi, điều phục, nhiếp hộ các căn, đừng để các căn dong ruổi, tán loạn như con ngựa chứng. Giống như con ngựa chứng bị buộc chặt nơi cọc chuồng, chỉ nghĩ đến cỏ và nước, ngoài ra không biết gì khác. Nếu không được ăn thì sẽ bứt đứt dây bờm. Cũng như có người tập hành tương ưng với tham dục quấn chặt, do bởi tham dục, mà tập hành quen với hiềm hận trong tâm, tập hành phát khởi dục tầm[148]; vì có dục tầm nên sanh các não hại, bao nhiêu bất thiện tầm[149] từ đó phát sanh. Vì vậy mà không biết con đường xuất ly, rốt cuộc không biết được thể tướng của dục.

"Nếu lại có người đam mê ngủ nghỉ, do ngủ nhiều nên khởi lên nhiều loạn tưởng, đủ thứ phiền não theo đó sinh trưởng. Do ý nghĩa này, không biết đạo xuất yếu, không biết pháp đối trị.

"Nếu lại có người sanh nhiều niềm trạo hối, do họ thường sanh tâm trạo hối như thế nên đối với các pháp tướng không thể phân biệt rõ ràng. Nên biết rằng trạo hối là nguyên nhân gây nên sự tán loạn. Do ý nghĩa này, không biết đạo xuất yếu, không biết pháp đối trị.

"Lại có những người sanh khởi nhiều nghi tâm. Do tâm nghi hoặc này mà đối với các pháp do dự không hiểu biết. Do ý nghĩa này, không biết đạo xuất yếu, không biết pháp đối trị.

"Giống như người cưỡi ngựa, khéo biết buộc ngựa nơi cọc chuồng. Tâm nó không nghĩ đến nước và cỏ, không bứt đứt vàm dây. Giống

---

Tham khảo *Tạp A-hàm*, Việt dịch, kinh 1307.

[145] Na-đề-ca quốc Úng-thật-ca tinh xá 那提迦國瓮毫迦精舍; *No. 99*: Na-lê tụ lạc Thâm cốc tinh xá 那梨聚落深谷精舍. Pāli *Nātike giñjakāvasathe*, trong ngôi nhà ngói ở *Nātika*.

[146] Đại Ca-chiên-diên大迦旃延; *No. 99*: Sần-đà Ca-chiên-diên 詵陀迦旃延. Pāli *Saddha*.

[147] Xem *Tạp*. III. Kinh 1307, cht. **29**.

[148] Dục giác 欲覺, tức dục tầm, một trong ba bất thiện tầm.

[149] 惡覺 ác giác, tức bất thiện tầm 不善尋, ở đây chỉ ba bất thiện tầm.

như có người tâm không có dục kết, chỉ có ý tưởng thanh tịnh. Do không đắm nhiễm vào dục tưởng này nên không sanh khởi các triền cái như trạo hối, nghi và thùy miên. Do sức nhân duyên họ không sanh ngũ cái đó mà họ biết được phương pháp đối trị để xuất ly.

"Như vậy này các tỳ-kheo! Không dựa vào bốn thứ đất, nước, gió, lửa, cũng không dựa vào bốn vô sắc định mà sanh thiền pháp. Không dựa vào đời này, không dựa vào đời khác, lại không dựa vào trời trăng tinh tú; không dựa vào sự thấy nghe, không dựa vào các nhận thức, không y theo trí tuệ hiểu biết, cũng không y vào cảnh giới do tâm thức suy cầu, cũng không y chỉ giác tri[150], hoạch đắc vô sở y chỉ Thiền. Nếu có tỳ-kheo không dựa vào các pháp thiền như vậy thì sẽ đạt được thứ Định sâu xa. Thích đề-hoàn nhân, trời Tam thập tam và Phạm chúng[151] thảy đều chắp tay cung kính tôn trọng, quy y vị này: 'Chúng ta bây giờ không biết nên dựa váo phép tắc nào để đạt được Thiền định.'"

Bấy giờ, Tôn giả Bạc-ca-lê[152] đang đứng hầu sau Đức Phật, cầm quạt, quạt hầu Phật, bạch với Phật rằng:

"Bạch Đức Thế Tôn! Thế nào là một vị tỳ-kheo tu tập các thiền định, không dựa vào bốn đại và bốn vô sắc cho đến không dựa vào các tưởng giác quán? Nếu như vậy thì các vị tỳ-kheo làm sao đạt được thiền định như thế?

"Thích đề-hoàn nhân và các thiên chúng chắp tay cung kính, tôn trọng tán thán người được định này rồi nói lời rằng: 'Thiện nam tử này, bậc thượng thủ trong hàng trượng phu, y chỉ vào việc gì mà tu các thiền định?'"

---

[150] *No. 99*: tùy giác, tùy quán 隨覺隨觀, tức tuỳ thuận tứ. Pāli *anuvitakketi anuvicāreti*, truy tầm, suy tưởng.

[151] Thích đề hoàn nhân, Tam thập tam thiên cập chư Phạm chúng 釋提桓因、三十三天及諸梵眾. *No. 99*: Chư thiên chủ, Y-thấp-ba-la, Ba-xà-ba-đề諸天主, 伊濕波羅, 波闍波提. Pāli *saindā devā sabrahmakā sapajāpatikā*.

[152] Bạc-ca-lê薄迦梨; *No. 99*: 跋迦利 Bạt-ca-lợi. Pāli *Saddha*.

Đức Phật bảo với Bạc-ca-lê:

"Nếu có tỳ-kheo tu sâu thiền định, quán khắp đại địa đều là hư ngụy, không thấy có một tướng chân thật nào, các loại nước, lửa, gió và bốn vô sắc, đời này đời khác, trời trăng tinh tú, kiến văn giác tri, giác quán suy cầu, cảnh giới tâm ý cho đến chỗ mà trí giác kia không thể đạt tới cũng đều như thế, hết thảy hư ngụy, không có thật pháp, chỉ là giả danh, do nhân duyên hòa hợp mà có nhiều tên gọi. Quán sát không tịch này chẳng thấy có pháp hay phi pháp cả."

Bấy giờ Thế Tôn liền nói kệ rằng:

> *"Bạc-ca-lê ngươi nay*
> *Phải nên biết như vầy*
> *Thực tập pháp tọa thiền*
> *Quán sát chẳng có gì*
> *Vua trời Kiều-thi-ca*
> *Và trời Tam thập tam*
> *Vua của các tầng trời*
> *Cùng với trời Đại phạm*
> *Chắp tay cung kính lễ*
> *Bậc đáng kính trong đời*
> *Thảy đều khen lời này*
> *Nam-mô Thiện trượng phu*
> *Chúng tôi đều chẳng biết*
> *Ngài y theo pháp nào*
> *Mà được định sâu ấy*
> *Mọi người đều chẳng tỏ."*

Khi Đức Phật nói pháp ấy xong rồi, Ngài Đại Ca-chiên-diên xa lìa trần cấu, được pháp nhãn tịnh. Tỳ-kheo Bạc-ca-lê vĩnh viễn dứt trừ phiền não, không còn thọ sanh đời sau nữa, dứt sạch hữu kết.

Bấy giờ, các vị tỳ-kheo sau khi nghe những lời Phật dạy, hoan hỷ phụng hành.

NHIẾP TỤNG

Ác mã – Điều thuận mã
Hiền thừa – Ba và bốn
Bóng roi và Điều thừa
Có lỗi, tám thứ ác
Ca-chiên-diên lìa cấu
Mười việc đều nói xong.

KINH 152. ƯU-BÀ-TẮC[153]

Tôi nghe như vầy:

Một thời, Đức Phật ở trong rừng Ni-câu-đà[154], nước Ca-tỳ-la-vệ. Bấy giờ Thích Ma-nam[155] đi đến chỗ Phật, đảnh lễ dưới chân Phật rồi ngồi sang một bên, bạch với Đức Phật rằng:

"Bạch Đức Thế Tôn! Thế nào gọi là nghĩa Ưu-bà-tắc?[156] Cúi xin Đức Như Lai diễn nói cho con."

Đức Phật bảo với Thích Ma-nam:

"Hàng bạch y tại gia quy y Tam bảo, do nghĩa này mà gọi là ưu-bà-tắc. Ông là người như thế."

Bấy giờ, Thích Ma-nam lại bạch Phật rằng:

"Bạch Đức Thế Tôn! Thế nào gọi là Ưu-bà-tắc tín?"[157]

---

[153] *Tương đương No. 99 (927). Pāli. S. 55.37. Mahānāma.* Tham khảo *Tạp A-hàm*, Việt dịch, kinh 1308.

[154] Ni-câu-đà lâm 尼拘陀林; *No. 99*: Ni-câu-luật viên 尼拘律園; Pāli *Nigrodhārāma.*

[155] Thích Ma-nam 釋摩男; *No. 99*: Thích chủng danh Ma-ha-nam 釋種名摩訶男; Pāli *Sakko Mahānāmo.*

[156] Ưu-bà-tắc 優婆塞. Pāli *upāsaka.*

[157] Ưu-bà-tắc tín 優婆塞信, *No. 99*: tín cụ túc 信具足. Pāli *saddhāsampanna,*

Đức Phật bảo với Thích Ma-nam:

"Ở chỗ Như Lai phát sanh niềm tin sâu sắc, an trụ trong tín tâm, trọn không bị sa-môn, bà-la-môn, hoặc trời, hoặc ma, hoặc phạm, hoặc người nào có thể phá hoại được niềm tin ấy. Đó gọi là ưu-bà-tắc tín."

Bấy giờ Thích Ma-nam lại bạch với Phật rằng:

"Sao gọi là Ưu-bà-tắc giới[158]?"

Đức Phật bảo với Thích Ma-nam:

"Không sát sanh, không trộm cắp, không tà dâm, không khi dối và không uống rượu. Đó gọi là Ưu-bà-tắc giới."

Thích Ma-nam lại hỏi:

"Sao gọi là Thí cụ túc[159]?"

Phật dạy:

"Pháp tu của ưu-bà-tắc phải xả bỏ xan tham. Tất cả chúng sanh đều bị các phiền não xan tham, tật đố kia che khuất, do đó nên lìa bỏ xan tham và tật đố, khởi tâm buông bỏ, tự mình bố thí, không hề chán mỏi, đó gọi là Thí cụ túc."

Lại hỏi:

"Sao gọi là Trí huệ cụ túc?"

Phật bảo Thích Ma-nam:

"Vị ưu-bà-tắc, như thật biết khổ, như thật biết khổ tập, như thật biết khổ diệt, như thật biết khổ diệt đạo. Biết rõ bốn đế này, quyết định rõ ràng, đó gọi là Huệ cụ túc."

---

người được trang bị với tín.

[158] Ưu-bà-tắc giới 優婆塞戒; *No. 99*: Giới cụ túc 戒具足. **Pāli** *sīlasampanna*, người được trang bị với giới.

[159] Thí cụ túc 施具足; *No. 99*: Xả cụ túc 捨具足. **Pāli** *cāgasampanna*, người được trang bị với Thí (ban phát hay buông bỏ). *No. 99*: Có nói đến 'văn cụ túc 聞具足' rồi đến 'xả cụ túc 捨具足', nhưng Để bản và Pāli không có đề cập 'văn cụ túc 聞具足'

Đức Phật nói như vậy rồi, các vị tỳ-kheo nghe Phật thuyết pháp, hoan hỷ phụng hành.

KINH 153. ĐẮC QUẢ[160]

Tôi nghe như vầy:

Một thời, Đức Phật ở trong rừng Ni-câu-đà, nước Ca-tỳ-la-vệ. Bấy giờ, Thích Ma-nam cùng năm trăm ưu-bà-tắc đi đến chỗ Phật, đảnh lễ dưới chân Phật rồi ngồi sang một bên, bạch với Đức Phật rằng:

"Bạch Đức Thế Tôn! Như lời Đức Phật dạy, ưu-bà-tắc nghĩa là hàng bạch y tại gia có đầy đủ chí trượng phu, quy mạng Tam bảo, tự nói ta là ưu-bà-tắc, vậy làm thế nào để đắc quả Tu-đà-hoàn, cho đến A-na-hàm?"

Đức Phật bảo với Thích Ma-nam:

"Đoạn trừ ba kết, đó là thân kiến, giới thủ và các lưới nghi. Đoạn ba kết rồi thì thành vị Tu-đà-hoàn, không còn thọ thân trong ba đường ác. Đối với đạo Vô thượng phát sanh niềm tin quyết định, còn bảy lần qua lại cõi trời, cõi người nữa, dứt sạch các khổ, nhập vào Niết-bàn, đó gọi là ưu-bà-tắc đắc Tu-đà-hoàn."

Lại hỏi:

"Làm thế nào để đắc quả Tư-đà-hàm?"

Phật bảo Ma-ha-nam:

"Đoạn trừ ba kết rồi, các phiền não dâm, nộ, si cạn mỏng gọi là Tư-đà-hàm."

Lại hỏi:

"Làm thế nào để đắc quả A-na-hàm?"

---

[160] *Tương đương No. 99* (928). Pāli. S. 55.49. *Mahānāma.* Tham khảo *Tạp A-hàm,* Việt dịch, kinh 1309.

Phật bảo Ma-ha-nam:

"Nếu có thể đoạn trừ ba kết và năm hạ phần thì thành A-na-hàm."

Bấy giờ Ma-ha-nam cùng năm trăm vị ưu-bà-tắc nghe pháp ấy rồi, tâm sanh hoan hỷ, bạch với Đức Phật rằng:

"Bạch Đức Thế Tôn! Thật là hy hữu! Các đệ tử tại gia chúng con đạt được sự lợi ích lớn lao này, tất cả đều có thể làm ưu-bà-tắc."

Bấy giờ, Ma-ha-nam cùng các vị ưu-bà-tắc nói lời ấy rồi, lễ Phật lui ra.

Các tỳ-kheo sau khi nghe những lời Phật dạy, hoan hỷ phụng hành.

KINH 154. NHẤT THIẾT SỰ[161]

Tôi nghe như vầy:

Một thời, Đức Phật ở trong rừng Ni-câu-đà, nước Ca-tỳ-la-vệ. Bấy giờ, Thích Ma-nam đi đến chỗ Phật, sau khi kính lễ Phật rồi ngồi sang một bên, bạch với Đức Phật rằng:

"Bạch Đức Thế Tôn! Thế nào gọi là ưu-bà-tắc có đầy đủ chí trượng phu? Nói rộng như trên, sao gọi là đầy đủ các hành?"

Đức Phật bảo với Ma-ha-nam:

"Ưu-bà-tắc tuy có tín cụ túc nhưng chưa có đủ giới. Đó gọi là có niềm tin mà chưa đầy đủ giới. Người muốn cầu đầy đủ tín và giới cần phải siêng năng vận dụng mọi phương tiện để mong cầu đầy đủ. Đó gọi là Ưu-bà-tắc tín giới đầy đủ."

Đức Phật lại bảo với Ma-ha-nam:

"Ưu-bà-tắc tuy đầy đủ tín và giới, nhưng xả không đầy đủ, vì để

---

[161] *Tương đương No. 99 (929). Pāli. A. 8.25, Mahānāma.* Tham khảo *Tạp A-hàm*, Việt dịch, kinh 1310.

đầy đủ, phải siêng năng tu các phương tiện cho được đầy đủ."

Bấy giờ, Ma-ha-nam bạch với Đức Phật rằng:

"Bạch Đức Thế Tôn! Như con ngày nay có tín, giới và xả, ba chi đầy đủ."

Đức Phật bảo với Ma-ha-nam:

"Tuy đã đủ ba việc, nhưng không đi đến Tăng phường, tinh xá. Vì nhân duyên ấy nên cũng chưa gọi là Cụ túc. Phải nên siêng năng vận dụng mọi phương tiện để đi đến chùa tháp."

Bấy giờ Ma-ha-nam nói với các vị ưu-bà-tắc rằng:

"Chúng ta nay cần phải có đầy đủ tín, giới và cả tâm xả, đi đến các chùa tháp."

Đức Phật bảo với Ma-ha-nam:

"Nếu có đầy đủ tín, giới và xả tâm, đi đến các chùa tháp, gần gũi chúng Tăng. Thế mới gọi là đầy đủ."

Phật lại bảo với Ma-ha-nam:

"Tuy đã đầy đủ cả bốn việc nói trên, nhưng nếu không nghe pháp thì cũng gọi là chưa đầy đủ."

Ma-ha-nam bạch:

"Chúng con có thể nghe pháp."

Đức Phật lại bảo Ma-ha-nam:

"Tuy có thể nghe pháp, nhưng nếu không thọ trì thì cũng chưa được gọi là đầy đủ. Tuy có thể thọ trì nhưng không hiểu rõ được nghĩa lý ấy thì cũng chẳng gọi là đầy đủ. Tuy hiểu rõ nghĩa lý nhưng chưa đạt đến chỗ như thuyết tu hành thì cũng chưa gọi là đầy đủ. Nếu có thể đầy đủ tín, giới và xả tâm, đi đến các chùa tháp, nghe pháp, thọ trì nghĩa lý mà mình đã hiểu rõ, như thuyết tu hành, đó gọi là hạnh đầy đủ. Ma-ha-nam tuy đã đầy đủ tín, giới và xả tâm thường đi đến các chùa tháp, thân cận chúng Tăng nhưng do chưa chuyên tâm nghe pháp, đó cũng còn gọi là hạnh chưa đầy đủ. Do ý nghĩa này, cần phải vận dụng mọi phương tiện chuyên tâm thính pháp. Tuy có thể nghe pháp, nếu không thọ trì thì cũng gọi là không đầy đủ. Vì vậy phải nên thọ trì Chánh pháp. Tuy có thể thọ trì nhưng nếu không hiểu nghĩa thì cũng chưa gọi là đầy đủ. Vì vậy cần phải nên hiểu rõ ngôn thú, tuy đã hiểu rõ được nghĩa vị[162] mà lại không thể như thuyết tu hành thì cũng chưa gọi là đầy đủ. Vì vậy phải như thuyết tu hành. Nếu có thể đầy đủ tín tâm, trì giới và tâm xả, thường đi đến chỗ Tăng, chuyên tâm nghe pháp, thọ trì không quên mất, hiểu rõ nghĩa lý của kinh pháp mà lại không thể như thuyết tu hành thì đó cũng gọi là không đầy đủ vậy.

"Này Ma-ha-ma! Một vị ưu-bà-tắc do tín tâm mà có thể trì giới. Nhờ trì giới pháp mà có thể có đầy đủ xả tâm. Nhờ có đủ xả tâm mà có thể đi đến chỗ Tăng, nhờ có thể đi đến chỗ Tăng mà có thể chuyên tâm nghe pháp. Nhờ chuyên tâm nghe pháp mà có thể thọ trì. Nhờ có thọ trì mà có thể hiểu rõ được ý nghĩa lý thú. Nhờ hiểu rõ ý nghĩa lý thú mà có thể như thuyết tu hành. Nhờ như thuyết tu hành mà thường siêng năng vận dụng phương tiện, khiến cho đầy đủ tất cả."

Bấy giờ Ma-ha-nam bạch với Đức Phật rằng:

"Bạch Đức Thế Tôn! Vị ưu-bà-tắc có đủ bao nhiêu chi gọi là tự lợi mình mà chưa làm lợi lạc người khác[163]?"

Phật bảo Ma-ha-nam:

"Đầy đủ tám chi thì gọi là tự lợi chính mình mà chưa làm lợi lạc người khác. Sao gọi là tám chi? Một vị ưu-bà-tắc tự thân có tín nhưng không thể chỉ dạy cho người khác. Tự trì tịnh giới nhưng không có khả năng dạy bảo người khác giữ gìn cấm giới. Tự tu tâm xả nhưng không thể dạy người thực hành bố thí. Tự đi đến chỗ chùa tháp, thân cận tỳ-kheo nhưng không khuyến giáo được người đi đến chùa tháp, thân cận tỳ-kheo. Tự mình nghe pháp nhưng không khuyên được người nên nghe Chánh pháp. Tự mình thọ trì nhưng không dạy người thọ trì. Tự mình hiểu nghĩa nhưng không dạy được người hiểu nghĩa

---

162 ᴾᵃˡⁱ *attanāva atthamaññāya dhammamaññāya*, tự mình biết nghĩa, biết pháp.

163 Tự lợi vị lợi ư tha 自利未利於他. *No. 99:* 自安慰不安慰他 tự an ủy mình, chẳng an ủi người khác. ᴾᵃˡⁱ *attahitāya paṭipanno hoti, no parahitāyā"ti*, thực hành vì mục đích tự lợi, không vì lợi tha.

lý ấy. Tự mình có thể như thuyết tu hành nhưng không thể giáo hóa người như thuyết tu hành. Đó gọi là tám chi, chỉ có thể tự lợi mà không làm lợi lạc người khác."

Bấy giờ, Ma-ha-nam lại bạch với Đức Phật rằng:

"Phải đầy đủ bao nhiêu pháp mới gọi là tự lợi ích chính mình mà cũng làm lợi ích cho người khác nữa?"

Đức Phật bảo với Ma-ha-nam rằng:

"Nếu có thể đầy đủ mười sáu chi, người như thế mới có thể gọi là tự lợi lợi tha: Tự mình sanh tín tâm rồi dạy người cũng khởi niềm tin; tự mình thọ trì rồi dạy người thọ trì; tự mình thực hành tâm xả rồi lại dạy người thực hành tâm xả; chính mình đi đến chỗ Tăng và các chùa tháp rồi cũng hướng dẫn người đi đến chỗ Tăng và các chùa tháp gần gũi tỳ-kheo; tự mình nghe pháp rồi cũng hướng dẫn người cùng nghe Chánh pháp; tự mình thọ trì rồi cũng dạy người thọ trì pháp; tự mình hiểu rõ nghĩa lý rồi cũng dạy người hiểu rõ nghĩa lý; tự mình như thuyết tu hành rồi cũng giáo hóa người như thuyết tu hành. Nếu có thể đầy đủ mười sáu món ấy thì đó gọi là tự lợi, lợi tha. Người được như thế nếu ở trong chúng sát-đế-lợi, hay trong chúng bà-la-môn, chúng cư sĩ, chúng sa-môn tùy chỗ vị ấy đến chúng nào thì đều sáng chói rực rỡ ở trong các chúng này, giống như ánh mặt trời xua tan bóng tối. Phải biết người này hết sức là hy hữu, hiếm có."

Đức Phật nói như vậy rồi, Thích Ma-nam đảnh lễ Đức Phật rồi lui ra.

Bấy giờ, các vị tỳ-kheo nghe Phật thuyết pháp rồi, hoan hỷ phụng hành.

KINH 155. TỰ KHỦNG[164]

Tôi nghe như vầy:

Một thời, Đức Phật ở trong rừng Ni-câu-đà, nước Ca-tỳ-la-vệ. Bấy giờ, Thích Ma-nam đi đến chỗ Phật, đảnh lễ dưới chân Phật rồi ngồi sang một bên, bạch với Đức Phật rằng:

"Bạch Đức Thế Tôn! Nhân dân xứ Ca-tỳ-la này rất sung túc, yên ổn an vui. Con ở trong xứ này thường hay tự nghĩ, rằng nếu khi nào bất chợt bị voi điên, xe cuồng, ngựa chứng hay kẻ gàn dở chạy nhanh tông trúng người con. Bấy giờ, nếu con quên mất tâm niệm Phật, hoặc lại thất niệm đối với Pháp và Tăng, rồi lại nghĩ rằng: 'Nếu ngay trong lúc tâm mình thất niệm đối với Tam bảo mà mạng chung thì thần thức con sẽ sanh về chốn nào, rơi vào cõi nào, thọ quả báo gì?"

Đức Phật bảo với Ma-ha-nam:

"Lúc ấy ông chớ sanh lòng sợ hãi, sau khi mạng chung ông sẽ sanh về cõi lành, chẳng đọa vào ác thú, không thọ quả báo ác. Giống như một gốc cây lớn khi mới sanh trưởng thường hướng về phía đông. Khi cây bị đốn ngã thì sẽ ngã về phía nào? Nên biết cây này chắc chắn sẽ ngã về phía Đông. Ông cũng giống như vậy! Ngày đêm tu tập các pháp lành, nếu đọa vào ác thú, thọ quả báo ác, hoàn toàn không có chuyện đó."

Bấy giờ Thích Ma-nam nghe Đức Phật chỉ dạy, đảnh lễ dưới chân Phật rồi trở về chỗ ngồi. Các vị tỳ-kheo nghe Phật thuyết pháp rồi, hoan hỷ phụng hành.

---

[164] *Tương đương No. 99 (930). Pāli. S. 55.21-22 Mahānāma.* Tham khảo *Tạp A-hàm, Việt dịch, kinh 1311.*

KINH 156. TU LỤC NIỆM[165]

Tôi nghe như vầy:

Một thời, Đức Phật ở trong rừng Ni-câu-đà, nước Ca-tỳ-la-vệ. Bấy giờ, Thích Ma-nam đi đến chỗ Phật, đảnh lễ dưới chân Phật rồi ngồi sang một bên, bạch với Đức Phật rằng:

"Bạch Đức Thế Tôn! Nếu có vị tỳ-kheo, khi còn ở giai vị Hữu học, việc cần làm chưa đầy đủ, thường muốn hân cầu quả vị A-la-hán, nhập vào cảnh giới Niết-bàn. Tỳ-kheo như thế nào, tu tập những gì để dứt hết các pháp hữu lậu, tâm được vô lậu, tâm được giải thoát, huệ được giải thoát, ở ngay trong hiện tại chứng được quả vị, được giới vô lậu, quyết định tự biết rằng ta chuyện sanh đã tận, Phạm hạnh đã lập, việc cần làm đã làm đủ, không còn thọ thân đời sau nữa."

Đức Phật bảo Ma-ha-nam:

"Nếu có tỳ-kheo, khi còn ở địa vị Hữu học, chưa đạt đến bậc Vô học, tâm ý thường cầu tiến, muốn được Niết-bàn, thường tu Lục niệm... giống như người thân thể gầy xấu, lại muốn ăn đồ ngon bổ, vì muốn tự vui thích. Các vị tỳ-kheo cũng lại như thế, vì muốn đạt đến Niết-bàn nên tu hành Lục niệm.

"Sao gọi là Lục niệm?

"Một là niệm Phật, tức niệm tưởng Như Lai, Ứng cúng, Chánh biến tri, Minh hạnh túc, Thiện thệ, Thế gian giải, Vô thượng sĩ, Điều ngự Trượng phu, Thiên nhân sư, Phật Thế Tôn. Ngay trong lúc niệm ấy, không có tham dục, sân nhuế, ngu si, chỉ có tâm thanh tịnh, chất trực. Do trực tâm này mà đắc pháp, đắc nghĩa, được thân cận Phật, tâm sanh hoan hỷ. Nhờ sự hoan hỷ mà thân được hỷ lạc. Nhờ thân an lạc mà tâm được định. Nhờ tâm có định lực nên đối với các oán gia[166] và cả thân tộc của mình không còn vọng tưởng oán tắng, tâm luôn bình

---

[165] Tương đương No. 99 (931). Pāli. A. 6.10 *Mahānāma*. Tham khảo *Tạp A-hàm*, Việt dịch, kinh 1312.

[166] 怨家; *No. 99*: 兇嶮眾生 chúng sinh hung hiểm, savyāpajjāya pajāya avyāpajjo viharati, sống không hiềm hận đối với người hiềm hận.

đẳng, được trụ vào dòng nước Pháp, nhập vào Định tâm, tu niệm Phật tâm, thú hướng Niết-bàn. Đó gọi là niệm Phật.

"Hai là niệm Pháp. Pháp ở đây chính là công đức của Như Lai, là Mười lực, Vô úy, chắc chắn thú hướng Niết-bàn. Phải nên chí tâm quán sát pháp này, bậc Trí giả tự biết; bậc Thánh đệ tử nên tu niệm pháp. Khi tu niệm Pháp, lúc ấy hành giả lìa hết mọi tham dục, sân nhuế, ngu si, chỉ có tâm thanh tịnh, chất trực. Do trực tâm này mà đắc nghĩa, đắc pháp. Do thân cận pháp nên tâm sanh hoan hỷ. Nhờ tâm hoan hỷ mà thân được hỷ lạc. Khi được hỷ lạc thì tâm được Định. Nhờ định lực này nên đối với mọi oán tắng tâm đều bình đẳng, không có ái, không có sân, trụ vào dòng nước Pháp, nhập vào Định tâm, tu quán niệm pháp, thú hướng Niết-bàn. Đó gọi là niệm Pháp.

"Ba là niệm Tăng. Tăng chính là đệ tử của Đức Như Lai, bậc đã đắc pháp vô lậu, bậc có năng lực làm ruộng phước tốt cho thế gian. Sao gọi là ruộng phước tốt? Vì đó là bậc hướng Tu-đà-hoàn, đắc Tu-đà-hoàn, hướng Tư-đà-hàm, đắc Tư-đà-hàm, hướng A-na-hàm, đắc A-na-hàm, hướng A-la-hán, đắc A-la-hán. Vì thế nên gọi là lương hựu phước điền, ruộng phước tốt, có đầy đủ giới, định, huệ, giải thoát và giải thoát tri kiến, cần phải chắp tay cung kính các bậc ấy. Do niệm Tăng mà đắc pháp, đắc nghĩa, được thân cận Tăng, tâm sanh hoan hỷ. Nhờ sanh hoan hỷ mà được khoái lạc; nhờ tâm khoái lạc mà đạt được Định. Nhờ có Định lực mà đối với mọi oán tắng tâm đều bình đẳng, không có tham dục, sân nhuế, ngu si, chỉ có tâm thanh tịnh chất trực, được trụ vào dòng nước Pháp, nhập vào định tâm, tu quán niệm Tăng, thú hướng Niết-bàn. Đó gọi là niệm Tăng.

"Sao gọi là niệm Giới? Đó chính là giới không hoại, giới không khuyết, giới không tạp, giới không tỳ vết, giới lìa sợ hãi, giới không bị nô lệ, giới thanh tịnh, giới cụ thiện[167]. Khi niệm các cấm giới như vậy liền lìa được tham dục, sân nhuế, ngu si, tà kiến. Nhờ lìa được các ác

---

[167] **Pāli:** *akhaṇḍāni acchiddāni asabalāni akammāsāni bhujissāni viññuppasatthāni aparāmaṭṭhāni samādhisaṃvattanikāni,* "giới không bị vỡ vụn, không bị sứt mẻ, không pha tạp, giới tinh sạch, được trí giả tán thưởng, không thủ trước, dẫn đến chánh định".

mà đắc pháp, đắc nghĩa, được thân cận giới, tâm sanh hoan hỷ. Nhờ sự hoan hỷ này mà được tâm khoái lạc. Nhờ sự khoái lạc này mà tâm được Định. Nhờ Định lúc này mà tâm được bình đẳng đối với mọi oán tắng, thanh tịnh chất trực, được trụ vào dòng nước Pháp, nhập vào định tâm, tu các tưởng niệm Giới. Đó gọi là niệm Giới.

"Sao gọi là niệm Thí? Đó là nhớ nghĩ sự bố thí cứu giúp của mình được lợi ích tốt đẹp. Tất cả thế gian đều bị xan tham, tật đố che lấp. Nay ta lìa được những cấu bẩn xan tham đó, trụ nơi xả tâm đối với tất cả vật, tâm không lận tiếc, đem lòng bố thí. Đã bố thí rồi thì tâm ta được hoan hỷ, giống như mở cuộc đại thí, đem tài vật của mình phân phát cho người khác. Nếu có thể tu bố thí với tâm như vậy, thì ngay trong đời này đắc pháp, đắc nghĩa, được thân cận thí, không có tham dục, sân nhuế, ngu si, chỉ có tâm thanh tịnh chất trực, pháp sinh hoan hỷ. Do sự hoan hỷ đó mà thân được khoái lạc. Do thân khoái lạc mà tâm được Định. Nhờ Định tâm này mà tâm không còn phân biệt cao thấp đối với mọi oán tắng, được trụ vào dòng nước Pháp, nhập vào Định tâm, tu niệm Thí tưởng. Đó gọi là niệm Thí.

"Sao gọi là niệm Thiên? Thiên ở đây là chỉ cho Tứ thiên vương, Tam thập tam thiên, Diệm-ma thiên, Đâu suất thiên, Hóa lạc thiên, Tha hóa tự tại thiên. Nếu nhờ các nhân duyên phát khởi tín tâm đối với chư thiên này mà được sanh về các cõi trời ấy thì niềm tin đối với tín, giới, thí, văn, huệ của ta lại cũng như thế. Do công đức này mà người được sanh lên cõi trời, ta cũng thấy có đủ công đức được sanh cõi trời ấy, nhớ nghĩ các cõi trời này. Nhờ niệm Thiên ấy mà lìa được tham dục, sân nhuế, ngu si, chỉ có tâm thanh tịnh, chất trực, ngay trong đời này đắc pháp, đắc nghĩa được thân cận thiên, tâm sanh hoan hỷ. Nhờ tâm hoan hỷ này mà thân được khoái lạc. Nhờ sự khoái lạc này mà tâm được Định. Nhờ tâm định này mà tâm không còn sự phân biệt cao thấp đối với mọi oán tắng, được trụ vào dòng nước Pháp, nhập vào định tâm, tu niệm Thiên tưởng. Đó gọi là niệm Thiên.

"Này Ma-ha-nam! Nếu có tỳ-kheo, khi còn trụ nơi học địa, việc làm chưa đầy đủ, thường muốn cầu tiến đến quả vị A-la-hán, nhập vào Niết-bàn thì phải chí tâm tu sáu loại Niệm này. Nhờ có thể tu tập sáu thứ Niệm này mà có thể dứt tận các pháp Hữu lậu, tâm được giải thoát, huệ được giải thoát. Ngay trong đời hiện tại này được chứng quả. Ngay khi chứng đắc rồi liền nói lời như vầy: 'Ta sanh đã dứt, Phạm hạnh đã lập, việc cần làm đã làm xong, không còn thọ thân hậu hữu nữa.'"

Bấy giờ, Ma-ha-nam cùng với các vị tỳ-kheo sau khi nghe Phật thuyết pháp, hoan hỷ phụng hành.

KINH 157. THẬP NHẤT[168]

Một thời, Đức Thế Tôn hạ an cư trong rừng Ni-câu-đà, nước Ca-tỳ-la-vệ. Bấy giờ có rất đông chúng tỳ-kheo, gần cuối mùa hạ, ở ngay trong giảng đường may y cho Đức Phật. Sau khi may y xong, các vị tỳ-kheo nghĩ rằng: "Hôm nay chúng ta may y xong rồi, nên theo Đức Phật du hành."[169]

Bấy giờ, Thích Ma-nam nghe các vị tỳ-kheo may y xong rồi, muốn du hành theo Phật, nghe lời ấy, liền đi đến chỗ Phật, đảnh lễ dưới chân Phật rồi ngồi sang một bên, bạch với Đức Phật rằng:

"Bạch Đức Thế Tôn! Thân tâm của con hôm nay hết sức nặng nề, lạc mất phương hướng, tuy cũng nghe pháp nhưng tâm không an lạc. Vì sao vậy? Con nghe các vị tỳ-kheo may y đã xong, muốn theo Phật du hành, liền nghĩ như vầy: 'Biết đến bao giờ con lại được gặp Đức Thế Tôn và được tu tập như các vị Tỳ-kheo ấy.'"

Đức Phật bảo rằng:

"Ta cùng với các vị tỳ-kheo tuy đi đến những nơi khác, nếu ông

---

[168] Tương đương No. 99 (932). Pāli. A.11.12 *Mahānāma*. Tham khảo *Tạp A-hàm*, Việt dịch, kinh 1313.

[169] Pāli "*sambahulā bhikkhū bhagavato cīvarakammaṃ karonti – "niṭṭhitacīvaro bhagavā temāsaccayena cārikaṃ pakkamissatī"ti.* nhiều tỳ-kheo đang may y cho Thế Tôn, nghĩ rằng: "Y làm xong, sau ba tháng, Thế Tôn sẽ đi du hành."

luôn muốn thấy Như Lai và các vị tỳ-kheo thì nên dùng pháp nhãn chí tâm quán sát, thường tu năm việc[170].

"Sao gọi là năm việc?

"Đó là (1) vì có niềm tin mà tùy thuận Giáo pháp, chứ không phải tùy thuận Giáo pháp với bất tín[171]. (2) Phải giữ gìn Tịnh giới để có thể tùy thuận Giáo pháp, chẳng phải hủy phạm cấm giới mà có thể tùy thuận Giáo pháp. (3) Phải đem sự đa văn để có thể tùy thuận Giáo pháp, chẳng phải ít nghe ít biết mà có thể tùy thuận giáo pháp. (4) Chẳng phải đem tâm xan lận mà có thể thực hành bố thí, phải dùng tâm thí xả mới có thể thực hành bố thí. (5) Chẳng phải đem phiền não ngu si đến thực hành trí tuệ mà phải đem Huệ tâm mới có thể nhận biết các pháp tướng. Này Ma-ha-nam! Nếu muốn gặp Phật và các tỳ-kheo thì phải nên luôn tu tập năm việc này và pháp sáu niệm[172]. Nếu được như thế thì Ta cùng với các tỳ-kheo thường ở trước mắt. Bởi Tăng có nghĩa là hòa hợp vậy!"

Bấy giờ, Ma-ha-nam sau khi nghe Đức Phật nói pháp, hoan hỷ đảnh lễ dưới chân Phật rồi lui ra.

KINH 158. GIẢI THOÁT[173]

Tôi nghe như vầy:

Một thời, Đức Phật ở trong rừng cây Ni-câu-đà, nước Ca-tỳ-la-vệ.

---

[170] Ngũ sự 五事. *Tạp*: Năm pháp. Pāli *pañcadhammam*.

[171] Pāli *Saddho kho, mahānāma, ārādhako hoti, no assaddho*, này Ma-ha-nam, người thành tựu với tín, không phải với phi tín.

[172] Pāli *pañcasu dhammesu patiṭṭhāya cha dhamme uttari bhāveyyāsi*, khi đã trụ vững trong năm pháp nãy, hãy tiếp tục phát triển thêm sáu pháp nữa.

[173] *Tương đương No. 99 (934). Pāli. A.3.73 Sakka. Tham khảo Tạp A-hàm*, Việt dịch, kinh 1315.

Bấy giờ, Thích Ma-ha-nam đi đến chỗ Phật, đánh lễ dưới chân Phật rồi ngồi sang một bên, bạch với Đức Phật rằng:

"Bạch Đức Thế Tôn! Như con hiểu những nghĩa lý mà Đức Phật giảng nói, đạt được Định tâm, nhờ đó mà được giải thoát. Như vậy là trước đắc Định rồi sau mới được giải thoát, hay là trước được giải thoát rồi sau mới đắc Định? Hay là Định và Giải thoát cùng đạt được một lúc? Cái chưa từng được, cái chưa từng làm, quá khứ, vị lai cũng chưa từng sinh khởi, hiện tại cũng không."

Bấy giờ Đức Thế Tôn im lặng không đáp. Ma-ha-nam hỏi lần thứ hai rồi lần thứ ba, Thế Tôn cũng đều im lặng không đáp. Lúc ấy Tôn giả A-nan đang đứng hầu một bên Đức Phật tay đang cầm quạt, quạt cho Đức Phật, liền nghĩ như vầy: 'Nay Thích Ma-ha-nam đem những nghĩa lý thâm sâu như vậy để thưa hỏi Thế Tôn, nhưng Thế Tôn bệnh mới bình phục, khí lực còn yếu, chưa thể nói pháp, ta nên lược nói chút ít cho ông ấy để ông ấy đi về.' Nghĩ như vậy rồi, Tôn giả A-nan liền nói với Thích Ma-ha-nam rằng:

"Như Lai thuyết pháp, nói về Học giới, cũng nói về Giới của bậc Vô học, nói về Học định, cũng nói về Định của bậc Vô học; nói về Học huệ, cũng nói về Trí tuệ của bậc Vô học; nói về Học giải thoát cũng nói về sự Giải thoát của bậc Vô học."

Bấy giờ Ma-ha-nam bạch với A-nan rằng:

"Thế nào là Như Lai nói về Học giới và Vô học giới, Học định và Vô học định, Học huệ và Vô học huệ, Học giải thoát và Vô học giải thoát?"

A-nan bảo:

"Tăng là đệ tử của Phật, sống phòng hộ với sự phòng hộ của Ba-la-đề mộc xoa, đầy đủ uy nghi, thực hành chỗ đáng hành. Đối với những tội nhỏ nhặt nhưng tâm sanh sợ hãi, trì giữ đầy đủ các cấm giới, đó gọi là Trì giới cụ túc.

"Chán ghét các dục ác và các bất thiện, hỷ và lạc phát sinh do viễn ly, nhập vào Sơ thiền, *cho đến*: nhập vào Tứ thiền. Gọi là Thiền này, như thật biết Khổ, như thật biết Khổ tập, như thật biết Khổ diệt, như thật biết Khổ diệt đạo. Tri kiến như thế nên đoạn được năm hạ phần kết, đó là Thân kiến, Giới thủ, Nghi, Dục ái, Sân nhuế. Người đoạn được năm hạ phần kiết ấy liền được hóa sanh, ngay nơi chỗ ấy chứng đắc Niết-bàn, gọi là A-na-hàm, không còn trở lại cõi Dục nữa, đó gọi là Học giới, Học định, Học huệ, Học giải thoát.

"Lại ở một thời gian khác, dứt hết các hữu lậu, đối với Vô lậu tâm được giải thoát, Huệ được giải thoát, thủ chứng được hiện pháp, đã đắc vô sanh, tự biết rằng: 'Ta sanh tử đã dứt, Phạm hạnh đã lập, việc cần làm đã làm xong, không còn thọ thân hậu hữu'. Ngay trong lúc ấy được Vô học giới, Vô học định, Vô học huệ, Vô học giải thoát. Này Ma-ha-nam! Vì nhân duyên đó mà Đức Phật nói về Học địa và Vô học địa."

Bấy giờ Ma-ha-nam nghe A-nan nói như vậy, hoan hỷ đảnh lễ rồi đi ra.

Khi Ma-ha-nam đi chưa xa, Đức Phật bảo với A-nan rằng:

"Ở nước Ca-tỳ-la-vệ này, các tỳ-kheo có thể luận bàn nghĩa lý sâu xa như vậy với những người họ Thích chăng?"

A-nan bạch với Đức Phật rằng:

"Ở nước Ca-tỳ-la-vệ này, các tỳ-kheo thường xuyên luận bàn nghĩa lý sâu xa như vậy với những người họ Thích."

Đức Phật bảo với A-nan:

"Các Tỳ-kheo cùng với những người họ Thích ở Ca-tỳ-la-vệ đạt được lợi ích lớn, có thể hiểu biết như vậy bằng tuệ nhãn của Thánh hiền."

Các vị tỳ-kheo nghe lời Đức Phật dạy, hoan hỷ phụng hành.

KINH 159. THÔ THỦ (1)[174]

Tôi nghe như vầy:

---

[174] *Tương đương No. 99* (935). Pāli. *S.55.23 Godhā*. Tham khảo *Tạp A-hàm*,

Một thời, Đức Phật trú tại rừng cây Ni-câu-đà, nước Xá-vệ. Bấy giờ, có người họ Thích tên là Thô Thủ[175] đi đến chỗ Ma-ha-nam, nói với Ma-ha-nam rằng:

"Như Lai nói bậc chứng quả Tu-đà-hoàn có mấy thứ niềm tin bất hoại?"

Thích Ma-ha-nam đáp rằng:

"Như Lai dạy rằng người đắc quả Tu-đà-hoàn có bốn chi bất hoại tín. Đó là bất hoại tín nơi Phật, bất hoại tín nơi Pháp, bất hoại tín nơi Tăng, bất hoại tín nơi Giới được bậc Thánh ái mộ[176]."

Bấy giờ, Thô Thủ họ Thích nói rằng:

"Ông nay không nên nói Như Lai đã dạy bốn Bất hoại tín. Vì sao vậy? Vì Như Lai chỉ nói ba thứ Bất hoại tín. Đó chính là niềm tin bất hoại đối với Tam bảo thôi."

Lần thứ hai, lần thứ ba, Thô Thủ họ Thích cũng nói như vậy. Ma-ha-nam cũng đáp:

"Ông chớ nên nói Tam bất hoại tín. Như Lai thực sự có nói đến bốn thứ Bất hoại tín."

Cả hai người đều phân vân, ai cũng tranh chấp chỗ thấy biết của mình, không thể quyết định được, liền cùng nhau đi đến chỗ Phật, đảnh lễ dưới chân Phật rồi ngồi sang một bên, thỉnh Đức Phật giải quyết chỗ nghi ngờ.

Lúc ấy Ma-ha-nam bạch với Đức Phật rằng:

"Bạch Đức Thế Tôn! Ông Thô Thủ họ Thích này đi đến chỗ con, hỏi rằng Như Lai giảng nói có mấy thứ Bất hoại tín. Con liền đáp Như Lai nói có bốn thứ Bất hoại tín đó là Tam bảo và Giới được bậc Thánh ái mộ. Thô Thủ họ Thích bảo Như Lai chỉ nói ba thứ Bất hoại tín, sao lại bảo có bốn thứ, chỉ có Tam bảo thôi. Lần thứ hai rồi đến lần thứ ba

---

Việt dịch, kinh 1316.

[175] Thô Thủ 麁手. No. 99: Sa-đà sa đà 沙陀. Pali Godhā.

[176] Để bản có lẽ chép chữ 愛 thành chữ 授: 聖所授戒, đúng ra phải là 聖所愛戒 Thánh sở ái giới, giới mà bậc Thánh ái mộ.

ông ấy cũng nói như vậy. Con cũng đáp lần thứ hai rồi đến lần thứ ba như vậy, rằng Như Lai nói có bốn thứ, thật chẳng nói ba. Lời ông ấy nói con không thể hiểu. Lời của con nói, ông ấy cũng không thể hiểu."

Bấy giờ Thô Thủ họ Thích liền từ chỗ ngồi đứng dậy, bạch với Đức Phật rằng:

"Bạch Đức Thế Tôn! Giả sử Phật không dạy con, Tăng cũng không dạy con, tỳ-kheo-ni, ưu-bà-tắc, ưu-bà-di, hoặc trời, hoặc ma, hoặc phạm, các vị ấy đều không dạy con. Nhưng khi hướng vọng về Phật, con cũng đều nhất tâm hồi hướng nơi Phật, Pháp và Tăng cũng như thế."

Đức Phật bảo với Ma-ha-nam rằng:

"Thô Thủ họ Thích nói như vậy, ông đáp ra làm sao?"

Ma-ha-nam bạch với Đức Phật rằng:

"Bạch Đức Thế Tôn! Nếu mà như vậy thì con lại không trả lời, vì khác với Phật pháp, cũng không có chỗ tốt lành. Xa lìa Phật pháp, cũng không phải chỗ chân thật, không có cái thiện nào khác."

Đức Phật lại bảo Ma-ha-nam:

"Ông kể từ nay nên giải thích như thế, thành tựu bốn cơ sở gọi là bốn bất hoại tín, được nói: Phật, Pháp, Tăng, và Giới được bậc Thánh ái mộ."

Thô Thủ họ Thích do không hiểu rõ nên mới nói như vậy. Sau khi nghe Đức Phật dạy rồi liền được hiểu rõ.

Bấy giờ Ma-ha-nam cùng với Thô Thủ họ Thích nghe Đức Phật dạy rồi, hoan hỷ đảnh lễ rồi đi ra.

KINH 160. THÔ THỦ (2)[177]

Tôi nghe như vầy:

Một thời Đức Phật trú tại vườn cây Ni-câu-đà ở nước Ca-tỳ-la-vệ. Ngay trong lúc ấy, những người họ Thích trong nước tập trung tại nơi giảng luận. Khi đã vân tập đến ngồi đâu vào đấy rồi, mọi người cùng nhau đàm luận. Trong ấy có người hỏi Ma-ha-nam rằng:

"Không có trước sau, ý của ông cho rằng ai là kẻ sau? Ông Thô Thủ[178] họ Thích, Như Lai đã thọ ký cho ông ấy đắc quả Tu-đà-hoàn, trong cõi trời, người, bảy lần sanh bảy lần tử nữa thì sẽ chấm dứt sự khổ. Trong khi Thô Thủ họ Thích hủy phạm cấm giới, uống rượu say sưa mà Đức Phật còn thọ ký cho ông ấy đắc qua Tu-đà-hoàn. Nếu đúng như thế thì nào có trước sau?"

Mọi người lại nói với Ma-ha-nam rằng:

"Ông có thể đi đến chỗ Thế Tôn để hỏi về nghĩa lý này."

Bấy giờ Thích Ma-ha-nam đem những lời ấy đi đến chỗ Phật, đảnh lễ dưới chân Phật rồi ngồi sang một bên, bạch với Đức Phật rằng:

"Bạch Đức Thế Tôn! Những người họ Thích trong thành Ca-tỳ-la đang tụ tập ở nơi giảng luận. Trong ấy có người đưa ra luận điểm như thế này để hỏi con, rằng ai là kẻ trước người sau? Khi Thô Thủ họ Thích đã mạng chung, Như Lai thọ ký cho ông ấy đắc quả Tu-đà-hoàn, bảy lần qua lại sống chết trong cõi trời, người, được dứt hết các Khổ. Trong khi Thô Thủ họ Thích hủy phạm cấm giới, uống rượu phóng dật. Nếu thọ ký cho ông ấy được quả Tu-đà-hoàn, nên biết như thế là không có trước sau."

Đức Phật bảo với Ma-ha-nam rằng:

"Thánh đệ tử xưng tụng: 'Ta là Thiện Thệ, là Thế Tôn'. Nói lời như thế, cũng gọi là Thiện Thệ. Do xưng Thiện Thệ nên sanh tâm

---

Tương đương No. 99 (936). Pāli. S.55.24 *Saraṇāni.* Tham khảo *Tạp A-hàm,* Việt dịch, kinh 1317.

178 Thô Thủ麁手. *No. 99:* Bách Thủ百手. Pāli *Saraṇāni.*

Thiện Thệ. Đệ tử của bậc Hiền thánh sanh thấy biết chính trực, gọi là Thiện Thệ.

"Lại nữa Ma-ha-nam! Đệ tử Như Lai một lòng quy y Phật, cũng như một lòng quy y Pháp, Tăng Tam bảo, được Tật trí, Lợi trí, Yếm ly trí, Đạo trí[179], không đọa địa ngục, ngạ quỷ, súc sanh và các ác thú khác; đắc Bát giải thoát, thành bậc thân chứng, thành tựu Bát giải thoát[180]; trụ nơi Giới cụ túc, tận trừ các lậu ngay trong hiện tại bằng trí tuệ[181], thành tựu như thế gọi là Câu giải thoát A-la-hán[182]!

---

[179] 得疾智、利智、厭離智、道智; *No. 99*: 於法利智、出智、決定智 đối với pháp có lợi trí, xuất trí, quyết định trí. So sánh với hāsapañño javanapañño vimuttiyā ca samannāgato, tốc tuệ, tiệp tuệ và thành tựu giải thoát.

[180] 得八解脱, 獲於身證，具八解脱. Đắc ngang đây gọi là thân chứng, cf. *Tập dị*, phẩm 7, bản dịch Việt: "Hoặc Bổ-đặc-già-la nào tuy thân đã chứng nghiệm và an trụ đối với tám giải thoát, nhưng chưa bằng tuệ vĩnh viễn tận trừ các lậu. Đó gọi là Bổ-đặc-già-la thân chứng." Tức vị A-na-hàm khi chứng đắc diệt tận định, nhưng chưa được huệ giải thoát, được gọi là vị Thân chứng.

[181] Đắc ngang đây gọi là tuệ giải thoát, Tham khảo, *Tập dị*, phẩm 7, bản dịch Việt: "Hoặc Bổ-đặc-già-la nào tuy thân chưa chứng nghiệm và an trụ đối với tám giải thoát, nhưng đã bằng tuệ để tận trừ vĩnh viễn các lậu. Đó gọi là Bổ-đặc-già-la tuệ giải thoát". Đây tức Tuệ giải thoát (paññā-vimutti), chỉ vị A-la-hán do tuệ mà đoạn trừ sở tri chướng, chứng đắc giải thoát; khác với vị A-la-hán do định mà đoạn trừ phiền não chướng, chứng đắc giải thoát, và được gọi là tâm giải thoát (citta-vimutti).

[182] Bản Pāli không có chi tiết này. Thành tựu đầy đủ như trên gọi là A-la-hán câu giải thoát 阿羅漢俱解脱, hay câu phần giải thoát (ubhatobhāgavimutta), chỉ vị A-la-hán chứng đắc diệt tận định, với hai phần giải thoát là tâm giải thoát (citta-vimutti) và tuệ giải thoát (paññā-vimutti). Gọi là Câu phần vì có hai phần chướng, phiền não phần chướng và giải thoát phần chướng (xem *Tập dị 17*, tr.436a).

"Lại nữa Ma-ha-nam! Đệ tử của bậc Hiền thánh[183], *như trên đã nói*, là Tuệ giải thoát A-la-hán, nhưng không được Bát giải thoát[184]!

"Lại nữa Ma-ha-nam! Một lòng quy y Phật, *như trên đã nói*, thân chứng A-na-hàm, thành tựu Bát giải thoát, nhưng chưa dứt sạch các lậu.[185]

"Lại nữa Ma-ha-nam! Một lòng quy y Phật, *như trên đã nói*, không đọa địa ngục, ngạ quỷ, súc sanh, không đọa ác thú. Đối với Giáo pháp của Như Lai, họ tùy thuận chẳng chống trái, đó gọi là kiến đáo[186].

"Lại nữa Ma-ha-nam! Đệ tử bậc Hiền thánh, một lần quy y Phật, *như trên đã nói*, đối với Giáo pháp của Phật, họ tùy thuận giải thoát, đó gọi là Tín giải thoát[187].

"Lại nữa Ma-ha-nam! Những ai tín thọ lời Phật dạy, thích thú, luyện tập, chấp nhận, xu hướng[188] năm pháp, đó là Tín, Tinh tấn, Niệm, Định và Huệ, đó gọi là đệ tử của bậc Hiền thánh, không bị đọa vào Tam đồ, đó gọi là Kiên pháp.[189]

"Lại nữa, Hiền Thánh đệ tử, tin nhận lời Phật dạy, nhưng có hạn lượng, chấp nhận, xu hướng năm pháp, *như trên đã nói*, đó gọi là Hiền

---

[183] 賢聖弟子; Pāli phổ thông gọi là: đa văn Thánh đệ tử (*sutavā ariyasāvako*).

[184] Chỉ cho Tuệ giải thoát 慧解脫; được giải thoát (đắc A-la-hán) do huệ chớ không do định. Pali: *paññāvimutta*. **Xem cht. dẫn trên.**

[185] Chỉ cho Thân chứng 身證. Vị A-na-hàm chứng đắc diệt tận định. Pāli *kāyasakkhi*. **Xem cht. dẫn trên.**

[186] Kiến đáo 見到, cũng gọi là kiến chí. Pāli *diṭṭhipatto*. Hạng thứ 4 trong 7 hạng Bổ-đặc-già-la (*Tập dị*, phẩm 7).

[187] Tín giải thoát 信解脫, cũng gọi là tín thắng giải. Pāli *saddhāvimutta*. Hạng thứ 3 trong 7 hạng Bổ-đặc-già-la (*Tập dị*, phẩm 7).

[188] 欣尚,翫習,忍,樂. Đây là các yếu tố hình thành quan điểm. *No.* 99: 審諦堪忍.

[189] 堅法; cũng gọi là phụng pháp 奉法, pháp hành 法行, tức bậc tuỳ pháp hành, chỉ hàng Dự lưu lợi căn. Pāli *dhammānusārino*.

thánh đệ tử, không đọa trong ba đường ác, đó gọi là Kiên tín[190].

"Này Ma-ha-nam! Ta nay nếu nói rằng cây Ta-la[191] có thể hiểu nghĩa vị[192], hoàn toàn không có chuyện đó. Nhưng giả sử mà rừng cây Ta-la có thể hiểu nghĩa vị ấy thì ta cũng sẽ thọ ký cho nó được quả Tu-đà-hoàn. Chính vì nghĩa này, huống chi đối với Thô Thủ họ Thích, mà Ta không thọ ký đắc quả Tu-đà-hoàn. Vì sao vậy? Thô Thủ họ Thích kia không phạm tánh trọng giới, chỉ phạm vào Già giới, khi mạng chung, ông ấy đã hối trách việc làm của mình. Do sự hối hận, oán trách đó mà Giới được đầy đủ[193], đắc quả Tu-đà-hoàn. Con người ít có kẻ đã phạm lỗi rồi tự hối trách giúp trở lại đầy đủ. Thế hà cớ gì mà lại không thọ ký cho ông Thô Thủ họ Thích kia đắc quả Tu-đà-hoàn?"

Bấy giờ Thích Ma-ha-nam nghe Đức Phật nói xong rồi, hoan hỷ đảnh lễ rồi lui ra.

NHIẾP TỤNG

Sao la Ưu-bà-tắc
Đắc quả, Nhất thiết hành
Tự khinh và Trụ xứ
Mười một và Mười hai
Giải thoát và Xá-la
Thô Thủ nữa là Mười[194]

---

[190] Kiên tín 堅信 tức tùy tín hành `Pali` *saddhānusārin*. Chỉ hàng Dự lưu độn căn.

[191] 娑羅樹林, Pl tương đương: *mahāsālā*, cây Ta-la lớn; *No. 99*: Kiên cố thọ 堅固樹, do đọc là *sara*: kiên cố.

[192] Nghĩa vị 義味; `Pali` *subhāsitaṁ dubbhāsitaṁ*, thiện thuyết, ác thuyết. *No. 99*: 於我所說能知義者 có thể hiểu nghĩa của những gì Ta đã nói.

[193] `Pali` *maraṇakāle sikkhaṁ samādiyī*, khi mạng chung, chấp thuận học giới.

[194] Hán dịch, hết quyển 8.

KINH 161. HOAN HỶ VIÊN[195]

Tôi nghe như vầy:

Một thời, Đức Phật ở tại vườn ông Cấp Cô Độc, rừng cây Kỳ-đà, nước Xá-vệ. Bấy giờ có một vị trời, quang sắc bội thường đi đến chỗ Phật, thân quang chiếu khắp cả Kỳ-hoàn, sáng soi rạng rỡ, đến ngồi một bên mà nói kệ rằng:

"Không sanh Vườn hoan hỷ[196]
Không thể được an lạc
Ấy trời Tam thập tam
Tiếng khen khắp thế gian
Là chỗ thiên nhân kia
Thường đến làm trụ xứ."

Bấy giờ Đức Thế Tôn dùng kệ đáp rằng:

"Ngươi như đứa trẻ ngu[197],
Trí chẳng thể đạt đến
Như pháp vi diệu này
Là lời bậc La-hán:
Các hành này vô thường
Đó là pháp sanh diệt
Pháp sanh diệt dứt rồi
Tịch diệt là an vui."

Vị trời lại dùng kệ tán thán rằng:

"Xưa kia đã từng thấy
Bà-la-môn Niết-bàn
Hiềm sợ bỏ lâu rồi
Độ được Ái thế gian."

---

[195] Tương đương *No. 99* (576). Pāli. S.1.11 *Nandana*. Tham khảo *Tạp A-hàm*, Việt dịch, kinh 1153.

[196] Hoan hỷ viên 歡喜[06]園; *No. 99*: Nan-đà lâm 難陀林, vườn Hoan hỷ trên trời Tam thập Tam. Pāli *Nandana*.

[197] 小嬰愚; *No. 99*: đồng mông 童蒙. Pāli *tvam bāle*.

Bấy giờ vị trời ấy nói kệ này xong rồi, hoan hỷ trở về thiên cung.

KINH 162. THIỆN SA-MÔN[198]

Tôi nghe như vầy:

Một thời, Đức Phật ở tại vườn ông Cấp Cô Độc, rừng cây Kỳ-đà, nước Xá-vệ. Bấy giờ có một vị trời, quang sắc bội thường đi đến chỗ Phật, thân quang chiếu khắp cả Kỳ-hoàn, sáng soi rạng rỡ, đến ngồi một bên mà nói kệ rằng:

> *"Hay xả bỏ gia nghiệp[199]*
> *Đoạn hết tất cả pháp[200],*
> *Thường dạy bảo người khác*
> *Chẳng phải Thiện Sa-môn."*

Bấy giờ Thế Tôn dùng kệ đáp rằng:

> *"Dạ-xoa ngươi phải biết*
> *Nếu trong các chủng tánh[201],*
> *Có lúc bị khổ nạn*
> *Những ai người hữu trí[202]*
> *Chẳng lẽ không xót thương?*
> *Thiện Thệ dùng Đại bi[203],*

---

[198] *Tương đương No. 99 (577). Pāli. S.10.2 Sakka. Tham khảo Tạp A-hàm,* Việt dịch, kinh 1154.

[199] 能捨於家業; *No. 99:* 牟尼無有家, Mâu-ni không có nhà; Pāli: *vippamuttassa te sato,* đã sống đời giải thoát.

[200] 斷諸一切法; *No. 99:* 斷一切鉤鏁, đoạn tất cả xiềng xích; Pāli: *Sabbaganthappahīnassa,* đã đoạn mọi trói buộc.

[201] 種姓; *No. 99:* 一切眾生類 nhất thiết chúng sinh loại; Pāli: *Yena kenaci vaṇṇena, saṃvāso sakka jāyati.*

[202] 諸有有智人; Pāli: *sappañño.*

[203] 逝以大悲; *No. 99:* 善逝哀愍故 Thiện Thệ vì thương xót;

An ủi dẫn dắt họ
Pháp La-hán, cũng vậy!"

Vị trời liền dùng kệ tán thán rằng:

"Xưa kia đã từng thấy
Bà-la-môn Niết-bàn
Hiềm sợ bỏ lâu rồi
Hay độ Ái thế gian."

Bấy giờ vị trời ấy nói kệ này xong rồi, hoan hỷ trở về thiên cung.

KINH 163. TÀM QUÝ [204]

Tôi nghe như vầy:

Một thời, Đức Phật ở tại vườn ông Cấp Cô Độc, rừng cây Kỳ-đà, nước Xá-vệ. Bấy giờ, có một vị trời, quang sắc bội thường, đi đến chỗ Phật, thân quang chiếu khắp cả Kỳ-hoàn, sáng soi rạng rỡ, ngồi một bên rồi nói kệ rằng:

"Nếu có người hiền thiện
Hay tu đủ tàm quý,[205]
Giống như con ngựa tốt,
Không bị chứng ngang bướng."

Bấy giờ Đức Thế Tôn dùng kệ đáp rằng:

"Tất cả người thế gian,
Rất ít tu tàm quý,

Pāli *anukampituṁ.*

[204] *Tương đương No. 99 (578). Pāli. S.1.18 Hirī. Tham khảo Tạp A-hàm,*
Việt dịch, kinh 1155.

[205] 能具修慚愧; *No. 99:* 常習慚愧心 *Thường tập tâm tàm quý;* Pāli
Hirīnisedho puriso: người được chế phục bởi tàm.

Xa lìa được các ác,[206]
Như giống ngựa thuần kia."[207]

Vị trời lại dùng kệ tán thán rằng:

"Xưa kia đã từng thấy
Bà-la-môn Niết-bàn
Hiềm sợ bỏ lâu rồi
Hay độ Ái thế gian."

Khi vị trời ấy nói kệ này xong rồi, hoan hỷ trở về thiên cung.

KINH 164. BẤT THIỆN TRI[208]

Tôi nghe như vầy:

Một thời, Đức Phật ở tại vườn ông Cấp Cô Độc, rừng cây Kỳ-đà, nước Xá-vệ. Bấy giờ có một vị trời, quang sắc bội thường, đi đến chỗ Phật, thân quang chiếu khắp cả Kỳ-hoàn, sáng soi rạng rỡ, đến ngồi một bên rồi nói kệ rằng:

"Không biết rõ pháp mình
Ưa học pháp người khác[209]
Đó là ngủ chưa dậy
Có lúc ắt phải dậy."

Bấy giờ Đức Thế Tôn dùng kệ đáp rằng:

---

[206] 能遠離諸惡; **Pāli:** *Antaṁ dukkhassa pappuyya,* đi đến tận cùng biên tế khổ.

[207] **Pāli:** *caranti visame saman,* bình thản trên con đường không bằng phẳng.

[208] *Tương đương No. 99 (579). Pāli. S.1.7 Appaṭividita.* Tham khảo *Tạp A-hàm,* Việt dịch, kinh 1156.

[209] *No. 99:* 不習近正法,樂著諸邪見 Chẳng gần gũi Chánh pháp, Tham đắm các tà kiến; **Pāli:** *yesaṁ dhammā appaṭividitā, paravādesu nīyare,* "Những ai không hiểu rõ pháp, lạc lối vào các dị thuyết."

"Đã biết rõ pháp mình
Không tu Giáo pháp khác
Bậc lậu tận La-hán
*Bỏ ác theo Chánh pháp."*²¹⁰

Vị trời lại dùng kệ tán thán rằng:

"Xưa kia đã từng thấy
Bà-la-môn Niết-bàn
Hiềm sợ bỏ lâu rồi
Hay độ Ái thế gian."

Khi vị trời ấy nói kệ này xong rồi, hoan hỷ trở về thiên cung.

KINH 165. THIỆN ĐIỀU²¹¹

Tôi nghe như vầy:

Một thời, Đức Phật ở tại vườn ông Cấp Cô Độc, rừng cây Kỳ-đà, nước Xá-vệ. Bấy giờ có một vị trời, quang sắc bội thường, đi đến chỗ Phật, thân quang chiếu khắp cả Kỳ-hoàn, sáng soi rạng rỡ, đến ngồi một bên rồi nói kệ rằng:

"Không khéo điều phục pháp
*Dựa dẫm vào dị kiến,*²¹²

---

²¹⁰ *No. 99:* 專修於正法遠離不善業是漏盡羅漢 嶮惡世平 "Chuyên tu nơi Chánh pháp, Xa lìa nghiệp bất thiện; Là La-hán lậu tận, San phẳng đời gập ghềnh", Pāli *"Yesaṃ dhammā suppaṭividitā, paravādesu na nīyare; te sambuddhā sammadaññā, caranti visame saman"ti.* "Những ai khéo hiểu rõ các pháp, những người không lạc lối vào các dị thuyết, họ chứng Chánh đẳng giác, họ bước đi thăng bằng trên lối đi gập ghềnh".

²¹¹ Tương đương *No. 99* (580). Pāli. *S.1.8 Susammuṭṭha.* Tham khảo *Tạp A-hàm,* Việt dịch, kinh 1157.

²¹² *No. 99:* 以法善調伏不隨於諸見. Pāli *yesaṃ dhammā susammmuṭṭhā,*

Đó là ngủ không dậy
Có lúc cũng phải dậy."

Bấy giờ Đức Thế Tôn dùng kệ đáp rằng:

"Khéo điều thuận nơi pháp
Không dựa vào tà kiến
Độ Ái đến bờ kia
Phật biết đã Niết-bàn."

Vị trời lại dùng kệ tán thán rằng:

"Xưa kia đã từng thấy
Bà-la-môn Niết-bàn
Hiềm sợ bỏ lâu rồi
Hay độ Ái thế gian."

Khi vị trời ấy nói kệ này xong rồi, hoan hỷ trở về thiên cung.

KINH 166. LA-HÁN[213]

Tôi nghe như vầy:

Một thời, Đức Phật ở tại vườn ông Cấp Cô Độc, rừng cây Kỳ-đà, nước Xá-vệ. Bấy giờ có một vị trời, quang sắc bội thường, đi đến chỗ Phật, thân quang chiếu khắp cả Kỳ-hoàn, sáng soi rạng rỡ, đến ngồi một bên rồi nói kệ rằng:

"Tỳ-kheo đắc La-hán
Dứt sạch Pháp hữu lậu
Như vậy diệt kết sử
Trụ nơi tối hậu thân

---

paravādesu nīyare, "những ai mê mờ pháp, lạc lối vào dị thuyết."
[213] *Tương đương* No. 99 (581). Pāli. S.1.25 *Arahanta*. Tham khảo *Tạp A-hàm*, Việt dịch, kinh 1158.

> *Tập quán nói là Ngã*
> *Tập quán nói Phi ngã.*"

Bấy giờ Đức Thế Tôn liền dùng kệ đáp rằng:

> "*Tỳ-kheo đắc La-hán*
> *Dứt sạch pháp hữu lậu*
> *Dứt sạch các kết sử*
> *Trụ nơi tối hậu thân*
> *Nội tâm không chấp trước*
> *Là Ngã hay Phi ngã*
> *Tùy thuận theo thế tục*
> *Nói Ngã hay Phi ngã.*"

Vị trời lại dùng kệ tán thán rằng:

> "*Xưa kia đã từng thấy*
> *Bà-la-môn Niết-bàn*
> *Hiềm sợ bỏ lâu rồi*
> *Năng độ Ái thế gian.*"

Khi vị trời ấy nói kệ này xong rồi, hoan hỷ trở về thiên cung.

KINH 167. NGUYỆT THIÊN TỬ[214]

Tôi nghe như vầy:

Một thời, Đức Phật ở tại vườn ông Cấp Cô Độc, rừng cây Kỳ-đà, nước Xá-vệ. Bấy giờ có La-hầu-la A-tu-la vương[215], tay che cả mặt trăng[216]. Lúc ấy Nguyệt thiên tử hết sức kinh sợ, lông mình dựng

---

[214] *Tương đương No.* 99 (583). Pāli. S.2.9 *Candima.* Tham khảo *Tạp A-hàm,* Việt dịch, kinh 1160.

[215] *No.* 99: La-hầu-la A-tu-la vương 羅睺羅阿修羅王. Pāli *Rāhu-asurinda.*

[216] 手障於月; *No.* 99: 障月天子 che Nguyệt thiên tử, bản Pl. hiểu đồng *No.* 99: *Candimā devaputto* (Thiên tử Mặt trăng). So sánh Pāli *candimā*

đứng, đi đến chỗ Phật[217], đảnh lễ dưới chân Phật rồi liền nói kệ rằng:

> *"Như Lai đại tinh tấn*
> *Con nay quy mạng lễ*
> *Ngài ở khắp mọi nơi*
> *Thảy đều được giải thoát*
> *Nay con gặp nạn lớn*
> *Xin cho con quy y,*
> *Bậc Thiện Thệ thế gian*
> *Ứng cúng A-la-hán*
> *Con nay đến quy y*
> *Nguyện thương xót thế gian*
> *Khiến La-hầu-la kia*
> *Tự nhiên thả con ra."*

Bấy giờ Đức Thế Tôn nói kệ đáp rằng:

> *"Trăng ngự giữa hư không*
> *Hay xua tan hắc ám*
> *Có ánh sáng chiếu soi*
> *Trong sạch thảy rõ ràng*
> *Trăng là đèn thế gian*
> *La-hầu hãy mau thả[218].*
> *La-hầu nghe kệ rồi*
> *Trong lòng sanh run sợ*
> *Toát mồ hôi như tắm*
> *Liền buông thả trăng kia."*

Bấy giờ, Bạt-la-bồ-lô-chiên[219] thấy A-tu-la vương mau chóng thả

---

devaputto rāhunā asurindena gahito hoti, "Thiên tử *Candima* đã bị Rāhu, chúa tể A-tu-la bắt trói".

[217] 往詣佛所; [Pāli] *bhagavantaṁ anussaramāno*, niệm tưởng Đức Thế Tôn.

[218] So Sánh [Pāli] *Tathāgataṁ arahantaṁ, candimā saraṇaṁ gato; rāhu candaṁ pamuñcassu, buddhā lokānukampakā"ti.*, "Candadima, đã quy y với Đức Như Lai, bậc Ứng cúng; Chư Phật thương xót thế gian, vì vậy *Rāhu*, hãy thả Mặt trăng ra.

[219] 跋羅蒲盧旃; Tạp: 阿修羅名曰婆稚 A-tu-la tên là Bà-trĩ, [Pāli] *Vepacitti*.

trăng ra, liền nói kệ rằng:

> *"Có gì ngươi sợ hãi*
> *Mau chóng thả trăng ra*
> *Toát mồ hôi như tắm*
> *Giao động như người bệnh."*

Lúc ấy A-tu-la[220] lại nói kệ rằng:

> *"Tôi nghe Phật nói kệ*
> *Nếu không thả trăng ra*
> *Đầu sẽ vỡ làm bảy*
> *Không thể được an lạc."*

Bạt-la-bổ-lô-chiên liền nói kệ rằng:

> *"Phật xuất hiện, hiếm có*
> *Người thấy được an ổn*
> *Tu-la nghe nói kệ*
> *Tức thời thả trăng ra."*

KINH 168. THỦ NỮU[221]

Tôi nghe như vầy:

Một thời, Đức Phật ở tại vườn ông Cấp Cô Độc, rừng cây Kỳ-đà, nước Xá-vệ. Lúc ấy có một vị trời, quang sắc bội thường, đi đến chỗ Phật, thân quang chiếu khắp cả Kỳ-hoàn, sáng soi rạng rỡ, đến ngồi một bên rồi nói kệ rằng:

> *"Tay Ngài có xích xiềng*
> *Lại có cả gông cùm*

---

[220] *Tạp*: Kệ của A-tu-la La-hầu.

[221] *Tương đương No. 99* (584). Pāli. *S.1.19 Kuṭikā.* Tham khảo *Tạp A-hàm,* Việt dịch, kinh 1161.

Sao chẳng ở lao ngục
Cho đến trói buộc chăng?"[222]

Bấy giờ Đức Thế Tôn nói kệ đáp rằng:

"Ta chẳng có xích xiềng
Hay gông cùm chi cả
Trói buộc hay gông cùm
Hết thảy đều chấm dứt
Dạ-xoa ngươi nên biết
Ta thoát khỏi thứ ấy."

Vị trời lại nói kệ hỏi rằng:

"Sao gọi là xiềng xích?
Sao gọi là gông cùm?
Sao gọi là kìm kẹp?
Sao gọi là buộc ràng?"

Đức Phật lại dùng kệ đáp rằng:

"Mẹ chính là xiềng xích
Vợ chính là gông cùm
Con chính là kìm kẹp
Ái chính là buộc ràng[223]
Ta không: mẹ - xích xiềng
Cũng chẳng: vợ - gông cùm
Chẳng có: con - kìm kẹp
Chẳng bị Ái buộc ràng."

---

222 No. 99: 為有族本不有轉生族耶有俱相屬無云何解於縛. Pāli *kacci te kuṭikā natthi, kacci natthi kulāvaka kacci santānakā natthi, kacci muttosi bandhanā'ti*, "Ngài không có chòi tranh, Ngài không có tổ ấm, Ngài không có con cháu, Ngài thoát mọi ràng buộc." *Tạp A-hàm* đọc *kula* (gia tộc: tộc bản 族本, chuyển sinh tộc 轉生族) thay vì *kuṭikā*, chòi tranh.

223 Pāli *"Mātaraṃ kuṭikaṃ brūsi, bhariyaṃ brūsi kulāvakaṃ; putte santānake brūsi, taṇhaṃ me brūsi bandhanan"ti.* "Ta nói, mẹ là chòi tranh, vợ là tổ ấm, dây trói là con cháu, khát ái là dây trói."

Vị trời lại nói kệ rằng:

"Lành thay không xiềng xích
Cũng chẳng có gông cùm
Lành thay không kìm kẹp,
Không trói buộc lành thay!"[224]

Vị trời lại nói kệ tán thán rằng:

"Xưa kia đã từng thấy
Bà-la-môn Niết-bàn
Hiềm sợ bỏ lâu rồi
Vượt ái dục thế gian."

Khi vị trời ấy nói kệ này xong rồi, hoan hỷ trở về thiên cung.

KINH 169. ĐỘC TRỤ[225]

Tôi nghe như vầy:

Một thời, Đức Phật trú tại tụ lạc Thích-súy Cưu-la-tì đại-tư[226]. Bấy giờ Thế Tôn cạo râu tóc chưa bao lâu, vào buổi sáng dậy sớm, ngồi ngay mình thẳng, lấy y che trên đầu. Bấy giờ trong tụ lạc Cưu-la-tì đại-tư có một vị thiên thần đi đến chỗ Phật rồi hỏi Đức Phật rằng:

"Ngài đang ưu sầu chăng?"

---

[224] Pāli *Sāhu te kuṭikā natthi, sāhu natthi kulāvakā; sāhu santānakā natthi, sāhu muttosi bandhanā"ti:* "Lành thay, Ngài không có chòi tranh! Lành thay, Ngài không có tổ ấm; Lành thay, Ngài không có con cháu; Lành thay, Ngài thoát mọi ràng buộc."

[225] *Tương đương No. 99* (585). Pāli. S.2.18 *Kakudha.* Tham khảo *Tạp A-hàm,* Việt dịch, kinh 1162.

[226] Thích-súy Cưu-la-tì đại-tư tụ lạc 釋翅鳩羅脾大斯聚落; *No. 99:* Thích thị Ưu-la-đề-na tháp 釋氏優羅提那塔. Pāli *sākete añjanavane migadāye,* tại vườn nai, trong rừng *Añjana* ở *Sāketa.*

Đức Phật đáp:

"Ta chẳng có gì để mất, hà cớ phải ưu sầu."[227]

Vị thiên thần lại hỏi:

"Vậy Ngài hân hoan chăng?"

Đức Phật đáp:

"Ta cũng chẳng được cái gì, hà cớ phải hân hoan."

Vị thiên thần lại hỏi:

"Sa-môn! Ngài chẳng có gì ưu sầu cũng chẳng có gì hân hoan chăng?"

Đức Phật đáp:

"Quả đúng như thế!"

Vị trời liền nói kệ rằng:

> *"Tỳ-kheo Ngài làm sao*
> *Mà không bị phiền não*
> *Cũng không chút hân hoan?*
> *Một mình ngồi rừng vắng*
> *Chốn này khó an nhẫn*
> *Nhưng trông Ngài bây giờ*
> *Chẳng bị sợ bất nhẫn*
> *Che mờ làm chướng ngại[228]."*

Bấy giờ Đức Thế Tôn nói kệ đáp rằng:

> *"Ta chẳng bị phiền não*
> *An trụ được giải thoát*
> *Cũng chẳng có hân hoan*
> *Chẳng vui, chẳng bị loạn*

---

[227] 我無所失。何故憂愁?, *No. 99*: 何所忘失? "Ta mất gì đâu?" Pāli *"Kiṁ laddhā, āvuso"ti?*

[228] 不為不忍樂之所覆蔽障; So sánh với Pāli *Atho maṁ ekamāsīnaṁ, aratī nābhikīratī"ti.* Bản *Tạp A-hàm* đọc là bất lạc 不樂. Pāli *arati,* không hài lòng, không thích thú, bất bình, bất mãn.

Thiên thần phải nên biết
Nhờ đó trụ một mình."

Vị thiên thần lại nói kệ hỏi rằng:

"Như nay thưa Tỳ-kheo
Làm sao không phiền não
Làm sao chẳng hân hoan
Mà trụ nơi rừng vắng
Không bị thứ chẳng vui
Che mờ làm chướng ngại."

Bấy giờ Đức Thế Tôn nói kệ đáp rằng:

"Hân hoan tức phiền não
Phiền não tức hân hoan[229]
Chẳng: hân hoan, phiền não.
Thiên thần ngươi nên biết."

Vị thiên thần lại nói kệ rằng:

"Lành thay thưa Tỳ-kheo
Không có các phiền não
Cũng chẳng có hân hoan
Chẳng hoan hỷ, lành thay!
Lành thay, chỗ vắng vẻ
Không loạn bởi bất lạc."-

Thiên thần lại dùng kệ thán thán rằng:

"Xưa kia đã từng thấy
Bà-la-môn Niết-bàn
Hiềm sợ bỏ lâu rồi
Hay độ Ái thế gian."

Khi vị trời ấy nói kệ này xong rồi, hoan hỷ trở về thiên cung.

---

[229] 歡喜即煩惱,煩惱即歡喜; So sánh với *Tạp*: 煩惱生歡喜喜亦生煩惱
Phiền não sinh hoan hỷ, hoan hỷ sinh phiền não. *Tạp* đồng với Pali
Aghajātassa ve nandī, nandījātassa ve aghaṃ.

KINH 170. LỢI KIẾM[230]

Tôi nghe như vầy:

Một thời, Đức Phật ở tại vườn ông Cấp Cô Độc, rừng cây Kỳ-đà, nước Xá-vệ. Bấy giờ có một vị trời, quang sắc bội thường, đi đến chỗ Phật, thân quang chiếu khắp cả Kỳ-hoàn, sáng soi rạng rỡ, đến ngồi một bên mà nói kệ rằng:

> *"Ngồi trên trăm ngọn giáo*
> *Trên lửa cháy đối đầu*
> *Nên siêng nghĩ phương tiện*
> *Để đoạn trừ Dục kết."*[231]

Bấy giờ Đức Thế Tôn nói kệ đáp rằng:

> *"Ngồi trên trăm ngọn giáo*
> *Trên lửa cháy trên đầu*
> *Bậc Tỳ-kheo niệm giác*
> *Nên tư duy phương tiện*
> *Để đoạn trừ biên kiến*[232]
> *Và Ngã kiến của mình."*[233]

Vị trời lại dùng kệ tán thán rằng:

> *"Xưa kia đã từng thấy*
> *Bà-la-môn Niết-bàn*
> *Hiềm sợ bỏ lâu rồi*
> *Vượt ái dục thế gian."*

Lúc vị trời ấy nói kệ này xong rồi, hoan hỷ trở về thiên cung.

---

[230] *Tương đương No. 99 (586). Pāli. S.1.21 Satti. Tham khảo Tạp A-hàm, Việt dịch, kinh 1163.*

[231] 應勤思方便而斷於欲結; *Tạp:* 斷除貪欲火正念求遠離, "Đoạn trừ lửa tham dục, Chánh niệm, cầu xa lìa". *Pāli* kāmarāgappahānāya, sato bhikkhu paribbaje"ti, "Tỳ-kheo, chánh niệm, xuất gia từ bỏ dục tham".

[232] Bản Pl. và *Tạp* không có chi tiết này.

[233] *Pāli* Sakkāyadiṭṭhippahānāya, đoạn trừ hữu thân kiến. *No. 99:* 後身 hậu thân.

KINH 171. THIÊN NỮ[234]

Tôi nghe như vầy:

Một thời, Đức Phật ở tại vườn ông Cấp Cô Độc, rừng cây Kỳ-đà, nước Xá-vệ. Bấy giờ có một vị trời, quang sắc bội thường, ngay trong đêm tối đi đến chỗ Phật, uy quang chiếu khắp cả Kỳ-hoàn, sáng soi rạng rỡ, đến ngồi một bên mà nói kệ rằng:

"Thiên nữ hầu hai bên
Quỷ Tỳ-xá-xà đầy[235]
Rừng ngu si hắc ám
Làm sao để vượt qua?"[236]

Bấy giờ Đức Thế Tôn nói kệ đáp rằng:

"Chánh trực gọi là Đạo[237]
Vô úy là phương tiện,[238]
Vô thanh là khoái lạc
Thiện giác quán che phủ.[239]

---

[234] *Tương đương No. 99 (587). Pāli. S.1.46 Accharā. Tham khảo Tạp A-hàm,* Việt dịch, kinh 1164.

[235] Tì-xá-xà 毘舍闍, *No. 99:* Tỳ-xá-chỉ 毘舍脂. Pāli *pisāca,* Tỳ-xá-xà, quỷ uống máu.

[236] 愚癡黑闇林云何得過去; Pāli *vanantaṃ mohanaṃ nāma, kathaṃ yātrā bhavissatī,* "khu rừng này được gọi là "si ám", làm thế nào để tôi có thể thoát khỏi đó"? *No. 99:* 癡惑叢林中 何由而得出 Trong rừng rậm si hoặc, Do đâu được ra khỏi?

[237] *No. 99:* 正直平等道 Pāli *Ujuko nāma so maggo.*

[238] *No. 99:* 離恐怖之方; Pāli *abhayā nāma sā disā,* phương ấy có tên là Vô úy.

[239] 能覆善覺觀; *No. 99:* 法想為密覆; Pāli *ratho akūjano nāma, dhammacakkehi saṃyuto,* cỗ xe tên Vô thanh được gắn pháp luân vào. Sớ giải Pāli, cỗ xe tự nhiên mà trục xe không được bôi dầu (*akkhe anabhiñkite*) thì phát tiếng kêu (*kūjati viravati*). Cỗ xe Thánh đạo tám chi thì không như vậy.

Tàm quý là dây thắng[240]
Chánh niệm là dây buộc[241]
Trí tuệ - người đánh xe.
Chánh kiến người dẫn dắt.[242]
Nam tử hay nữ nhân
Thường cỡi cỗ xe này,
Tất xả bỏ danh sắc
Lìa dục đoạn sanh tử."[243]

Vị trời lại dùng kệ tán thán rằng:

"Xưa kia đã từng thấy
Bà-la-môn Niết-bàn
Hiềm sợ bỏ lâu rồi
Vượt ái dục thế gian."

Khi vị trời ấy nói kệ này xong rồi, hoan hỷ trở về thiên cung.

KINH 172. TỨ LUÂN[244]

Tôi nghe như vầy:

---

[240] Câu dẫn 拘靷. *No. 99*: trường mi 長縻. **Pāli:** *hirī tassa apālambo*, sự hổ thẹn là dây thắng xe.

[241] Dực tùng 翼從. Ki lạc 羈絡, sợi dây buộc hàm ngựa. Câu này dịch theo *Tạp*, cf. **Pāli:** *satyassa parivāraṇaṃ*, chánh niệm là màn che (rèm xe).

[242] 正見為引導; *No. 99*: 正見為前導 Chánh kiến dẫn đường trước. **Pāli:** *sammādiṭṭhipurejavaṃ*.

[243] *No. 99*: 如是之妙乘男女之所乘出生死叢林逮得安樂處 Cỗ xe mầu nhiệm ấy, Cùng đưa cả nam nữ; Ra khỏi rừng sanh tử, Chóng đến nơi an lạc. **Pāli:** *"Yassa etādisaṃ yānaṃ, itthiyā purisassa vā; sa ve etena yānena, nibbānasseva santike"ti*, Bất kỳ nam tử, nữ nhân nào với cỗ xe như thế, bằng phương tiện cỗ xe này mà đã hướng gần đến Niết-bàn.

[244] *Tương đương No. 99* (588). Pāli. S.1.29 *Catucakka*. Tham khảo *Tạp*

Một thời, Đức Phật ở tại vườn ông Cấp Cô Độc, rừng cây Kỳ-đà, nước Xá-vệ. Bấy giờ có một vị trời, quang sắc bội thường, ngay trong đêm tối đi đến chỗ Phật, uy quang chiếu khắp cả Kỳ-hoàn, chiếu soi rực rỡ, đến ngồi một bên rồi nói kệ rằng:

> *"Có chín cửa[245], bốn bánh[246],*
> *Trong đó tràn đầy ắp,*
> *Nơi bùn sâu ứ đọng,*
> *Làm sao thoát ra được[247]."*

Bấy giờ Đức Thế Tôn nói kệ đáp rằng:

> *"Đoạn dứt Hỷ, Ái kiết*
> *Cùng với ác, dục tham*
> *Nhổ sạch gốc rễ Ái*
> *Rồi an ổn xuất ly."*

Vị trời lại nói kệ tán thán rằng:

> *"Xưa kia đã từng thấy*
> *Bà-la-môn Niết-bàn*
> *Hiềm sợ bỏ lâu rồi*
> *Vượt ái dục thế gian."*

Lúc vị trời ấy nói kệ này xong rồi, hoan hỷ trở về thiên cung.

A-hàm, Việt dịch, kinh 1165.

[245] 九門; Pāli: *navadvāraṃ*. Sớ giải: chín lỗ ghẻ trong người (*navahi vaṇamukhehi*).

[246] Để bản: chuyển 轉. *Tạp A-hàm*, bản TNM: luân 輪. Pāli: *catucakkaṃ*: bốn bánh xe; Sớ giải: bốn oai nghi đi, đứng, nằm, ngồi (*iriyāpatho*).

[247] So sánh với *No. 99*: 充滿貪欲住深溺烏泥中大象云何出, "Sống đầy đủ tham dục; Đắm chìm sâu trong bùn, Voi lớn làm sao ra?" Pāli: *puṇṇaṃ lobhena saṃyutaṃ; paṅkajātaṃ mahāvīra, kathaṃ yātrā bhavissatī"ti*, "Nó đầy ắp, bị hệ phược bởi tham, xuất sinh từ vũng lầy. Bạch đức Đại hùng! Bằng cách gì mà tôi có thể thoát ra khỏi nó?"

KINH 173. KẾ PHÁT[248]

Tôi nghe như vầy:

Một thời, Đức Phật ở tại vườn ông Cấp Cô Độc, rừng cây Kỳ-đà, nước Xá-vệ. Bấy giờ có một vị trời, quang sắc bội thường, ngay trong đêm tối đi đến chỗ Phật, uy quang chiếu khắp cả Kỳ-hoàn, sáng soi rực rỡ, đến ngồi một bên rồi nói kệ rằng:

"Thế nào ngoại kết phược[249],
Nội cũng có kết phược,
Thế giới bị cuộn chặt[250],
Con nay hỏi Cù-đàm,
Ai làm cho kết phược,
Trở thành không kết phược?"

Bấy giờ Đức Thế Tôn nói kệ đáp rằng:

"Kiên trì lập cấm giới[251],
Tu tâm và trí huệ
Cần hành và tinh tấn[252],
Thường niệm là tỳ-kheo
Nhanh khiến cho kết phược
Liền thành không kết phược.[253]"

Vị trời liền nói kệ tán thán rằng:

---

[248] *Tương đương No. 99* (599). Pāli. S.1.23 *Jaṭā.* Tham khảo *Tạp A-hàm*, Việt dịch, kinh 1176.

[249] Để bản: kết phát 結髮, cuộn tóc rối, bện tóc xoắn lại với nhau, bản Hán đọc là *jaṭā* (bện tóc), thay vì *jaṭāya* như bản Pl hiện tại, văn dẫn Pl. **xem cht. dưới.** *No. 99*: triền 纏.

[250] Pāli *Anto jaṭā bahi jaṭā, jaṭāya jaṭitā pajā,* "nội triền, ngoại triền, sinh loại bị cuốn chặt bởi triền".

[251] 堅持立禁戒; Pāli *Sīle patiṭṭhāya naro sapañño,* Một vị có trí, an trú trên Giới. *No. 99:* 智者建立戒 Trí giả kiến lập giới.

[252] 懃行於精進; Pāli *Ātāpī nipako bhikkhu,* Vị tỳ-kheo hăng hái và cẩn trọng.

[253] Pāli *vijaṭaye jaṭaṁ,* cởi mở được triền phược.

"Xưa kia đã từng thấy
Bà-la-môn Niết-bàn
Hiềm sợ bỏ lâu rồi
Vượt ái dục thế gian."

Lúc vị trời ấy nói kệ này xong rồi, hoan hỷ trở về thiên cung.

KINH 174. XUẤT GIA NAN[254]

Tôi nghe như vầy:

Một thời, Đức Phật ở tại vườn ông Cấp Cô Độc, rừng cây Kỳ-đà, nước Xá-vệ. Bấy giờ có một vị trời, quang sắc bội thường, ngay trong đêm tối đi đến chỗ Phật, uy quang chiếu khắp cả Kỳ-hoàn, sáng soi rực rỡ, đến ngồi một bên rồi nói kệ rằng:

"Xuất gia thật là khó,
Cực khó, khó thể thấy
Kẻ ngu làm Sa-môn[255]
Có nhiều các việc khó.
Kẻ sợ hãi biếng nhác
Tâm thường không hoan hỷ[256]
Làm sao thực hành được
Pháp Sa-môn khó kia?
Không thể cấm tâm này
Thường sanh không hoan hỷ

---

[254] *Tương đương No. 99 (600). Pāli. S.1.17 Dukkara.* Tham khảo *Tạp A-hàm,* Việt dịch, kinh 1177.

[255] **Pāli:** *Dukkaraṃ duttitikkhañca, abyattena ca sāmaññaṃ,* Đời sống Sa-môn rất khó hành, và những kẻ thiếu trí rất khó kham nhẫn được. *No. 99:* 難度難可忍沙門無知故, Khó vượt, khó thể nhẫn, Sa-môn vì không biết;

[256] **Pāli:** *Bahūhi tattha sambādhā,* vì ở đó có nhiều cản ngại.

Các tưởng dục chi phối[257]
Làm sao mà trừ diệt?"

Bấy giờ Đức Thế Tôn nói kệ đáp rằng:

"Tỳ-kheo che ác giác
Như rùa rụt sáu chi[258]
Tỳ-kheo không chỗ nương,
Cũng không não hại họ[259]
Tỳ-kheo nhập Niết-bàn
Đều chẳng bị quở trách."[260]

Vị trời liền nói kệ tán thán rằng:

"Xưa kia đã từng thấy
Bà-la-môn Niết-bàn
Hiềm sợ bỏ lâu rồi
Vượt ái dục thế gian."

Lúc vị trời ấy nói kệ này xong rồi, hoan hỷ trở về thiên cung.

KINH 175. THUỴ MIÊN[261]

Tôi nghe như vầy:

---

[257] 想欲得自在; [Pāli] *saṅkappānaṁ vasānugoti*, dưới sự thống trị của tư duy sai biệt. *No. 99*: 心隨覺自在 Bị chi phối bởi tâm giác tưởng.

[258] 比丘覆惡覺 譬如龜藏六; *No. 99*: 比丘習禪思善攝諸覺想 "Tỳ-kheo tập thiền tư, khéo nhiếp các giác tưởng". [Pāli] *Kummova aṅgāni sake kapāle, samodahaṃ bhikkhu manovitakke*, Tỳ-kheo nên thu nhiếp suy tưởng của mình như con rùa thu rụt các chi phần vào mai của nó.

[259] [Pāli] *Anissito aññamaheṭhayāno*, "Không y chỉ, không rối loạn kẻ khác".

[260] 比丘入涅槃 都無有譏論; [Pāli] *parinibbuto nūpavadeyya*, (Tỳ-kheo) nhập Niết-bàn, vị ấy không chỉ trích bất cứ ai.

[261] *Tương đương No. 99 (598). Pāli. S.1.16 Niddātandī. Tham khảo Tạp*

Một thời, Đức Phật ở tại vườn ông Cấp Cô Độc, rừng cây Kỳ-đà, nước Xá-vệ. Bấy giờ có một vị trời, quang sắc bội thường, ngay trong đêm tối đi đến chỗ Phật, uy quang chiếu khắp cả Kỳ-hoàn, chiếu soi rực rỡ, đến ngồi một bên rồi nói kệ rằng:

> *"Thụy miên:*[262] *nhác, vươn mình*
> *Ngáp dài*[263] *và bất lạc,*[264]
> *Ăn uống quá mức độ*[265]
> *Trạng thái tâm muội liệt,*[266]
> *Năm việc*[267] *này che lấp*
> *Không thấy được Thánh đạo."*

Bấy giờ Đức Thế Tôn nói kệ đáp rằng:

A-hàm, Việt dịch, kinh 1175.

[262] Sau đây là liệt kê các thức ăn của thụy miên.

[263] Lặp lại tần thân 頻申, có thể chép lầm, đây *Tạp A-hàm* và *Pháp uẩn* chỉ cho khiếm khư 欠呿. **Cht.162,** Khiếm khư 欠呿: Ngáp ngủ, diễn tả trạng thái chau mày, há miệng, hay nhíu mày, ngáp. Nên đọc liền với ở trên thành tần thân khiếm khư.

[264] 不樂; Pāli *Aratī:* bất mãn, không hài lòng, không vui tươi. Giải thích, xem *Pháp uẩn* phẩm 16, V.58. Bất lạc.

[265] 飲食不調適 Pāli *bhattasammado,* uể oải sau khi ăn, tức ăn không tiêu, đầy bụng, *Pháp uẩn* giải thích do ăn quá độ, hay ăn không thích hợp.

[266] 心下狹劣; đoạn dưới: 心下劣 tâm hạ liệt. *Pháp uẩn* đọc là: 心昧劣性 tâm muội liệt tính.

[267] 五事 ngũ sự; *Tạp A-hàm* kinh 598: thập 十, nói là mười điều, nhưng văn kệ chỉ có 8 điều; Ấn Thuận nghi là thất 七. Ở đây nói năm sự là phù hợp, được gọi thức ăn của hôn trầm thụy miên: 1. yếm, 2. tần thân (-khiếm khư), 3. bất lạc; 4. tâm bất điều thích, 5. tâm hạ liệt; tương ứng 5 điều trong văn Pāli 1. *niddā,* 2. *tandī,* 3. *vijambhitā,* 4. *aratī,* 5. *bhattasammado.* Tham chiếu, *Pháp uẩn,* ibid., liệt kê 5 điều: 1. Mông hội, 2. Bất lạc, 3. Tần thân khiếm khư; 4. Thực bất điều tính; 5. Tâm muội liệt tính, bản dịch Việt, **cht.153,** dẫn *Tì-bà-sa 48,* tr. 250c4: "Hôn trầm thụy miên cái lấy năm pháp làm thức ăn: 1. Măng hội; 2. Bất lạc; 3. Tần khiếm; 4. Thực bất điều tính; 5. Tâm luy liệt tính".

"Hoặc ai thuỵ miên: chán,
Vươn ngáp, và bất lạc,
Ăn uống quá mức độ,
Trạng thái tâm hạ liệt,
Tinh tấn bỏ năm điều,
Sau sẽ thấy Thánh đạo."

Vị trời liền nói kệ tán thán rằng:

"Xưa kia đã từng thấy
Bà-la-môn Niết-bàn
Hiềm sợ bỏ lâu rồi
Vượt ái dục thế gian."

Lúc vị trời ấy nói kệ này xong rồi, hoan hỷ trở về thiên cung.

KINH 176. TRÌ THUỶ²⁶⁸

Tôi nghe như vầy:

Một thời, Đức Phật ở tại vườn ông Cấp Cô Độc, rừng cây Kỳ-đà, nước Xá-vệ. Bấy giờ có một vị trời, quang sắc bội thường, ngay trong đêm tối đi đến chỗ Phật, uy quang chiếu khắp cả Kỳ-hoàn, sáng soi rực rỡ, đến ngồi một bên rồi nói kệ rằng:

"Nước ao vì sao cạn?
Có dòng nào chảy ngược?²⁶⁹
Vui khổ ở thế gian
Chỗ nào tiêu dứt hết."²⁷⁰

---

²⁶⁸ *Tương đương No. 99 (601). Pāli. S.1.27 Sara. Tham khảo Tạp A-hàm, Việt dịch, kinh 1178.*

²⁶⁹ **Pāli** *Kuto sarā nivattanti. No. 99:* 薩羅小流注當於何反流 *Tát-la dòng thác nhỏ, nơi đâu sẽ nghịch dòng? Từ trì thuỷ* 池水, *Tạp gọi là Tát-la* 薩羅. **Pāli** *sarā, dòng nước; chỉ dòng luân hồi (saṃsāra-sarā).*

²⁷⁰ *No. 99:* 生死之徑路 於何而不轉 *Con đường tắt sanh tử, nơi nào mà*

Đức Thế Tôn nói kệ đáp rằng:

"Mắt, tai và mũi, lưỡi
Cùng với thân và ý[271]
Khi danh sắc tiêu dứt
Như vậy ao khô cạn.
Tận trừ các kết nghiệp[272]
Thì khổ lạc thế gian
Từ đây dứt hết sạch
Cũng không còn trở lại."

Vị trời lại dùng kệ tán thán rằng:

"Xưa kia đã từng thấy
Bà-la-môn Niết-bàn
Hiềm sợ bỏ lâu rồi
Vượt ái dục thế gian."

Khi vị trời ấy nói kệ này xong rồi, hoan hỷ trở về thiên cung.

KINH 177. Y-NI-DIÊN[273]

Tôi nghe như vầy:

Một thời, Đức Phật ở tại vườn ông Cấp Cô Độc, rừng cây Kỳ-đà,

---

chẳng chuyển? [Pāli] *kattha vaṭṭaṃ na vattati.*

[271] *Tạp A-hàm* cũng nói là 6 xứ; bản Pl nói là bốn đại chủng: *yattha āpo ca pathavī, tejo vāyo na gādhati,* "Bất cứ ở đâu mà đất, nước, lửa, gió, không tìm thấy chỗ trú vững".

[272] 結業; đây chỉ cho Tứ kết nghiệp 四結業. *No. 17:* tứ diện cấu ác chi hành 四面垢惡之行 *No. 26. 135:* tứ chủng nghiệp tứ chủng uế 四種業四種穢. [Pāli]: *cattāro kammakilesā:* bốn sự ô nhiễm của nghiệp, hay bốn nghiệp phiền não hay bốn phiền não của nghiệp.

[273] *Tương đương No. 99 (602). Pāli. S.1.20 Eṇijaṅgha.* Tham khảo *Tạp A-hàm,* Việt dịch, kinh 1179.

nước Xá-vệ. Bấy giờ có một vị trời, quang sắc bội thường, ngay trong đêm tối đi đến chỗ Phật, oai quang chiếu khắp cả Kỳ-hoàn, sáng soi rực rỡ, đến ngồi một bên rồi nói kệ rằng:

"Mâu-ni, Đấng thế hùng
Giống như Y-ni-diên[274]
Ăn ít, không đắm vị
Ngồi lặng lẽ giữa rừng[275]
Tôi nay có chút nghi
Muốn hỏi với Cù-đàm
Khổ từ đâu mà có?
Làm sao giải thoát khổ?
Khổ từ đâu mà dứt?
Xin Ngài quyết chỗ nghi."

Bấy giờ Đức Thế Tôn nói kệ đáp rằng:

"Thế gian có Năm dục
Ý thứ sáu hiển hiện[276]
Trừ đoạn hết Hỷ dục[277]
Xa lìa tất cả khổ
Đó là xuất yếu khổ[278]
Cũng là giải thoát khổ[279]
Ở đây mà dứt tận
Việc ấy ngươi nên biết."

---

[274] 伊尼延; cũng nói là Y-ni-diên lộc 伊尼延鹿. **Pāli:** *eṇi*, sơn dương, có đùi (*jaṅghā*) thon dài, rất đẹp; một tướng của Phật (*eṇijaṅghaṃ*). Đây chỉ Phật.

[275] 寂然處林坐; *No. 99:* 禪思樂山林 Thiền tư, thích núi rừng. **Pāli:** *Sīhaṁvekacaraṁ nāgaṁ*, "độc hành như sư tử, như voi".

[276] 意第六顯現; *Tạp:* 心法說第六 Tâm pháp là thứ sáu; **Pāli:** *manochaṭṭhā paveditā*.

[277] 除斷於喜欲; *No. 99:* 於彼欲無欲, Nơi dục ấy không dục; **Pāli:** *ettha chandaṁ virājetvā*, ở đây, đã từ bỏ dục.

[278] 苦出要 khổ xuất yếu, chỗ khác cũng nói là xuất ly 出離; **Pāli:** *nissaraṇa*, sự thoát ly, thoát ra khỏi chỗ nguy hiểm.

[279] **Pāli:** *dukkhā pamuccatī*.

Vị trời lại dùng kệ tán thán rằng:

"Xưa kia đã từng thấy
Bà-la-môn Niết-bàn
Hiềm sợ bỏ lâu rồi
Vượt ái dục thế gian."

Khi vị trời ấy nói kệ này xong rồi, hoan hỷ trở về thiên cung.

KINH 178. ĐỘ BỘC SỬ LƯU[280]

Tôi nghe như vầy:

Một thời, Đức Phật ở tại vườn ông Cấp Cô Độc, rừng cây Kỳ-đà, nước Xá-vệ. Bấy giờ có một vị trời, quang sắc bội thường, ngay trong đêm tối đi đến chỗ Phật, oai quang chiếu sáng khắp cả Kỳ-hoàn, chiếu soi rực rỡ, đến ngồi một bên rồi nói kệ rằng:

"Không có chỗ phan duyên
Chẳng có chỗ đặt chân
Sâu thẳm dòng nước lớn
Ai người không chìm đắm?[281]
Ai siêng năng tinh tấn
Vượt qua dòng nước lớn?"[282]

Bấy giờ Đức Thế Tôn nói kệ đáp rằng:

"Giữ cấm giới thanh tịnh
Tu Trí và thiền định[283]

---

[280] Tương đương No. 99 (1269). Pāli. S.2.15 *Candana*. Tham khảo *Tạp A-hàm*, Việt dịch, kinh 1183.

[281] *No. 99*: 何染而不著 Nhiễm gì mà không dính? Pāli *ko gambīre na sīdati?* Ai không chìm sâu?

[282] 能度瀑駛流; *No. 99*: 誰度於諸流 Ai vượt các dòng thác; Pāli *Kathaṁsu tarati oghaṁ*, làm sao vượt qua bộc lưu?

[283] *No. 99*: 智慧善正受 Trí tuệ, khéo chánh thọ. Pāli *paññavā susamāhito,*

Nội quan sát, buộc niệm[284]
Khó vượt nhưng vượt được.
Được xa lìa Dục kết[285]
Ra khỏi Sắc hữu sử[286]
Dứt sạch Hữu hoan hỷ[287]
Như vậy vượt dòng sâu
Mà không bị chìm đắm
Vượt qua được bộc lưu.[288]"

Vị trời lại nói kệ tán thán rằng:

"Xưa kia đã từng thấy
Bà-la-môn Niết-bàn
Hiểm sợ bỏ lâu rồi
Vượt ái dục thế gian."

Khi vị trời ấy nói kệ này xong rồi, hoan hỷ trở về thiên cung.

KINH 179. GIẢI THOÁT[289]

Tôi nghe như vầy:

Một thời, Đức Phật ở tại vườn ông Cấp Cô Độc, rừng cây Kỳ-đà,

---

bằng trí tuệ mà khéo léo nhập định.

[284] *No. 99:* Trong tư duy, buộc niệm.

[285] Bản *Đại chánh:* Dục kết 結; bản TNM: dục giới 界. **Pāli:** *kāmasaññā,* dục tưởng. Đây chỉ dục tưởng trong ba bất thiện tưởng, xem *No. 1* *(9)* Chúng tập. **Pāli:** *tisso akusalasaññā - kāmasaññā, vyāpādasaññā, vihiṃsāsaññā*; D. 33. Saṅgīti.

[286] 色有使 ; *No. 99:* 色結 sắc kết; **Pāli:** *rūpa-saṃyojana.*

[287] 歡喜有; *Nandīrāga:* hỷ tham.

[288] **Pāli:** *nandīrāgaparikkhīṇo, gambīre na sīdati,* người đã diệt tận hỷ tham không bị chìm sâu.

[289] *Tương đương No. 99* (1268). Pāli. S.1.2 *Nimokkha.* Tham khảo *Tạp A-hàm,* Việt dịch, kinh 1182.

nước Xá-vệ. Bấy giờ có một vị trời, quang sắc bội thường, sáng soi rực rỡ khắp cả Kỳ-hoàn, đi đến chỗ Phật, đảnh lễ dưới chân Phật rồi ngồi sang một bên, hỏi Đức Phật rằng:

"Cù- đàm! Nay Ngài có thể biết rõ sự đắm trước của tất cả chúng sinh và sự đắc giải thoát, tịnh giải thoát của tất cả chúng sinh không?"

Bấy giờ Đức Thế Tôn liền bảo với vị trời ấy rằng:

"Ta thực sự biết hết tất cả những sự trói buộc, cùng với sự đắc giải thoát, tận giải thoát, tịnh giải thoát[290]."

Vị trời hỏi rằng:

"Thưa Cù-đàm! Làm thế nào biết rõ sự đắc giải thoát, tận giải thoát, tịnh giải thoát của tất cả chúng sinh bị đắm trước."

Đức Phật lại bảo rằng:

"Ta quán sát về sự đoạn tận[291] hỷ hữu[292], này Thiên tử nên biết,

---

[290] *No. 99*: 決定解脫、廣解脫、極廣解脫 "biết sự quyết định giải thoát, giải thoát rộng, giải thoát cực rộng". Tham chiếu Pāli *sattānaṃ nimokkhaṃ pamokkhaṃ vivekaṃ*, "(Biết) sự giải thoát, thắng giải thoát, viễn ly. Sớ giải, SA. 1.21: *nimokkhanti ādīni maggādinaṃ nāmāni; maggena hi sattā kilesabandhanato nimuccati, tasmā maggo sattānaṃ nimokkhoti vutto. phalakkhaṇe pana te kilesabandhanato pamuttā, tasmā phalaṃ sattānam pamokkhoti vuttaṃ; nibbānaṃ patvā sattānaṃ sabbadukkhaṃ viviccati, tasmā nibbānānaṃ viveko ti vuttaṃ*, "Giải thoát (*nimokkha*, Hán: quyết định giải thoát) là tên gọi đầu tiên của sơ Thánh đạo. Bằng Thánh đạo, các chúng sanh giải thoát khỏi sự trói buộc của phiền não; do đó, Thánh đạo được nói là sự giải thoát của chúng sanh. Trong sát-na đắc quả, chúng hoàn toàn giải thoát khỏi các trói buộc của phiền não; do đó, quả chứng là thắng giải thoát của chúng sanh. Sau khi đạt đến Niết-bàn, chúng sanh xa lìa tất cả khổ, do đó, Niết-bàn là sự viễn ly của chúng sanh."

[291] 盡觀 tận quán; *Tạp A-hàm* 滅盡 diệt tận. Pāli *parikkhaya*, biến tận, tận diệt.

[292] Bản *Đại chánh* chép 見有; đây theo bản Thánh, chép là: 喜有, phù hợp với bản Pāli *Nandībhava*, khao khát tồn tại, khát vọng sinh tồn; Bhikkhu Sujato dịch là "relish for rebirth" (*A plain translation*

Tâm Ta đã đắc giải thoát; vì đắc giải thoát, nên biết sự đắc giải thoát, tận giải thoát, tịnh giải thoát của chúng sanh bị đắm trước[293], Ta thấy đều rõ cả."

Vị trời liền tán thán rằng:

"Lành thay, lành thay, Cù-đàm! Ngài biết rõ sự đắm trước, *cho đến*: có thể biết sự đắc tịnh giải thoát."

Vị trời lại dùng kệ tán thán rằng:

> *"Xưa kia đã từng thấy*
> *Bà-la-môn Niết-bàn*
> *Hiềm sợ bỏ lâu rồi*
> *Vượt ái dục Thế gian."*

Khi vị trời ấy nói kệ này rồi, hoan hỷ trở về thiên cung.

KINH 180. SỬ LƯU[294]

Tôi nghe như vầy:

Một thời, Đức Phật ở tại vườn ông Cấp Cô Độc, rừng cây Kỳ-đà, nước Xá-vệ. Bấy giờ có một vị trời, quang sắc bội thường, ngay trong đêm tối đi đến chỗ Phật, oai quang sáng rực khắp cả Kỳ-hoàn, chiếu soi rực rỡ, đến ngồi một bên rồi hỏi Đức Phật rằng:

"Cù-đàm! Ngài[295] có thể vượt thoát được dòng nước lớn chảy

---

of the Saṁyutta Nikāya, 2018). Bhikkhu Bodhi dịch là: "delight in existence" (*The Connected Discourses of the Buddha*, Wisdom Publications, 2000).

293. Pāli: sự tận diệt của tưởng và thức (*saññāviññāṇasaṅkhayā*), diệt tận và tịch tĩnh của thọ (*vedanānaṁ nirodhā upasamā*).

294. *Tương đương No. 99 quyển 48 (1267). Pāli. S.1.1 Ogha. Tham khảo Tạp A-hàm*, Việt dịch, kinh 1181.

295. So sánh với *Tạp A-hàm*, Thiên thần này gọi Phật là "Tỳ-kheo". Pāli

xiết[296] chăng?"

Bấy giờ Đức Thế Tôn liền bảo với vị trời ấy rằng:

"Thực sự là như vậy!"

Vị trời hỏi:

"Cù-đàm! Như dòng nước chảy xiết này, sâu rộng không bờ bến, chẳng có chỗ nào để bám víu, chẳng có chỗ để đặt chân, vậy mà có thể vượt qua được, thật là hết sức kỳ đặc."

Đức Phật bảo:

"Quả đúng như thế."

Vị trời lại hỏi rằng:

"Cù-đàm! Nay Ngài làm thế nào đối với dòng nước chảy xiết này, không có chỗ bám víu níu kéo, chẳng có chỗ đặt chân mà vượt qua được?"

Đức Phật đáp với vị trời ấy rằng:

"Nếu ta biếng nhác ắt sẽ chìm đắm; nếu ta chìm đắm ắt bị trôi dạt. Nếu ta tinh tấn sẽ không chìm đắm, nếu không chìm đắm thì chẳng bị trôi dạt[297]. Ta ở trong dòng nước lớn chảy xiết như thế không thể níu kéo, bám víu, không chỗ đặt chân mà vượt qua được dòng nước lớn ấy."

Vị trời liền tán thán rằng:

_____

kathaṃ nu tvaṃ, mārisa, oghamatarī? "Thưa Tôn giả, Ngài làm thế nào vượt qua dòng thác?"

[296] Bộc sử lưu瀑駛流; Pali *oghā*, bộc lưu, dòng thác.

[297] *No. 99:* 我如是、如是抱，如是、如是直進，則不為水之所[漂*寸]。如是、如是不抱，如是、如是不直進，則為水所[漂*寸] "Này Thiên tử, Ta ôm chặt như vậy, như vậy, tiến thẳng như vậy, như vậy; không bị nước cuốn trôi. Không ôm chặt như vậy, như vậy, không tiến thẳng như vậy, như vậy, thì bị nước cuốn trôi." Pali *appatiṭṭhaṃ khvāhaṃ, āvuso, ayūhaṃ oghamataran'ti,* "Ta không đình trú, không thẳng tiến (không cầu), mà vượt qua dòng thác."

"Lành thay lành thay! Tỳ-kheo ở ngay nơi dòng nước chảy xiết này, không chỗ bám víu mà vượt qua được, thật hết sức hy hữu."

Vị trời lại dùng kệ tán thán rằng:

"Xưa kia đã từng thấy
Bà-la-môn Niết-bàn
Hiềm sợ bỏ lâu rồi
Vượt ái dục thế gian."

Khi vị trời ấy nói kệ này rồi, hoan hỷ trở về thiên cung.

NHIẾP TỤNG

Lợi kiếm và Thiên nữ
Tứ chuyển luân, Kế phát
Thùy yếm, Cực nan tận
Y-ni-diên, Sử lưu
Vô phược trước, giải thoát
Và năng đắc tế độ.

KINH 181. KINH CỤ[298]

Tôi nghe như vầy:

Một thời, Đức Phật ở tại vườn ông Cấp Cô Độc, rừng cây Kỳ-đà, nước Xá-vệ. Bấy giờ có một vị trời[299], quang sắc bội thường, đi đến chỗ Phật, thân quang chiếu sáng khắp cả Kỳ-hoàn, sáng soi rạng rỡ, đến ngồi một bên rồi nói kệ rằng:

"Thế gian thường sợ hãi[300]

---

[298] *Tương đương No. 99 quyển 22 (596). Pāli. S.2.17 Subrahma.* Tham khảo *Tạp A-hàm,* Việt dịch, kinh 1173.

[299] Pāli: Thiên tử có tên là Subrahmā.

[300] 世間常驚懼; No. 99: 此世多恐怖 đời này nhiều sợ hãi, Pāli *Niccaṁ*

Chúng sanh hằng ưu não[301]
Kẻ chưa được tài lợi
Kẻ được rồi cũng thế
Trong chỗ được, chưa được,
Có tâm không sợ hãi[302]
Những việc như thế đó
Xin hãy nói cho con."

Bấy giờ Đức Thế Tôn nói kệ đáp rằng:

"Những ai người trí huệ,
Khổ hạnh[303]*, nhiếp các căn*[304]
Không ngoài xả tất cả[305]
Ngoại trừ những người này
Không ai thoát sanh tử.[306]
Nếu không xả tất cả
Thường ở trong sanh tử

---

utrastamidaṁ cittaṁ, tâm này thường sợ hãi.

[301] 眾生恒憂惱; [Pāli] *niccaṁ ubbiggamidaṁ mano*, tâm trí này luôn bị kích động.

[302] 無喜懼心; *No. 99*: 離恐處 ly khủng xứ. [Pāli] *anutrastaṁ*, trạng thái không sợ hãi, không lo lắng.

[303] 苦行 khổ hành. Trong đây có vấn đề ngữ pháp, bản Pl hiện tại là: *bojjhātapasā*, có vị đọc chung liền một cụm: "hành giác chi" (HT. Thích Minh Châu, Tương ưng bộ, I.2.VII), nhưng Bhikkhu Bodhi và Bhikkhu Sujato đọc riêng thành *bojjhā-tapasā* (understanding and fervor, chứng ngộ và nhiệt hành), bản Hán cũng đọc thành trí tuệ giả - khổ hành ([Skt] *jñānatapaso*).

[304] 攝諸根; [Pāli] *indriya-saṁvara*, căn luật nghi, phòng hộ căn môn. Bản Hán dịch là nhiếp 攝, do đọc từ [Skt] *nigrahāt* (Enomoto 1994, no.0596).

[305] 棄捨一切務; *No. 99*: 無異一切捨, ngoại trừ xả tất cả. [Pāli] *Naññatra sabbanissaggā*, không ngoài xả tất cả. Tham khảo *Du-già 17*, tr. 374a5: 不離一切捨 bất ly nhất thiết xả.

[306] [Pāli] *sotthiṁ passāmi pāṇinan*, Ta thấy những điều này dẫn đến sự an ổn cho các sinh loại.

Kinh sợ và hãi hùng
Bị các nạn ưu, não
Bị khổ não bức bách.
Nếu buông bỏ tất cả
Sẽ trừ các nạn kia
Ắt sẽ lìa sanh tử
Các ác nạn lo sợ."

Vị trời lại dùng kệ tán thán rằng:

"Xưa kia đã từng thấy
Bà-la-môn Niết-bàn
Hiềm sợ bỏ lâu rồi
Vượt ái dục thế gian."

Khi vị trời ấy nói kệ này rồi, hoan hỷ trở về thiên cung.

KINH 182. ĐẮC SẮC TỐI THƯỢNG[307]

Tôi nghe như vầy:

Một thời, Đức Phật ở tại vườn ông Cấp Cô Độc, rừng cây Kỳ-đà, nước Xá-vệ. Bấy giờ có một vị trời, quang sắc bội thường, ngay trong đêm tối đi đến chỗ Phật, uy quang chiếu sáng khắp cả Kỳ-hoàn, sáng soi rực rỡ, đến ngồi một bên rồi nói kệ rằng:

"Ai được sắc tối thắng?[308]
Ai bực hòa hợp đạo?[309]

---

[307] *Tương đương No. 99 (597). S.i.052 (Nandana). Tham chiếu, Việt dịch kinh 1174.*

[308] 誰得色最勝; *No. 99:* 云何諸眾生受身得妙色 Thế nào các chúng sanh được thân tướng tốt đẹp? Pāli: *Kathaṃvidhaṃ sīlavantaṃ vadanti,* hạng người nào được gọi là trì giới?

[309] Pāli: *Kathaṃvidhaṃ paññavantaṃ vadanti,* hạng người nào được gọi là trí tuệ?

> *Trụ ngay nơi chỗ ấy*
>
> *Tu học sự nghiệp gì*[310]*?*
>
> *Những chủng loại thế nào*
>
> *Được chư thiên cúng dường*[311]*?"*

Bấy giờ Đức Thế Tôn dùng kệ đáp rằng:

> *"Trì giới, có trí tuệ*
>
> *Người khéo tự tu tập*[312]*,*
>
> *Niệm*[313]*, Thiền*[314]*, không phóng dật*[315]
>
> *Trừ khử bốn nhiệt não*[316]
>
> *Chánh niệm*[317]*, ý giải thoát*[318]
>
> *Như thế được sắc thân*
>
> *Tốt đẹp đạt tối thắng*[319]
>
> *Hòa hợp thừa đạo này*
>
> *Trụ thân nơi chốn ấy*
>
> *Tu tập các thiện pháp*
>
> *Nếu người được như vậy*
>
> *Được chư thiên cúng dường."*

Vị trời lại dùng kệ tán thán rằng:

---

[310] **Pāli** *Kathaṁvidho dukkhamaticca iriyati?* Hạng người nào vượt qua khổ?

[311] **Pāli** *Kathaṁvidhaṁ devatā pūjayantī?* Hạng nào được chư Thiên kính lạy?

[312] 善能修己者; *Tạp:* tự tu tập 自修習. **Pāli** *bhāvitatto.*

[313] *Tạp:* hệ niệm 繫念. **Pāli** *satīmā,* chánh niệm.

[314] 禪; *Tạp:* chánh thọ 正受, **Pāli** *Jhānarato,* vui thú trong Thiền.

[315] 不放逸; **Pāli** *Samāhito,* chánh định, nhập định. *Tạp:* 正直心.

[316] 除去四熱惱; *Tạp:* 熾然憂悉滅 xí nhiên ưu tất diệt. **Pāli** *Sabbassa sokā vigatā pahīnā,* loại trừ và đoạn tận tất cả sầu khổ.

[317] Để bản: 正法 Chánh pháp ; Bản Hán có thể chép lầm, đây sửa lại là chánh niệm . Cf. *Du-già 18,* tr. 374c19: chánh niệm 正念.

[318] Ý giải thoát 意解脫, tức tâm giải thoát. **Pāli** *cetovimutti.*

[319] **Pāli** *Khīṇāsavo antimadehadhārī,* chư lậu tận, sống với thân tối hậu.

"Xưa kia đã từng thấy
Bà-la-môn Niết-bàn
Hiềm sợ bỏ lâu rồi
Vượt ái dục thế gian."

Lúc vị trời ấy nói kệ này rồi, hoan hỷ trở về thiên cung.

KINH 183. ĐẠI PHÚ[320]

Tôi nghe như vầy:

Một thời, Đức Phật ở tại vườn ông Cấp Cô Độc, rừng cây Kỳ-đà, nước Xá-vệ. Bấy giờ có một vị trời, quang sắc bội thường, ngay trong đêm tối đi đến chỗ Phật, uy quang chiếu sáng khắp cả Kỳ-hoàn, chiếu soi rạng rỡ, đến ngồi một bên rồi nói kệ rằng:

"Nhà buôn nước Lại-tra[321]

Tài sản giàu cực sự
Ai cũng hám tài lợi
Tham cầu không chán đủ
Vì tài sản đấu nhau
Ái dục kết cuốn trôi[322]
Trong những hàng người ấy
Ai xả được dục ái[323]?"

Bấy giờ Đức Thế Tôn dùng kệ đáp rằng:

---

[320] Tương đương *No. 99* (589).

[321] Lại-tra quốc 賴吒國. *No. 99*: Lại-tra-bàn-đề 賴吒槃提. **Pāli** *mahābhogā raṭṭhavanto khattiyā*, sát-lị có nhiều của cải, có quốc độ. Các bản Hán hiểu *raṭṭhavanto* (có quốc độ) là danh từ riêng.

[322] 愛欲結流漂; Pāli, ibid. *bhavasotānusārisu*, chúng trôi theo dòng tái sinh (hữu lưu).

[323] **Pāli** *Kedha taṇhaṃ pajahiṃsu, ke lokasmiṃ anussukā*, Ở đây ai đã từ bỏ khát ái? Ai trên thế gian này không còn tật đố?

"Xả bỏ hết chúng duyên
Vợ con và lục súc
Tất cả thói quen Ái
Trừ khử Dục, tham, si[324]
Xả dục mà xuất gia[325]
Người này đoạn dục hết
Vĩnh viễn lìa tất cả
Chìm đắm và tranh cãi."[326]

Bấy giờ vị trời lại dùng kệ tán thán rằng:

"Xưa kia đã từng thấy
Bà-la-môn Niết-bàn
Hiềm sợ bỏ lâu rồi
Vượt qua Ái thế gian."

Khi vị trời ấy nói kệ này rồi, hoan hỷ trở về thiên cung.

KINH 184. GIÁC THUỴ MIÊN[327]

Tôi nghe như vầy:

Một thời, Đức Phật ở tại vườn ông Cấp Cô Độc, rừng cây Kỳ-đà, nước Xá-vệ. Bấy giờ, Đức Phật bảo với các vị tỳ-kheo:

---

324 **Pāli:** *Hitvā rāgañca dosañca, avijjañca virājiya*, đã từ bỏ tham, sân, đã xua tan vô minh.

325 **Pāli:** *Hitvā agāraṁ pabbajitā, hitvā puttaṁ pasuṁ piyaṁ*; "Họ đã từ bỏ nhà cửa, con cái, gia súc và toàn bộ những gì họ thích thú, họ xuất gia."

326 **Pāli:** *khīṇāsava arahanto, te lokasmiṁ anussukā*, các A-la-hán lậu tận không còn tật đố ở đời. *No. 99:* 羅漢盡諸漏 正智心解脫愛盡息方便 La-hán diệt tận lậu, Chánh trí tâm giải thoát, Ái tận dứt phương tiện.

327 Tương đương *No. 99* (590). Không có tương đương **Pāli** Tham khảo Việt dịch, kinh 1167.

"Vào thuở xa xưa, trong nước Câu-tát-la[328] có năm trăm người cưỡi năm trăm cỗ xe, kết bạn với nhau đi đến một nơi đồng trống, chỗ đầy hiểm nạn, không có nước non cây cỏ gì cả. Lúc ấy có năm trăm tên giặc đuổi theo đoàn xe, toan muốn cướp lấy. Bấy giờ có một vị thiên thần đang trụ giữa đồng trống, biết bọn giặc có ý muốn cướp bóc, liền nghĩ rằng: 'Ta nay nên đi đến chỗ đoàn xe kia để hỏi họ, nếu họ đáp được thì ta sẽ cứu họ. Nếu họ không thông thì ta mới bỏ mặc họ'[329]. Nghĩ như vậy rồi, vị thiên thần liền đi đến chỗ trước đoàn xe, thân quang chiếu sáng cả năm trăm chiếc xe, tất cả đều sáng rõ. Vị thiên thần liền dùng kệ hỏi các nhà buôn rằng:

'Ai thức dậy rồi vẫn còn ngủ
Ai kẻ ngủ rồi mà vẫn thức[330]
Ai hiểu rõ được nghĩa lý này
Nên đúng thời đáp cho ta.'

"Bấy giờ trong đám người thương buôn có một vị ưu-bà-tắc, vốn có tịnh tín[331] đối với Tam bảo, quy y Phật, Pháp, Tăng, đắc liễu quyết định đối với Phật, Pháp, Tăng, không có hồ nghi. Ngoài ra đối với Tứ đế cũng không có tâm nghi, chứng kiến Thánh đế[332], đạt được Sơ quả[333]. Sớm mai thức dậy, mình ngay ngồi thẳng, buộc niệm hiện

---

[328] Câu-tát-la 拘薩羅. *Pāli:* *Kosala*.

[329] *No. 99:* 當放捨之，如餘天神 ta sẽ bỏ mặc họ, như những thiên thần khác.

[330] *No. 99:* 誰於覺睡眠 誰復睡眠覺 Ai thức khi người ngủ? Ai ngủ khi người thức?

[331] Tham chiếu Pāli, A IV 34 *Aggappasādā* (R ii. 34): bốn đức (tịnh tín) tối thượng: tịnh tín Phật (*buddhe pasannā*), tịnh tín Pháp là Thánh đạo tám chi (*ariye aṭṭhaṅgike magge pasannā*), tịnh tín Pháp ly dục (*virāge dhamme pasannā*), tịnh tín Tăng (*saṅghe pasannā*).

[332] 已得見諦 dĩ đắc kiến đế, chỉ sự thấy và chứng bốn Thánh đế. *No. 99:* 見四聖諦 kiến bốn thánh đế.

[333] 獲於初果; *No. 99:* 得第一無間等果 đắc đệ nhất vô gián đẳng quả. Đây chỉ sự thành tựu Thánh đế hiện quán, tức quán sát bốn Thánh đế để chứng quả Dự lưu.

tiền[334], tụng kinh lớn tiếng, tụng kệ pháp cú, tụng Ba-la duyên, đủ các kinh kệ[335]. Vị Ưu-bà-tắc ấy thuyết kệ đáp rằng:

'Tôi thức dậy rồi vẫn như ngủ
Tôi lúc ngủ rồi vẫn như thức[336]
Đối với việc này tôi hiểu rõ
Vì vậy tôi nay dùng kệ đáp.'

Bấy giờ vị thiên thần dùng kệ hỏi rằng:

'Nay ông vì sao lại nói rằng
Tôi thức dậy rồi vẫn như ngủ
Tôi lúc ngủ rồi vẫn như thức
Như vậy là sao hãy đáp xem.'

Ưu-bà-tắc dùng kệ đáp rằng:

'Đoạn trừ Tham dục, Sân nhuế, Si
Các lậu đã tận A-la-hán,
Vị ấy là thức tỉnh, ta ngủ.
Không biết Khổ Tập và Diệt Đạo
Với vị ấy ngủ, ta thức tỉnh.[337]
Thiên thần ông nay cần nên biết.'

Thiên thần lại thuyết kệ hỏi rằng:

'Lành thay, thức rồi vẫn như ngủ
Ông khéo hiểu rõ, đáp lời ta.
Lâu nay không thấy pháp huynh đệ
Nay được gặp nhau rất vui mừng.

---

[334] 繫念在前hệ niệm tại tiền; Pāli, thành cú: *parimukhaṃ satiṃ upaṭṭhapetvā*, sau khi đặt niệm tưởng ngay trước mặt.

[335] 誦法句偈及波羅緣種種經偈; Bản *Tạp*, không có chi tiết tụng kinh này. *No. 99:* 於十二因緣逆順觀察quán sát thuận nghịch mười hai nhân duyên.

[336] *No. 99:* 我於覺睡眠我於睡眠覺 Ta ngủ khi người thức, Ta thức khi người ngủ.

[337] Tham khảo *No. 99:* 斯等為常眠 我於彼則覺, Như thế là đang ngủ. Với người ấy, Ta thức.

Hôm nay chúng bạn được vì người
Tất cả an ổn được trở về.'"

Đức Phật giảng nói như vậy rồi, các vị tỳ-kheo vâng lời Phật dạy, hoan hỷ phụng hành.

KINH 185. THÂU-BA-LA[338]

Tôi nghe như vầy:

Một thời, Đức Phật ở tại vườn ông Cấp Cô Độc, rừng cây Kỳ-đà, nước Xá-vệ. Bấy giờ, Đức Phật bảo với các vị tỳ-kheo:

"Vào thuở xa xưa, trong thành Thâu-ba-la[339] có một vị ưu-bà-tắc, ở nơi trụ xứ của ông có các vị ưu-bà-tắc đều cùng tập hội. Khi ở nơi trụ xứ của mình, ông quở trách những lỗi lầm của dục vọng: Khi dục hiện ra bên ngoài thì cũng giống như xương trắng lộ ra. Dục cũng như miếng thịt, chim chóc giành giựt với nhau. Dục giống như phẩn độc, vừa độc vừa ô uế. Dục như hầm lửa, lại như người bị ghẻ lở, hong ghẻ lở trên lửa cho đỡ ngứa nhưng lại càng đau ngứa thêm. Lại như người cầm đuốc đi ngược gió, nếu không buông bỏ ắt sẽ bị lửa đốt. Dục lại như mộng huyễn, như vay mượn, như trái cây, như giáo mác. Dục là bất tịnh, xấu uế dẫy đầy, như ăn không tiêu, hôi thối đáng ghét[340].

"Tuy họ tụ tập lại với nhau dùng đủ thứ thí dụ để quở trách những lỗi lầm của dục, nhưng khi họ trở về nhà, mỗi người lại tự buông lung. Bấy giờ, có vị Thiên thần đang ở tại giảng đường chỗ tập hội của

---

[338] *Tương đương No. 99 (591). Không có Pl. tương đương. Việt dịch, kinh 1168.*

[339] 輸波羅城; *Căn bản Dược sự 2*, tr. 7c7: 輸波羅迦城 Thâu-ba-la-già thành. (Skt *Pāraga*). *No. 99*: trên một hòn đảo 海洲.

[340] *No. 99*: 此欲者，虛妄不實，欺誑之法，猶如幻化，誆於嬰兒 Cái dục này hư vọng, không thật, là pháp hư dối, như huyễn hóa, lừa gạt con nít.

các ưu-bà-tắc nghĩ như thế này:[341] 'Các vị ưu-bà-tắc tụ hội nơi thính đường này để nói về những lỗi lầm tai hại[342] của dục, nhưng đến khi trở về nhà thì đam mê dục vọng lại tăng thêm, không có thanh tịnh, không y chỉ pháp hành[343]. Ta nay sẽ vì họ gây nên sự xúc não để cho họ giác ngộ ra'. Nghĩ như vậy rồi, bấy giờ vị Thiên thần kia ở giảng đường lúc các ưu-bà-tắc đang tập hội, liền nói kệ rằng:

> 'Ưu-bà-tắc tập hội
> Nói Dục là vô thường.
> Các ông lại tự bị
> Dòng sông Dục nhấn chìm
> Giống như vũng bùn sâu
> Trâu già lầy trong đó.
> Như ta nay quán sát
> Nhiều vị ưu-bà-tắc
> Đa văn, trì cấm giới
> Nói lỗi lầm của Dục
> Nói Dục là vô thường.
> Chỉ nói có, nói không
> Mà chẳng bỏ lòng dục
> Tham đắm tướng nam nữ
> Tham đắm danh phi pháp
> Các ông nên từ bỏ
> Ở trong Giáo pháp Phật
> Nên như pháp tu hành.'

"Lúc vị thiên thần nói kệ như vậy, các vị ưu-bà-tắc nghe kệ ấy rồi thảy đều giải ngộ, chán ghét nơi dục, cạo bỏ râu tóc, có lòng tin, từ bỏ gia đình, sống không gia đình[344], học đạo, siêng năng tinh tấn tu giới,

---

341 *No. 99:* 是優婆塞舍有天神止住 Tại nhà Ưu-bà-tắc này, có thiên thần đang trú ngụ.

342 過患. *Pāli* *adīnavo*, tai họa, sự nguy hiểm.

343 Pháp hành, tức tùy pháp hành 隨法行. *Pāli* *dhammānusārin*.

344 Tín gia phi gia xuất gia 信家非家出家. *Pāli* *agārasmā anagāruyaṃ pabbajjati*, từ bỏ gia đình, ra đi sống không gia đình. *No. 99:* 正信、非家、出家.

định, tuệ, thảy đều chứng đắc quả A-la-hán."

Đức Phật nói như vậy rồi, các vị tỳ-kheo vâng lời Phật dạy hoan hỷ phụng hành.

KINH 186. TU-ĐẠT[345]

Tôi nghe như vầy:

Một thời, Đức Phật trú tại Trúc lâm, khu Ca-lan-đà[346]. Bấy giờ Trưởng giả Tu-đạt-đa[347] có chút nhân duyên, từ nước Xá-vệ đến thành Vương-xá, đi đến nhà của Trưởng giả Hộ Di[348], thấy người trong nhà Hộ Di suốt đêm không ngủ, chẻ củi nhóm lửa, bày biện các phẩm vật cúng dường, đặt trên tòa cao, rồi chưng bày các bàn ghế. Trưởng giả Tu-đạt-đa thấy việc ấy rồi liền nghĩ như vầy: "Hôm nay vị Trưởng giả này bày biện các đồ cúng là vì muốn mở tiệc vui chơi nhân dịp kết hôn, hay vì muốn thỉnh mời vua Tần-bà-sa-la[349] và các vị Đại thần." Tu-đạt lại nghĩ rằng: "Nếu thỉnh mời Quốc vương cùng các vị quan thần thuộc hạ, hoặc mở tiệc hôn nhân thì vị Trưởng giả này chẳng lẽ lại cúi mình vất vả, làm việc cực nhọc, đốt lửa nấu ăn, chắc chắn có một bậc thắng nhân, đức độ hơn người, chẳng biết vị đó là ai? Nay ta nên đến hỏi." Nghĩ như vậy rồi, Tu-đạt liền đem ý nghĩ của mình hỏi

---

[345] Tương đương *No. 99* (592). S. 10. 8 Sudatta. *No. 100*(186). Việt dịch, kinh 1169. Tham khảo, *Trung A-hàm*, kinh 28. Giáo hoá bịnh.

[346] 王舍城 迦蘭陀竹林 (*veṇuvane kalandakanivāpe*, trong rừng Trúc, chỗ nuôi sóc); *Sītavana* (Thi-đà lâm, hàn lâm), một bãi tha ma ngoài thành *Rājagaha*. *No. 99*: Hàn lâm 寒林.

[347] Tu-đạt-đa須達哆; tên thật của ông Cấp Cô Độc 給孤獨. Sudatta.

[348] 護彌長者; *No. 99*: không nói tên. *Phiên dịch danh nghĩa tập 2*, tr. 1084a1: "San đà-na, đây gọi là Hộ di", *Hiền ngu 10*, tr. 418b22: "Trong thành Vương xá có một Đại thần, tên là Hộ Di, tiền tài vô số, tín kính Tam bảo".

[349] Tần-bà-sa-la 頻婆娑羅王 (*Bimbisāra*), vua nước Ma-kiệt-đà.

với Trưởng giả.

Lúc ấy Hộ Di trưởng giả liền đáp rằng:

"Tôi cũng chẳng vì tiệc hội hôn nhân, cũng chẳng vì thỉnh mời Đức vua Tần-bà-sa-la và các quan thần gì cả. Nay tôi thiết hội này là vì sáng mai tôi muốn cung thỉnh Đức Phật cùng các vị Tỳ-kheo Tăng cho nên mới bày biện những phẩm cúng này."

Trưởng giả Tu-đạt-đa vừa nghe đến danh tự Phật[350] thì lông tóc dựng lên, vô cùng mừng rỡ hỏi rằng:

"Sao gọi là Phật?"

Hộ Di đáp rằng:

"Phật là bậc xuất gia thuộc dòng họ Thích, cạo bỏ râu tóc, thành tựu đạo Vô thượng chánh chân[351], nên được tôn xưng là Phật."

Tu-đạt-đa lại hỏi rằng:

"Sao gọi là Tăng?"

Trưởng giả đáp rằng:

"Nếu người thuộc dòng sát-đế-lợi cạo bỏ râu tóc, theo Phật xuất gia; dòng bà-la-môn, dòng cư sĩ, dòng thủ-đà-la, các chủng tánh như thế chánh tín, từ bỏ gia đình, ra đi sống không gia đình[352], theo Phật xuất gia thì đều gọi là Tăng. Tôi nay cung thỉnh Phật và cả chúng Tăng."

Tu-đạt-đa hỏi rằng:

"Ngày hôm nay tôi có thể bái kiến Như Lai được chăng?"

Hộ Di đáp rằng:

---

[350] 聞佛名; *No. 99*: 佛名字 Phật danh tự, Skt *buddho nāma*; Cf. Pāli *Assosi kho anāthapiṇḍiko gahapati: "buddho kira loke uppanno"ti.* "Trưởng giả Anāthapiṇḍika được nghe Đức Phật đã xuất hiện trong Thế gian…"

[351] 無上正真之道. Vô thượng chánh chân chi đạo; Pāli *arahaṃ sammāsambuddho*, A-la-hán, Chánh đẳng giác.

[352] 信家非家.

"Đức Như Lai đang trú tại rừng trúc Ca-lan-đà gần đây. Ông hãy đợi một tí, Đức Phật sẽ tự đến đây thọ nạp phẩm vật cúng dường của tôi."[353]

Bấy giờ trong lòng của Tu-đạt-đa vô cùng phấn chấn, nghĩ đến chuyện được gặp Đức Thế Tôn nên liền chợp mắt một chút rồi liền thức dậy. Khi trời còn chưa sáng mà ngỡ như đã sáng, vội vã dậy sớm đi đến cửa thành. Nhưng cửa thành kia đầu đêm cuối đêm hai thời thường mở. Khi Tu-đạt-đa đi đến dưới cổng thành, thấy cổng thành đã mở nên cho rằng trời đã sáng, liền đi ra ngoài cổng thành, muốn đến chỗ Phật. Trước cho rằng niệm Phật nên có ánh sáng chiếu đến thân mình. Sau khi ra khỏi thành thấy có một ngôi đền thờ trời, Tu-đạt liền nhiễu quanh ngôi đền, cung kính lễ bái thì trời tối sầm trở lại. Trong lòng tự nghĩ rằng: "Trời tối sầm lại, phải chăng có kẻ nhân hoặc phi nhân làm hại đến mình, nên quay trở lại thành."

Bấy giờ Thiên thần Thi-bà[354] liền phóng quang chiếu sáng cho đến Kỳ-hoàn, tất cả thảy đều sáng rỡ. Thiên thần liền nói với Tu-đạt-đa rằng:

"Ông có thể đi tới, không nên thoái lui."

Bấy giờ thiên thần liền nói kệ rằng:

"Giả sử trăm xe ngựa
Chở đầy các trân bảo
Cùng với trăm người vàng
Đem của này bố thí
Lần lượt thí như vậy
Đầy khắp Diêm-phù-đề
Công đức nhiều như thế
Nếu đem làm một phần
Cũng chẳng bằng một người
Phát tâm đến chỗ Phật

---

[353] *No. 99*: 我請世尊來至我舍，於此得見, Tôi thỉnh Thế Tôn đến nhà tôi. Ở đây ông sẽ gặp Ngài.

[354] 尸婆天神 Thi-bà thiên thần; đoạn tiếp dưới (*Tạp 22*, tr. 158a16): Ma-đầu-tức-kiện Đại-ma-na-bà 摩頭息揵大摩那婆先, S. 10. 8: *Sivaka*.

Nhón chân bước một bước
Bằng một phần mười sáu.
Giả sử trong núi Tuyết
Có bầy voi sức lớn
Số lượng đầy cả trăm
Đeo vàng báu khắp thân
Mình voi rất to lớn
Chúng đi thật là nhanh
Lao đi sức gấp bội
Chở đầy các của báu
Đem đi để bố thí
Công đức ấy cũng chỉ
Bằng một phần mười sáu.
Một bước đến chỗ Phật
Giả sử Kiếm-ma-kỳ[355]
Xuất ra con gái quý
Dung nhan thật đoan nghiêm
Số lượng đầy cả trăm
Ngọc anh lạc đeo thân
Vàng ròng đính trên tóc
Đầu đội ngọc bảo châu
Đem hết đi bố thí
Công đức bố thí ấy
Bằng một phần mười sáu
Người hướng đến chỗ Phật
Nhón chân bước, một bước
Vì vậy ta khuyên ông
Nay đừng quay trở lại."

Bấy giờ Tu-đạt-đa liền hỏi vị thiên thần ấy rằng:

"Xin hỏi Ngài là ai?"

---

[355] 劍摩眷; *No. 99:* 金菩闍國 Kim-bồ-sa quốc. *Trung 10,* tr. 490a1: Kiếm-ma sắt đàm. Tương đương **Pāli** *Kammāsadhamma* (*Kammāsadamma*), một thị trấn của người *Kuru.*

Vị thiên thần liền đáp rằng:

"Ta chính là vị thần cựu Thiện Thân ma-nạp³⁵⁶ xưa kia thân thiết với ông. Lúc tôi sắp lâm chung khởi tâm hoan hỷ³⁵⁷ đối với ngài Xá-lợi-phất, Đại Mục-kiền-liên, khi mạng chung được sanh lên cõi trời, được làm con của Tỳ-sa-môn thiên vương ở phương Bắc³⁵⁸. Ta ở chỗ đệ tử của Như Lai, phát tâm tùy hỷ mà hãy còn được phước như thế này, huống là được hầu chính Đức Phật."

Bấy giờ Tu-đạt-đa liền tự nghĩ rằng:

"Nay vị thiên thần này xưng tán đến thế, lấy đó để ước lượng tất sẽ biết công đức kia thù thắng như thế nào."

Lúc ấy Đức Thế Tôn đang đi kinh hành trên đất trống. Trưởng giả Tu-đạt-đa liền đi đến chỗ Phật. Vừa thấy Đức Thế Tôn Tu-đạt không biết lễ kính, đến ngồi ngay trước lối đi. Bấy giờ vị thiên thần hóa thành một bà-la-môn đi đến nhiễu quanh Đức Phật ba vòng, đảnh lễ cung kính rồi sau đó mới đến ngồi.

Lúc ấy Tu-đạt thấy như vậy rồi nên bắt chước vị bà-la-môn ấy, lễ kính Đức Phật rồi ngồi xuống thưa hỏi:

"Chẳng hay Thánh thể có an lạc hay không?"

Bấy giờ Đức Thế Tôn dùng kệ đáp rằng:

> *"Mọi sự đều an lạc*
> *Bà-la-môn Niết-bàn*
> *Không bị dục làm nhơ³⁵⁹*
> *Giải thoát hết các Hữu³⁶⁰*

---

356 親舊善身摩納; *No. 99:* 摩頭息捷大摩那婆先 Ma-đầu-tức-kiện-đại-ma-na-bà. ᴾᵃˡⁱ *Sīvaka.*

357 歡喜心; *No. 99:* 信敬心.

358 北方天王毘沙門 Bắc phương Thiên vương Tì-sa-môn. ᴾᵃˡⁱ *Vessavaṇa* (Đa Văn Thiên vương), đứng đầu trong Tứ đại Thiên vương.

359 無為欲所污; ᴾᵃˡⁱ *Yo na limpati kāmesu,* không cưu mang các dục. *No. 99:* 愛欲所不染, Chẳng đắm nhiễm ái dục.

360 解脫於諸有; ᴾᵃˡⁱ *sītibhūto nirūpadhi,* mát mẻ, vô dư y. *No. 99:* 解脫永無餘.

> *Tâm dứt những mong cầu*
> *Trừ não bệnh nóng bức*[361]
> *Tâm này được thanh tịnh*
> *Tịch diệt ngủ an ổn.*"

Bấy giờ Đức Thế Tôn liền dẫn Trưởng giả Tu-đạt-đa đi vào trong phòng, bày tòa ra ngồi. Khi Tu-đạt-đa lễ dưới chân Phật rồi ngồi sang một bên. Đức Phật thuyết giảng cho trưởng giả các pháp, khai thị, giáo huấn, khích lệ, làm cho hoan hỷ[362], thí luận, giới luận, sinh thiên luận, nói về bất tịnh của dục, an lạc của xuất ly[363]. Đức Phật biết Tu-đạt-đa tâm ý chuyên chánh, phấn chấn hoan hỷ, nhân đó Phật nói pháp Tứ chân đế. Ngay nơi chỗ ngồi, Tu-đạt thấy được bốn chân đế, như tấm vải mới dễ nhuộm màu sắc[364], Tu-đạt-đa dễ ngộ cũng giống như thế[365]. Ông thấy pháp, chứng pháp[366], đoạn trừ tám mươi ức Kết sử rỗng rang[367], đắc quả Tu-đà-hoàn, liền từ chỗ ngồi đứng dậy, chỉnh sửa y phục, lễ dưới chân Phật, rồi bạch với Đức Phật rằng:

"Bạch Đức Thế Tôn! Con tên là Tu-đạt-đa. Con nhờ công đức bố thí cho người bần khổ mà mọi người gọi con là Cấp Cô Độc[368]."

Đức Phật hỏi rằng:

---

[361] 心除熱惱病; *No. 99*: 調伏心熾然; Pāli *vineyya hadaye daraṁ*.

[362] Thị giáo lợi hỷ 示教利喜 , thứ tự thuyết pháp của Phật. Pāli *samdassesi samādapesi samuttejasi sampahaṃsesi. No. 99*: Thị, giáo, chiếu, hỷ, 示教照喜.

[363] *No. 99*: "Thế Tôn nói về các pháp vô thường, khuyên làm việc phước bố thí, trì giới, làm việc phước để sanh về cõi Trời; nói về vị ngọt của dục, tai hại của dục và sự xuất ly dục".

[364] 如新淨氎易受染色; Pl. và *Tạp* không có chi tiết này.

[365] *No. 99*: 不由他信, 不由他度 chẳng phải do người khác, được tin, chẳng phải do người khác được độ.

[366] 見法、證法; *No. 99*: 聞法、見法、得法、入法、解法 nghe pháp, thấy pháp, đắc pháp, thâm nhập pháp, hiểu rõ pháp; Pāli *diṭṭhadhammo pattadhammo viditadhammo pariyogāḷhadhammo.*

[367] 億洞然之結.

[368] 給孤獨氏; Pāli *Ānathapiṇḍika.*

"Ông là người nước nào? Ông xuất sanh từ chủng tộc nào?"

Tu-đạt-đa bạch với Đức Phật rằng:

"Con là người ở nước Xá-vệ[369]. Kính mong Đức Thế Tôn đi đến nước ấy, con nguyện trọn đời thi thiết cúng dường."

Đức Phật bảo với Tu-đạt-đa:

"Ở nước ấy có sẵn chỗ cho Tăng không?"

Tu-đạt-đa bạch với Đức Phật rằng:

"Bạch Đức Thế Tôn! Chỉ xin Ngài đi đến đó, con sẽ cố gắng tạo dựng Tăng phường[370] làm chỗ cho các vị tỳ-kheo đi đến đó ở."

Bấy giờ Đức Như Lai mặc nhiên thọ thỉnh. Tu-đạt-đa nghe lời Phật hứa khả, thọ nhận lời thỉnh cầu, liền đảnh lễ dưới chân Phật, hoan hỷ mà lui ra.

KINH 187. CẤP CÔ ĐỘC[371]

Tôi nghe như vầy:

Một thời, Đức Phật trú tại vườn cây của ông Cấp Cô Độc cùng Thái tử Kỳ-đà, nước Xá-vệ. Bấy giờ, trưởng giả Tu-đạt-đa bị bệnh rất nặng. Lúc ấy Đức Thế Tôn nghe ông ấy bệnh nặng nên từ lúc sáng sớm đã đắp y bưng bát đi đến nhà ông. Trưởng giả Tu-đạt từ xa trông thấy Phật đến liền cựa mình toan ngồi dậy. Đức Phật bảo với Trưởng giả rằng: "Ông không cần ngồi dậy". Bấy giờ Đức Thế Tôn trải tòa ra ngồi, bảo với Trưởng giả rằng:

---

[369] 舍衛國; *No. 99*: 拘薩羅人間，城名舍衛 con ở tại xứ Câu-tát-la, thành Xá-vệ. Pāli *Kosala*.

[370] 僧坊; *No. 99*: 精舍僧房 tinh xá tăng phường.

[371] Tương đương *No. 99* (593). Pāli S. 2. 20. *Anāthapiṇḍika*. Việt dịch, kinh 1170.

"Ông nay bệnh hoạn như vậy, có thể chịu đựng được không? Thuốc thang trị liệu có thể giúp bệnh tình không nặng thêm được chứ?"

Trưởng giả bạch với Đức Phật rằng:

"Con nay đau đớn thật là khó chịu, bệnh tình bức bách mỗi ngày một nặng hơn, hết sức chán nản, giống như bị kẻ lực sĩ dùng dây siết chặt, bó ép thật mạnh vào đầu kẻ yếu, đầu con đau nhức cũng giống như vậy. Lại giống như kẻ đồ tể cầm con dao bén mổ xẻ bụng bò, cắt xén từng thớ thịt, bụng con đau đớn cũng giống như thế. Lại cũng giống như hai đại lực sĩ bê kẻ gầy yếu bệnh hoạn quay trên lửa nóng, thân thể con đau đớn, nóng bức thê thiết cũng lại như thế."

Đức Phật nói với Trưởng giả Tu-đạt:

"Nay ông nên phát khởi bất hoại tín đối với Phật, Pháp, Tăng cùng với Giới[372] cũng như thế."

Trưởng giả bạch với Đức Phật rằng:

"Như lời Phật dạy, bốn bất hoại tín con đều có đủ."

Đức Phật bảo với Trưởng giả:

"Nương nơi bốn bất hoại tín, kế đến nay ông nên tu Lục niệm. Nay ông nên nhớ nghĩ các phẩm tính[373] của Phật, nhớ đến mười danh hiệu của Phật, đó là Như Lai, Ứng cúng, Chánh biến tri, Minh hạnh túc, Thiện thệ, Thế gian giải, Vô thượng sĩ, Điều ngự trượng phu, Thiên nhân sư, Phật Thế tôn. Đó là niệm Phật.

"Sao gọi là niệm Pháp? Đó là nhớ nghĩ pháp thắng diệu được nói bởi Như Lai, đồng loại khánh thiện, đạt được mục đích ngay hiện tại: thu hoạch, chứng nghiệm, dập tắt nóng bức, không lệ thuộc thời gian, hướng đến thiện thú, chỉ rõ ngay trong hiện tại, cho đến trí giả tự chứng biết, đó gọi là niệm Pháp.[374]

---

[372] 不壞信 bất hoại tín, Pāli avecca-pasāda: bất động tín, hay chứng tịnh.

[373] 功德 công đức; Pāli guṇa, phẩm chất, phẩm tính.

[374] Nguyên Hán: 如來所說勝妙之法, 等同慶善, 現在得利, 及獲得證, 離諸熱惱, 不擇時節, 能向善趣。現在開示, 乃至智者自知, 是 名念法; định cú đọc theo Pháp uẩn 2 (tr. 462a): "Phật Chánh pháp

"Sao gọi là niệm Tăng?

"Đó là thường luôn nhớ nghĩ đức hạnh[375] của Tăng: Tăng đệ tử Như Lai chứng đắc, thú hướng, cụ túc, tuỳ bệnh cho thuốc, chánh chân hướng đạo, thực hành theo thuận thứ, không vượt bỏ thứ lớp, có thể thực hành thứ lớp theo pháp của Phật, trong đó có: Tu-đà-hoàn hướng, Tu-đà-hoàn quả, Tư-đà-hàm hướng, Tư-đà-hàm quả, A-na-hàm hướng, A-na-hàm quả, A-la-hán hướng, A-la-hán quả, đó gọi là Thanh văn Tăng của Như Lai, thành tựu giới, định, tuệ, giải thoát, giải thoát tri kiến, xứng đáng được người khác thỉnh cầu. Tăng như thế, xứng đáng được kính lễ, chấp tay hướng về, đó gọi là niệm Tăng.

"Sao gọi là niệm Giới?

"Đó là tự nhớ nghĩ đầy đủ những giới pháp mà mình hành trì: giới trong sạch, giới không tỳ vết, giới không khiếm khuyết, giới không thủng rỉ, giới thuần tịnh, giới không nhơ bẩn, giới không mong cầu tiền tài bảo vật, giới mà bậc trí ưa thích, giới không bị cơ hiềm[376]. Tất cả những giới ấy lần lượt tự nhớ nghĩ. Đó là niệm Giới.

"Sao gọi là niệm Thí?

"Thí mà ta thực hành, ta đạt được mục đích tốt, cần lìa xan tham, thực hành bố thí, tâm không dính mắc, thảy đều buông cho. Bất cứ ai khi bố thí, tự tay trao cho, tâm thường thích thú, không hề chán mệt, thành tựu xả tâm. Hoặc ai đến xin, thì thường phân bố, đó gọi là

---

[375] thiện thuyết hiện kiến, vô nhiệt, ứng thời, dẫn đạo, cận quán, trí giả nội chứng 佛正法善說現見無熱應時引導近觀智者內證."

Tức những phẩm chất của Tăng.

[376] *Pháp uẩn 18*, tr. 493a: 淨戒不缺、不穿、不雜、不穢、堪受供養、無隱昧、善究竟、善受持、智者稱讚常無譏毀 không khuyết mẻ, không rách thủng, không hỗn tạp, không uế nhiễm, kham nhận cung dưỡng, không mờ mịt, cứu cánh thiện, thọ trì thiện, được bậc trí xưng tán, thường không hủy báng. **Pāli** *akhaṇḍāni acchiddāni asabalāni akammāsāni bhujissāni viññuppasatthāni aparāmaṭṭhāni samādhisaṃvattanikāni*, giới không bị vỡ vụn, không bị sứt mẻ, không pha tạp, giới tinh sạch, được trí giả tán thưởng, không thủ trước, dẫn đến chánh định.

niệm Thí.

"Sao gọi là niệm Thiên?

"Thường nên hộ tâm, niệm sáu cõi trời dục giới[377], niệm Tu-đà-hoàn, Tư-đà-hàm để được sanh về sáu cõi trời kia."

Tu-đạt-đa bạch với Đức Phật rằng:

"Bạch Đức Thế Tôn! Như lời Phật dạy, pháp tu Lục niệm con đều tu đủ."

Tu-đạt lại bạch Phật rằng:

"Cúi xin Đức Thế Tôn ở đây thọ thực."

Đức Phật mặc nhiên thọ thỉnh. Đúng thời gian thích hợp[378], Trưởng giả Tu-đạt bày biện thức ăn, đầy đủ các món trong sạch, thơm tho dâng lên Như Lai. Sau khi bày biện xong, Tu-đạt chắp tay hướng Phật, bạch với Đức Phật rằng:

"Thế Tôn xuất thế khó có thể được gặp!"

Đức Phật tuyên thuyết diệu pháp cho Trưởng giả, khai thị, giáo huấn, khích lệ, làm cho hoan hỷ, rồi lìa tòa đi ra. Sau khi Đức Phật đi, Trưởng giả Tu-đạt cũng mạng chung ngay trong đêm đó, được sanh lên cõi trời. Sau khi sanh thiên, Tu-đạt tìm về chỗ Phật. Tu-đạt thiên tử[379] quang sắc bội thường, chiếu khắp Kỳ-hoàn, thảy đều sáng rỡ, đảnh lễ dưới chân Phật, ngồi sang một bên rồi nói kệ rằng:

"Nơi này vẫn như xưa
Kỳ-hoàn, Trúc lâm viên

---

[377] *Câu-xá 8*, tr.41a3: 六欲天者，一、四大王眾天；二、三十三天；三夜摩天；四覩史多天；五樂變化天；六他化自在天 Sáu cõi trời dục giới: 1. trời Tứ đại vương chúng, 2. trời Tam thập tam, 3. trời Dạ-ma, 4. trời Đỗ-sử-đa, 5. trời Lạc biến hóa, 6. trời Tha hóa tự tại. Xem *Câu-xá* dịch Việt, thiên III, chương 3, tiết 1.

[378] 日時既到; Cf. Pl (D.16 *Mahāparinibbānasutta*): "kālo, bhante, niṭṭhitaṁ bhattan"ti. "Thưa ngài, đã đến giờ thích hợp, bữa ăn đã sẵn sàng".

[379] 須達天子; Pāli *anāthapiṇḍiko devaputto.*

Trụ xứ bậc Tiên thánh[380]
Rừng ao thật tĩnh lặng.
Đấng Pháp chủ[381] *ở đây*
Con nay sanh hỷ lạc
Tín, Giới, Định, Huệ, Nghiệp
Chánh mạng làm thanh tịnh.[382]
Nếu tu được như thế
Giữ thượng hạnh xưa nay
Phi chủng tánh, sang giàu
Đều đạt được như vậy.
Xá-lợi-phất trí tuệ
Tịch diệt, nghiêm trì giới
Thích điềm tĩnh không xứ,[383]
Tối thắng không gì hơn."[384]

Đức Phật bảo với thiên thần rằng:

"Đúng vậy, đúng vậy!"

Bấy giờ Đức Thế Tôn liền nói kệ rằng:

"Tín, Giới, Định, Huệ, Nghiệp
Chánh mạng làm thanh tịnh.

---

[380] 仙聖; *No. 99:* Tiên nhân Tăng 仙人僧, chỉ Tăng, đệ tử Phật. Pāli *isisaṅgha.*

[381] 法主; *No. 99:* chư vương 諸王. Pāli *dhammarāja,* Pháp vương, chỉ Phật.

[382] *No. 99:* 深信淨戒業 智慧為勝壽 以此淨眾生 Tin sâu nghiệp, tịnh giới, Trí tuệ, thọ tối thắng; Lấy đó tịnh chúng sanh. Pāli *kammaṃ vijjā ca dhammo ca sīlaṃ jīvitamuttamaṃ; etena maccā sujjhanti:* chúng sanh được thanh tịnh bởi nghiệp, minh, pháp, giới và chánh mạng tối thắng. Pāli *jīvita,* bản *Tạp A-hàm* hiểu là (tuổi) thọ thay vì là chánh mạng.

[383] *No. 99:* 大智舍利弗 正念常寂默 閑居修遠離 Xá-lợi-phất đại trí, Chánh niệm thường tịch tĩnh; An nhàn tu viễn ly. Pāli *Sāriputtova paññāya, sīlena upasamena ca,* "Xá-lợi Phất đầy trí tuệ, giới, và tịnh tĩnh".

[384] 最勝無倫匹; Pāli *Yopi pāraṅgato bhikkhu, etāvaparamo siyā"ti,* "Cũng vậy, bất cứ tỳ-kheo nào vượt đến bờ giác, nơi đó là tối thượng.

Nếu tu được như thế
Giữ thượng hạnh xưa nay
Phi chủng tánh, sang giàu
Đều đạt được như vậy.
Xá-lợi-phất trí tuệ
Tịch diệt, nghiêm trì giới
Thích điềm tĩnh không xứ
Tối thắng không gì hơn."

Tu-đạt thiên tử nghe lời Đức Phật dạy, hoan hỷ đảnh lễ, rồi ngay nơi tòa biến mất, trở về thiên cung.

Bấy giờ Đức Thế Tôn, khi trời chưa sáng, đi vào giảng đường, trải toà ra ngồi, bảo các tỳ-kheo rằng:

"Lúc trước có một vị trời, quang sắc bội thường đi đến chỗ Ta, hào quang chiếu diệu sáng khắp Kỳ-hoàn, đâu cũng rạng rỡ, lễ dưới chân Ta ngồi sang một bên rồi nói kệ rằng:

"Nơi này vẫn như xưa
Kỳ-hoàn, Trúc lâm viên
Trụ xứ bậc Tiên thánh
Rừng ao thật tĩnh lặng.
Đấng Pháp chủ ở đây
Con nay sanh hỷ lạc
Tín, Giới, Định, Huệ, Nghiệp
Chánh mạng làm thanh tịnh.
Nếu tu được như thế
Giữ thượng hạnh xưa nay
Phi chủng tánh, sang giàu
Đều đạt được như vậy.
Xá-lợi-phất trí tuệ
Tịch diệt, nghiêm trì giới
Thích điềm tĩnh không xứ
Tối thắng không gì hơn."

Bấy giờ Tôn giả A-nan đang hầu sau Đức Phật, nghe vị thiên tử nói kệ, liền bạch với Đức Phật rằng:

"Đây chắc chắn là Trưởng giả Tu-đạt được sanh lên cõi trời, vì vậy mới quay trở lại để tán thán Ngài Xá-lợi-phất."

Đức Phật lại bảo:

"Đúng vậy, đúng vậy! Tu-đạt-đa được sanh lên cõi trời, trở về chỗ Ta nói ra bài kệ này."

Bấy giờ A-nan cùng các vị tỳ-kheo vâng lời Đức Phật dạy, hoan hỷ phụng hành.

KINH 188. THỦ TRƯỞNG GIẢ SANH THIÊN[385]

Tôi nghe như vầy:

Một thời, Đức Phật trú tại Đệ nhất lâm ở Khoáng Dã quốc[386]. Bấy giờ, có Thủ trưởng giả thân bị bệnh nặng. Khi ấy Đức Thế Tôn nghe nói đến bệnh của Trưởng giả, nên ngay sáng sớm ngày hôm sau trước y, trì bát đi đến nhà của Trưởng giả. Bấy giờ, Thủ trưởng giả[387] xa thấy Đức Phật liền cựa mình toan ngồi dậy[388]. Đức Phật bảo Trưởng giả không cần ngồi dậy. Phật hỏi han an ủi:

"Ông bị đau ốm như thế có thể chịu đựng nổi không? Thuốc thang trị liệu có thể giúp bệnh tình thuyên giảm được chứ?"

Trưởng giả bạch Đức Phật rằng:

"Con nay đau đớn thật là khó chịu, bệnh tình bức bách mỗi ngày

---

385 Tương đương *No. 99* (594). A.3.125. *Hatthaka*. Tham chiếu, Việt dịch, kinh 1171.

386 曠野園第一林; *Tạp*: 曠野精舍 Khoáng Dã tinh xá, Pl (A.i.278): *sāvatthiyaṃ viharati jetavane anāthapiṇḍikassa ārāme*.

387 Thủ Trưởng giả 手長者, tên người. *Hattaka*, cũng gọi là *Āḷavaka*, con trai của vua xứ *Āḷavi*. *No. 99*: 曠野長者 Khoáng Dã trưởng giả.

388 Duyên khởi trong *Tạp A-hàm* nói khác: "Bấy giờ có gia chủ Khoáng Dã bệnh nặng từ trần, sanh về cõi trời Vô nhiệt..."

một nặng hơn, hết sức chán nản, giống như bị kẻ lực sĩ dùng dây siết chặt, bóp ép thật mạnh vào đầu kẻ yếu, đầu con đau nhức cũng giống như vậy. Lại giống như kẻ đồ tể cầm con dao bén mổ xẻ, nạo quấy vào từng khúc ruột, bụng con đau đớn cũng giống như thế. Lại cũng giống như hai đại lực sĩ bê kẻ gầy yếu bệnh hoạn quay trên lửa nóng, thân thể cháy xém, nóng bức thê thiết cũng lại như thế."

Đức Phật nói với Trưởng giả:

"Ông nay nên phát khởi bất hoại tín đối với Phật, Pháp, Tăng, cùng với Thánh giới cũng nên như thế."

Trưởng giả bạch với Đức Phật rằng:

"Như lời Phật dạy, bất hoại tín con đều có đủ."

Đức Phật bảo Trưởng giả:

"Nương nơi bất hoại tín như thế, kế đến nên tu Lục niệm."

Trưởng giả bạch Đức Phật rằng:

"Sáu niệm[389] như thế con cũng đã thực hành đủ."

Bấy giờ Thủ trưởng giả liền bạch với Đức Phật rằng:

"Cúi mong Đức Thế Tôn ở đây thọ thực."

Đức Phật mặc nhiên thọ thỉnh. Đúng thời gian thích hợp[390], Thủ trưởng giả bày biện thức ăn, đầy đủ các món trong sạch thơm tho dâng lên Như Lai. Sau khi bày biện xong liền đem dâng cúng. Trưởng giả chắp tay bạch với Đức Phật rằng:

"Đức Thế Tôn xuất thế khó có thể được gặp!"

Đức Phật tuyên thuyết diệu pháp cho Trưởng giả, khai thị, giáo huấn, khích lệ, làm cho hoan hỷ, rồi lìa tòa đi ra. Sau khi Đức Phật đi, Thủ trưởng giả cũng mạng chung ngay trong đêm đó sanh lên cõi trời Vô nhiệt. Sau khi sanh thiên liền nghĩ như vầy:

"Ta nay nên tìm về chỗ Phật."

---

389 六念.
390 日時既到.

Nghĩ như vậy rồi, thiên tử đi đến chỗ Phật, quang sắc bội thường, chiếu khắp Kỳ-hoàn thảy đều sáng rỡ. Sau khi đảnh lễ Phật rồi, thiên tử liền ngồi sang một bên, thân chảy thấm vào trong đất giống như váng dầu.

Đức Phật bảo Thiên tử:

"Ngươi có thể hóa thành thân con hươu,[391] ngay khi khởi trụ tưởng." Bấy giờ Thủ thiên tử nhận lời Phật dạy, liền hóa thành thân hình con hươu trong dục giới, không còn thấm vào đất nữa.

Đức Phật bảo Thủ thiên tử:

"Ngươi thực hành bao nhiêu pháp mà không sanh chán đủ, để khi thân hoại mạng chung được sanh lên cõi trời Vô nhiệt?"

Thủ thiên tử bạch Đức Phật rằng:

"Con thực hành ba pháp, tâm không chán đủ nên được sanh thiên: thấy Phật, nghe pháp, cúng dường chúng Tăng, không hề chán mỏi, nên khi mạng chung được sanh lên cõi trời Vô nhiệt."

Bấy giờ Thủ thiên tử liền nói kệ rằng:

"Con thích thường gặp Phật
Không bỏ việc nghe pháp
Cúng dường Tỳ-kheo Tăng
Thọ trì pháp Hiền thánh[392]
Điều phục tâm tham ganh
Được sanh trời Vô nhiệt."

Lúc Thủ thiên tử nói kệ ấy rồi, hoan hỷ đảnh lễ, sau đó từ tòa biến mất, trở về lại thiên cung.

---

391 *No. 99*: 汝當變化作此粗身，而立於地 "Ông nên biến hóa thành thân thô để đứng trên đất." Pāli "oḷārikaṁ, hatthaka, attabhāvaṁ abhinimmināhī"ti,"

392 Pāli *Adhisīlaṁ sikkhamāno*: học tập tăng thượng giới.

KINH 189. VÔ PHIỀN THIÊN[393]

Tôi nghe như vầy:

Một thời Đức Phật trú tại vườn cây của ông Cấp Cô Độc cùng Thái tử Kỳ-đà, thành Vương-Xá. Bấy giờ, có một vị trời đi đến chỗ Phật, quang sắc bội thường, uy quang chiếu diệu soi khắp Kỳ-hoàn thảy đều sáng rỡ. Vị trời đến ngồi một bên rồi nói kệ rằng:

"Bảy Tỳ-kheo giải thoát
Sanh cõi trời Vô phiền[394]
Không còn tái sinh nữa[395]
Vượt ái trước thế gian[396]
Ai vượt qua dòng thác?
Mà dòng chảy xiết này
Quân ma chết khó vượt[397]
Rất khó vượt qua được
Ai vượt gông cùm này
Vượt qua cảnh giới trời[398]."

Bấy giờ Đức Thế Tôn nói kệ đáp rằng:

---

[393] Tương đương *No. 99* (595). Thợ gốm. **Pali** S. 2. 24. *Ghaṭīkara*. Tham chiếu, Việt dịch kinh 1172.

[394] Vô phiền thiên, tầng thấp nhất của Tịnh cư thiên cho Thánh giả A-na-hàm.

[395] 盡於善受有. **TNM** 愛. **Tạp** 貪瞋恚已盡 tham, sân, nhuế đã hết.

[396] **Pali** *taṇhā loke visattikaṃ.*

[397] 死極得自在. Dịch theo *No. 99*: 難度死魔軍. Cf. **Pali** *Ke ca te ataruṃ paṅkaṃ, maccudheyyaṃ suduttaraṃ:* "Ai là những người đã vượt qua vũng lầy, phạm vi của thần chết rất khó để vượt qua?"

[398] *No. 99*: Phiền não ách 煩惱軛, đoạn sau, nói là chư Thiên ách 諸天軛. **Pali** *dibbayoga*, gông cùm cõi trời.

"Ưu-tỳ-la[399]*, Kiền-đà*[400]

Thứ ba Phất-yết-la[401]

Bạt-trực[402]*, Yết-đề-bà*[403]

Bà-hầu-đề[404]*, Tỳ-nữu*[405]

Các Tỳ-kheo nói trên[406]

Vượt hết các dòng thác

Vượt cửa chết tự tại[407]

Dứt sạch lưới sanh tử

Vượt qua cảnh giới trời[408]

Lời nói thật sâu xa

Khó biết, khó hiểu được

Không lời nào chẳng thiện

Ngươi ở cõi trời nào

Đến hỏi ta việc này?"

Lúc ấy vị trời này nói kệ đáp rằng:

"Con không lại cõi này[409]

Gọi là Vô phiền thiên

Vì thế con biết rõ

Bảy Tỳ-kheo giải thoát.

Đoạn dứt các ái hữu

Các trói buộc ở đời

Nhân duyên sanh cõi trời

Con nay xin nói rõ

---

[399] *No. 99:* Ưu-ba-ca 優波迦. Pāli *Upaka.*

[400] *No. 99:* Ba-lị-kiện-trà 波羅揵荼. Pāli *Phalagaṇḍa.*

[401] *No. 99:* Phất-ca-la-sa-lê 弗迦羅娑梨. Pāli *Pukkusāti.*

[402] *No. 99:* Bạt-đề跋提. Pāli *Bhaddiya.*

[403] *No. 99:* Kiền-đà-điệp 揵陀疊. Pāli *Khaṇḍadeva.*

[404] *No. 99:* Bà-hưu-nan-đề 婆休難提. Pāli *Bāhuraggi.*

[405] *No. 99:* Ba-tì-sấu-nậu波毘瘦[少/兔]. Pāli *Piṅgiya.*

[406] *S.2. 24:* bảy vị này sanh lên trời Vô phiền (*Aviha*).

[407] *No. 99:* 斷絕死魔縻 Bứt tuyệt cùm ma chết.

[408] Pāli *dibbayogaṁ upaccaguṁ,* vượt qua ách chư Thiên.

[409] 不還此有; Tạng 我是阿那含 Con là A-na-hàm.

Phạm hạnh dứt các lậu
Ca-diếp Ưu-bà-tắc[410]
Thợ gốm nuôi cha mẹ
Xa lìa hết ngũ dục
Ca-diếp và cha mẹ
Cùng Ái đáp Ma-nạp
Họ là bạn thân con
Con cũng thân với họ[411]
Tịnh thân giữ khẩu ý
Trụ đến thân tối hậu
Các bậc Đại nhân ấy
Con kết làm bạn lành."

Bấy giờ Đức Thế Tôn nói với vị trời ấy rằng: "Đúng thế, đúng thế, quả thật như ngươi nói."

"Thợ gốm như ngươi nói
Là Tỳ-bà-lăng-già[412]
Thợ gốm Nan-đề-bà[413]
Ca-diếp Ưu-bà-tắc.
Hiếu thảo thờ cha mẹ
Phạm hạnh dứt các lậu
Họ là bạn thân Ta
Ta cũng thân với họ
Các bậc đại nhân ấy
Xưa kia cùng thân cận
Khéo tu thân, khẩu, ý
Trụ nơi tối hậu thân."

---

[410] *No. 99: Đệ tử Phật Ca-diếp, Thọ pháp Ưu-bà-tắc.* Pāli *kassapassa upāsako, Ưu-bà-tắc của Đức Phật Ca-diếp.*

[411] Chỉ bảy vị đã nói trên.

[412] 毘婆陵伽; *No. 99: Tì-bạt-lăng-già* 鞞跋楞伽. Pāli *Vehaliṅga.*

[413] *No. 99:* 難提婆羅 *Nan-đề-bà-la, tên một người thợ gốm. Theo đây Pāli có thể là Nandipāla. Nhưng bản Pāli tham chiếu: Ghaṭīkāra. Cf.* Pāli *Kumbhakāro pure āsiṁ, vekaḷiṅge ghaṭīkaro; trong quá khứ con là một thợ gốm tại Vebhaliṅga được gọi là Ghaṭīkāra.*

Lúc ấy vị trời nghe lời Phật nói, hoan hỷ đảnh lễ rồi đi ra.

NHIẾP TỤNG

Thường kinh khủng, Nhan sắc
La-tra quốc, Cổ khách
Thâu-ba-la, Tu-đạt
Tu-đạt-đa sanh thiên
Thủ trưởng giả sanh thiên
Lại có Vô phiền thiên.[414]

KINH 190. THÂN MẠNG[415]

Tôi nghe như vầy:

Một thời, Đức Phật tại rừng trúc Ca-lan-đà trong thành Vương Xá.

Khi đó, Phạm chí Độc tử[416] đi đến chỗ Phật, thăm hỏi Đức Như Lai rồi ngồi sang một bên, thưa Đức Phật rằng: "Thưa Đức Thế Tôn! Con có chút nghi, muốn xin thưa hỏi. Ngài là người học rộng hiểu nhiều, cúi xin lắng nghe."

Đức Phật nói với Độc tử: "Nếu có điều nghi, tùy ý ông hỏi."

Độc tử thưa rằng: "Có phải thân và ngã là một?"

Phật đáp: "Những việc như vậy, Ta không trả lời[417]."

Lại hỏi: "Có phải thân và ngã là khác?"

Phật đáp: "Những việc như vậy, Ta cũng không trả lời."

---

[414] Hán dịch, hết quyển 9.

[415] Tương đương *No. 99* (957). Pāli, tham chiếu S. 44.9. *Kutūhalasālā* (luận nghị đường). Việt dịch, kinh 1338.

[416] 犢子梵志; *No. 99*: Bà-sa chủng xuất gia 婆蹉種出家. [Pāli] *Vacchagottaparibbājaka*, xuất gia ngoại đạo thuộc chủng tộc *Vaccha*.

[417] *No. 99*: vô ký 無記, không xác định. [Pāli] *avyākata*.

Độc tử lại nói: "Nay con hỏi Ngài, 'Có phải thân và ngã là một?', Ngài không trả lời. 'Có phải thân và ngã là khác?', Ngài cũng không trả lời. Những câu hỏi như vậy sẽ không được giải đáp. Vì sao Ngài có thể xác nhận cho đệ tử chết ở đây sanh ở kia, trong chư thiên hay loài người? Ngài nếu xác nhận chết ở đây sanh tới nơi kia, sao không phải là thân lưu chuyển[418] đến nơi đây, ngã tồn tại trong năm đường này? Nếu như vậy, thân và ngã là khác biệt."

Đức Phật nói với Phạm chí: "Ta nói, nếu người có chấp thủ[419] thì xác nhận thọ sanh đến nơi kia, nếu người không có chấp thủ thì không có thọ sanh.

"Lại nữa, Độc tử! Thí như lửa kia, có nhiên liệu[420] thì có thể cháy; nếu không có nhiên liệu, lửa không thể cháy."

Độc tử nói: "Cù-đàm! Con cũng thấy có lửa không có nhiên liệu vẫn bốc cháy."

Phật hỏi Độc tử: "Ông thấy lửa nào không có nhiên liệu mà vẫn cháy?"

Độc tử nói: "Giống như thấy đống lửa lớn, hừng hực bốc cháy, có ngọn gió lốc thổi qua, làm lửa bốc lên không trung, rời đống lửa vẫn cháy."

Phật bảo Độc tử: "Nhưng ngọn lửa không trung ấy, cũng vẫn có nhiên liệu".

Độc tử nói:

"Rời đống lửa nhưng vẫn bốc cháy, lấy gì làm nhiên liệu?"

Đức Phật nói:

---

[418] *No. 99:* Ý sinh thân 意生身, hay ý thành thân, ᴾᵃˡⁱ *manomaya-kāyā*, thân được tác thành bởi ý; một loại hóa sanh.

[419] *No. 99:* Hữu dư 有餘; ᴾᵃˡⁱ *upādiesa*, tàn dư của hữu y. Niết-bàn với sự tồn tại của ngũ uẩn chưa tan rã gọi là hữu dư y Niết-bàn (*saupādisesa-nibbāna*). Niết-bàn với sự xả bỏ hoàn toàn ngũ uẩn gọi là vô dư (y) Niết-bàn (*anupādiesa-nibbāna*).

[420] 有取 hữu thủ; *No. 99:* Hữu dư, đây được hiểu là nhiên liệu.

"Như ngọn lửa không trung, nhờ gió mà bốc cháy, vì vậy lấy gió làm nhiên liệu[421], nên tàn lửa mới tạm lưng chừng, bằng lực của gió nên thấy ngọn lửa không trung cháy."

Độc tử nói:

"Lửa có thể như thế, còn người thì không thể như vậy. Vì sao lại thế? Thân chết nơi đây, ý sanh nơi kia, khoảng trung gian này lấy gì làm thủ?"

Phật dạy:

"Khi đó lấy ái làm thủ, do bởi nhân duyên là ái thủ mà chúng sanh thọ sanh[422]. Tất cả thế gian đều thích thú với thủ, tất cả đều vì ái lạc nên thủ, tất cả đều lấy thủ làm nhân, chúng sanh kiến thủ, thì sanh hoan hỷ. Tất cả chúng sanh đều trầm tích vào thủ. Như Lai, bậc A-la-hán, vì không chấp thủ nên đắc thành Vô thượng chánh giác."

Độc tử thưa: "Con, vào lúc này, có việc cần phải làm, muốn xin trở về."

Đức Phật nói: "Phạm chí! Nên biết đúng thời."

Khi đó, Độc tử vâng lời Phật dạy, hoan hỉ phụng hành.

KINH 191. MỤC LIÊN[423]

Tôi nghe như vầy:

Một thời Đức Phật trú tại vườn trúc Ca-lan-đà ở thành Vương-Xá.

---

[421] *No. 99*: Vì nương vào gió nên nói là hữu dư. Hữu dư, *upādiesa*, đây được hiểu là sở y.

[422] Ở đây hữu dư đồng nghĩa với chấp thủ.

[423] Tương đương *No. 99* (958). Pāli, S.44.7. *Moggalāna* (*Āyatana*). Biệt dịch, *No. 100* (191).

Bấy giờ Độc tử Phạm chí[424] đi đến chỗ Tôn giả Đại Mục-kiền-liên. Khi đến chỗ ấy rồi, Phạm chí thưa hỏi Tôn giả rồi ngồi sang một bên.

Bấy giờ Độc tử Phạm chí hỏi Mục-kiền-liên rằng:

"Vì nhân duyên gì mà nói có các vị sa-môn, bà-la-môn đến hỏi với Đức Phật chết chỗ này sanh chỗ kia, cho đến không sanh không chẳng sanh, Đức Phật đều lặng yên không đáp. [Còn có các vị sa-môn, bà-la-môn khác,] có người đến vấn nạn thì Phật tùy ý vì họ nói pháp. Tôi xưa kia từng hỏi Sa-môn Cù-đàm chuyện chết chỗ này sanh chỗ kia thì thấy cũng lặng yên không đáp. Chết chỗ này không sanh chỗ kia, chết chỗ này sanh chỗ kia, cũng không sanh chỗ kia; không sanh chỗ kia cũng không không sanh chỗ kia... thảy đều không thấy đáp. Cũng những nghĩa lý như thế này, khi các sa-môn, bà-la-môn khác hỏi thì đều trả lời hết cho họ. Vì lý do gì mà Sa-môn Cù-đàm mặc nhiên không đáp?"

Mục-liên trả lời rằng:

"Các vị sa-môn, bà-la-môn khác không biết sắc từ nhân duyên sanh, không biết sự hoại diệt của sắc, không biết mùi vị của sắc, không biết lỗi lầm của sắc, không biết chỗ xuất yếu của sắc. Do chấp trước vào sắc, không thể hiểu rõ được nghĩa này. Chính ta sinh ra sắc kia, ta không sinh ra sự chấp trước sắc kia; ta cũng sinh chỗ kia, cũng không sinh sự chấp trước sắc chỗ kia. Ta không sinh chỗ kia, cũng không không sanh chỗ kia. Thọ, tưởng, hành và thức cũng đều như thế. Như Lai như thật biết sắc từ nhân duyên sinh ra, sắc cũng do nhân duyên mà diệt. Biết mùi vị của sắc, biết lỗi lầm của sắc, biết chỗ xuất yếu của sắc, Như Lai như thật biết sắc sinh ra chỗ kia nên tâm không dính mắc, biết sắc không sanh không chẳng sanh nên cũng không dính mắc; thọ, tưởng, hành, thức cũng đều như thế. Các nghĩa lý này sâu xa vô lượng, không có biên tế, không thể dùng toán số mà có thể biết được, không có phương sở, cũng không có đến đi, tịch diệt vô tướng."

---

[424] 犢子梵志 Độc tử Phạm chí, *No. 99*: người xuất gia dòng họ Bà-sa 婆蹉 種出家. [Pāli] *vacchagotto paribbājako*, Du hành giả *Vacchagotta*.

Bấy giờ Độc tử Phạm chí nghe lời thuyết pháp của Tôn giả Mục-liên, hoan hỷ phụng hành.

KINH 192. CA-CHIÊN-DIÊN[425]

Tôi nghe như vầy:

Một thời, Đức Phật trú tại vườn trúc Ca-lan-đà, thành Vương Xá. Bấy giờ Độc tử Phạm chí đi đến chỗ Phật, thưa hỏi Đức Phật xong rồi ngồi sang một bên, bạch với Đức Phật rằng:

"Bạch Đức Thế Tôn! Do nhân duyên gì mà có các vị sa-môn, bà-la-môn khác, có điều thưa hỏi Ngài đều tùy thuận giải đáp. Ta chết chỗ này sanh chỗ kia, ta chết chỗ này không sanh chỗ kia. Ta chết chỗ này cũng sanh chỗ kia cũng không sanh chỗ kia. Ta không sanh chỗ kia cũng không không sanh chỗ kia."

Độc tử lại nói:

"Thưa Cù-đàm! Các nạn vấn như vậy, hà cớ gì Ngài không xứng thuận mà đáp?"

Đức Phật nói với Độc tử:

"Các vị sa-môn, bà-la-môn khác không biết sắc từ nhân sinh ra, không biết sự diệt mất của sắc, không biết lỗi lầm của sắc, không biết cú vị của sắc, không biết chỗ xuất yếu của sắc. Do không thể biết sắc từ nhân sanh ra cho đến không biết chỗ xuất yếu của sắc, lại đối với sắc chấp rằng Ta chết chỗ này sanh qua chỗ kia, hay chết chỗ này không sanh chỗ kia, chết chỗ này cũng sanh chỗ kia cũng không sanh chỗ kia, không sanh chỗ kia cũng không không sanh chỗ kia, tất cả đều chấp trước; thọ, tưởng, hành, thức cũng như thế."

---

[425] Tương đương *No. 99* (959). *Quốc dịch* chia làm hai kinh: "Kỳ tai", và "Tiên-na Ca-chiên-diên." Ấn Thuận cũng chia làm hai. Pāli, S.44.11. *Sabhiyo.* Tham khảo Việt dịch, kinh 1340-1341.

Đức Phật lại nói với Độc tử rằng:

"Như Lai không như thế! Như Lai biết nhân của sắc, sự hoại diệt của sắc, biết cú vị của sắc, biết lỗi lầm của sắc, biết chỗ xuất yếu của sắc, như thật biết như thế. Như Lai như thật biết nhân, diệt, lỗi, vị và chỗ xuất yếu của sắc. Biết rõ sắc ta chết chỗ này sanh chỗ kia, cho đến không sanh không không sanh chỗ kia thảy đều không chấp trước; thọ, tưởng, hành, thức cũng như thế."

Đức Phật bảo với Độc tử rằng:

"Vì thế, nghĩa lý này sâu xa rộng lớn, vô lượng vô biên, toán số không thể tính đếm được."

Đức Phật lại bảo với Độc tử:

"Vì nhân duyên ấy, các vị sa-môn, bà-la-môn khác không thấu đạt được nghĩa lý ý thú, nên tùy theo câu hỏi mà miễn cưỡng giải đáp. Nếu hỏi Như Lai, sắc của ta sanh qua chỗ kia hay không sanh qua chỗ kia, cũng sanh qua chỗ kia cũng không sanh qua chỗ kia, không sanh qua chỗ kia cũng không không sanh qua chỗ kia, do không có nghĩa lý nào có thể an lập nên không đáp. Ta đã sanh qua chỗ kia cho đến không sanh mà cũng không không sanh thảy đều không đáp."

Độc tử thưa rằng:

"Hy hữu thay thưa Cù-đàm! Giữa Ngài và đệ tử của Ngài, nghĩa và nghĩa cú, cho đến cú vị, những điều dẫn nói đều không khác nhau."

Độc tử lại nói:

"Trước đây có lần tôi đã đến chỗ Sa-môn Mục-kiền-liên. Bấy giờ tôi có đem những cú vị như thế này hỏi với Mục-liên, Ngài ấy cũng đem những nghĩa cú, cú vị y như thế này để giải đáp cho tôi. Thưa Cù-đàm! Những điều Ngài tuyên thuyết hôm nay cũng chẳng khác gì của ngài Mục-liên, vì vậy hôm nay tôi mới nói là hy hữu. Giáo pháp như vậy xưa chưa có, cũng chưa từng có. Nghĩa lý hòa thuận với nhau, khéo giải đáp những vấn nạn này."

Độc tử Phạm chí nghe lời dạy của Phật, hoan hỷ rồi đi ra.

KINH 193. CA-CHIÊN-DIÊN[426]

Bấy giờ Tôn giả Tăng-đề Ca-chiên-diên[427] đang ở chỗ của Quần-thật-ca tại Na-đề thành[428]. Phạm chí Độc tử lúc ấy có duyên sự đi đến thành đó. Sau khi đến đó, việc kinh doanh mua bán trao đổi xong rồi, Độc tử liền đến chỗ của Tôn-giả Tăng-đề Ca-chiên-diên. Sau khi chào hỏi, Phạm chí ngồi sang một bên, bạch với Tôn giả rằng:

"Tôi có chút nghi ngờ, muốn được Ngài tư vấn cho, nếu Ngài có thời gian, xin giải đáp cho nghi vấn của tôi."

Tôn giả nói rằng:

"Độc tử, ông cứ hỏi đi, nghe rồi mới biết như thế nào."

Độc tử hỏi rằng:

"Do nhân duyên gì mà khi các vị sa-môn, bà-la-môn, có người đến hỏi: chết chỗ này sanh chỗ kia, chết chỗ này không sanh chỗ kia, cho đến không sanh mà cũng không không sanh chỗ kia, tất cả các câu hỏi ấy đều có thể đáp được, thế mà vì sao Sa-môn Cù-đàm lại lấy những câu hỏi ấy nói sắc chết chỗ này sanh chỗ kia, cho đến không sanh chỗ kia không không sanh chỗ kia là không có nghĩa lý nên không trả lời?"

Tôn giả bảo rằng:

"Tôi nay xin hỏi ông, tùy ông tự hiểu mà trả lời cho tôi. Ý ông nghĩ sao, hoặc nhân hoặc duyên, hoặc hành hoặc căn bản, hoặc những thứ từ nơi hành mà sanh[429], hoặc sắc hoặc vô sắc, hoặc hữu tưởng hoặc vô tưởng, do nhân này, hoặc duyên này, hành này, căn bản này, những

---

[426] Tương đương *No. 99* (959b).

[427] 僧提迦旃延 ; *Tạp*: Sẵn-đà Ca-chiên-diên 詵陀迦旃延. Pāli *Sabhiyo Kaccāno.*

[428] 那提城; *No. 99*: tụ lạc Na-lê 那梨聚落. Pāli *Nātike Giñjakāvasatte.*

[429] 若因若緣，若行若根本，若行所從生; *No. 99*: 若因、若緣，若種施設 諸行, Bản Cao-ly: hành thân thi thiết. Bản Minh: chủng thi thiết chư hành. Ấn Thuận *Hội biên*, *Phật quang* và *Quốc dịch* đều sửa theo bản Minh. Tham chiếu Pāli "Có nhân này, có duyên này, để tuyên bố (=thi thiết) rằng: đây là sắc, đây là vô sắc..."

thứ sanh ra từ hành này tận diệt vô dư, tận chỗ vô tưởng, nếu hết thảy đều như thế, không có nhân duyên, không có hành, không có tướng, cho đến pháp tận diệt, thế thì Như Lai có thể nói chết chỗ này sanh chỗ kia, cho đến nói không sanh chỗ kia không không sanh chỗ kia được chăng?"[430]

Độc tử thưa:

"Ca-chiên-diên! Nhân như vậy, duyên như vậy, hành như vậy, căn bản như vậy, những thứ sanh ra từ hành như vậy, sắc ấy, vô sắc ấy, tưởng ấy, vô tưởng ấy, tất cả các pháp ấy đều đến chỗ tận diệt vô dư, vô tưởng. Tất cả các pháp ấy không có nhân duyên thì Như Lai có gì để nói."

Độc tử nghe rồi trong lòng hoan hỷ, hỏi Tôn giả rằng:

"Ngài là đệ tử của Phật, gần gũi Phật đã lâu?"

Tôn giả đáp rằng:

"Tôi là đệ tử của Đức Phật, đã hơn ba năm!"

Độc tử thưa:

"Ca-chiên-diên! Ngài đã đạt được lợi ích lớn, có thể ở trong chúng đạt được thân, khẩu, trí tuệ biện tài như thế, chỉ trong một thời gian ngắn mà đã thành tựu đầy đủ như thế, thật là hy hữu."

Độc tử lại nói:

"Vì duyên sự, nay tôi muốn trở về nơi chốn của mình."

Tôn giả nói:

---

[430] *No. 99*: Như Lai đối với họ có ký thuyết rằng: "Sau khi chết có, hay sau khi chết không có; sau khi chết vừa có, vừa không; sau khi chết chẳng phải có, chẳng phải không có,' không?" Tham chiếu [Pāli] *so ca hetu, so ca paccayo sabbena sabbaṃ sabbathā sabbaṃ aparisesaṃ nirujjheyya, kena naṃ paññāpanāya rūpī ti vā ảūpī ti vā...* "Nếu nhân ấy, duyên ấy hoàn toàn diệt tận, vĩnh viễn diệt tận, do cái gì mà nói (=thi thiết): đây là sắc, đây là vô sắc...?"

"Nên biết đúng thời!"

Độc tử Phạm chí nghe lời Tôn giả, hoan hỷ đi ra.

KINH 194. VỊ TẰNG HỮU[431]

Tôi nghe như vầy:

Một thời, Đức Phật trú tại vườn trúc Ca-lan-đà, thành Vương Xá. Bấy giờ Phạm chí Độc tử đi đến chỗ Phật, thưa hỏi với Đức Phật xong rồi ngồi sang một bên, bạch với Đức Phật rằng:

"Bạch Đức Thế Tôn! Con có một chút nghi ngờ, này muốn thưa hỏi với Phật. Nếu Ngài có thời gian thì xin giải đáp cho con."

Đức Phật bảo:

"Tùy ông cứ hỏi!"

Độc tử thưa rằng:

"Vì duyên cớ gì mà các sa-môn, bà-la-môn khác, khi có người đến hỏi, chết chỗ này sanh chỗ kia, cho đến không sanh chỗ kia, không không sanh chỗ kia, tất cả những câu hỏi như vậy đều có thể đáp được, thế thì tại sao Sa-môn Cù-đàm cho rằng những câu hỏi chết chỗ này sanh chỗ kia cho đến không sanh chỗ kia, không không sanh chỗ kia đều là những câu hỏi vô nghĩa, đưa đến việc Ngài không giải đáp?"

Đức Phật bảo với Độc tử:

"Nay ta hỏi ông, tùy ông hiểu thế nào rồi trả lời cho ta. Ý ông nghĩ sao, nếu hoặc nhân, hoặc duyên, hoặc hành, hoặc căn bản, hoặc những thứ do hành sinh ra, hoặc sắc, hoặc vô sắc, hoặc hữu tưởng, hoặc vô tưởng, do nhân này, duyên này, hành này, căn bản này, những thứ do hành sanh ra này tịch diệt vô dư, tận cùng vô tưởng. Nếu tất cả các

---

[431] Tương đương *No. 99* (950). Pāli: S.44.8 *Vaccho* (*Bhandham*). Việt dịch, kinh 1341.

pháp ấy không có nhân, không có duyên, vô hành vô tưởng, tất cả các pháp tận diệt, ta há có thể đối với những pháp không nhân duyên, hết thảy tiêu mất ấy mà nói chết chỗ này sanh chỗ kia, cho đến không sanh chỗ kia, không không sanh chỗ kia được chăng?"

Độc tử lại bạch với Đức Phật rằng:

"Nhân như vậy, duyên như vậy, hành như vậy, căn bản như vậy, các pháp được sinh ra từ hành như vậy, sắc này, vô sắc này, tưởng này, vô tưởng này, tất cả các pháp như thế đều đi đến chỗ tịch diệt vô dư, tiêu mất không tưởng... Các pháp như vậy không có nhân duyên, con làm sao có thể trả lời được."

Lúc Độc tử nghe Đức Phật nói như vậy, trong tâm phát sanh niềm hoan hỷ, nên thưa rằng:

"Hy hữu Cù-đàm! Ngài cùng với đệ tử của Ngài nói ra những nghĩa cú, cú vị không hề sai khác."

Độc tử lại bạch:

"Có một hôm, vì chút duyên sự, con đã từng đến chỗ ở của Quần-thật-ca nơi thành Na-đề, hỏi Sa-môn Tăng-đề Ca-chiên-diên những việc như hôm nay. Ngài ấy cũng giải đáp cho con những nghĩa lý giống y như thế này. Nghĩa cú, cú vị và ngay cả văn tự cũng chẳng khác gì những điều Ngài nói hôm nay, không chút sai lầm. Vì thế hôm nay con mới khen ngợi là hy hữu. Những Giáo pháp như vậy từ xưa chưa có, cũng chưa từng nói, nghĩa lý khế hợp với nhau khéo léo giải đáp những vấn nạn của con."

Độc tử Phạm chí nghe lời Phật dạy, hoan hỷ mà đi ra.

KINH 195. VÔ NGÃ[432]

Tôi nghe như vầy:

---

[432] Tương đương *No. 99* (961). Pāli S.44.10. *Ānando.* Việt dịch kinh 1342.

Một thời Đức Phật trú tại vườn trúc Ca-lan-đà, núi Linh Thứu ở thành Vương Xá. Bấy giờ Phạm chí Độc tử đi đến chỗ Phật, sau khi thưa hỏi, Phạm chí ngồi sang một bên rồi hỏi với Đức Phật rằng:

"Cù-đàm! Tất cả chúng sanh có Ngã chăng?"

Đức Phật mặc nhiên không đáp. Độc tử lại hỏi:

"Vậy là tất cả chúng sanh không có Ngã chăng?"

Đức Phật cũng lặng yên không đáp. Bấy giờ Độc tử nghĩ như vầy: 'Ta đã từng vài lần hỏi Sa-môn Cù-đàm những nghĩa lý như vậy, Ngài vẫn yên lặng không giải đáp.' Lúc ấy ngài A-nan đang đứng hầu một bên Như Lai, cầm quạt quạt hầu Phật. Khi nghe hết những lời như thế, liền bạch với Đức Phật rằng:

"Bạch Đức Thế Tôn! Vì sao Thế Tôn im lặng không trả lời đối với những câu hỏi mà Độc tử thưa hỏi? Nếu Thế Tôn không đáp, Độc tử sẽ nghĩ rằng ta hỏi Như Lai mà đều không thấy Ngài trả lời, như thế sẽ làm ông ấy tăng thêm tà kiến chăng?"

Đức Phật bảo A-nan:

"Trước đây ông ấy có hỏi về tất cả các pháp. Nếu tất cả các pháp là có Ngã thì ta có thể trả lời câu hỏi của Độc tử. Thời điểm đó ta có thể nói tất cả các Kinh nói vô ngã chăng? Vì rằng vô ngã, trả lời câu hỏi của ông ấy tức trái với đạo lý. Vì sao vậy? Tất cả các pháp đều vô ngã, thế thì tại sao lại lấy Ngã để giải đáp cho ông ấy? Nếu giải đáp như vậy sẽ làm tăng thêm sự ngu hoặc xưa nay của ông ấy.

"Lại nữa A-nan! Nếu nói là có Ngã tức rơi vào Thường kiến, nếu nói không Ngã tức rơi vào Đoạn kiến. Như Lai thuyết pháp xa lìa [hai kiến chấp đối lập ấy], đi thẳng vào Trung đạo. Do các pháp này tan hoại nên không thường, do các pháp này tương tục nên chẳng đoạn. Không thường không đoạn, do nhân duyên mà có, từ nhân duyên mà pháp kia được sanh ra. Nếu nhân không sanh thì pháp kia cũng không sanh. Vì vậy, nhân nơi Vô minh mà sanh ra Hành, nhân nơi Hành mà có Thức, nhân nơi Thức mà có Danh sắc, nhân nơi Danh sắc mà có Lục nhập, nhân nơi Lục nhập mà có Xúc, nhân nơi Xúc mà có Thọ, nhân nơi Thọ mà có Ái, nhân nơi Ái mà có Thủ, nhân nơi Thủ mà có Hữu, nhân nơi Hữu mà có Sanh, nhân nơi Sanh mà có Lão tử ưu bi khổ não, làm nhân cho tất cả chúng khổ tụ tập[433]. Vì thế mà có quả diệt. Vô minh diệt thì Hành diệt, Hành diệt thì Thức diệt, Thức diệt thì Danh sắc diệt, Danh sắc diệt thì Lục nhập diệt, Lục nhập diệt thì Xúc diệt, Xúc diệt thì Thọ diệt, Thọ diệt thì Ái diệt, Ái diệt thì Thủ diệt, Thủ diệt thì Hữu diệt, Hữu diệt thì Sanh diệt, Sanh diệt thì Lão tử ưu bi khổ não, chỗ các thứ khổ tụ tập dứt hết, tức đại khổ tự diệt."

Đức Phật nói như vậy rồi, các tỳ-kheo vâng lời Phật dạy, hoan hỷ phụng hành.

KINH 196. KIẾN[434]

Tôi nghe như vầy:

Một thời Đức Phật trú tại vườn trúc Ca-lan-đà, thành Vương Xá. Bấy giờ Phạm chí Độc tử đi đến chỗ Phật, thưa hỏi xong rồi ngồi sang một bên, hỏi Đức Phật rằng:

"Thưa Cù-đàm! Ngài đã từng có chủ kiến như vầy, luận thuyết như vầy, rằng thế giới là thường, chỉ có ta hiểu rõ, mọi người đều không biết, Ngài đã từng nói như vậy chăng?"[435]

Đức Phật bảo với Độc tử:

"Ta chưa từng có chủ kiến, chưa từng nói rằng chỉ có ta mới biết,

---

[433] Cú pháp này nên được hiểu là: "*Do duyên là vô minh mà có hành...*" Không nên hiểu một chiều là: từ có vô minh mà sinh ra hành.

[434] Tương đương *No. 99* (962). ᴾᵃˡⁱ M. 72. *Aggivacchagotta-suttanta*. Việt dịch, kinh 1343.

[435] Tham khảo *Tạp*: 瞿曇！云何瞿曇作如是見、如是說：『世間常，此是真實，餘則虛妄 "Thưa Cù-đàm, thế nào, Cù-đàm có thấy như vầy, có nói như vầy: Thế gian thường, đây là chân thật, ngoài ra là hư vọng?" ᴾᵃˡⁱ *Kiṁ nu kho, bho gotama, 'sassato loko, idameva saccaṁ moghamaññan'ti—evaṁdiṭṭhi bhavaṁ gotamo"ti?*

những người khác đều không biết."

Độc tử lại hỏi:

"Nếu Ngài chưa từng nói như thế, vậy tất cả thế giới đều là vô thường chăng?"

Đức Phật bảo với Độc tử:

"Ta cũng chưa từng nói rằng thế giới là vô thường, chỉ có ta mới biết, những người khác đều không hiểu."

Độc tử lại hỏi:

"'Ngài có đã từng nói rằng thế giới cũng thường cũng vô thường, chỉ có ta mới biết, mọi người khác đều không hiểu', Ngài đã từng nói như vậy chăng?"

Đức Phật bảo với Độc tử:

"Ta cũng không hề nói như vậy, rằng thế giới cũng yhường cũng vô thường, chỉ có ta mới biết rõ, mọi người khác đều không biết."

Độc tử lại hỏi:

"Ngài đã từng có nói, rằng tất cả thế giới phi thường phi vô thường, phi phi thường phi phi vô thường, chỉ có ta mới hiểu rõ, mọi người khác đều không biết, Ngài đã từng nói như vậy chăng?"

Đức Phật bảo với Độc tử:

"Ta cũng chưa từng nói như vậy, rằng tất cả thế giới là phi thường phi vô thường, phi phi thường phi phi vô thường, chỉ có ta mới biết, mọi người đều không hiểu được."

Độc tử lại hỏi:

"'Thế giới hữu biên, thế giới vô biên, cũng hữu biên cũng vô biên, phi hữu biên, phi vô biên, phi phi hữu biên phi phi vô biên. Thân chính là mạng, mạng chính là thân, thân khác mạng khác, chúng sanh có thần ngã, chết chỗ này sanh chỗ kia là có, là không, cũng có cũng không, phi có phi không, phi phi có phi phi không.' Cù-đàm, Ngài có nói như vậy chăng?"

Đức Phật bảo với Độc tử:

"Ta không có chủ kiến như vậy, chưa từng luận thuyết như vậy, rằng thế giới hữu biên vô biên, cho đến phi phi hữu phi phi vô."

Độc tử lại nói:

"Cù-đàm! Nay Ngài đối với những pháp này, thấy có lỗi lầm gì mà không giữ lấy một chủ kiến?"

Đức Phật bảo với Độc tử:

"Ta cũng không nói thế giới là thường, chỉ có sự thật này, còn lại đều ngu si ám muội. Kiến chấp ấy tạo nên chướng ngại. Chỗ kiến chấp ấy thực hành và quán sát, biến chấp ấy trần ai, cấu uế, bất tịnh, kiết chướng và khổ đều có thể tác hại, có thể đưa đến ưu bi khổ não, có thể khiến cho người thực hành phải chịu nóng bức nung nấu, sanh ra các ưu hoạn, nếu tương ứng với những kết ấy thì chính là những kẻ anh nhi ngu muội, cũng gọi là vô văn, không thấy biết gì, cũng gọi là phàm phu, có thể khiến cho dòng sanh tử luân lưu thêm mãi."

Đức Phật lại bảo với Độc tử:

"Thế gian thường hay vô thường, cũng thường cũng vô thường, phi thường phi vô thường; thế giới là hữu biên, cho đến vô biên, cũng hữu biên, cũng vô biên, phi hữu biên, phi vô biên, chúng sanh có thần ngã, chết chỗ này sanh chỗ kia, hoặc có hoặc không, cũng có cũng không, phi có phi không, phi phi có phi phi không... Nếu có người kiến chấp vào các kiến giải này thì gọi là trẻ con ngu muội, cũng gọi là vô văn, không nghe biết gì, cũng gọi là phàm phu, làm tăng trưởng sanh tử phiền não cấu uế, có thể khiến người thực hành kiến chấp này chịu lửa cháy nung nấu, sanh ra các ưu hoạn, không có sự an lạc. Chính vì nghĩa đó, ta đối với các kiến giải này không có sự chấp trước."

Độc tử lại hỏi:

"Nếu Ngài không dính vào các kiến giải này, vậy thì Ngài chủ trương chủ kiến như thế nào?"

Đức Phật bảo với Độc tử:

"Như Lai Thế Tôn từ xa xưa đến nay đối với các kiến giải thảy đều trừ xả, không có các chủ kiến. Tuy có cái thấy nhưng tâm không dính mắc. Đó chính là thấy Khổ thánh đế, thấy Khổ tập đế, thấy Khổ diệt đế, thấy đến Khổ diệt đạo đế, các sự thật ấy ta đều thấy rõ, biết rõ như vậy. Xem tất cả các pháp đều là do các phiền não tham ái trói buộc, ngã và ngã sở gọi là Kiến thủ trước, cũng gọi là kiêu mạn. Những pháp như vậy thật đáng chán ghét, vì thế đều nên đoạn trừ. Đã đoạn trừ rồi thì sẽ chứng được Niết-bàn tịch diệt thanh tịnh.

"Giải thoát chân chánh như vậy, các tỳ-kheo nếu còn bị thọ thân nơi ba cõi, quả là không có chuyện đó."

Độc tử Phạm chí hỏi:

"Thưa Cù-đàm! Do nhân duyên gì mà Ngài nói đến chỗ Vô sanh?"

Đức Phật bảo với Độc tử:

"Nay ta lại hỏi ông, tùy ý ông đáp. Thí như có người ở ngay trước mắt ông đốt một đống lửa lớn. Ông biết là lửa, không biết đống lửa này bị tắt mất trước mắt ông. Ông có biết nó tắt mất không? Nếu như có người đến hỏi ông rằng: 'Lửa này tắt rồi nó đi về hướng Đông, hướng Tây, hướng Nam hay hướng Bắc? Cho đến phương dưới cũng lại như thế. Trong các phương ấy, lửa đi về chỗ nào?' Nếu người ta hỏi như vậy thì ông sẽ đáp ra làm sao?"

Độc tử thưa:

"Cù-đàm! Nếu ai hỏi con thì con sẽ trả lời đúng như thật. Nếu có cỏ cây hoặc phân bò, phân ngựa được đốt cháy bởi ngọn lửa này, lửa ấy không tắt liền. Khi những thứ cỏ cây, phân bò, phân ngựa ấy cháy hết rồi thì ngọn lửa kia sẽ tắt, không có đến phương nào cả."

Đức Phật bảo với Độc tử:

"Đúng vậy, đúng vậy! Nếu bảo sắc này là Như Lai, thọ, tưởng, hành, thức là Như Lai, hoàn toàn không có chuyện đó! Vì sao vậy? Như Lai đã đoạn dứt các sắc như vậy, thọ, tưởng, hành, thức cũng như thế, thảy đều đã đoạn dứt. Giống như có người chặt cây Đa-la, đã chặt rồi thì không thể mọc trở lại, Như Lai cũng thế! Như Lai đã đoạn dứt ngũ ấm rồi, không còn thọ sanh trở lại, tịch diệt vô tưởng, đó là pháp Vô sanh."

Độc tử Phạm chí thưa:

"Cù-đàm! Con nay ưa thích nói thí dụ, xin Ngài cho phép."

Đức Phật bảo Độc tử:

"Tùy ý ông nói."

Độc tử liền nói:

"Giống như có một khu rừng cây Bà-la[436] ở nơi bình địa rộng lớn, cách nơi thành ấp tụ lạc không xa. Rừng cây Bà-la này đã có cách nay đến trăm ngàn năm, cành lá đều đã trụi, chỉ còn lại lõi cây. Đức Cù-đàm nay cũng như vậy. Ngài đã đoạn dứt tất cả phiền não trói buộc, tứ đảo tà hoặc thảy đều diệt tận, chỉ có chân pháp thân kiên cố tồn tại. Cù-đàm! Hôm nay con có duyên sự, muốn trở về lại nhà."

Đức Phật bảo:

"Nên biết đúng thời."

Độc tử Phạm chí nghe Đức Phật nói rồi, hoan hỷ đi ra.

KINH 197. NGU SI[437]

Tôi nghe như vầy:

Một thời, Đức Phật trú tại vườn trúc Ca-lan-đà, thành Vương Xá. Bấy giờ Phạm chí Độc tử đi đến chỗ Phật, hỏi rằng:

"Cù-đàm! Nếu có kẻ ngu si liên tiếp khởi lên chấp luận thuyết như vầy: Thế gian là thường, chỉ có điều này là sự thật, còn mọi chuyện khác đều không thật, cho đến ta không sanh chỗ kia, không không sanh chỗ kia."

Đức Phật bảo với Độc tử rằng:

---

[436] 娑羅林; *Tạp*: 堅固林 kiên cố lâm, tức cây ni-câu-loại, loại cây đa. Pāli *mahāsālarukkho*, cây tala lớn.

[437] Tương đương *No. 99* (863). Pāli S.33.1-5 *Aññāṇā*. Việt dịch, 1344.

"Không biết sắc rồi khởi liên tiếp chấp, tạo ra luận thuyết rằng tất cả các sắc trong thế gian thảy đều là thường, rồi tự chấp vào chủ kiến này, cho là chân thật, còn tất cả những thứ khác đều là hư vọng. Thường, vô thường, cũng thường cũng vô thường, phi thường phi phi thường. Thế gian hữu biên vô biên, phi hữu biên phi vô biên, phi phi hữu biên, phi phi vô biên, thân nhất thần nhất, thân khác thần khác. Ta chết chỗ này sanh chỗ kia, chết chỗ này không sanh chỗ kia. Ta chết chỗ này cũng sanh chỗ kia cũng không sanh chỗ kia. Ta chết chỗ này không sanh chỗ kia, cũng không không sanh chỗ kia, thọ, tưởng, hành, thức cũng đều như thế."

Độc tử thưa rằng:

"Thưa Cù-đàm! Nếu có bậc trí, không chấp thủ kiến chấp này, không luận thuyết như vậy, lại cũng không nên khởi kiến chấp như vậy, không luận thuyết như vậy, rằng thế giới là thường, chủ kiến này là đúng, các kiến chấp khác là sai."

Đức Phật bảo Độc tử:

"Nếu có thể biết sắc, hiểu rõ tánh tướng của nó, những người như vậy sẽ không khởi kiến chấp này, không luận thuyết như vậy, rằng thế giới là thường hay vô thường, cũng thường cũng vô thường, không thường hay không không thường cũng là như thế. Thế giới hữu biên vô biên, cũng hữu biên cũng vô biên, không hữu biên không không hữu biên cũng lại như thế. Thân là một mạng là một, thân là khác mạng là khác. Ta chết chỗ này sanh chỗ kia, chết chỗ này không sanh chỗ kia, cũng sanh chỗ kia cũng không sanh chỗ kia, không sanh chỗ kia mà cũng không không sanh chỗ kia đều cũng như thế. Thọ, tưởng, hành, thức cũng như trên đã nói. Nếu hiểu rõ thức, hiểu rõ tánh tướng của nó, những người như thế sẽ không khởi kiến chấp như vậy, không luận thuyết như vậy. Thức là thường, kiến giải này là đúng, các kiến giải khác đều sai. Thức là vô thường, cũng thường cũng vô thường, phi thường phi phi thường kiến đều cũng như vậy. Thức hữu biên vô biên, cũng hữu biên cũng vô biên, phi hữu biên phi phi hữu biên cũng lại như thế. Thân là một mạng là một, thân là khác ngã là khác; Ta chết chỗ này sanh chỗ kia, chết chỗ này không sanh chỗ kia; cũng sanh chỗ kia cũng không sanh chỗ kia; không sanh chỗ kia không không sanh chỗ kia cũng đều như thế. Kẻ không biết cũng nói như kẻ biết; kẻ thấy, kẻ không thấy cũng nói như kẻ biết; hiểu hay không hiểu cũng đều nói như trên; thông triệt hay không thông triệt cũng nói như trên; có tướng hay không có tướng đều nói như trên; nghĩa ấy sâu hay cạn cũng đều nói như trên; ngủ thức hay không ngủ thức đều nói như trên[438]."

Độc tử Phạm chí nghe Đức Phật nói rồi, hoan hỷ đi ra.

KINH 198. XUẤT GIA[439]

Tôi nghe như vầy:

Một thời, Đức Phật ở thành Vương Xá. Bấy giờ Phạm chí Độc tử đi đến chỗ Phật, thưa hỏi Đức Phật rồi ngồi sang một bên, bạch với Đức Phật rằng:

"Thưa Cù-đàm! Tôi có chút nghi ngờ, nếu Ngài chịu lắng nghe tôi mới dám hỏi."

Đức Phật yên lặng không đáp. Lần thứ hai rồi lần thứ ba hỏi như thế; Đức Phật cũng mặc nhiên không đáp. Độc tử thưa:

"Cù-đàm! Tôi được gần gũi với Ngài đã lâu, tôi có chút nghi vấn nhỏ, kính mong Ngài giải đáp cho tôi!"

Đức Phật thầm nghĩ rằng, "Độc tử Phạm chí từ xưa đến nay bản tánh chất trực, không có hiềm nịnh dối trá. Tất cả những câu hỏi của ông ấy đều vì mong cầu sự hiểu biết chứ không vì muốn não loạn, ta nên nghe ông ấy hỏi. Nếu câu hỏi của ông ấy liên quan đến A-tỳ-đàm

---

[438] Nghĩa là, như kinh trên, thay các từ "biết/không biết" bằng các từ tương ứng.

[439] Tương đương *No. 99* (964). Pāli M.73. *MahāVacchagottasuttanta*. Việt dịch 1345.

hoặc Tỳ-ni⁴⁴⁰ thì để ông ấy tùy nghi thưa hỏi."

Đức Phật bảo với Độc tử rằng:

"Tùy ý ông hỏi những điều ông nghi ngờ, không được nghi nạn."

Độc tử bạch với Đức Phật rằng:

"Cù-đàm! Tất cả các pháp thế gian có pháp bất thiện ⁴⁴¹ chăng?"

Đức Phật đáp:

"Có!"

Lại hỏi:

"Có pháp thiện chăng?"

Đức Phật đáp:

"Có."

Độc tử thưa:

"Cù-đàm! Xin Ngài nói rõ các pháp thiện và bất thiện cho tôi, giúp tôi hiểu rõ được."

Đức Phật bảo với Độc tử:

"Ta có thể nói nhiều loại thiện và bất thiện, nay ta sẽ nói sơ lược những pháp quan trọng cho ông."

Đức Phật lại nói với Độc tử:

"Dục là bất thiện, ly dục là thiện. Sân nhuế và ngu si gọi là bất thiện, lìa sân nhuế, si thì gọi là thiện. Sát sanh là bất thiện, lìa sát sanh là thiện. Trộm cắp, tà dâm, nói dối, ác khẩu, nói hai lưỡi, nói lời thêu dệt, tham nhuế, tà kiến những pháp ấy là bất thiện, thấy hết chân

---

⁴⁴⁰ 阿毘曇毘尼. Tham khảo ᴾᵃˡⁱ abhivinaya, abhidhamma, chỉ phần tinh nghĩa của luật (vinaya) và pháp (dhamma); không phải A-tì-đàm của Luận tạng.

⁴⁴¹ *Tạp A-hàm* bản Cao-ly không có "pháp bất thiện." Ấn Thuận theo TNM thêm vào. M 73: *sādhu me bhavaṃ gotamo saṃkhitena kusālakusaṃ desetu*, lành thay, mong tôn giả *Gotama* nói một cách tóm tắt cho tôi thiện và bất thiện.

chánh để lìa các pháp ấy là thiện. Ta sẽ nói ba thứ bất thiện, ba thứ thiện, mười thứ bất thiện mười thứ thiện cho ông."

Đức Phật lại bảo với Độc tử rằng:

"Nếu đệ tử của ta hiểu rõ được ba thứ thiện và bất thiện này, cũng như hiểu rõ được mười thứ thiện và bất thiện này, biết được như thật thì có thể dứt sạch được Dục, Sân nhuế, Ngu si cũng có thể vĩnh viễn dứt sạch. Các ác nghiệp tham dục đều dứt sạch không còn. Nhờ dứt sạch tham dục và ngu si nên các dục lậu cũng đều dứt hết. Do dứt sạch các lậu nên thành tựu vô lậu, tâm được giải thoát, huệ được giải thoát, ngay trong hiện pháp chính mình hiểu rõ, chứng biết được pháp, tự biết sanh đã tận, Phạm hạnh đã lập, việc cần làm đã làm, không còn thọ sanh trong ba cõi nữa."

Độc tử bạch với Đức Phật rằng:

"Có vị tỳ-kheo nào ở trong Giáo pháp của Phật thành tựu được vô lậu, tâm được giải thoát, huệ được giải thoát, ngay trong hiện pháp tự thân hiểu rõ, chứng biết được pháp, tự biết sanh đã tận, Phạm hạnh đã lập, việc cần làm đã làm, không còn thọ sanh trong ba cõi nữa, có vị nào đạt được như thế chăng?"

Đức Phật bảo với Độc tử:

"Những người chứng đắc được như vậy không chỉ một, hai, ba, bốn cho đến năm trăm vị. Có rất nhiều vị tỳ-kheo tâm được giải thoát, huệ được giải thoát, ở ngay trong hiện pháp tự thân thủ chứng."

Độc tử lại hỏi:

"Ở trong Giáo pháp của Phật có vị tỳ-kheo ni nào tâm được giải thoát, huệ được giải thoát chăng?"

Đức Phật nói với Độc tử:

"Ở trong Giáo pháp của ta, các vị tỳ-kheo ni đắc pháp như thế không chỉ một, hai, ba, bốn cho đến năm trăm, số ấy rất nhiều."

Độc tử lại hỏi:

"Trừ các vị tỳ-kheo và tỳ-kheo ni ấy, có vị ưu-bà-tắc nào vượt nghi đến bờ bên kia chăng?"

Đức Phật bảo với Độc tử:

"Ở trong Giáo pháp của ta, các vị ưu-bà-tắc vượt nghi đến bờ bên kia không chỉ một, hai, ba mà cho đến năm trăm, số ấy rất nhiều, đoạn năm hạ phần kết sử, thành A-na-hàm, không còn trở lại dục giới."

Độc tử lại hỏi:

"Trừ các vị tỳ-kheo, tỳ-kheo ni tu hành phạm hạnh, trừ ưu-bà-tắc, thế thì có vị ưu-bà-di nào dứt trừ được nghi hối, vượt nghi đến bờ bên kia chăng?"

Đức Phật bảo với Độc tử:

"Ở trong Giáo pháp của ta, chứng đắc được pháp này chẳng phải chỉ một, hai, ba cho đến năm trăm, số ấy rất nhiều, đoạn năm hạ phần kết sử, thành A-na-hàm không còn trở lại dục giới."

Độc tử Phạm chí lại bạch với Đức Phật rằng:

"Ngoại trừ các vị tỳ-kheo, tỳ-kheo ni và các vị ưu-bà-tắc, ưu-bà-di, những người tu Phạm hạnh, ở trong Giáo pháp của Phật, có vị ưu-bà-tắc nào ở một mình tại gia, hưởng thụ dục lạc mà vượt nghi đến bờ bên kia chăng?"

Đức Phật bảo với Độc tử:

"Ở trong Giáo pháp của Phật, không phải chỉ một, hai, ba mà cho đến năm trăm, số ấy rất nhiều. Những người như thế lại có thể cùng với kẻ nam người nữ ở chung gần gũi, đeo hương sức hoa, trang sức chuỗi ngọc, mặc áo gấm lụa, dùng các loại hương thơm hảo hạng như Chiên-đàn để bôi thoa lên thân, cầm giữ đủ thứ các loại vàng, bạc châu báu, nô tỳ đồng bộc số lượng rất nhiều, ở ngay trong chỗ ồn ào huyên náo này mà vẫn có thể đoạn dứt ba kiết sử, chứng đắc Tu-đà-hoàn, quyết định chắc chắn đạt đến quả vị Tam-Bồ-đề[442], dứt sạch các khổ tế. Những kẻ hết sức độn căn vẫn có thể tùy duyên nhậm vận ra vào sanh tử bảy lần nữa mà không thọ sanh vào ba ác đạo, lưu chuyển trong cõi trời, người, tự nhiên dứt sạch được biên tế của các khổ."

Độc tử lại hỏi:

---

442 Tam-bồ-đề 三菩提. Pali *sambodhi*: quyết định thẳng đến Chánh giác.

"Ngoại trừ các vị tỳ-kheo, tỳ-kheo ni, ưu-bà-tắc, ưu-bà-di tu hành Phạm hạnh ấy ra, cũng không kể các vị ưu-bà-tắc ở ngay trong dục lạc mà vẫn đắc quả Tu-đà-hoàn, vậy có kẻ nữ nhân nào ở trong Phật pháp làm ưu-bà-di, ở ngay trong dục lạc mà vẫn vượt nghi đến bờ bên kia chăng?"

Đức Phật bảo với Độc tử rằng:

"Ở trong Giáo pháp của ta, các vị ưu-bà-di ở ngay trong dục lạc vượt nghi chẳng phải chỉ một, hai, ba mà cho đến năm trăm, số ấy rất nhiều. Các vị ưu-bà-di tuy ở tại gia như ưu-bà-tắc, dứt được ba kết sử, đắc quả Tu-đà-hoàn."

Độc tử thưa:

"Cù-đàm! Ngài đã từng dưới cội Bồ-đề chứng được Chánh giác. Còn những người đương tu Phạm hạnh, các vị tỳ-kheo, tỳ-kheo ni, ưu-bà-tắc, ưu-bà-di, các vị ưu-bà-tắc ở ngay trong dục lạc, các vị ưu-bà-di ở ngay trong dục lạc, nếu họ đều như thế thì họ không đủ đạo hạnh, đối với các chi phần giải thoát vốn không đầy đủ."

Độc tử lại thưa:

"Cù-đàm! Ngài nay đã thành Đẳng chánh giác[443]. Các vị tỳ-kheo, tỳ-kheo ni tu phạm hạnh đã chứng quả; các vị ưu-bà-tắc, ưu-bà-di, các vị ưu-bà-tắc, ưu-bà-di ở ngay trong dục lạc thảy đều đạt được quả chứng, ở trong Phật pháp gọi là Cụ túc."

Độc tử lại bạch:

"Cù-đàm! Tôi nay thích nói thí dụ, xin Ngài cho tôi nói."

Đức Phật bảo với Độc tử:

"Tùy ý ông nói!"

Độc tử nói:

"Giống như trên trời trút xuống một trận mưa lớn, nước chảy xuống thành dòng, rót vào biển lớn. Giáo pháp của Ngài cũng giống như thế! Nam, nữ lớn nhỏ cho đến suy già đều được đón nhận mưa

_____

443 Pāli/Skt. *sambuddha*: Đẳng Chánh Giác 等正覺.

pháp của Phật, trong suốt thời gian dài đều cảm nghiệm Niết-bàn. Lành thay Cù-đàm! Lành thay diệu pháp! Lành thay những bậc thâm nhập vào Giáo pháp Như Lai."[444]

Độc tử lại nói:

"Tôi nay muốn hỏi, giả sử người được xuất gia, tu hành Phạm hạnh thì bao lâu mới thành tựu."

Đức Phật bảo với Độc tử:

"Nếu có kẻ ngoại đạo theo học những học thuyết khác, nếu cần xuất gia theo Phật thì trước hết phải cạo bỏ râu tóc, sau đủ bốn tháng ở trong chúng Tăng, tâm ý điều hòa nhu thuận, sau đó mới được thọ giới. Không nhất thiết tất cả đều phải như thế, cũng tùy theo tâm của mỗi người."[445]

Độc tử Phạm chí nghe lời Đức Phật nói rồi tâm sanh hoan lạc, mong được xuất gia: "Nếu như được thọ giới, giả sử như phải trải qua đến bốn năm con cũng muốn được làm như thế huống hồ là bốn tháng."

Đức Phật bảo với Độc tử:

"Ta trước đã nói hai hạng người cho ông biết, không nhất thiết ai cũng đều như thế."

Độc tử thưa:

"Cù-đàm! Trước đây thực sự Ngài có nói như vậy."

Đức Phật bảo với các vị tỳ-kheo:

"Các ông ngày nay hãy cho Độc tử được thế phát thọ giới."

Bấy giờ các vị tỳ-kheo vâng lời dạy của Phật, liền thế phát cho Độc tử và cho ông ta thọ giới đúng pháp tỳ-kheo. Tôn giả Độc tử tinh tấn tu học, chỉ trong nửa tháng đã học hiểu trọn vẹn, biện pháp tới nơi

---

[444] *No. 99*: 甚奇! 佛、法、僧平等法、律 Kỳ lạ thay! Phật, Pháp, Tăng, bình đẳng pháp và luật. Hán dịch không rõ nghĩa. Trong bản Pāli, đoạn này là lời *Vacchagotta* xin Quy y Phật, Pháp, Tăng.

[445] Pāli: *api ca mettha puggalavemattatā viditā*, do sự sai biệt về tâm tính của mỗi người.

tới chốn, tri pháp, đáo pháp⁴⁴⁶. Khi đã đầy đủ học quả, biết và hiểu rõ ràng rồi, chứng được Chánh pháp, Tôn giả Độc tử liền nghĩ như vầy: "Ta nay nên đi đến chỗ Phật." Nghĩ như vậy rồi liền đi đến chỗ Phật, đảnh lễ dưới chân Phật rồi ngồi sang một bên, bạch với Đức Phật rằng:

"Bạch Đức Thế Tôn! Con đối với học địa đều đã chứng biết. Cúi mong Đức Thế Tôn trùng tuyên lại cho con, giúp con nghe pháp, tâm được giải thoát."

Đức Phật bảo Độc tử:

"Nếu ông mong cầu tâm được giải thoát mau chóng thì phải tu hai pháp, nên học hai pháp, tăng quảng hai pháp. Nói hai pháp, đó là Trí và Định. Nếu có thể tu tập tăng trưởng và mở rộng hai pháp này thì đó gọi là biết tất cả cõi, thông đạt các cõi, biết vô số cõi."

Đức Phật lại bảo Tỳ-kheo Độc tử:

"Nếu muốn xa lìa các dục ác bất thiện thì phải có giác, có quán, nhập vào Sơ thiền. Như vậy Tỳ-kheo nên tu hai pháp Thiền định và Trí tuệ, cho đến Tứ thiền, từ, bi, hỷ, xả, Không xứ, Thức xứ, Bất dụng xứ, Phi tưởng phi phi tưởng xứ cũng lại như thế. Này Độc tử! Muốn chứng được các quả vị Tu-đà-hoàn, Tư-đà-hoàn, A-na-hàm đều phải nên học hai pháp như vậy. Nếu muốn học thần thông, muốn đạt được Tha tâm trí, muốn biết Túc mạng, muốn đắc Thiên nhãn thông, Thiên nhĩ thông hay Lậu tận trí đều phải tu tập hai pháp này, tăng quảng hai pháp này, biết tất cả giới, thông đạt các giới, biết vô số giới."

Tôn giả Độc tử vâng lời Phật dạy, hoan hỷ đảnh lễ rồi lui ra.

Đức Như Lai Đại từ đại bi, vận dụng đủ mọi nhân duyên dạy dỗ dắt dìu. Độc tử thọ nhận lời Phật dạy rồi, ở nơi vắng vẻ siêng năng thiền tọa một mình, tâm không buông lung, thường an trụ trong Thiền định. Vì vậy Tộc tánh tử cạo bỏ râu tóc, vì muốn tu tập vô thượng Phạm hạnh, ở trong pháp hiện tại hiện thân thủ chứng, sanh ngã đã

---

⁴⁴⁶ 知法到法; chỗ khác dịch là Tri pháp, thức pháp, 知法, 識法. Cf. S. 35. 26: *anabhijānaṃ, aparijānaṃ*: không được thắng tri (nhận thức rõ ràng), không được biến tri (nhận thức toàn diện).

tận, Phạm hạnh đã lập, việc cần làm đã làm, không còn thọ sanh trong các hữu.

Khi ấy chúng tỳ-kheo đi đến chỗ Phật, bấy giờ Tôn giả Độc tử thấy các vị tỳ-kheo, liền gọi hỏi rằng:

"Quý Ngài muốn đi đến đâu vậy?"

Các vị tỳ-kheo đáp rằng:

"Chúng tôi muốn đi đến chỗ Phật, thân cận cúng dường."

Tỳ-kheo Độc tử nói với các vị tỳ-kheo ấy rằng:

"Hôm nay quý Ngài đi đến chỗ Phật, có thể đem lời của ta thăm hỏi Đức Thế Tôn, rằng Ngài ở yên hay đi đứng có nhẹ nhàng khỏe khoắn, ít bệnh ít não. Các Ngài cũng có thể thay tôi bạch với Đức Thế Tôn, rằng Độc tử Tỳ-kheo đã báo đáp ân Phật, vị pháp cúng dường, thuận theo hạnh của Phật."

Bấy giờ các vị tỳ-kheo đi đến chỗ Phật, đảnh lễ dưới chân Phật rồi ngồi sang một bên, bạch với Đức Phật rằng:

"Tôn giả Độc tử Tỳ-kheo khể thủ dưới chân Đức Thế Tôn, thăm hỏi Thế Tôn rằng Ngài ở yên hay đi đứng có nhẹ nhàng, khỏe khoắn, ít bệnh ít não!

"Độc tử Tỳ-kheo lại nói như vầy: Hãy thay tôi bạch với Đức Phật rằng, tôi đã tu hành, tùy thuận theo lời Phật dạy. Những hạnh của Thế Tôn tôi đã chứng đắc đầy đủ."

Đức Phật bảo các Tỳ-kheo:

"Trước đây có một vị trời đi đến chỗ ta mà nói rằng: Độc tử Tỳ-kheo đã đắc quả A-la-hán, ta đã biết trước việc ấy rồi sau vị trời ấy mới nói. Hôm nay các ông cũng nói sau vị trời ấy."

Bấy giờ Đức Thế Tôn thọ ký rằng Tỳ-kheo Độc tử ấy đã đắc quả A-la-hán.

Đức Phật nói như vậy rồi, các vị tỳ-kheo vâng lời Phật dạy, hoan hỷ phụng hành.

NHIẾP TỤNG

Thân mạng và Mục Liên
Hy hữu Ca-chiên-diên
Vị tằng hữu, hữu ngã
Kiến cùng với ngu si
Độc tử được xuất gia.[447]

KINH 199. ƯU TRẮC[448]

Tôi nghe như vầy:

Một thời Đức Phật trú tại thành Vương Xá. Bấy giờ có một vị Phạm chí tên là Ưu-trắc[449] đi đến chỗ Phật, thưa hỏi Đức Phật rồi ngồi sang một bên, liền hỏi với Đức Phật rằng:

"Cù-đàm! Tất cả thế giới là hữu biên chăng? Hay là vô biên chăng?"

Đức Phật nói với Ưu-trắc.

"Những câu hỏi như thế này ta không trả lời!"

Ưu-trắc nói:

"Cù-đàm! Tôi hỏi thế giới là hữu biên hay vô biên thảy đều không thấy giải đáp. Nếu vậy thì khi Ngài thuyết pháp, giải thích những vấn nạn Ngài thường đáp như thế nào?"

Đức Phật bảo rằng:

"Này Ưu-trắc, ta đối với các pháp thảy đều biết rõ, nên đối với các Thanh văn đệ tử ta phân biệt chánh đạo, giúp họ biết trừ các khổ đến chỗ tận cùng."

---

[447] Hán dịch, hết quyển 10.
[448] Tương đương *No. 99* (965). Pāli, A.10.95. *Uttiya*. Biệt dịch, *No. 100* (199).
[449] 優陟; *Tạp*: Uất-đê-ca 鬱低迦. Pāli *Uttiya*.

Ưu-trắc nói:

"Cù-đàm! Ngài đối với các pháp thảy đều biết rõ, đối với các Thanh văn đệ tử, Ngài phân biệt chánh đạo, giúp họ trừ các khổ đến chỗ tận cùng. Nếu đúng như thế, Đạo mà Ngài chứng đắc giúp cho tất cả mọi người thực hành đạo ấy, vậy là có bao nhiêu người thực hành đạo ấy?"

Bấy giờ Đức Như Lai mặc nhiên không đáp. Ưu-trắc hỏi như thế đến lần thứ hai rồi thứ ba, Như Lai vẫn yên lặng, không hề ứng đối. Bấy giờ A-nan đứng hầu bên Phật cầm quạt phất nhẹ quạt hầu Đức Thế Tôn, nghe những câu hỏi của Phạm chí Ưu -trắc kia rồi liền nói rằng:

"Những câu hỏi sau của ông chẳng khác gì câu hỏi trước, do đó Thế Tôn mặc nhiên không trả lời ông. Tôi có thể nêu lên một thí dụ cho ông: Giống như ở biên thú có một ngôi thành, tường vách bao bọc chung quanh kín mít, cửa nẻo rào giậu thảy đều kiên cố, đường lối bờ bao, các chỗ quan phủ, chợ búa đến bố trí che chắn xung quanh không thể ra vào can thiệp được. Trong ngôi thành này chỉ có một cánh cổng, mà người giữ cổng lại thông minh trí huệ, có đại niệm lực, khéo phân biệt được ai là khách, ai là người trong thành. Người nào biết thì cho vào, người nào không biết thì bị ngăn lại. Bấy giờ người trong thành có người muốn ra khỏi thành nhưng không biết ra lối nào, đi xem khắp quanh thành mà vẫn không thấy hang hố nào có thể chui ra được, chỉ có duy nhất một cánh cổng này để theo ra ngoài thôi. Người gác cổng có trí huệ này tuy không biết hết mọi thứ trong thành nhưng biết trong ấy muốn ra khỏi thành thì chỉ ra từ cánh cổng này. Như Lai cũng như thế, biết rõ biên tế của khổ trong quá khứ, hiện tại và vị lai đều từ con đường chánh đạo này, nhờ con đường này mà dứt tận các khổ."

Phạm chí Ưu-trắc nghe A-nan nói như vậy rồi, hoan hỷ mà lui ra.

KINH 200. PHÂN NẶC[450]

Tôi nghe như vầy:

Một thời, Đức Phật trú tại rừng trúc Ca-lan-đà, thành Vương Xá. Bấy giờ, Tôn giả Phú-na đang trụ tại núi Linh Thứu, có các dị học ngoại đạo, Phạm chí, đi đến chỗ Ngài, thăm hỏi Tôn giả Phú-na xong, ngồi sang một bên rồi bạch với Tôn giả Phú Na rằng:

"Chúng tôi đều nghe Sa-môn Cù-đàm nói chúng sanh đoạn dứt rồi không theo sanh nữa, việc ấy như thế nào?"

Tôn giả đáp rằng:

"Như tôi hiểu nghĩa lý mà Đức Phật nói thì Đức Phật không bao giờ nói chúng sanh sau khi chết không có chuyện diệt chỗ này sanh chỗ kia. Đức Phật thực sự không thấy tướng chúng sanh. Vì sao vậy? Phàm phu vọng tưởng, do có ngã mạn nên nói có chúng sanh. Như Lai đã dứt ngã mạn, tán thán người đoạn dứt ngã mạn, không có khởi tưởng chúng sanh."

Bấy giờ các Phạm chí ngoại đạo nghe Tôn giả nói như vậy nên không sanh lòng hoan hỷ, nhưng cũng không hiềm khích hủy báng, liền quay trở về.

Khi họ ra đi chưa bao lâu, ngài Phú-na liền đi đến chỗ Phật. Đến chỗ Phật rồi, đảnh lễ dưới chân Phật rồi đứng sang một bên, đem những câu hỏi mà ngoại đạo hỏi, bạch hết với Đức Thế Tôn:

"Thế Tôn! Các ngoại đạo này đều nói Thế Tôn từng nói chúng sanh sau khi đoạn diệt rồi thì không thọ sanh lại, việc ấy như thế nào? Con liền đáp với họ rằng: 'Theo chỗ tôi hiểu nghĩa lý của Đức Phật nói, thì Đức Phật không hề nói chúng sanh sau khi chết rồi, không có chuyện chết chỗ này sanh chỗ kia. Đức Phật thực sự không thấy tướng chúng sanh. Vì sao vậy? Phàm phu vọng tưởng, do có ngã mạn, rồi khổ tưởng chúng sanh. Như Lai đã đoạn dứt ngã mạn, tán thán người đoạt dứt

---

[450] Tương đương *No.* 99 (966). Pāli, A.10.83. *Puṇṇiya.* Skt. *Pūrṇika* (Píchel). Việt dịch, kinh 1347.

ngã mạn, vì thế không khởi tưởng chúng sanh.'"

Phú-na lại bạch với Đức Phật:

"Con đã nói như vậy với các ngoại đạo, không trái với Giáo pháp của Phật để đưa đến sự hủy báng hay thêm bớt chứ? Điều con nói là đồng với sự tuyên thuyết của Thế Tôn hay là khác biệt? Là như pháp mà nói hay không như pháp? Là tương tự với pháp hay không tương tự? Không vì giống như pháp của Phật mà bị quở trách chứ? Không tương tự? Không vì giống như pháp của Phật mà bị quở trách chứ?"

Đức Phật bảo với Phú-na:

"Ông nói chân thật, không hủy báng, không thêm, không bớt, đúng như lời Ta nói, không hề sai khác. Đó là như pháp mà nói, không phải là phi pháp. Không có chuyện vì nói giống với Phật mà đưa đến quở trách. Vì sao vậy? Từ xưa tới nay, tất cả đều bị ngã mạn làm hại. Chúng sanh phiền não đều do ngã mạn mà được sanh tưởng vui thích ngã mạn, không biết ngã mạn là do bất tri⁴⁵¹. Giống như tuần hoàn không biết đầu mối, giống như tơ rối chẳng biết đâu là đầu; giống như sợi gai; giống như quân chúng, khi bị đánh phá tan tác rồi bỏ chạy nhiễu nhương loạn xạ. Chúng sanh ở đâu khi bị nhiễu loạn bất định, đời này đời sau, lưu chuyển trôi lăn không dừng, sống chết luân lưu không thể ra khỏi."

Đức Phật lại bảo Phú-na:

"Như vậy ngã mạn, tất cả chúng sanh vô tận, tận diệt vô tướng. Đến lúc tận diệt thì thảy đều tan hoại. Nếu biết như vậy, trong thế giới loài người, thế giới trời, thế giới ma, thế giới phạm, sa-môn bà-la-môn, tất cả đại chúng trong khắp cõi trời, người, trong suốt đêm dài sanh tử biết được nghĩa lợi, nhổ sạch gốc mạn thì được an vui."

Bấy giờ các vị tỳ-kheo vâng lời Phật dạy, hoan hỷ phụng hành.

---

451 不知我慢。以不知故; *No. 99*: tà mạn bất đẳng vô gián, tức không hiện quán tà mạn.

KINH 201. CÂU-CA-NA[452]

Tôi nghe như vầy:

Một thời Đức Phật trú tại vườn trúc Ca-lan-đà, thành Vương Xá. Bấy giờ Tôn giả A-nan ngay trong đêm tối đi đến bên bờ sông Đa-bạt[453]. Ngài cởi hết y áo để bên bờ sông rồi lội xuống sông sau đó chỉ mặc một chiếc áo tắm lên bờ, ngồi đợi cho thân thể khô ráo.

Bấy giờ có một vị ngoại đạo tên là Cụ-ca-ba-đề[454] đi đến khúc sông ấy. Tôn giả A-nan nghe tiếng chân đi và tiếng ho húng hắng. Ngoại đạo cũng nghe được tiếng của Tôn giả, liền hỏi:

"Ngài là ai vậy?"

A-nan đáp rằng:

"Ta là Sa-môn."

"Sa-môn thì có rất nhiều, Ngài là hạng Sa-môn như thế nào?"

A-nan đáp:

"Ta là Thích tử!"

Ngoại đạo nói:

"Ta có một vấn nạn, Ngài có thời giờ rảnh cho phép tôi hỏi không?"

A-nan đáp rằng:

"Nếu ông muốn hỏi thì cứ hỏi! Nghe rồi mới biết."

Ngoại đạo hỏi rằng:

"Ta chết chỗ này rồi sẽ thác sanh chỗ khác, có phải vậy chăng?"

A-nan đáp:

"Như Lai không có nói như thế."

---

[452] Tương đương *No. 99* (967). Pāli, A.10.96. *Kokanada*. Biệt dịch, *No. 100* (201).

[453] 多跋; *No. 99*: Tháp-bổ 榻補河. Pāli *Tappodā*.

[454] 具迦那提; Câu-ca-na 俱迦那. Pāli *Kokananda*.

Ngoại đạo lại hỏi:

"Ta chết chỗ này không sanh chỗ kia, cũng sanh cũng không sanh, không sanh cũng không không sanh phải chăng?"

A-nan lại nói:

"Những vấn nạn như vậy, Đức Phật thảy đều không trả lời."

Ngoại đạo nói:

"Tôi nay hỏi Ngài, chết chỗ này sanh chỗ kia, cho đến không sanh mà cũng không không sanh đều không thấy Ngài trả lời, phải chăng Ngài không biết những việc như thế chăng?"

A-nan đáp:

"Những việc như vậy tôi đều biết rõ, không có việc gì không thấy biết."

Ngoại đạo nói:

"Cái thấy biết của Ngài như thế nào?"

A-nan đáp:

"Cái thấy biết của tôi, thấy nơi chốn kia, thấy hành nghiệp của chúng sanh cho đến thấy biết họ từ đâu sanh đến. Biết rõ kết nghiệp, những cử động họ làm. Thấy rõ phiền não kết tập như là mực tụ tập. Kẻ phàm phu không có kiến văn tương ứng với kiến biết, thuận với việc ở mãi trong sanh tử đời vị lai. Cái thấy biết của ta nó là như vậy, há có thể gọi là không thấy không biết chăng?"

Ngoại đạo Câu-lan-na liền hỏi A-nan rằng:

"Ngài tên là gì?"

A-nan đáp rằng:

"Ta tên là A-nan."

Ngoại đạo lại nói:

"Lành thay lành thay, đệ tử của Đại sư! Tôi nay thậm chí còn được đàm luận với Ngài mà không biết Ngài chính là A-nan. Nếu tôi biết Ngài, hẳn không dám cùng Ngài đối luận."

Bấy giờ, vị ngoại đạo kia nghe những lời biện luận của A-nan rồi, hoan hỷ ra đi.

KINH 202. TU ĐẠT[455]

Tôi nghe như vầy:

Một thời Đức Phật trú tại vườn cây của ông Cấp Cô Độc cùng Thái Tử Kỳ-đà, nước Xá-vệ. Bấy giờ Trưởng giả Tu-đạt-đa rất muốn đi đến chỗ Phật thân cận cúng dường, nên nghĩ như vầy: "Nếu ta đi đến đó giờ này thì còn quá sớm, Như Lai còn chưa xuất định. Nay ta nên đến chỗ các ngoại đạo trước." Nghĩ như vậy rồi liền đi đến chỗ ngoại đạo. Đến rồi, Tu-đạt-đa ngỏ lời thăm hỏi rồi ngồi sang một bên.

Ngoại đạo hỏi Tu-đạt-đa:

"Ông có thể nói cho tôi nghe thử Sa-môn Cù-đàm đã có thấy biết như thế nào?"

Tu-đạt đa đáp:

"Những điều Như Lai tuyên thuyết, tầm hiểu biết của tôi không thể theo kịp tri kiến của Ngài. Những điều đó vượt quá giới hạn phân biệt của tôi."

Ngoại đạo nói:

"Nếu ông không biết được chỗ thấy biết của Phật, vậy ông có thể biết được chỗ thấy biết của các vị tỳ-kheo chăng[456]?"

Tu-đạt-đa đáp:

---

[455] Tương đương *No. 99* (968). Pāli, A.10.93. *Diṭṭhi.* Skt. *Dṛṣṭi* (Píchel). Việt dịch, kinh 1349.

[456] *No. 99*: Ông hãy nói cái thấy của chúng Tăng. Chúng Tăng thấy như thế nào, chúng tăng thấy những gì? Cf. Pāli *kiṃdiṭṭhikā bhikkhū ti*, "Các Tỳ-kheo có quan điểm gì?"

"Nếu như vậy thì chỗ thấy biết của chính ông như thế nào? Nếu có chút thấy biết nào đó thì xin nói cho tôi nghe!"

Tu-đạt-đa lại nói:

"Xin Ngài hãy nói chỗ thấy biết của Ngài trước, sau đó tôi sẽ tự nói chỗ thấy biết của tôi."

Bấy giờ ngoại đạo nói với Tu-đạt-đa:

"Theo chỗ thấy biết của tôi thì tất cả chúng sanh đều là thường, đều là thật, còn tất cả các kiến giải khác đều là vọng ngữ."

Lại có một vị ngoại đạo khác nói với Tu-đạt-đa rằng:

"Còn chỗ thấy biết của tôi thì tất cả đều là thường, chỉ có điều này là thật, còn lại đều là vọng ngữ."

Lại có ngoại đạo khác nói:

"Cũng thường mà cũng vô thường, phi thường mà cũng phi vô thường. Chỉ có điều này là đúng, còn lại đều là vọng ngữ.

"Thế giới hữu biên, thế giới vô biên, cũng hữu biên cũng vô biên, phi hữu biên phi vô biên. Thân chính là mạng, mạng chính là thân, thân khác mạng khác, chúng sanh có thần ngã, chết chỗ này sanh chỗ kia, chết chỗ này không sanh chỗ kia, chết chỗ này cũng vừa sanh chỗ kia cũng vừa không sanh chỗ kia. Như vậy thưa Trưởng giả, theo chỗ thấy biết của tôi, chết chỗ này không sanh chỗ kia mà cũng không có gì không sanh chỗ kia."

Lúc các vị ngoại đạo mỗi người tự nói ra chỗ thấy biết của mình rồi lại nói với Tu-đạt-đa:

"Giờ này xin nhân giả hãy nói ra chỗ thấy biết của mình đi!"

Tu-đạt-đa đáp:

"Theo chỗ thấy biết của tôi, tất cả chúng sanh đều là hữu vi, từ nơi các nhân duyên hòa hợp mà có[457]. Nói nhân duyên, ấy chính là nghiệp

---

[457] 一切眾生悉是有為，從諸因緣和合而有; No. 99: 真實、有為、思量、緣起 chân thật hữu vi tư lương duyên khởi. Tham chiếu Pali *yaṃ*

vậy! Nếu nhờ nhân duyên hòa hợp mà có thì đó chính là vô thường. Vô thường tức khổ, khổ tức vô ngã. Chính vì nghĩa lý đó, bản thân tôi đối với các sự thấy biết, trong tâm không có sự chấp trước. Quý vị ngoại đạo nói rằng tất cả các pháp là thường, chỉ có điều này là thật, còn lại đều vọng ngữ. Nếu chấp trước như thế thì đó chính là căn bản của các khổ vậy! Do tham trước đối với các tà kiến này nên tương ứng với khổ. Chịu đựng được cái khổ lớn ấy thì ở trong sanh tử phải chịu khổ sở vô cùng, tất cả đều do chấp có, chấp thế giới là thường, cho đến chấp sau khi chết không sanh chỗ kia, hay không không sanh chỗ kia. Các kiến chấp như chính là các nghiệp hữu vi kết tập, do nhân duyên hòa hợp sanh ra. Từ đó suy ra, nên biết các pháp ấy là vô thường, mà đó là vô thường tức là khổ, khổ tức vô ngã."

Lại có một ngoại đạo khác nói với Tu-đạt-đa:

"Thưa trưởng giả! Tất cả chúng sanh nếu do nghiệp hữu vi kết tập, từ nhân duyên hòa hợp mà có, thảy đều vô thường, mà vô thường tức khổ, khổ tức vô ngã, nếu đúng như vậy thì nay Ngài lại cũng tạo tác các gốc khổ, cùng với khổ tương ứng ở trong sanh tử thọ vô cùng khổ, phải vậy chăng?"

Tu-đạt đáp rằng:

"Trước tôi đã nói, đối với tất cả các kiến chấp tâm không dính mắc. Vì thế nay tôi cũng không chấp trước đối với các kiến chấp ấy."

Bấy giờ các ngoại đạo khen ngợi Tu-đạt-đa rằng:

"Đúng thế Trưởng giả! Nay Ngài phải nên nói pháp như vậy!"

Bấy giờ Tu-đạt-đa ở ngay trong chúng các vị ngoại đạo dị kiến cất lên tiếng Sư tử hống, khiến cho tâm của các ngoại đạo tà kiến thảy đều dứt bỏ. Sau đó Tu-đạt đi đến chỗ Phật, đảnh lễ dưới chân Phật rồi ngồi sang một bên, đem tất cả những nghĩa lý mà mình đã đàm luận với ngoại đạo bạch với Như Lai. Đức Phật liền khen ngợi:

---

kiñci bhūtaṃ saṅkhataṃ cetayitaṃ paticcasamuppannaṃ... "Phàm cái gì là thật vật, được tạo thành bởi tâm tư, sinh khởi do duyên." Lưu ý, từ Pāli *bhūta*, thật vật, cái tồn tại, trong bản Hán dịch là *chân thật*.

"Lành thay! Phải nên phá dẹp tà kiến của ngoại đạo như thế, khiến họ phạm lỗi vô cùng[458]. Phải nên làm hứng khởi luận giải về Chánh pháp."

Đức Phật nói như vậy rồi, các vị tỳ-kheo vâng lời Phật dạy, hoan hỷ phụng hành.

KINH 203. TRƯỜNG TRẢO[459]

Tôi nghe như vầy:

Một thời Đức Phật trú tại vườn trúc Ca-lan-đà, thành Vương Xá. Bấy giờ có Trường Trảo Phạm chí đi đến chỗ Phật, ngồi sang một bên rồi nói như thế này:

"Tôi nay đối với tất cả các pháp thảy đều không nhẫn thọ."

Đức Phật nói với Phạm chí Trường Trảo[460]:

"Nếu như ông đối với tất cả các pháp thảy đều không nhẫn thọ, vậy thì đối với sự không biết đó có sự nhẫn chịu không?"

Trường Trảo lại nói:

"Tôi cũng không chấp nhận đối với những sở kiến này[461]!"

Phật bảo Trường Trảo Phạm chí:

---

[458] Đoạ phụ xứ, Skt. *anavasthāprasaṅgaḥ*, lỗi nghịch suy vô cùng - reductio ad infinitum.

[459] Tương đương *No. 99* (969). Móng tay dài. Pāli *Dīghanakha-suttanta*. Skt. *Dīrghânkha* (Píchel). Việt dịch, kinh 1350.

[460] Trường Trảo 長爪. Pāli *Dīghanakha*, tu sỹ để móng tay dài.

[461] 如此之見，我亦不忍; *No. 99*: Nhất thiết kiến bất nhẫn 一切見不忍. Các bản TNM không có chữ kiến. Pāli *sabbaṃ me na khamati*, "Tôi không công nhận tất cả." Phát biểu của chủ nghĩa hoài nghi, không tin bất cứ điều gì.

"Nếu ông cũng không chấp nhận đối với những sở kiến ấy, thế thì tại sao ông lại nói: 'Tôi đối với các pháp, thảy đều không công nhận', ai là kẻ nói ra lời bất nhẫn ấy với ông?"

Đức Phật lại bảo:

"Này Đại tánh[462]! Ông nếu thấy biết mà không chấp nhận cái thấy biết ấy, tức đã đoạn chính nó, đã biết bỏ chính cái thấy biết ấy. Giống như có người đã ói mửa ra rồi, đối với các kiến chấp khác không có thứ lớp, cũng không giữ lấy, cũng không sanh khởi."

Trường Trảo Phạm chí liền nghĩ như vầy: "Ông ấy nói ta đã đoạn kiến chấp ấy, đã bỏ kiến chấp ấy, giống như người đã ói mửa các kiến, không có thứ lớp, không giữ cũng không sanh."

Phật bảo với Trường Trảo:

"Nếu hiểu như vậy thì có rất nhiều chúng sanh đang giữ kiến chấp giống như ông. Nếu luận theo cách như thế thì có rất nhiều ngoại đạo sa-môn, bà-la-môn đã bỏ kiến chấp này lại không chấp nhận kiến chấp khác, đó gọi là thiểu trí, hết mức kém cõi, cũng gọi là ngu si. Phạm chí nên biết! Chúng sanh trong thế gian đều vướng nơi ba kiến chấp. Thứ nhất là 'Tôi chấp nhận tất cả'. Thứ hai là 'Tất cả không chấp nhận'; thứ ba là 'Tôi chấp nhận một ít và không chấp nhận một ít'. Đệ tử của bậc Hiền thánh quán sát thấy kẻ chấp vào kiến chấp thứ nhất có thể khởi lên tham dục, sân nhuế, ngu si, thường bị ba độc này trói buộc, không thể lìa được, có thể sanh ra tai họa ác hại, sanh ra các kết sử không thể giải thoát được. Ưa thích các thứ dục lạc, giữ gìn sự ràng buộc chấp trước, đó gọi là 'chấp nhận'. Nếu không chấp nhận thì có thể sanh ra tham dục, sân nhuế, ngu si, thường bị ba thứ độc này trói buộc, không thể xa lìa được giải thoát. Ưa thích các dục lạc thường bị Ái Thủ thủ hộ trói buộc, đó gọi là 'không chấp nhận'. Nếu chấp kiến 'chấp nhận một ít và không chấp nhận một ít' thì cũng lại như thế. Nói 'chấp nhận' thì giống như chấp nhận nói ở trên. Nói 'không chấp nhận' thì cũng như không chấp nhận nói ở trên. Đệ tử của bậc Hiền thánh nếu bảo là 'chấp nhận' thì sẽ tranh cãi với nhau hai kiến chấp

---

462 大姓; TNM: 火性 Hỏa tánh. *No. 99:* Hỏa chủng 火種. Pāli *Aggivessana.*

kia. Nếu nói là 'không chấp nhận' thì cũng tranh cãi với kiến chấp còn lại. Nếu nói 'chấp nhận một ít và không chấp nhận một ít' thì cũng sẽ cùng hai kiến chấp kia tranh cãi, do cái thấy của mình khác với cái thấy của người khác, liền khởi tranh luận, ắt sẽ hủy hại lẫn nhau. Bởi cùng tranh luận thì sẽ phát sanh hủy hại, do các kiến chấp có lỗi làm phát sanh tranh luận nên bỏ kiến chấp này, không chấp nhận các kiến chấp khác. Vì thế nên phải đoạn trừ kiến chấp, dứt bỏ kiến chấp này, giống như người ói mửa, đối với các kiến không có trước sau, không giữ gìn mà cũng không phát sanh thêm. Đệ tử của bậc Hiền thánh, nếu nói chấp nhận hay không chấp nhận, một ít không chấp nhận một ít thảy đều mắc cái lỗi này.

"Này Phạm chí! Khi sắc thân này biểu hiện là do tứ đại hợp thành. Đệ tử của bậc Hiền thánh thấy thân này vô thường. Đã thấy vô thường liền có thể ly dục, thấy thân này hoại diệt thì liền xả ly. Nếu thấy thân vô thường liền xa lìa thân dục, lìa thân ái, lìa hang ổ của thân, trừ ảo tưởng quyết định đối với thân. Phạm chí nên biết! Thọ có ba loại: Khổ thọ, lạc thọ và bất khổ bất lạc thọ. Ba thứ thọ này lấy gì làm nhân? Sao gọi là tập? Từ nơi đâu mà sanh? Từ chỗ nào xuất ly? Lấy xúc làm nhân, nhân xúc mà sanh ra tập. Tập từ nơi xúc sanh, tập là cái từ nơi xúc sanh ra. Nếu xúc diệt thì thọ diệt, lìa sanh nóng bức, được sự mát mẻ thanh lương, giống như mặt trời đã lặn tắt hẳn vậy. Khi thân, mạng thọ thân, biết rõ thân này; khi thọ mạng thì biết rõ mạng này, như thật rõ biết, không có lầm lạc. Đệ tử của bậc Hiền thánh nếu cảm nhận lạc thọ thì sẽ biết thân này sẽ hoại. Nếu cảm nhận khổ thọ hay bất khổ bất lạc thọ thì cũng sẽ biết thân này sẽ hoại. Nếu cảm nhận lạc thọ thì sẽ biết đó không phải là hòa hợp thọ, khi cảm nhận khổ thọ hay bất khổ bất lạc thọ thì cũng đều như thế. Vì sao gọi là cùng với thọ không hòa hợp? Đó chính là các phiền não tham dục, sân nhuế, ngu si không hòa hợp cùng với sanh lão bệnh tử, làm chỗ cho ưu bi khổ não, bao nhiêu thứ khổ tụ tập."

Bấy giờ Tôn giả Xá-lợi-phất mới xuất gia được nửa tháng, đang đứng hầu một bên Như Lai, cầm quạt quạt cho Đức Thế Tôn. Lúc ấy Như Lai đang nói pháp đoạn trừ các lậu, xa lìa ái dục, Xá-lợi-phất quan sát như thật các pháp là vô thường, liền chứng thành pháp ly dục, xả bỏ các kiến, được Vô sanh lậu tận, tâm đắc giải thoát. Phạm chí Trường Trảo đối với các pháp chứng được mắt pháp minh tịnh. Như trên đã nói, đạt được tín tâm kiên cố liền bạch với Đức Phật rằng:

"Cúi mong Thế Tôn cho con được xuất gia!"

Bấy giờ Như Lai liền cho phép Phạm chí được xuất gia, sau khi được xuất gia rồi, Phạm chí tinh tấn siêng tu, chứng được quả A-la-hán.

KINH 204. XÁ-LA-BỘ[463]

Tôi nghe như vầy:

Một thời, Đức Phật đang trú tại bờ ao Tu-ma-kiệt-đà[464] ở thành Vương Xá. Bấy giờ Phạm chí Xa-la-phù[465] đang ở trong đại chúng, cất tiếng nói rằng:

"Ta biết Giáo pháp mà Thích-ca tuyên thuyết, tri kiến của ta vượt hơn ông ấy[466]."

Ngay trong lúc ấy có rất nhiều vị tỳ-kheo vào thành khất thực, thấy Phạm chí Xa-la-phù đang ở trên bờ ao kia, nghe ông ấy nói "Ta biết Giáo pháp mà Thích-ca tuyên thuyết, tri kiến của ta hơn cả ông ấy." Nghe như vậy rồi, các tỳ-kheo trở về Tăng phường, thâu nhiếp y bát, rửa sạch tay chân, đi đến chỗ Phật, đảnh lễ dưới chân Phật rồi ngồi sang một bên, bạch với Đức Phật rằng:

"Bạch Đức Thế Tôn! Hôm nay chúng con vào thành khất thực, thọ thực xong trở về, trên đường băng qua ao Tu-ma-kiệt-đà thấy trên bờ ao có một vị Phạm chí tên là Xa-la-phù, ở ngay trong đại chúng cất lời

---

[463] Tương đương *No. 99* (970). Pāli, A.3.64. *Sarabha*. Việt dịch 1351.

[464] Tu-ma-kiệt-đà trì 須摩竭陀池.

[465] Xá-la-bộ 舍羅步. *Pāli* *Sarabha*. Cf. A.3.64: nguyên là Tỳ-kheo, xả giới theo ngoại đạo chưa bao lâu.

[466] *No. 99*: 沙門釋子法我悉知，我先已知彼法、律而悉棄捨 Pháp của Sa-môn họ Thích, ta biết hết. Trước đây ta đã biết Pháp, Luật kia nhưng buông bỏ hết.

nói như vầy: 'Ta biết Giáo pháp của Thích tử tuyên thuyết, chỗ thấy biết của ta vượt hơn ông ấy'. Lành thay Thế Tôn, cúi mong Ngài đi đến bên bờ ao ấy."

Bấy giờ Đức Như Lai im lặng hứa khả, cùng các vị tỳ-kheo vây quanh trước sau đi đến chỗ bờ ao Tu-ma-kiệt-đà ấy. Xa-la-phù từ xa trông thấy Đức Phật đi đến liền đứng dậy, bày biện một tòa cao, đoạn bạch với Phật rằng:

"Ngài có thể đến ngồi trên tòa này!"

Đức Phật liền đến ngồi trên tòa, rồi nói với Phạm chí rằng:

"Có đúng là ông đã nói rằng 'Tôi biết Giáo pháp của Thích tử, chỗ thấy biết của tôi cao hơn Thích tử'. Ông đã nói như thế phải chăng?"

Lúc ấy Phạm chí lặng lẽ đứng im. Đức Phật lại nói:

"Sao lại lặng lẽ đứng đó mà không đáp lời ta? Nếu ông hiểu biết thì ông hãy nói đi. Còn nếu không hiểu thì Ta sẽ tuyên thuyết cho ông, phân biệt rõ ràng để ông hiểu biết đầy đủ. Nếu bây giờ ông có thể nói một cách đầy đủ, Ta sẽ trợ giúp làm cho ông vui.

"Phạm chí nên biết! Trong thế gian có người nói 'Như Lai chẳng phải là A-la-hán, Tam-miệu tam Phật-đà'[467]. Người nói như vậy Ta sẽ khen là lành thay, sẽ hỏi họ rằng 'Ngươi vì lý do gì mà nói Như Lai chẳng phải là bậc A-la-hán Tam-miệu tam Phật-đà'. Những chúng sanh này đối với lý không có sự quyết định không thể đối đáp chính đáng, lại bảo rằng nghe mọi người trong thế gian bàn luận như thế. Do trong những lời tạp luận sai lầm trong đó tạo nên sự kiêu mạn cống cao, sanh tâm hủy hại, vì vậy không thể trả lời những câu hỏi như thế này, hổ thẹn cúi đầu chẳng thốt được lời nào. Này Xa-la-phù! Ông nay cũng giống như thế.

"Giả sử có người nói như thế này: 'Sa-môn Cù-đàm có thể khéo hiển bày, đó là pháp tai hoạ'. Người nói như vậy Ta cũng cho là tốt. Ta sẽ hỏi họ rằng họ đã vận dụng trí tuệ thấy biết như thế nào mà nói như thế. Người ấy không thể đáp, cũng sẽ nói rằng chỉ nghe những

---

[467] 三藐三佛陀; Pāli *anuttaraṃ sammāsaṃbodhiṃ* là Vô thượng Bồ-đề.

người khác trong thế gian bàn tán như thế. Trong chỗ thác loạn ấy, từ ngữ hạn cuộc, lý lẽ khuất tất, nên hổ thẹn cúi đầu, lặng lẽ đứng im, mất cả khả năng biện luận, cũng giống như ông bây giờ chẳng khác vậy.

"Nếu lại nói rằng 'Sa-môn Cù-đàm có những đệ tử không có sự hướng thiện[468], không có trì giới', Ta cũng sẽ nói là tốt rồi, hỏi họ rằng: 'Người dựa vào pháp nào mà nghiệm biết việc này?' Người ấy cũng không thể trả lời, rồi nói chỉ nghe trong thế gian người ta bàn tán như thế. Trong chỗ thác loạn ấy, từ ngữ hạn cuộc, lý lẽ khuất tất, nên họ hổ thẹn cúi đầu, lặng lẽ đứng im, mất cả khả năng biện luận. Nay ông cũng giống như thế!"

Ngay trong lúc ấy, người bạn đồng Phạm hạnh với Xa-la-phù nói với Xa-la-phù rằng:

"Sao nay ông lại yên lặng không đáp? Ngày trước ông từng ở giữa mọi người nói 'chỗ thấy biết của tôi hơn cả những Giáo pháp mà Cù-đàm tuyên thuyết'. Nay ông nên hỏi với Sa-môn Cù-đàm rằng điều gì khiến cho Sa-môn Cù-đàm phải vấn lại ông, bắt ông phải nói. Cù-đàm nói rằng: 'Sở thuyết của ông nếu có thể đầy đủ thì Ta sẽ trợ giúp làm cho ông vui, khen ngợi là thiện tai. Nếu không đầy đủ, Ta sẽ tuyên bày phân biệt rõ ràng đầy đủ cho ông'."

Khi Xa-la-phù nghe những lời ấy rồi cũng mặc nhiên yên lặng, chẳng phân trần gì.

Bấy giờ Đức Thế Tôn tại bờ ao Tu-ma-kiệt-đà nói pháp như tiếng Sư tử rống rồi, Ngài từ chỗ ngồi đứng dậy, về lại thành Vương Xá. Khi Đức Phật đi chưa lâu, các vị đồng hạnh quở trách đủ điều, nói như thế này:

"Hôm nay ông chẳng khác nào con bò bị cưa sừng đứng rống giữa đồng hoang[469]. Ông giống như kẻ cất tiếng rống của sư tử chỉ ở chỗ

---

468 無善迴向; *No. 99*: Thiện hướng 善向, hay chánh hành, người đang hướng thẳng đến giải thoát.

469 *No. 99*: 譬如有牛，截其兩角，入空牛欄中，跪地大吼 Giống như trâu bị cắt đi hai cái sừng, nhốt vào trong chuồng trâu trống, nó quỳ

nhàn tĩnh, còn đứng trước Sa-môn Cù-đàm thì câm lặng chẳng nói được gì.

"Cũng giống như một đồng nữ muốn cất lên giọng của một người đàn ông nhưng không thể cất được, rốt cuộc cũng chỉ là giọng của một nữ tử[470]. Ông cũng vậy! Muốn bắt chước Cù-đàm cất tiếng hống sư tử nhưng bất thành.

"Như con dã can muốn cất tiếng hống sư tử nhưng khi nó gào lên thì cũng chỉ là tiếng của con dã can, không thể tạo thành tiếng hống sư tử được[471]."

Các vị đồng hạnh quở trách Xa-la-phù bằng rất nhiều luận điệu như thế rồi, mỗi người tứ tán ra đi.

KINH 205. THƯỢNG TỌA[472]

Tôi nghe như vầy:

Một thời Đức Phật trú tại rừng trúc Ca-la-đà, thành Vương Xá. Bấy giờ có một vị Phạm chí tên là Trọng Sào[473] cư trú tại bờ ao Tu-ma-kiệt-đà, ở trong chúng của họ tác xướng rằng:

"Tôi nói kệ tụng, nếu người nào có thể phân biệt được đầy đủ, hiển bày nghĩa lý của các kệ tụng ấy, ta nguyện sẽ làm đệ tử của người ấy."

Bấy giờ các vị tỳ-kheo thực thời đã đến, trước y trì bát, vào thành Vương Xá thứ đệ khất thực. Khất thực xong rồi liền trở về trong chúng. Trên đường trở về băng ngang qua bờ ao Tu-ma-kiệt-đà, nghe

---

xuống đất rỗng to.

[470] *No. 99*: Giống như người con gái muốn nói giọng đàn ông, nhưng khi phát ra tiếng, vẫn là tiếng đàn bà.

[471] *No. 99*: Giống như con dã can muốn kêu tiếng sư tử, nhưng khi phát ra tiếng thì vẫn là tiếng dã can.

[472] Tương đương *No. 99* (971). Việt dịch, kinh 1352.

[473] 重巢; *No. 99*: Thượng Tọa 上坐. Skt *Parivrājaka-Sthavira*.

một vị Phạm chí nói như vậy rồi liền trở về Tăng phường, thâu cất y bát, rửa sạch tay chân rồi đi đến chỗ Phật, đảnh lễ dưới chân Phật rồi ngồi sang một bên, bạch với Đức Phật rằng:

"Bạch Đức Thế Tôn! Bên bờ ao Tu-ma-kiệt-đà có Phạm chí Trọng Sào nói như vầy: 'Tôi nói kệ tụng, nếu người nào có thể phân biệt được đầy đủ, hiển bày nghĩa lý của các kệ tụng ấy, ta nguyện sẽ làm đệ tử của vị ấy'. Kính mong Đức Thế Tôn hãy đi đến bờ ao ấy."

Bấy giờ Đức Như Lai yên lặng hứa khả, cùng với các tỳ-kheo vây nhiễu trước sau đi đến chỗ bờ ao ấy. Lúc Trọng Sào Phạm chí xa trông Đức Phật đến liền đứng dậy, bày biện một chiếc tòa cao nói với Đức Phật rằng:

"Cù-đàm! Xin Ngài hãy đến ngồi nơi tòa này."

Lúc ấy Như Lai liền đến bên tòa ấy, nói với Phạm chí rằng:

"Nghe ông tự nói rằng nếu ai có thể phân biệt đầy đủ, hiển bày nghĩa lý của các kệ tụng ấy, nguyện làm đệ tử của người ấy, việc ấy có đúng như thế chăng?"

Phạm chí đáp rằng:

"Đúng vậy, Cù-đàm!"

Đức Phật lại nói:

"Mừng bài kệ ông làm, nay nên tụng hết chương cú ấy cho Ta nghe, Ta sẽ phân biệt giải thích cho ông."

Bấy giờ Trọng Sào Phạm chí lại bày một chiếc tòa cao[474] rồi ngồi lên trên đó, tự nói kệ rằng:

> *"Nếu là tỳ-kheo*
> *Mang dòng họ Thích*
> *Phải nên như pháp*
> *Sống đời thanh tịnh*
> *Không nên nhiễu hại*
> *Tất cả chúng sanh.*

---

[474] *No. 99:* thằng sàng 繩床, giường dây.

Phải nên xa lìa
Các pháp bất thiện
Giữ ý thanh tịnh
Trì giới đã thọ
Điều phục như vậy
Tùy thuận Định, Trí."

Bấy giờ Đức Thế Tôn liền nói kệ đáp rằng:

"Nếu ông đúng như thế
Tùy thuận mà thực hành
Trong các bậc trượng phu
Ông được xem tối thắng.
Tỳ-kheo ở chỗ vắng
Thanh tịnh tự điều thuận
Không não hại chúng sanh
Xa lìa tất cả ác.
Kẻ điều phục được vậy
Tùy thuận nói Định, Trí
Tâm nhu nhuyễn thuận hòa
Thân, khẩu không tạo ác.
Người nhiếp được ba nghiệp
Gọi là thân Định, Trí
Là ruộng phước thế gian
Bưng bát đi khất thực.
Kiểm tâm tu Niệm xứ
Khiêm hạ ở chỗ thấp
Trừ dục bỏ tham cầu
Đạt được Vô sở úy."

Bấy giờ Trọng Sào Phạm chí nghe kệ ấy rồi, liền khởi niệm rằng: "Sa-môn Cù-đàm thực sự biết mình, ta nay phải nên quy y Tam bảo." Nghĩ như vậy rồi, Phạm chí liền bạch với Đức Phật rằng:

"Cúi mong Đức Như Lai cho con được xuất gia."

Đức Phật liền hứa khả. Phạm chí được xuất gia học đạo, thọ giới Cụ túc, liền thành sa-môn, siêng năng tu tập, đoạn các phiền não, đắc quả A-la-hán.

Bấy giờ các vị tỳ-kheo vâng lời Phật dạy, hoan hỷ phụng hành.

KINH 206. BÀ-LA-MÔN XUẤT GIA[475]

Tôi nghe như vầy:

Một thời, Đức Phật trú tại rừng trúc Ca-lan-đà, thành Vương Xá. Trong thời điểm ấy, các ngoại đạo ở nước Ma-kiệt-đà cũng tụ tập trên bờ ao Tu-ma-kiệt-đà, cùng khởi luận nghị rằng: "Đây chính là sự thật Bà-la-môn[476]! Đây mới đúng là Bà-la-môn đế."

Bấy giờ Đức Như Lai ở nơi tinh xá, vận dụng thiên nhĩ thanh tịnh nghe được những gì họ nói liền xuất định, đi đến bờ ao Tu-ma-kiệt-đà. Các vị Bà-la-môn từ xa trông thấy Đức Phật đi tới thảy đều đứng dậy, vì Đức Phật bày tòa, thỉnh Phật đến ngồi. Phật liền lên tòa, nói với họ rằng:

"Quý vị tụ tập ở đây để đàm luận điều gì?"

Các Bà-la-môn bạch với Phật rằng:

"Cù-đàm nên biết, chúng tôi hôm nay cùng tụ tập nơi đây để nói luận rằng: ;Đây là Bà-la-môn đế! Đây là Bà-la-môn đế.'"

Đức Phật nói với các vị Bà-la-môn rằng:

"Đúng vậy đúng vậy! Ta xưa kia cầu đạo, khi vừa thành Chánh giác đã chứng biết rồi. Đại để mà nói thì tất cả thế gian không ngoài ba đế[477]. Ta sẽ phân biệt, thế nào gọi là ba? Đó là không hại tất cả chúng sanh. Lời này là sự thật, không phải hư vọng. Vì chúng là thật nên

---

[475] Tương đương *No. 99* (972). Ba sự thực. Pāli, A. 4.185. *Brāmaṇasacca*. Việt dịch, kinh 1353.

[476] Bà-la-môn chân đế 婆羅門真諦.

[477] *No. 99*: 有三種婆羅門真實, Có ba chân lý của Bà-la-môn. Cf. A 4. 185: *Cattārimāni brāhmaṇasaccāni*, đây là bốn chân lý của Bà-la-môn.

phải siêng năng tinh tấn, đối với các chúng sanh luôn khởi lòng[478] Từ. Đó là đế thứ nhất của Bà-la-môn. Ta biết thế rồi nên rộng nói cho mọi người.

"Lại nữa Bà-la-môn! Tất cả Khổ tập[479] là pháp sanh diệt. Lời nói như thế chân thật không hư dối. Vì nó là thật nên phải siêng năng tinh tấn, trong suốt thời gian ấy thường phải tu tâm, khởi xướng sanh diệt. Nên an trụ như thế. Đó là Đế thứ hai của Bà-la-môn. Ta vì biết tướng sanh diệt này nên thành Đẳng chánh giác, thường vì chúng sanh nói pháp như vậy.

"Lại nữa Bà-la-môn! Đế thứ ba là lìa Ngã và ngã sở, chân thật vô ngã[480]. Nếu lìa được ba pháp tướng này thì có thể xa lìa tất cả các pháp ác. Vì việc này là chân thật nên phải siêng tu tinh tấn, mong cầu xa lìa các ác phải nên an trụ như thế!"

Đức Phật nói như vậy rồi, đông đảo ngoại đạo nghe Phật giảng nói, yên lặng ngồi đó. Bấy giờ Thế Tôn nghĩ như vầy: "Những kẻ ngu này

---

[478] *No. 99*: 彼於彼言我勝、言相似、言我卑，若於彼真諦不繫著 Đối với chân lý đó, họ không hệ lụy để nói với nhau rằng: 'Ta hơn, rằng ta bằng, rằng ta kém.' Bản Hán, văn cú đảo trang khiến dễ lẫn lộn phủ định với khẳng định. Cf Pāli ibid.: *so tena na samaṇo ti maññati,… na seyyoham asmīti maññati, na sadisoham asmīti maññati… api ca yadeva tattha saccaṃ anuddayāya anukampāya paṭipanno hoti*: vị ấy vì vậy không nghĩ rằng mình là sa-môn…không nghĩ rằng ta hơn, ta bằng… Lại nữa do nhận thức chính xác chân lý ở đây mà vị ấy thực hành lòng thương yêu, thương xót đối với các chúng sinh.

[479] 苦集; *No. 99*: Tập pháp 集法. Pāli, gồm hai chân đế: *sabbe kāmā aniccā…sabbe bhavā aniccā…*, tất cả dục là vô thường… tất cả hữu là vô thường.

[480] *Tạp A hàm*: Vô ngã xứ sở cập sự đô vô sở hữu. Vô ngã xứ sở cập sự đô vô sở hữu 無我處所及事都無所有，無我處所及事都無所有, Không có ta bất cứ ở đâu, bất cứ sự gì, hoàn toàn không có gì. Không có ta bất cứ ở đâu, bất cứ sự gì, hoàn toàn không có gì. Cf. Pāli ibid.: *nāham kvacani kassaci kiñcana tasmiṃ na ca mama kvacani katthaci kiñcanatatthī ti*: "Ta không là ai, của bất cứ ai, là bất cứ cái gì. Trong đó, không có bất cứ ai, bất cứ ở đâu, bất cứ cái gì, là của ta".

thường bị các ma che ám. Trong chúng đông như thế này mà chẳng có đến một người có thể tin lời này để khởi tưởng cầu học, tu trì Phạm hạnh." Khi Thế Tôn nghĩ như vậy rồi, từ tòa ngồi đứng dậy đi ra.

Khi Đức Phật đi ra chưa bao lâu, thần ao Tu-ma-kiệt-đà liền nói kệ rằng:

"Giống như vẽ nước mà tìm dấu
Gieo trồng đất muối cầu lúa thóc
Như lấy hương thơm xông xú uế
Tạt nước vào sóng mong yếu đi
Thổi vào chày sắt mong tiếng lớn
Như giữa mùa đông cầu nắng quái
Các ngoại đạo kia cũng như vậy
Tuy nghe diệu pháp không tin nhận."

Bấy giờ các vị Bà-la-môn nghe vị thần ao này nói kệ như vậy rồi, đua nhau đi theo Phật cầu xin xuất gia. Đức Phật liền hứa khả. Sau khi xuất gia rồi, họ tinh cầu tu tập, đắc quả A-la-hán.

Đức Phật nói như vậy rồi, các vị tỳ-kheo vâng lời Phật dạy, hoan hỷ phụng hành.

KINH 207. CHIÊN-ĐÀ[481]

Tôi nghe như vầy:

Bấy giờ Tôn giả A-nan đang ở tại vườn Cù-si-la, nước Câu-thiểm-di.[482] Lúc ấy có một vị Phạm chí tên là Văn-đà-di[483] đi đến chỗ A-nan.

---

[481] Tương đương *No. 99* (973). Pāli, M.76. *Sandaka-suttanta*. Việt dịch, kinh 1354.

[482] 拘睒彌國 瞿師羅園; *No. 99*: 佛住拘睒彌國瞿師羅園 Phật ở trong vườn Cù-sư-la, tại nước Câu-diệm-di. [Pāli] *Kosambī Ghositārāma*: vườn Cù-sư-la tại nước Câu-diệm-di.

[483] 聞陀; *No. 99*: Chiên-đà 栴陀. [Pāli] ngoại đạo xuất gia *Sandaka* sống trong

Sau khi thăm hỏi xong rồi, ông ngồi sang một bên và nói rằng:

"Ngài vì nhân duyên gì mà đối với Giáo pháp của Sa-môn Cù-đàm xuất gia học đạo?"

A-nan đáp rằng:

"Tôi nay vì muốn đoạn ác sanh thiện, vì nghĩa lý đó nên ở trong Pháp của Phật xuất gia học đạo."

Phạm chí lại nói:

"Đoạn những ác nào?"

A-nan đáp:

"Ta nay vì muốn đoạn trừ tham dục, sân nhuế, ngu si."

Phạm chí lại hỏi:

"Ngài cũng biết đoạn trừ tham dục, sân nhuế, ngu si sao?"

A-nan đáp rằng:

"Chỉ có ở trong Giáo pháp của Phật mới có pháp để đoạn trừ tham dục, sân nhuế, ngu si như thế, cấm chế nơi thân và tâm."

Phạm chí lại nói:

"Tham dục, sân nhuế, ngu si như vậy có họa hoạn gì mà trong Giáo pháp của các Ngài lại cấm chế chúng?"

A-nan đáp rằng:

"Dục ái nhiễm đắm trước, thường sanh ra não loạn, trong đời hiện tại tăng trưởng ác pháp, ưu bi khổ não. Do đó mà sanh trong đời vị lai cũng lại như thế. Sự chấp trước do sân nhuế, ngu si đưa đến có thể phá hoại tâm mình, còn phá hoại tâm người khác nữa, tự và tha đều phiền não. Trong đời hiện tại tăng trưởng các ác, trong đời vị lai cũng lại như thế, làm tăng trưởng các ác pháp.

"Lại nữa, nếu có người nhiễm trước đối với tham dục này có thể khiến chúng sanh đui mù không có huệ nhãn. Nhân duyên tham dục

_____

hang *Pilakkha*.

có thể khiến cho trí tuệ yếu kém, tổn giảm các pháp lành, không thể hướng đến Niết-bàn, không thể chứng được Tam minh[484], và sáu thần thông, xa lìa đạo Bồ-đề. [Như]Tham dục, sân nhuế, ngu si đều cũng như thế. Chúng tôi thấy các thứ tham dục, sân nhuế, ngu si này có những họa hoạn như thế nên cấm chế đoạn trừ tham dục, sân nhuế, ngu si."

Phạm chí lại hỏi:

"Có phương pháp nào để tu tập rộng lớn, có thể đoạn trừ được tham dục, sân nhuế, ngu si chăng?"

A-nan đáp:

"Có Bát chánh đạo. Đó chính là chánh kiến, chánh ngữ, chánh nghiệp, chánh mạng, chánh phương tiện[485], chánh định, chánh niệm, chánh chí[486], có thể giúp đoạn trừ tham dục, sân nhuế, ngu si, thú hướng đến Niết-bàn."

Phạm chí lại nói:

"Những phương pháp như vậy hết sức thiện, tu tập tăng trưởng có thể đoạn trừ được tham dục, sân hận, si mê. A-nan nên biết! Tôi nay duyên sự hết sức là nhiều, nên bây giờ muốn quay trở về."

A-nan nói rằng:

"Ông nên biết đúng thời!"

Phạm chí nghe A-nan nói, hoan hỷ đi ra.

---

[484] 三明 thiên nhãn, túc mạng, lậu tận.
[485] Chánh phương tiện 正方便, tức chánh tinh tấn.
[486] Chánh chí 正志, chánh tư duy.

KINH 208. BỔ-LŨ-ĐÊ-CA (1)[487]

Tôi nghe như vầy:

Một thời, Đức Phật trú tại vườn cây của ông Cấp Cô Độc cùng Thái tử Kỳ-đà, thành Vương Xá.

Bấy giờ Tôn giả Xá-lợi-phất đi đến chỗ Phật, đảnh lễ dưới chân Phật rồi ngồi sang một bên. Lúc ấy Đức Như Lai vị Xá-lợi-phất giảng nói các pháp, khai thị, giáo huấn, khích lệ, làm cho hoan hỷ rồi đứng im lặng.

Bấy giờ Xá-lợi-phất thấy Đức Phật mặc nhiên không nói, liền từ chỗ ngồi đứng dậy, đảnh lễ dưới chân Phật rồi trở về nơi của mình. Khi về chưa đến trụ xứ, giữa đường Xá-lợi-phất gặp một vị Phạm chí tên là Ưu-trắc[488], hỏi Xá-lợi-phất từ đâu đến đây? Xá-lợi-phất nói:

"Phạm chí nên biết! Hôm nay ta đến chỗ của Thế Tôn nghe pháp rồi trở về."

Ưu-trắc lại nói:

"Nay Ngài vẫn chưa lìa được Giáo pháp, giống như đứa trẻ con chưa dứt được sữa."

Xá-lợi-phất đáp:

"Ta nay nghe pháp không có chán đủ, không giống như đứa trẻ con. Vì sao vậy? Vì đứa trẻ con mà lớn lên thì sẽ dứt sữa mẹ."

Ưu-trắc lại nói:

"Tôi đã từ lâu xa lìa chuyện nghe pháp giáo giới."

Xá-lợi-phất nói:

"Trong Giáo pháp của ông, dù có giáo giới thì cũng chẳng có nghĩa lý lợi lạc. Thực hành mà không có phương pháp thì chẳng gọi là Thừa xuất, không đạt đến quả Bồ-đề, đó chỉ là pháp bại hoại. Không có một pháp nào có thể hỗ trợ. Tôn sư của ông không phải là Như Lai, bậc

---

[487] Tương đương *No.* 99 (974).

[488] 優陟; Bổ-lũ-đê-ca 補縷低迦.

A-la-ha[489] Tam-miệu-tam Phật-đà. Ông nay nên mau chóng xa lìa Giáo pháp của vị tà sư kia. Giống như giống bò xấu tệ, chí tánh khinh tháo vội vàng, giống trâu bò chuyên húc bậy, lại có ít sữa. Nếu có sanh ra nghé thì thân hình nhỏ chút, luôn lìa xa mẹ, tùy ý buông lung. Tôn sư của ông, Giáo pháp vô nghĩa cũng lại như thế. Chí tánh thì khinh tháo, Giáo pháp ông ấy nói ra không có nghĩa lý lợi lạc. Đệ tử của ông cũng nhỏ nhen vô trí, thường lìa xa thầy tùy ý buông lung. Ai cũng tự nói: 'Ta đã lìa xa pháp giáo giới'. Trong Giáo pháp của Như Lai có nghĩa lý để giáo giới răn dạy, có thừa giáo tốt đẹp để xuất ly, cảm nghiệm Bồ-đề, không bị tà kiến phá hoại, có những pháp lành để hỗ trợ. Đức Thế Tôn của ta là Như Lai Đa-đà-a-già-độ A-la-ha Tam-miệu-tam Phật-đà[490]. Các đệ tử của Phật theo Phật không bỏ, giống như trâu tốt, chí tánh mạnh mẽ, không như trâu bò húc bậy, lại thêm nhiều sữa, thân thể nghé con lớn lên từng ngày, luôn theo bên mẹ không hề lìa xa."

Ưu-trắc Phạm chí khen ngợi Xá-lợi-phất!

"Lành thay, lành thay! Ngài đã đạt được lợi ích tốt lành.

"Giáo giới mà Ngài thọ nhận là pháp xuất thế cảm nghiệm Bồ-đề, có giáo thừa tốt đẹp để xuất ly, đạt đến Niết-bàn, không thể bại hoại, có chỗ để nương tựa. Thế Tôn của Ngài là Như Lai A-la-ha Tam-miệu Tam-phật-đà."

Sau khi nói như vậy rồi, mỗi vị tự trở về trụ xứ của mình.

KINH 209. BỔ-LŨ-ĐÊ-CA (2)[491]

Tôi nghe như vầy:

Một thời, Đức Phật trú tại vườn cây của ông Cấp Cô Độc cùng Thái

---

[489] 阿羅呵 [Pāli] *ārahā*, tức A-la-hán.
[490] 如來. 多陀阿伽度. 阿羅呵. 三藐三佛陀. [Pāli] *Bhagavato Arahato Sammāsambuddhassa.*
[491] Tương đương *No. 99* (975). Việt dịch, kinh 1356.

tử Kỳ-đà, nước Xá-vệ. Bấy giờ có một vị Phạm chí tên là Ưu-trắc đi đến chỗ Phật, sau khi thăm hỏi rồi ngồi sang một bên, nói như thế này:

"Thưa Cù-đàm! Trước đây các vị ngoại đạo cùng nhau tụ tập tại giảng đường[492] luận thuyết đủ điều. Trong khi Sa-môn Cù-đàm lại ở chỗ vắng vẻ, thu nhiếp thân tâm, được trí tuệ biện tài. Lúc ấy tôi cũng cùng họ nghị luận. Tôi từng nói như thế này: 'Cái này tương ứng, cái này không tương ứng'. Giống như trâu già mà lại thêm màu mắt. Chúng tôi cũng giống như thế. Nếu có Giáo pháp thì Giáo pháp ấy hết sức cũ kỹ, mê mờ không có huệ nhãn. Sa-môn Cù-đàm có trí huệ lớn, ở nơi vắng vẻ[493] thu nhiếp tâm mình. Thưa Cù-đàm! Ngày nay Ngài dạy dỗ các đệ tử của Ngài như thế nào?"

Đức Phật bảo với Ưu-trắc rằng:

"Trong Giáo pháp của ta có những kẻ nam người nữ cùng tụ hội yến tiệc vui vẻ, tùy ý múa may đùa giỡn. Đó gọi là tương ứng. Nếu như có người tuổi quá tám mươi, đầu bạc da nhăn, răng cỏ rụng hết nhưng vẫn cùng ca múa hát xướng, làm trâu gỗ ngựa gỗ, chơi đàn địch tiêu sáo, ngoài ra còn chơi xe, chơi bóng. Một ông già như vậy, làm những việc như vậy thì gọi là không tương ứng. Nếu có người thấy thì nên gọi ông già ấy là người trí hay kẻ ngu?"

Phạm chí đáp rằng:

"Những người như vậy nên gọi là trẻ con ngu muội, không có trí huệ."

Đức Phật bảo với Phạm chí:

"Trong Giáo pháp của ta, tương ưng tương thuận, như kẻ đồng tử đùa giỡn. Phạm chí nên biết! Trong Giáo pháp của Thánh hiền, cũng như kẻ đồng tử đùa giỡn vậy."

Ưu-trắc bạch với Đức Phật rằng:

---

[492] *No. 99*: Giảng đường Vị tằng hữu 未曾有講堂.

[493] 閑靜; Cf. *No. 1*(8): không xá tuệ 空舍慧; D 25: *suññāgārahatā samaṇassa gotamassa paññā*, trí tuệ của Sa-môn *Gotama* bị hủy hoại như ngôi nhà trống (bị hủy hoại vì sống ở chỗ hoang vắng).

"Thế nào là một vị tỳ-kheo tu hành thiện pháp?"

Phật bảo với Ưu-trắc:

"Pháp của tỳ-kheo phải nên xa lìa các ác pháp bất thiện, tu các pháp lành. Những gì chưa điều phục được vì muốn điều phục, cần phải siêng năng tu tập. Chưa đạt được chánh định, vì muốn được định thì phải nên siêng năng tu tập. Chưa giải thoát, vì muốn giải thoát thì phải siêng năng tu tập. Những gì chưa đoạn trừ được, vì muốn đoạn trừ thì phải nên siêng năng tu tập. Những gì chưa biết, vì muốn thấy biết thì phải nên siêng năng tu tập. Những gì chưa tu, vì muốn tu thì phải nên siêng năng tu tập. Những gì chưa chứng đắc, vì muốn chứng đắc thì phải nên siêng năng tu tập."

Phạm chí bạch với Đức Phật rằng:

"Bạch Đức Thế Tôn! Thế nào gọi là 'chưa điều phục được, vì muốn điều phục cần phải siêng năng tu tập?'."

Đức Phật dạy:

"Mắt không điều phục, cho đến ý không điều phục, vì muốn điều phục nên phải siêng năng tu tập."

Phạm chí thưa:

"Sao gọi là chưa giải thoát, vì muốn giải thoát nên siêng năng tu tập?"

Phật bảo:

"Tâm không giải thoát, vì muốn giải thoát phải nên siêng năng tu tập."

Phạm chí hỏi:

"Sao gọi là vì muốn đoạn ác nên phải siêng năng tu tập?"

Phật bảo:

"Đoạn trừ dục, vô minh và ái nên phải siêng năng tu tập."

Phạm chí hỏi:

"Sao gọi là bất tri, vì muốn hiểu biết nên phải siêng năng tu tập?"

Phật dạy:

"Chưa biết danh sắc, vì muốn biết nên phải siêng năng tu tập."

Phạm chí hỏi:

"Sao gọi là không tu, vì muốn tu nên phải siêng năng tu tập?"

Phật đáp:

"Chưa tu định tuệ, không được nhập đạo, vì thế phải nên siêng năng tu tập."

Phạm chí bạch với Đức Phật rằng:

"Hạnh của một vị tỳ-kheo hết sức chân thật. Tôi nay việc nhiều, muốn trở về nhà."

Đức Phật bảo:

"Nên biết đúng thời."

Phạm chí Ưu-trắc liền từ chỗ ngồi đứng dậy, trở về lại nơi chốn của mình.

KINH 210. THI-BÀ (1)[494]

Tôi nghe như vầy:

Một thời, Đức Phật trú tại rừng trúc Ca-lan-đà, thành Vương Xá. Bấy giờ ở trong nước có một vị Phạm chí tên là Thi-bặc[495] đi đến chỗ Phật, thưa hỏi Phật xong rồi ngồi sang một bên, nói như vầy:

"Cù đàm! Như nói về học thì thế nào gọi là học?"

Đức Phật nói rằng:

---

[494] Tương đương *No. 99* (976). Việt dịch, kinh 1357.

[495] *No. 99*: Thi-bà 尸婆. Pāli *Moḷiya Sīvaka paribbājaka*: tu sỹ bện tóc *Sīvaka*.

"Học cho nên gọi là học."

Phạm chí lại hỏi:

"Vì sao học cho nên gọi là học?"

Phật đáp:

"Thời thời tu học, tăng thượng giới, pháp gọi đó là học. Thời thời tu học, tăng thượng nơi tâm nên gọi là học. Thời thời tu học, tăng thượng nơi trí nên gọi là học."

Phạm chí lại nói:

"Cù-đàm! Nếu có một vị A-la-hán, dứt tận các lậu hoặc việc cần làm đã làm, buông bỏ gánh nặng, đạt được sự lợi ích cho chính mình, tâm được tự tại, không còn phiền não phát sanh, chánh trí được giải thoát thì đang ở chỗ nào trong cái gọi là học?"

Phật đáp:

"Nếu có vị A-la-hán dứt sạch các phiền não, có thấy biết chân chánh, tâm được giải thoát, ngay trong lúc ấy, các phiền não tham dục, sân nhuế, ngu si hết thảy đều đã đoạn trừ không còn sót lại gì cả, đó gọi là bậc Vô học. Nếu vị A-la-hán ấy dứt sạch tham dục, sân nhuế, ngu si, không còn tạo tác các ác nghiệp từ nơi thân, miệng và ý, không có gì để mong cầu hơn nữa, do vì nghĩa đó nên gọi là Vô học."

Bấy giờ Phạm chí Thi-bặc nghe Đức Phật nói rồi, hoan hỷ đi ra.

KINH 211. THI-BÀ (2)[496]

Tôi nghe như vầy:

Một thời, Đức Phật trú tại rừng trúc Ca-lan-đà, thành Vương Xá. Bấy giờ, Thi-bặc Phạm chí đi đến chỗ Phật, thưa hỏi Đức Phật rồi ngồi sang một bên, nói như thế này:

---

[496] Tương đương *No. 99* (977).

"Cù-đàm! Nếu có bà-la-môn nói như vầy: 'Những nghiệp tạo tác thảy là quá khứ[497]. Những tác nhân này trong đời hiện tại, các nghiệp có thể làm tăng trưởng các nhân bất thiện trong đời quá khứ. Trong đời hiện tại nếu không tạo nghiệp thì có thể phá sập được chiếc cầu sanh tử, tứ lưu[498] vĩnh viễn dứt sạch, không còn lưu chuyển. Do nghiệp đã chấm dứt nên khổ vì thế cũng hết sạch. Khổ dứt thì biên tế của khổ cũng dứt tận.' Thưa Cù-đàm! Việc ấy như thế nào?"

Đức Phật bảo với Thi-bặc:

"Theo như lời ngươi nói, các vị sa-môn, bà-la-môn kia nói như vầy: 'Tất cả nghiệp mà mình đã tạo thảy đều thuộc về nhân duyên nghiệp gốc được tạo từ quá khứ, cho đến dứt hết các khổ biên tế.' Nếu đúng như thế, do nhân duyên gì mà trong đời hiện tại có đủ thứ các bệnh như gió nóng lạnh các loại, bốn đại thêm bớt. Nếu đúng như vậy thì những thứ bệnh ấy do mình tạo ra hay do người khác tạo ra?"

Thi-bặc bạch với Đức Phật rằng: "Do người khác tạo ra."

[0452b16] Phật nói với Thi-bặc: "Thế nào là do chính mình tạo ra? Thường nhổ râu tóc, hoặc giơ tay lên mà đứng, không nằm ngồi ở trên giường, hoặc ngồi chồm hổm, lấy đó làm nghiệp, hoặc lại ngồi nằm trên gai góc, hoặc tre để chúng cắt khứa rồi nằm ngồi lên trên, hoặc nằm ngồi trên tro nóng, nằm ngồi trên phân bò hay đất sình, hoặc kiểng một chân mà đứng rồi nhảy lò cò theo bóng mặt trời suốt mùa hạ nóng bức nắng táp vào thân, hoặc chỉ ăn sâu, hoặc ăn hạt cỏ đắng, hoặc ăn Xá-lâu-già, hoặc ăn bả hèm, hoặc ăn cặn dầu, hoặc ăn phân bò; Hoặc mỗi ngày ba lần phụng thờ thần lửa, hoặc tiết trời đông băng lạnh cắt da... có vô lượng cách làm khổ thân mình như thế, đó gọi là cái khổ do tự mình tạo ra.

---

[497] 隨所作業，悉是過去本所作因; **Pāli** *yaṃ kiñcāyaṃ purisapuggalo paṭiaṃvedeti sukhaṃ vā dukkhaṃ vā adukkhamasukhaṃ vā sabbaṃ taṃ pubbekatahetū'ti*: Bất cứ lạc thọ gì, khổ thọ gì, hay phi khổ phi lạc thọ gì, mà con người cảm thọ, tất cả đều là nhân được tạo tác từ trước.

[498] 四流 là chỉ bốn bộc lưu: Dục, hữu, kiến và vô minh. **Pāli** *cattāro oghā: kāmogho, bhavogho, diṭṭhogho, avijjogho.*

"Sao gọi là cái khổ do người khác tạo ra? Đó là bị người khác dùng tay chân, dao gậy, gạch đá đánh đập vào mình. Những hình thức như vậy gọi là cái khổ do người khác tạo ra. Tất cả người đời, thân Tứ đại tăng giảm, hoặc bị trúng gió mà sanh bệnh. Những loại bệnh như là những thứ ta có thể thấy được trong hiện tại.

"Thế nào gọi là các bà-la-môn khởi lên biến chấp rằng do đó có thể dứt sạch Khổ tế, tức là tự tạo lỗi lầm. Những lỗi lầm như thế, tất cả người đời thảy đều biết rõ. Chính họ nói dối. Do năm nhân duyên khiến cho thân tâm thọ các khổ não. Sao gọi là năm? Đó là tham, dục, sân nhuế, trạo hối và nghi. Năm pháp này có thể khiến cho chúng sanh thân tâm bị khổ não trong đời hiện tại. Lại có năm nhân duyên trong đời hiện tại có thể khiến cho thân tâm của chúng sanh thường câu thọ khoái lạc, không bị các khổ não bức bách. Sao gọi là Năm? Đó là có thể đoạn trừ tâm tham dục. Tức có thể khiến cho thân tâm hưởng thọ khoái lạc trong đời hiện tại. Vì sao vậy? Vì do có tham, dục, sân nhuế, trạo hối có thể khiến chúng sanh thọ các khổ não. Nếu có thể đoạn trừ thì thọ được khoái lạc, không còn lo buồn bệnh hoạn. Vì thế phải đoạn trừ các phiền não tham dục, sân nhuế, trạo hối như vậy. Nếu đoạn trừ được thì không còn phiền não nóng bức, không cần đợi thời gian mà vẫn được giải thoát, cảm nghiệm Niết-bàn.

"Này Thi-bặc! Đó gọi là pháp chứng đắc ngang trong đời hiện tại. Lại có hiện tiền sở đắc pháp. Đó là Chánh kiến, Chánh ngữ, Chánh nghiệp, Chánh mạng, Chánh phương tiện, Chánh chí, Chánh niệm, và Chánh định."

Khi Đức Phật nói pháp này, Phạm chí Thi-bặc xa lìa trần cấu, ngay trong các Pháp được pháp nhãn tịnh.

Khi đắc đạo rồi, Phạm chí liền chỉnh sửa y phục, chắp tay hướng Phật mà bạch Phật rằng:

"Bạch Đức Thế Tôn! Cúi mong Đức Như Lai từ bi lân mẫn cho con được xuất gia."

Như Lai liền cho Phạm chí xuất gia. Sau khi đã xuất gia rồi, Thi-bặc ở chỗ yên tĩnh tinh tấn tu hành, đắc quả A-la-hán.

KINH 212. THƯƠNG CHỦ[499]

Tôi nghe như vầy:

Một thời, Đức Phật trú tại rừng Yêm-ba-la, thuộc tụ lạc Trí-điệp, xứ Na-la-kiền-đà[500]. Bấy giờ, trong tụ lạc có một vị Phạm chí tên là Na-lị-bà-lực[501] đang cư trú tại thôn này, đã sống đến một trăm hai mươi tuổi, già nua suy yếu. Nhân dân sống trong tụ lạc ấy đều cho rằng người này là A-la-hán nên thảy đều cung kính, cúng dường ông. Nhưng vị Phạm chí này có một người bạn thân, khi phước hết mạng chung, được sanh lên cõi trời. Bấy giờ vị trời ấy suy nghĩ thế này: "Ta nay nếu khuyên Na-lợi-bà-lực đi đến chỗ Phật thì ông ấy sẽ không chịu tin nhận. Ta nay nên giáo hoá không tin vào ta nữa". Nghĩ như vậy rồi, vị trời liền đi đến chỗ của Phạm chí, uy quang sáng rực chiếu sáng cả chỗ ở của người này. Đến chỗ người ấy rồi, vị trời liền nói với Phạm chí rằng: "Thế nào là oan gia thực sự chính mình mà trá hiện như bạn thân của mình? Thế nào là bạn thân tốt nhất của chính mình, xem họ như chính mình? Thế nào gọi là đoạn, làm sao không nhiệt não? Ông nay nên thầm nghĩ trong lòng[502], không nên nói ra. Nếu có thể hiểu rõ được nghĩa lý này thì hãy đi đến chỗ các vị sa-môn cầu xin xuất gia, tịnh tu Phạm hạnh." Nói lời ấy xong, vị trời liền biến mất.

Bấy giờ Phạm chí Na-lợi-bà-lực nghe lời ấy rồi liền đi đến chỗ của Phú-lan-na ca-diếp[503], trong tâm thầm nghĩ những vấn nạn như vầy: "Thế nào là oan gia thực sự của chính mình mà trá hiện như bạn thân? Thế nào là bạn thân thiết nhất của chính mình, xem họ

---

[499] Tương đương *No. 99* (978). Việt dịch, kinh 1359. cf. AN,II,002 (*Paṭhamakhata*).

[500] Na-la-kiền-đà thành Mại điệp viên lâm 那羅健陀城賣疊園林. Ｐａｌｉ *Nālandāya, Pāvārikambavana*: vườn xoài của ông *Pāvārika*. *No. 99*: 那羅健陀 置疊聚落 菴婆羅林 Na-la tụ lạc Hảo-y am-la viên 那羅聚落好衣菴羅園.

[501] Na-lị-bà-lực 那利婆力. *No. 99*: Thương chủ 商主. Ｐａｌｉ *Nālivaṇika*?

[502] Tâm trung mặc niệm 心中默念. *No. 99*: Nay ta nên đến đó, bằng ý luận khiến cho hỏi. Ý luận 意論.

[503] Phú-lan-na Ca-diếp 富蘭那迦葉. Ｐａｌｉ *Pūraṇa Kassapa*.

như chính mình? Thế nào là đoạn? Làm sao không nhiệt não?" Nhưng Phú-lan-na ca-diếp còn không biết điều trong lòng mình nghĩ thì làm sao mà giải đáp. Phạm chí lại đến chỗ của Xa-xà-gia Tỳ-la-đê-tử[504], cũng khởi những vấn nạn trong tâm như thế. Cho đến đi đến chỗ Ni-kiền-đà Nhã-đề-tử[505], đều cũng không thể biết tâm niệm ấy, huống là có thể giải đáp.

Bấy giờ Phạm chí Na-lợi-bà-lực đi khắp Lục sư[506], thảy đều không biết những vấn nạn này: "Nếu không thể đáp, thế thì làm sao có thể xuất gia tu tập trong pháp của họ, chi bằng hoàn tục hưởng thọ ngũ dục lạc. Ta nay gia nghiệp hết sức giàu có, thà rằng tu tại gia, bố thí làm phước." Sau đó ông lại nghĩ: "Nay ta nên đến chỗ Sa-môn Cù-đàm thử xem!" Nghĩ như vậy rồi, ông liền đến chỗ Phật. Đi được nửa đường ông lại nghĩ: "Sa-môn Cù-đàm xuất gia từ khi còn nhỏ tuổi, trong khi những vị hàng Lục sư như Phú-lan-na đều là những bậc kỳ cựu thạc đức còn không thể biết huống hồ là Sa-môn Cù-đàm kia tuổi đời rất nhỏ, xuất gia chưa lâu, thời gian tu học lại ít, làm sao có thể giải đáp những nghĩa lý như vậy?"

Khi nghĩ như vậy rồi, đang ở giữa đường, Phạm chí toan quay trở về, rồi lại suy nghĩ: "Ta xưa từng theo chỗ của vị Phạm chí kỳ cựu thạc đức, nghe nói rằng người xuất gia tuổi tuy còn nhỏ nhưng không nên khinh miệt. Vì sao vậy? Tuổi đời tuy còn nhỏ nhưng có Đại thần thông và Đại trí tuệ". Nghĩ như vậy rồi, Phạm chí liền đi đến chỗ Phật. Khi đã đến chỗ Phật, Phạm chí cung kính thưa hỏi, ngồi sang một bên, trong tâm mặc niệm bốn thứ vấn nạn ấy: "Thế nào là oan gia thực sự của chính mình mà trá hiện như người bạn thân? Thế nào là người bạn

---

[504] *No. 99*: Tiên-xà-na-tỳ-la-chi Tử 先闍那毘羅胝子, Pāli *Sañjaya-Belaṭṭhiputta.*

[505] *No. 99*: Ni-kiền-đà-nhã-đề Tử 尼揵陀若提子, Pāli *Nigaṇṭha-Nātaputta.*

[506] Lục sư: Phú-lan-na Ca-diếp 富蘭那迦葉. Pāli *Pūraṇo Kasapo*; Mạt-ca-lê Cù-xá-lợi Tử 末迦梨瞿舍利子 Pāli *Makkhali-Gosāla*; Tiên-xà-na-tỳ-la-chi Tử 先闍那毘羅胝子, Pāli *Sañjaya-Belaṭṭhiputta*; A-kỳ-đa-xí-xá-khâm-bà-la 阿耆多翅舍欽婆羅, Pāli *Ajita-Kesakambala*; Ca-la-câu-đà Ca-chiên-diên 迦羅拘陀迦栴延, Pāli *Kakudha-Kaccāyana*; Ni-kiền-đà-nhã-đề Tử 尼揵陀若提子, Pāli *Nigaṇṭha-Nātaputta.*

thân thiết nhất của mình, xem họ như mình? Sao gọi là đoạn? Làm sao không nhiệt não?"

Bấy giờ Thế Tôn biết được tâm niệm của Phạm chí, liền nói kệ rằng:

"Ở chỗ thường chê bai
Trăm ngàn thứ hủy báng
Mà trước mặt ngợi khen
Đó là người thiện hảo
Biện biệt hết mọi sự
Dối trá không chân thật
Bậc trí giả nên biết
Kẻ oán giả người thân
Dối nói lời thân thiện
Làm việc không lợi ích
Kẻ trí cần nên biết
Đó là oán giả thân
Sao gọi là thân hữu
Quý trọng như chính mình
Không nên nói bạn thân
Tìm tòi lỗi của họ
Thân hữu tâm nguyện đồng
Thường nhớ nhau không quên
Người bạn thân như thế
Không vì người phá hoại
Phải nên thường kính nhớ
Yêu quý như thân mình.
Vì sao gọi là đoạn
Đoạn sanh ra hỷ lạc
Được lợi ích thù thắng
Cho đến chỗ tịch diệt
Tu đến quả thù thắng
Trượng phu hướng chánh đạo
Đó là nghĩa của đoạn.
Sao là không nóng bức
Được hương vị tịch tĩnh
Đạt được Đại trí tuệ

Khi ấy không nóng bức
Xa lìa các pháp ác
Nhập vào pháp hoan hỷ
Đó gọi là vô nhiệt."

Bấy giờ Phạm chí nghe kệ ấy rồi, liền chỉnh sửa y phục mà bạch với Đức Phật rằng:

"Cúi xin Đức Thế Tôn cho con được xuất gia!"

Lúc ấy Như Lai liền cho Phạm chí xuất gia. Khi xuất gia rồi, Phạm chí tinh tấn tu học, đắc quả A-la-hán.

KINH 213. TU-BẠT-ĐÀ-LA[507]

Tu-bạt-đà-la, như đã nói trong kệ tụng đã vựng tập.[508]

NHIẾP TỤNG

Ưu-trắc, Phân-nặc, Câu-ca-na
Tu-đạt, Trường trảo, Xà-la-phù
Trọng-sào, Tam đế và Văn-đà
Hai không được lưu, Thi-bặc-căn
Thi-bặc, Na-la-bà-lực-ca
Tu-bạt-đà-la thứ mười lăm.[509]

---

[507] Tương đương *No. 99* (979). Xem *Trường, No. 1* (2), phần III. Cf. D.16 *Mahāparinibbānasuttanta* (ii. 149ff: *Subhaddaparibbājakavatthu*). Việt dịch, kinh 1360.

[508] Trong *Tạp A-hàm*, trình bày đầy đủ văn kinh. Biệt dịch chỉ lược tập như vậy.

[509] Hán dịch, hết quyển 11.

KINH 214. KHOÁNG DÃ[510]

Tôi nghe như vầy:

Một thời Đức Phật trú tại vườn cây của ông Cấp Cô Độc cùng Thái tử Kỳ-đà, nước Xá-vệ. Bấy giờ có một vị Tỳ-kheo ni tên là Khoáng Dã,[511] lúc trời vừa sáng, đắp y bưng bát vào thành khất thực. Vị tỳ-kheo ni dự định hướng đến khu rừng Đắc Nhãn.[512] Bấy giờ Ma vương Ba-tuần nghĩ như vầy: "Sa-môn Cù-đàm nay đang ở trong rừng Đắc Nhãn. Thọ thực xong sẽ rửa bát, thâu nhiếp tọa cụ rồi sẽ đi đến nơi khu rừng ấy, ta nên đến quấy nhiễu họ".

Bấy giờ Ba-tuần liền hóa thành một đồng tử, đứng ở bên đường hỏi Khoáng Dã rằng:

"Ni sư định đi đến đâu?"

Tỳ-kheo ni đáp rằng:

"Ta nay muốn đến chỗ nhàn tĩnh."[513]

Nghe như vậy rồi, lúc ấy Ma-nạp liền nói kệ rằng:

> "Trong tất cả thế gian
> Không có ai giải thoát
> Sư đến chỗ không nhàn
> Đến đó để làm gì?
> Sư nay còn trẻ đẹp
> Không chịu theo ngũ dục
> Một sớm già nua rồi
> Chớ sanh lòng hối tiếc."

Bấy giờ Tỳ-kheo ni nghĩ như này:

---

[510] Đại chánh, quyển 45 (1198). Pāli, S. 5. 1. Āḷavikā. Cf. Theri 57-59. Biệt dịch, No. 100 (214).

[511] Khoáng Dã 曠野; No. 99: A-lạp-tỳ 阿臈毘. Pāli Āḷavikā bhikkhunī.

[512] 得眼林; No. 99: An-đà lâm 安陀林. Pāli Andhavana.

[513] Nhàn tĩnh xứ 閑靜處; No. 99: viễn ly xứ 遠離處, chỗ thanh vắng, vắng vẻ không người. Pāli viveka.

"Người này là ai mà muốn nhiễu loạn ta, hết sức dối trá. Ấy là người như thế nào? Là kẻ thị phi chăng?"

Nghĩ như vậy rồi, Tỳ-kheo ni nhập định quán sát, biết đó là ma Ba-tuần muốn đến quấy nhiễu, liền nói kệ rằng

"Thế gian có giải thoát
Ta nay tự chứng biết
Ba-tuần ngươi ngu ác
Không hiểu dấu tích này
Dục như hươ kiếm bén
Ấm tặc nhổ dao chạy
Ngươi nói thọ ngũ dục
Dục khổ nên sợ hãi
Dục sanh ra ưu sầu
Dục sanh ra luyến nhớ
Dục sanh trăm thứ khổ
Dục là gốc các khổ
Đoạn trừ tất cả ái
Diệt sạch ám vô minh
Chứng được pháp tịch diệt
Trụ nơi pháp vô lậu."

Bấy giờ ma Ba-tuần nghĩ như vầy: "Khoáng Dã Tỳ-kheo ni khéo biết rõ tâm ta." Ba-tuần buồn rầu hối hận, hổ thẹn trở về cung.

KINH 215. TỐ DI[514]

Tôi nghe như vầy:

Một thời Đức Phật trú tại vườn cây của ông Cấp Cô Độc cùng Thái

---

[514] Tương đương *No. 99* (1199). Pāli, S. 5. 2. *Somā*. Cf. Theri 60-62. Việt dịch, kinh 1100.

tử Kỳ-đà, nước Xá-vệ. Bấy giờ Tô-ma Tỳ-kheo ni[515] đắp y bưng bát đi vào thành Xá-vệ khất thực. Thọ thực xong Tô-ma rửa bát, thu xếp tọa cụ hướng về Đắc nhãn lâm. Ma vương Ba-tuần liền nghĩ như thế này: "Nay Tỳ-kheo ni Tô-ma đắp y bưng bát vào thành khất thực, thâu xếp tọa cụ đi đến Đắc nhãn lâm." Bấy giờ Ba-tuần liền hóa thành một vị bà-la-môn đứng bên đường nói rằng:

"A-lê-gia muốn đi đâu vậy?"

Tỳ-kheo ni đáp rằng:

"Tôi nay muốn đi đến chỗ vắng vẻ kia!"

Bấy giờ Ba-tuần liền nói kệ rằng:

"Sở đắc bậc tiên thánh
Khó đạt được chốn này
Trí thô kém như ngươi[516]
Không thể đạt chỗ này."

Bấy giờ Tỳ-kheo ni nghĩ như vầy: "Người này là ai? Là kẻ thị phi? Muốn quấy phá ta chăng?" Tỳ-kheo ni nhập định quán sát, biết người này là ma vương Ba-tuần, liền nói kệ rằng:

"Tướng nữ chẳng làm gì
Dốc ý tu thiền định
Xem thấy nơi thượng pháp
Nếu thấy tướng nam nữ
Đó là hạng nữ nhân
Đối với pháp không thể
Nếu không tướng nam nữ
Sao lại sanh phân biệt
Đoạn trừ tất cả ái
Diệt sạch ám vô minh

---

[515] 蘇摩比丘尼; *Pāli* *Somā bhikkhunī*.

[516] 非汝鄙穢智; *No. 99*: Nhị chỉ trí 二指智. *Pāli* *dvaṅgulapaññā*, trí tuệ bằng hai ngón tay. Chỉ trí tuệ người nữ. SA. i. 190: *yasmā vā dvīhi aṅgulehi kappāsavaṭṭiṃ gahetvā suttaṃ kantati*, 'Bởi vì (người nữ) dùng hai ngón tay nắm mép vải rồi khâu chỉ.'

Đợi chứng pháp tận diệt
Trụ nơi pháp vô lậu
Vì vậy ngươi nên biết
Ba-tuần đã chịu thua."

Bấy giờ Ma vương Ba-tuần nghĩ như vầy: "Tô-ma Tỳ-kheo ni khéo biết lòng ta," nên ưu sầu hối hận, hổ thẹn mà trở về ma cung.

KINH 216. CÙ-ĐÀM-DI[517]

Tôi nghe như vầy:

Một thời Đức Phật trú tại vườn cây của ông Cấp Cô Độc cùng Thái tử Kỳ-đà, nước Xá-vệ. Bấy giờ Súy-xá Kiều-đàm-di[518] Tỳ-kheo ni đắp y, trì bát đi vào thành khất thực. Thọ thực xong Tỳ-kheo ni rửa bát, thu xếp tọa cụ đi đến Đắc nhãn lâm, ngồi dưới một gốc cây, trụ ở chỗ chư thiên an trụ. Bấy giờ Ma vương Ba-tuần nghĩ như vầy: "Sa-môn Cù-đàm đang ở nơi vườn cây của ông Cấp Cô Độc cùng Thái tử Kỳ-đà, nước Xá-vệ. Có vị Tỳ-kheo ni tên là Súy-xá Kiều-đàm-di trước y trì bát vào thành khất thực, khất thực xong rửa bát, thâu xếp tọa cụ đi đến Đắc nhãn lâm, ngồi dưới gốc cây, trụ nơi chư thiên an trụ." Nghĩ như vậy rồi, Ba-tuần liền hóa thành một đồng tử muốn đến nhiễu loạn, liền nói kệ rằng:

"Ngươi nay vì cớ gì
Ngồi buồn dưới gốc cây
Sụt sùi đến rơi lệ
Con cái sắp chết chăng?
Ngồi một mình giữa rừng
Hay muốn kiếm đàn ông[519]?"

---

[517] Tương đương *No. 99* (1200). Pāli, S. 5. 3. *Gotamī.* Việt dịch, kinh 1101.

[518] Cát-li-xá Cù-đàm-di 吉離舍瞿曇彌. *No. 100* (216): Súy-xá Kiều-đàm-di 翅舍憍曇彌. [Pāli] *Kisāgotamī.*

[519] *No. 99*: Đây biên tế nam tử, theo sát nghĩa đen [Pāli] *purisā etad antikā,*

Bấy giờ Tỳ-kheo ni liền nghĩ như vầy: "Người này là ai? Mà hết sức dối trá, là nhân hay phi nhân mà muốn đến quấy phá ta vậy?" Tỳ-kheo ni liền nhập định quán sát, biết đó là Ma vương nên liền nói kệ rằng:

> *"Ta đoạn ân ái rồi*
> *Không dục,[520] không con cái*
> *Ngồi thẳng giữa rừng cây*
> *Chẳng lo buồn sầu não*
> *Đoạn trừ tất cả ái*
> *Diệt sạch ám vô minh*
> *Chờ được pháp diệt tận*
> *An trụ pháp vô lậu*
> *Vì thế ngươi nên biết*
> *Ba-tuần ngươi đã thua."*

Bấy giờ Ma-vương Ba-tuần nghĩ như vầy: "Tỳ-kheo ni Súy-xá Kiều-đàm-di khéo biết rõ tâm ta," bèn ưu sầu hối hận, hổ thẹn trở về cung điện của ma.

KINH 217. LIÊN HOA[521]

Tôi nghe như vầy:

Một thời Đức Phật trú tại vườn cây của ông Cấp Cô Độc cùng Thái tử Kỳ-đà, nước Xá-vệ. Bấy giờ Tỳ-kheo ni Liên Hoa Sắc[522], vào lúc sáng sớm trước y trì bát đi vào thành khất thực. Thọ thực xong, Tỳ-kheo ni rửa bát, thu xếp tọa cụ rồi rửa chân, đi vào Đắc nhãn lâm, ở dưới

---

'Những người đàn ông, đã chấm dứt (đã tận cùng).'

[520] *No. 99*: 無邊際; So sánh [Pāli] *accanta*, tận cùng, không còn gì nữa. Bản Hán hiểu là *ananta*: không biên tế.

[521] Tương đương *No. 99* (1201). Pāli, S. 5. 5. *Upalavaṇṇā*. Cf. Theri. 230-233. Việt dịch, kinh 1102.

[522] 蓮華色; *No. 99*: Ưu-bác-la-sắc 優鉢羅色 [Pāli] *Uppalavaṇṇā*: Hán thường được biết qua tên Liên Hoa Sắc 蓮華色.

một gốc cấy, ngồi thẳng tư duy, trụ ở nơi chư thiên an trụ. Bấy giờ Ma-vương liền nghĩ như vầy: "Sa-môn Cù-đàm đang ở trong vườn Kỳ-hoàn, Tỳ-kheo ni Liên Hoa Sắc trước y trì bát đi vào thành khất thực, thọ thực xong rửa bát, thu xếp tọa cụ đi vào Đắc nhãn lâm, ngồi dưới gốc cây, trụ ở nơi chư thiên an trụ, ta nên đến đó nhiễu loạn cô ấy." Nghĩ như vậy rồi, Ma-vương liền hóa thành một đồng tử, đi đến chỗ Tỳ-kheo ni mà nói kệ rằng:

> *"Ngồi dưới cây Sa-la*[523]
> *Như đóa hoa nở đẹp*
> *Chỉ một Tỳ-kheo ni*
> *Cô nay đang tọa thiền*
> *Không có một người bạn*
> *Hà chẳng sợ ngu si?"*

Lúc ấy Liên Hoa Sắc Tỳ-kheo ni liền nghĩ như vầy: "Người này là ai? Mà đến đây quấy phá ta, hết sức là dối trá? Người này là nhân hay phi nhân." Tỳ-kheo ni nhập định quán sát, biết đó là Ma Ba-tuần nên liền nói kệ rằng:

> *"Trăm ngàn gian ngụy tặc*
> *Thảy đều cũng như ngươi*
> *Chẳng động mảy lông ta*
> *Nên ngồi im chẳng sợ."*

Bây giờ Ma-vương liền nói kệ rằng:

> *"Ta nay tự ẩn mình*
> *Vào trong bụng của cô*
> *Hoặc vào nơi mi mắt*
> *Khiến cô chẳng thấy được."*

Bấy giờ Tỳ-kheo ni liền nói kệ rằng:

> *"Tâm ta được tự tại*[524]
> *Khéo tu định như ý*

---

[523] Sa-la thọ 娑羅樹 *No. 99*: kiên cố thọ 堅固樹; cây sa-la (*sāla*); nhưng *Tạp A-hàm* đọc là *sara*: kiên cố.

[524] *No. 99*: Tâm tôi có sức lớn.

Dứt dây trói buộc lớn
Nên chẳng sợ gì ngươi
Ta đã mửa các kết
Nhổ sạch ba cấu căn[525]
Dứt gốc rễ sợ hãi
Nên chẳng còn sợ gì
Ta nay trụ nơi này
Chẳng sợ gì tâm ngươi
Quân chúng ngươi đến đây
Ta cũng chẳng sợ hãi
Đoạn trừ tất cả ái
Diệt hết ám vô minh
Chờ đến chỗ tận diệt
An trụ pháp vô lậu
Vì vậy ngươi nên biết
Ba-tuần ngươi đã thua."

Bấy giờ ma Ba-tuần nghĩ như vầy: "Liên Hoa Sắc Tỳ-kheo ni khéo biết rõ tâm ta," nên ưu sầu hối hận, hổ thẹn mà trở về cung điện của ma.

KINH 218. THẠCH THẤT[526]

Tôi nghe như vầy:

Một thời Đức Phật trú tại vườn cây của ông Cấp Cô Độc cùng Thái tử Kỳ-đà, nước Xá-vệ. Bấy giờ Tỳ-kheo ni Thạch Thất[527], ngay lúc sáng sớm trước y trì bát đi vào thành khất thực. Thọ thực xong, Tỳ-kheo

---

[525] 得拔三垢根; *No. 99*: 我已吐三垢 Ta nhổ ba gốc bẩn; Tam cấu (căn) 三垢 根, chỉ tham, sân, si.

[526] Tương đương *No. 99* (1202). Pāli, S. 5. 10. *Vajirā*. Việt dịch, kinh 1103.

[527] Thạch Thất Tỳ-kheo-ni 石室比丘尼; *No. 99*: Thi-la 尸羅比丘尼. Pāli có lẽ là *Selā* trong S. 5. 9.

ni rửa bát, thu xếp tọa cụ đi đến Đắc nhãn lâm. Bấy giờ ma vương Ba-tuần nghĩ như vầy: "Sa-môn Cù-đàm đang ở tại Kỳ-hoàn, trong ấy có Thạch Thất Tỳ-kheo ni đang trước y trì bát đi vào thành khất thực. Thọ thực xong, Tỳ-kheo ni thu xếp tọa cụ, đi về hướng Đắc nhãn lâm. Ta nên đến đó quấy nhiễu cô ta." Nghĩ như vậy rồi, Ba-tuần liền hóa thành một đồng tử, đi đến chỗ cô ấy mà nói kệ rằng:

"Chúng sanh do ai tạo
Chúng sanh tạo ra ai
Sao gọi là chúng sanh
Chúng sanh đi về đâu?"

Bấy giờ Thạch Thất Tỳ-kheo ni nghe kệ ấy rồi liền nghĩ như vầy: "Người này là ai mà hết sức dối trá? Là nhân hay phi nhân?" Tỳ-kheo ni nhập định quán sát, biết đó là Ma vương nên nói kệ đáp rằng:

"Chúng ma sanh tà kiến
Nên có chúng sanh tưởng
Do Giả, Không tụ hội
Thực không có chúng sanh
Giống như nhờ các duyên
Hòa hợp thành xe cộ
Ấm giới nhập cũng thế
Nhờ duyên hợp mà có
Do nghiệp duyên tu hội
Cũng do duyên tan mất
Đoạn trừ tất cả ái
Diệt sạch ám vô minh
Chờ được chỗ tận diệt
An trụ nơi vô lậu
Vì thế cho nên biết
Ba-tuần ngươi đã thua."

Bấy giờ Ma-vương liền nghĩ như vầy: "Vị Tỳ-kheo ni này đã biết rõ tâm ta," bèn ưu sầu hối hận, hổ thẹn mà trở về ma cung.

KINH 219. TỊ-LÊ[528]

Tôi nghe như vầy:

Một thời Đức Phật trú tại vườn cây của ông Cấp Cô Độc cùng Thái tử Kỳ-đà, nước Xá-vệ. Bấy giờ có một vị Tỳ-kheo ni tên là Tỉ-dung[529], ở tại Tinh xá trong vườn của quốc vương nước Xá-vệ, ngay lúc sáng sớm trước y trì bát đi vào thành khất thực. Sau khi thọ thực xong, vị Tỳ-kheo ni rửa bát, thu xếp tọa cụ đi về hướng Đắc nhãn lâm. Bấy giờ Ma vương liền nghĩ như vầy: "Sa-môn Cù-đàm đang ở tại Kỳ-hoàn, có Tỳ-kheo ni Tỉ-dung trước y trì bát đi vào thành khất thực, thọ thực xong, rửa bát, thu xếp tọa cụ đi đến Đắc nhãn lâm, ta nên đến đó quấy nhiễu cô ta." Nghĩ như vậy rồi, Ma vương liền hóa thành một đồng tử đứng ở bên đường nói kệ rằng:

"Ai tạo nên sắc tượng[530]
Sắc tượng tạo ra ai
Sắc tượng từ đâu đến
Sắc tượng sẽ về đâu?"

Vị Tỳ-kheo ni sau khi nghe kệ ấy rồi liền nghĩ rằng: "Người này là ai mà đến não loạn ta, cực kỳ dối trá? Người này là nhân hay phi nhân?" Tỳ-kheo ni nhập định quán sát, biết đó là Ma-vương nên nói kệ đáp rằng:

"Sắc tượng không tự tác
Cũng chẳng do ai tạo
Nhờ duyên khởi mà có
Duyên hết thì tan hoại
Giống như gieo hạt giống
Nhờ đất mà sanh trưởng
Nhờ ấm, giới, các nhập
Hòa hợp thành sắc tượng

---

[528] Tương đương *No. 99* (1203). Pāli, S. 5. 9. *Selā*. Biệt dịch, *No. 100* (219).

[529] Tỉ-dung 鼻鎔; *No. 99*: Tỳ-la 毘羅比丘尼. Pāli có lẽ là *Vajirā* trong S. 5. 10.

[530] 色像; *No. 99*: hình 形. Pāli *bimba*, hình bóng, ảnh tượng.

Do khổ mà sanh trưởng
Cũng do khổ tan hoại
Đoạn trừ tất cả ái
Dứt sạch ám vô minh
Đợi đến chỗ tận diệt
An trụ pháp vô lậu
Vì thế ngươi nên biết
Ba-tuần ngươi đã thua."

Bấy giờ Ma-vương liền nghĩ như vầy: "Vị Tỳ-kheo ni khéo biết rõ tâm ta," nên ưu sầu hối hận, hổ thẹn mà trở về ma cung.

KINH 220. TÌ-XÁ[531]

Tôi nghe như vầy:

Một thời Đức Phật trú tại vườn cây của ông Cấp Cô Độc cùng Thái tử Kỳ-đà, nước Xá-vệ. Bấy giờ có vị Tỳ-kheo ni tên Tì-xà-da[532], từ nơi tinh xá trong vườn của quốc vương, trước y trì bát đi vào thành khất thực. Thọ thực xong, vị Tỳ-kheo ni tẩy bát, thu xếp tọa cụ đi đến Đắc nhãn lâm, ngồi dưới một gốc cây, trụ ở nơi chư thiên an trụ. Bấy giờ Ma-vương liền nghĩ như vầy: "Sa-môn Cù-đàm đang ở tinh xá Kỳ-hoàn, trong vườn của vị quốc vương, có Tỳ-kheo ni Tỳ-xá-gia trước y trì bát đi vào thành khất thực. Thọ thực xong, vị Tỳ-kheo ni rửa bát, thu xếp tọa cụ đi đến Đắc nhãn lâm, ngồi dưới gốc cây, trụ ở nơi chư thiên an trụ, ta nên đến đó quấy nhiễu cô ta." Nghĩ như vậy rồi, Ma vương hóa thành một vị đồng tử, đi đến chỗ cô ấy mà nói kệ rằng:

"Cô nay quá trẻ đẹp
Tuổi ta cũng còn trẻ

---

[531] Tương đương *No. 99* (1204). Pāli, S. 5. 4. *Vijayā*. Cf. Theri. 139-140. Việt dịch, kinh 1105.

[532] Tỳ-xà-da Tỳ-kheo-ni 毘闍耶比丘尼, Pāli *Vijayā bhikkhunī*.

Cùng vui thú ngũ dục
Buông tình mà hưởng lạc
Hà cớ ngồi một mình
Không vui thú cùng ta."

Khi vị Tỳ-kheo ni nghe nói kệ ấy rồi, liền nghĩ như vầy: "Người này là ai mà đến xúc não ta, hết sức dối trá. Người này là nhân hay phi nhân?" Tỳ-kheo ni nhập định quán sát, biết đó là Ma-vương nên nói kệ đáp rằng:

"Buông tình ca múa nhạc
Và ngũ dục lạc khác
Thảy đều dùng cho ngươi
Chẳng thích nghi với ta
Những dục lạc thế gian
Và ngũ dục cõi trời
Đều để cho ngươi dùng
Không thích hợp với ta.[533]
Ta đoạn tất cả Ái
Dứt sạch ám vô minh
An trụ pháp vô lậu
Vì thế ngươi nên biết
Ba-tuần ngươi đã thua."

Bấy giờ Ma-vương Ba-tuần liền nghĩ như vầy: "Vị Tỳ-kheo ni khéo biết rõ tâm ta," bèn ưu sầu hối hận, hổ thẹn trở về ma cung.

---

[533] *No. 99:* 亦非我所須 Ta cũng không cần chúng; Cf. Pāli *ye ca rūpūgatā sattā, ye ca arūpaṭṭhāyino; yā ca santā samāpatti, sabbattha vihato tamo' ti,* 'Chúng sinh sinh sắc giới; chúng sinh hành vô sắc; và chánh thọ tịch tĩnh; ở tất cả nơi ấy, bóng tối bị tiêu diệt.'

KINH 221. CHIẾT-LA[534]

Tôi nghe như vầy:

Một thời Đức Phật trú tại vườn cây của ông Cấp Cô Độc cùng Thái tử Kỳ-đà, nước Xá-vệ. Bấy giờ có một vị Tỳ-kheo ni tên là Chiết-la[535], vào buổi sáng sớm đã trước y trì bát đi vào thành khất thực. Thọ thực xong, vị Tỳ-kheo ni rửa bát, thu xếp tọa cụ đi vào Đắc nhãn lâm, dưới một gốc cây chánh thân đoan tọa, nhập vào chỗ chư thiên an trụ. Bấy giờ Ma-vương liền nghĩ như vầy: "Sa-môn Cù-đàm đang ngự ở Kỳ-hoàn, trong đó có một vị Tỳ-kheo ni tên là Chiết-la, vào buổi sáng sớm đã trước y trì bát đi vào thành khất thực, thọ thực xong rửa bát, thu xếp tọa cụ vào trong rừng Đắc nhãn, ngồi dưới gốc cây, nhập vào chỗ chư thiên an trụ, nay ta nên đến đó quấy nhiễu cô ta." Nghĩ như vậy rồi, Ma-vương liền hóa thành thân hình của một đồng tử, đi đến chỗ ấy mà nói rằng:

"A-lị-gia! Cô muốn sanh về chỗ nào?"

Tỳ-kheo ni đáp:

"Như ta ngày nay đều không có chỗ sanh!"

Bấy giờ Ma-nạp liền nói kệ rằng:

"Có sanh tất có lạc[536]
Sanh ắt theo ngũ dục
Cô nhận lời ai dạy
Bảo không có chỗ sanh?"

Tỳ-kheo ni Chiết-la nói kệ đáp rằng:

"Có sanh tất có lạc
Bị các khổ đoanh vây
Tất cả khổ nên đoạn

---

534 Tương đương *No. 99* (1205). Pāli, S. 5. 6. *Cālā*. Việt dịch, kinh 1106.

535 Chiết-la 折羅, *No. 99*: Giá-la Tỳ-kheo-ni 遮羅比丘尼. [Pāli] *Cālā bhikkhunī*.

536 有生必得樂; *No. 99*: Giác thọ sinh vi lạc 覺受生為樂. Bản [Pāli] *kiṃ nu jātiṃ na rocesi*, 'Sao cô không thích sự thọ sinh?'

Vì thế chẳng cầu sanh.
Đấng Cụ nhãn Mâu-ni
Nói pháp chân đế này
Nhân khổ sanh ra khổ
Đều phải nên xả ly
Tu tập Bát thánh đạo
An ổn hướng Niết-bàn.
Thế Tôn dạy bảo ta
Ta vui Giáo pháp này
Ta chứng biết pháp ấy
Vì vậy không ưa sanh
Đoạn trừ tất cả Ái
Dứt sạch ám vô minh
Đạt đến chỗ Diệt tận
An trụ pháp vô lậu
Vì thế ngươi nên biết
Ba-tuần! Ngươi đã thua!"

Bấy giờ Ma-vương Ba-tuần liền nghĩ như vầy: "Vị Tỳ-kheo ni này đã khéo biết rõ tâm ta," liền ưu sầu hối hận, hổ thẹn mà quay về ma cung.

KINH 222. ƯU-BÀ-CHIẾT-LA[537]

Tôi nghe như vầy:

Một thời Đức Phật trú tại vườn cây của ông Cấp Cô Độc cùng Thái tử Kỳ-đà, nước Xá-vệ. Bấy giờ Ưu-bà-chiết-la[538] Tỳ-kheo ni đang trụ ở tinh xá trong vườn của quốc vương, vào buổi sáng sớm, trước y trì

---

[537] Tương đương *No. 99 (1206). Pāli, S. 5. 7. Upacālā.* Cf. Their. 197-198, 200-201. Việt dịch, kinh 1107.

[538] Ưu-ba-chết-la 優波折羅; *No. 99:* Ưu-ba-giá-la 優波遮羅. *Upacālā bhikkhunī.*

bát đi vào thành Xá-vệ khất thực. Khất thực, thọ trai xong rồi, vị Tỳ-kheo ni rửa bát, rửa chân, thu xếp tọa cụ đi đến Đắc nhãn lâm. Dưới một gốc cây, vị Tỳ-kheo ni chánh thân đoan tọa, trụ nơi an trụ của Chư thiên. Bấy giờ Ma-vương liền nghĩ như vầy: "Nay Sa-môn Cù-đàm đang ở tại tinh xá trong vườn của quốc vương Xá-vệ, có vị Tỳ-kheo ni tên là Ưu-bà-chiết-la vào buổi sáng sớm đã trước y trì bát vào thành Xá-vệ khất thực. Thọ thực xong rửa chân, thu nhiếp tọa cụ đi đến Đắc nhãn lâm, ngồi dưới gốc cây, mình ngay thẳng, nhập vào sở trụ của Chư thiên, ta nên đến đó để quấy nhiễu cô ta." Nghĩ như vậy rồi, Ma-vương liền hóa thành một đồng tử, đi đến chỗ ấy nói với Tỳ-kheo ni rằng:

"Này A-lị-gia! Cô muốn thọ thân chỗ nào?"

Tỳ-kheo ni đáp rằng:

"Ta đều không có chỗ thọ thân!"

Bấy giờ Ma-nạp liền nói kệ rằng:

"Đao-lợi và Diệm-ma
Đâu-suất và Hóa lạc
Tha hóa tự tại thiên
Chốn ấy cực khoái lạc,
Cô nên nguyện về đó
Hưởng thụ vui vi diệu."

Tỳ-kheo ni Ưu-bà-chiết-la lại nói kệ rằng:

"Đao-lợi và Diệm-ma
Đâu-suất và Hóa lạc
Trời Tha hóa tự tại
Chốn ấy tuy thọ lạc
Cũng không lìa ngã kiến[539]
Ắt bị ma trói buộc,
Thế gian đều giao động
Rồi cũng đến tạ từ

---

[539] 不離於我見; *No. 99*: 不離有為行, Bản [Pāli] *kāmabandhanabaddhā te,* 'chúng bị trói bởi sợi dây ái dục.'

Chẳng có phàm phu nào
Lìa ma quân cảnh giới,
Thế gian đều bốc cháy
Thế gian thảy khói bay
Người lìa được giao động
Ta vui ngay chỗ đó
Đoạn trừ tất cả ái
Dứt sạch ám vô minh
Đạt đến chỗ Diệt tận
An trụ pháp vô lậu
Vì thế ngươi nên biết
Ba-tuần! Ngươi đã thua."

Bấy giờ Ma-vương nghĩ như vầy: "Vị Tỳ-kheo ni này đã khéo biết rõ tâm ta," nên ưu sầu hối hận, hổ thẹn mà trở về ma cung.

KINH 223. ĐỘNG ĐẦU[540]

Tôi nghe như vầy:

Một thời Đức Phật trú tại vườn cây của ông Cấp Cô Độc cùng Thái tử Kỳ-đà, nước Xá-vệ. Bấy giờ có một vị Tỳ-kheo ni tên là Động Đầu[541], vào buổi sáng sớm đã đắp y cầm bát đi vào thành khất thực, khất thực, thọ trai xong rửa bát rửa chân, thu xếp tọa cụ đi vào trong rừng Đắc nhãn, ở dưới gốc cây mình ngay ngồi thẳng, nhập vào sở trụ của chư thiên. Bấy giờ, Ma vương liền nghĩ như vầy: "Nay Sa-môn Cù-đàm đang ở tại vườn cây của ông Cấp Cô Độc và Thái tử Kỳ-đà, nước Xá-vệ, có một vị Tỳ-kheo-ni tên là Động Đầu, vào buổi sáng sớm đã đắp y cầm bát đi vào thành khất thực, khất thực, thọ trai xong rửa bát

---

540 Tương đương *No.* 99 (1027). Pāli, S. 5. 8. *Sīsupacālā*. Việt dịch, kinh 1108.

541 Động Đầu 動頭. *No.* 99: Thi-lợi-sa-giá-la 尸利沙遮羅. Pāli *Sīsupacālā bhikkhunī*.

rửa chân, thu xếp tọa cụ đi vào trong rừng Đắc nhãn, ở dưới gốc cây mình ngay ngồi thẳng, nhập vào sở trụ của chư thiên. Ta nên đến đó để quấy nhiễu cô ấy." Nghĩ như vậy rồi, Ma vương liền hóa thành một đồng tử, đi đến chỗ ấy mà nói với Tỳ-kheo-ni rằng:

"Trong chín mươi sáu loại đạo, cô thích đạo[542] nào?"

Tỳ-kheo ni đáp rằng:

"Chín mươi sáu loại đạo này ta chẳng thích đạo nào cả."

Bấy giờ Ba-tuần liền nói kệ rằng:

"Cạo đầu thọ giáo ai
Tự xưng tỳ-kheo ni
Ngoại đạo không dục lạc
Ngươi thật là ngu si."

Động Đầu Tỳ-kheo ni liền nói kệ rằng:

"Các ngoại đạo khác này
Thảy bị tà kiến buộc
Bị các kiến trói buộc
Cuối cùng sa lưới ma
Đức Thế Tôn họ Thích
Bậc Vô tỷ trượng phu
Hơn hết các loại đạo
Hàng ma ngồi đạo tràng
Vượt lên hết tất cả
Mọi việc đều giải thoát
Điều phục hết Hữu biên,
Đức Phật ấy dạy ta
Là Thế Tôn của ta
Ta thích Giáo pháp ấy
Ta nay biết chúng rồi
Trừ sạch các kiết lậu
Dứt trừ tất cả Ái
Đoạn sạch ám vô minh

---

542 **Pāli:** *pāsaṇḍa*, đạo giáo, giáo phái. Đây chỉ các giáo phái ngoài Phật giáo.

Đạt đến chỗ Diệt tận
An trụ pháp vô lậu
Vì thế ngươi nên biết
Ba-tuần! Ngươi đã thua."

Bấy giờ Ma-vương Ba-tuần nghĩ như vầy: "Vị Tỳ-kheo ni này khéo biết rõ tâm ta," nên ưu sầu hối hận, hổ thẹn mà trở về ma cung.

NHIẾP TỤNG

Khoáng Dã, Tố di, Tô, Cù-đàm
Hoa Liên, Thạch Thất và Tỳ-la
Tỳ-xà-chiết-la, Ưu-bà-chiết-la
Thứ mười là Động Đầu.

KINH 224. BÀ-KÌ-XA[543]

Tôi nghe như vầy:

Một thời, Đức Phật đang trú tại bờ ao Kiệt-xà ở nước Tát-bà[544].

Bấy giờ, nhằm ngày rằm của tháng, Đức Thế Tôn ngồi trước chư tăng thuyết giới.

Ngay trong đêm đó, khi mặt trăng vừa mọc, Tôn giả Bà-kì-xa[545] đang ở trong chúng chợt nghĩ thế này:

"Ta nay muốn lấy mặt trăng làm thí dụ để tán thán Đức Phật".

Nghĩ như vậy rồi, từ chỗ ngồi đứng dậy, chắp tay hướng Phật bạch rằng:

"Bạch Đức Thế Tôn! Con nay có điều muốn nói, cúi xin Đấng Thiện Thệ rũ lòng thương xót cho phép con nói".

Đức Phật bảo Bà-kì-xa:

Ông cứ nói đi!

Tôn giả Bà-kì-xa liền nói kệ rằng:

"Như vầng trăng tròn đầy
Ngự giữa trời không mây
Ánh sáng soi thế giới
Ai thấy đều vui thay.
Đức Thích-ca Mâu-ni
Bậc Đạo sư thế gian
Đoan nghiêm và kỳ đặc
Danh vọng khắp đó đây.
Trăng mọc, sen trắng nở
Trăng hiện, sen hồng bày

---

[543] Tương đương *No.* 99 (1208). Pāli, *S.* 8. 11. *Gaggarā*. Cf. *Thera*. 1252. Việt dịch, kinh 1109.

[544] 薩婆國竭闍池岸; Kiệt-xà trì 竭闍池 *No.* 99: Yết-già 揭伽, là hồ Yết-già tại nước Chiêm-bà. Pāli: *Gaggarā pokkhaṇi.*

[545] Bà-kì-xa 婆耆奢. *No.* 99: Bà-kì-xá 婆耆舍. Pāli: *Vaṅgīsa.*

Theo học với Đức Phật
Như hoa nở tròn đầy
Mở thiện căn kiếp trước
Thấy rõ đạo tích[546] này".

Khi Tôn giả Bà-kì-xa nói kệ ấy rồi, ngài hoan hỷ phấn chấn trở về chỗ của mình.

KINH 225. KIỀU TRẦN NHƯ[547]

Tôi nghe như vầy:

Một thời, Đức Phật trú tại vườn cây của ông Cấp-cô-độc cùng Thái tử Kỳ-đà, nước Xá-vệ.

Bấy giờ, Thế Tôn đang thuyết pháp cho vô lượng số chúng đang vây quanh.

Lúc ấy, Tôn giả Kiều Trần Như vừa từ một nơi khác đi đến chỗ Phật, đảnh lễ dưới chân Phật rồi ngồi sang một bên.

Tôn giả Bà-kì-xa cũng đang ở trong chúng hội chợt nghĩ như vầy:

"Ta nay muốn nói kệ tán thán Tôn giả Kiều Trần Như trước Đức Phật".

Nghĩ như vậy rồi, Bà-kì-xa liền từ chỗ ngồi đứng dậy, bạch với Đức Phật rằng:

"Bạch Đức Thế Tôn! Cúi xin ngài cho phép con có đôi lời tán thán".

Đức Phật bảo Bà-kì-xa:

"Tùy ý ông muốn nói gì cứ nói!

---

546 Đạo tích 道跡; Pāli: *paṭipāda*, phương pháp, hay đường lối thực hành.
547 Tương đương *No.* 99 (1029). Pāli, S. 8. 9. *Koṇḍañña*. Thera. 1246-1248. Việt dịch, kinh 1110.

Tôn giả Bà-kì-xa liền nói kệ rằng:

> *Thượng tọa Tỳ-kheo Kiều Trần Như*[548]
> *Ở yên, nói thật bao lợi lạc*
> *Thường ưa ở chỗ vắng yên tĩnh*
> *Giáo pháp của Phật, Thanh văn nghe*
> *Thảy đều đạt được, chẳng buông lung*
> *Có đại uy đức, đủ Tam minh*
> *Biết tâm sai biệt, các thiện căn*
> *Như Lai trưởng tử Kiều Trần Như*
> *Quy mạng khể thủ lễ Thế Tôn".*

Khi Bà-kì-xa Tôn giả nói kệ ấy rồi, ngài hoan hỷ phấn chấn trở về chỗ của mình.

KINH 226. XÁ-LỢI PHẤT[549]

Tôi nghe như vầy:

Một thời, Đức Phật trú tại vườn cây của ông Cấp-cô-độc cùng Thái tử Kỳ-đà, nước Xá-vệ.

Bấy giờ, Tôn giả Xá-lợi-phất đang ở trong giảng đường, vì chúng thuyết pháp, âm thanh ngôn ngữ tròn đầy, có thể khiến cho người nghe khởi tâm ý vui mừng, ngôn từ ngay thẳng, người nghe được mở mang hiểu rõ, tâm không còn bận bịu làm việc khác, sở thuyết rõ ràng. Các chúng tỳ-kheo chí tâm lắng nghe, người nghe vui mừng, tôn trọng cung kính, lắng lòng ghi nhớ, thảy đều hoan hỷ lắng nghe ngài thuyết pháp.

Bấy giờ, Tôn giả Bà-kì-xa đang ở trong chúng hội, trong tâm nghĩ

---

[548] 上座比丘憍陳如; *No. 99*: 上座之上座; [Pāli] *Buddhānubuddho so thero,* 'Ngài là vị Thượng tọa giác ngộ theo sau Đức Phật.'

[549] Tương đương *No. 99* (1210). Pāli, S. 8. 10. *Sāriputta.* Thera. 1231-1233. Việt dịch, kinh 1111.

như vầy:

"Ta muốn nói kệ tán thán Xá-lợi-phất".

Nghĩ như vậy, rồi liền sửa sang y phục, từ chỗ ngồi đứng dậy, chắp tay bạch với Xá-lợi-phất rằng:

Cúi xin Tôn giả cho phép con được nói:

Lúc ấy, Tôn giả bảo Bà-kì-xa rằng:

"Nếu có điều muốn nói, thì xin lắng nghe ý ông!"

Bà-kì-xa liền nói kệ rằng:

> *"Lành thay Xá-lợi-phất!*
> *Biết rõ đạo, phi đạo*
> *Vì các tỳ-kheo tăng*
> *Tuyên thuyết rộng và hẹp.*
> *Ưu-ba-thất-sử*[550] *này*
> *Phát âm thanh vi diệu,*[551]
> *Người nghe đều hoan hỷ*
> *Tiếng hòa nhã êm dịu*
> *Đáng thích và đáng ưa*
> *Đại chúng nghe không chán".*

Khi Tôn giả Bà-kì-xa nói kệ ấy xong rồi, ngài hoan hỷ phấn chấn trở về chỗ của mình.

KINH 227. LONG HIẾP[552]

Tôi nghe như vầy:

[550] Ưu-ba-thất-sử 優[03]波室駛; *No. 99*: Ưu-ba-đế-xá 優婆提舍. [Pali] *Upatissa*, tên của Ngài Xá-lợi-phất.

[551] 出於微妙音; [Pali] *sāḷikāyivā nigghosa*, tiếng phát ra như chim sāli.

[552] Tương đương *No. 99* (1211). Pāli, S. 8. 10. *Moggallāna*. Thera. 12401251. Việt dịch, kinh 1112.

Một thời, Đức Phật ngự bên sườn núi Long Sơn[553] ở thành Vương-xá, cùng với đại chúng tỳ-kheo năm trăm vị câu hội. Các tỳ-kheo đều là những bậc đã đắc quả A-la-hán, các lậu đã dứt, việc cần làm đã làm xong, xả bỏ gánh nặng, sạch các hữu kiết, tâm được giải thoát. Lúc ấy, Tôn giả Mục Liên quán sát chỗ năm trăm tỳ-kheo đều đã lìa ái dục.

Bấy giờ, Đức Thế Tôn ở trước chúng tăng trải tòa ra ngồi, nhằm vào ngày thuyết giới nửa tháng.

Lúc ấy, Tôn giả Bà-kì-xa cũng đang ở trong đại chúng chợt nghĩ thế này:

"Ta nay đối trước Đức Phật và chúng Tăng muốn có lời tán thán".

Liền từ chỗ ngồi đứng dậy, sửa sang y phục, chắp tay hướng Phật nói lời như vầy:

"Cúi mong Thế Tôn cho con nói".

Đức Phật bảo Bà-kì-xa:

"Ông cứ nói đi!"

Bấy giờ, Tôn giả Bà-kì-xa liền nói kệ rằng:

> "Bậc hương chủ vô thượng
> Ở bên núi Long Sơn
> Trí tuệ khéo vỗ về
> Năm trăm tỳ-kheo tăng.
> Mục-kiền-liên thần túc
> Quán sát năm trăm người
> Biết các tỳ-kheo này
> Đều đã đoạn Kiết sử.
> Tất cả đều đầy đủ
> Mâu-ni Đại thánh tôn
> Đã vượt qua bể khổ
> Thân tối hậu ở đời.

---

[553] Long sơn 龍山; *No. 99*: Na-già 那伽. *No. 100* (227). Bản Pāli trong hang Đá đen (*Kāḷasilā*), trên sườn núi *Isigili*.

Con nay quy mạng lễ
Đức Bổn sư Cù-đàm".

KINH 228. TỰ TỨ⁵⁵⁴

Tôi nghe như vầy:

Một thời, Đức Phật trú tại rừng trúc Ca-lan-đà ở thành Vương-xá⁵⁵⁵, an cư trong ba tháng hạ.

Bấy giờ, Đức Thế Tôn cùng với đại chúng tỳ-kheo năm trăm vị câu hội. Các vị đều là những bậc A-la-hán, các lậu đã hết, việc cần làm đã làm xong, buông bỏ gánh nặng, dứt sạch các hữu kiết, an trụ chánh trí, tâm được giải thoát. Chỉ trừ có một người, Như Lai đã thọ ký cho vị ấy ngay trong hiện đời dứt sạch các lậu⁵⁵⁶.

Vào ngày Rằm tháng Bảy⁵⁵⁷, thời gian thích hợp Tự tứ⁵⁵⁸, Đức Phật ở trước Tăng chúng trải tòa ra ngồi, nói với các vị tỳ-kheo rằng:

"Các ngươi nên biết! Ta là Bà-la-môn, đối với Bát-niết-bàn, ta thọ tối hậu thân, là bậc Vô thượng lương y, đã nhổ được mũi tên độc. Các ngươi đều là con của ta, đều từ tâm và miệng của ta mà sanh. Các ngươi đều là pháp tử của ta, từ nơi pháp mà hóa sanh. Ta nay muốn

⁵⁵⁴ Tương đương *No. 99* (1212). Pāli, S. 8. 7. *Pavāraṇā*. Thera. 1234-1237. Việt dịch 1113.

⁵⁵⁵ Bản [Pāli] *Sāvatthiyaṃ*.

⁵⁵⁶ 現身盡漏; *No. 99*: Vô tri chứng 無知證. Có lẽ [Pāli] *diṭṭheva dhamme aññaṃ sacchikarissati*, sẽ chứng đắc chánh trí ngay trong hiện pháp. Nhưng bản Hán đọc là *aññāṇa*: vô tri (không biết) thay vì *aññā* (chánh trí, chỉ quả A-la-hán).

⁵⁵⁷ 七月十五日; *No. 99*: thập ngũ nhật nguyệt (hay nguyệt nhật), để chỉ ngày thứ 15 của nửa tháng. [Pāli] *paṇṇarasa*.

⁵⁵⁸ Tự tứ thời đáo 自恣時到, vào lúc tự tứ. [Pāli] *pavāraṇā*.

Tự tứ[559], thân, miệng, ý của ta không có lỗi lầm gì chăng?"

Bấy giờ, Tôn giả Xá-lợi-phất đang ngồi ở trong chúng, từ chỗ ngồi đứng dậy, chỉnh sửa y phục, chắp tay hướng Phật, bạch với Đức Phật rằng:

Bạch Đức Thế Tôn! Như Phật đã nói:

"Ta là Bà-la-môn, đối với Bát-niết-bàn thọ tối hậu thân, là bậc Vô thượng lương y, đã nhổ mũi tên độc, các ngươi đều là con của ta, đều từ tâm và miệng của ta mà sanh. Các người đều là pháp tử của ta, từ nơi pháp hóa sanh".

Chúng con không hề thấy thân, khẩu của Như Lai có chút lỗi lầm nào. Vì sao vậy? Vì Thế Tôn là bậc có thể khiến cho kẻ không thể điều phục, được điều phục, người không thể đạt được trạng thái tịch diệt, Phật đều giúp họ được tịch diệt. Người khổ não, Phật đều có thể giúp cho họ được an ổn[560]; người chưa nhập niết-bàn, Phật có thể giúp họ được niết-bàn, Như Lai là người biết đường, chỉ đường, là người nói ra phương pháp, là người dẫn đạo. Đệ tử của ngài tương lai sẽ kế tục bất tuyệt. Giáo pháp của Thế Tôn tu tập theo thứ lớp, khuyến giáo nhau thực hành tương tục, tùy thuận Chánh pháp, thường ủng hộ nhau, thân cận kính ái thiện pháp. Chúng con không hề thấy chút thân, khẩu hoặc ý nào của Thế Tôn có chút lỗi lầm.

Xá-lợi-phất lại bạch:

"Thế Tôn tự tứ, xin ngài hãy nói, nếu thân, khẩu, ý[561] của con có khuyết điểm gì, xin ngài giáo sắc, chỉ dạy cho!"

Đức Phật bảo với Xá-lợi-phất:

---

[559] Ngã kim dục tự tứ 我今欲自恣. Pāli tương đương: *handa dāni, bhikkhave, pavāremi vo; na me kiñci garahatha kāyikaṃ vā vācasikaṃ vā ti*, 'Nay, này các tỳ-kheo, Ta mong các người hãy nói lên; chớ để hiềm trách Ta điều gì về thân, và khẩu.'

[560] 苦惱之者能 使安隱; *No. 99*: tô tức xứ 蘇息處 Pāli *assānīya-dhamma*: sự phục hồi hơi thở bình thường; chỉ trạng thái an ổn của A-la-hán.

[561] Trong bản Pāli, chỉ tự tứ những điều liên hệ thân và khẩu, *kāyikaṃ vā vācasikaṃ vā*.

"Ta chẳng thấy ông có chút lỗi lầm gì. Vì sao vậy? Xá-lợi-phất! Ông kiên trì tịnh giới, đa văn, thiểu dục tri túc, xa lìa chỗ huyên náo rắc rối, ưa thích chỗ yên ả nhàn tĩnh, có đầy đủ tinh tấn, định tâm, trí tuệ, có đầy đủ tật trí, tiệp trí, triển chuyển trí; có đại chủng trí, phân biệt trí[562]. Ngoại trừ những trí tuệ khác của Như Lai, không ai có thể theo kịp trí tuệ thâm viễn của ông. Ông thành tựu được Thật trí[563], khai thị, giáo huấn, khích lệ, làm cho hoan hỷ, tâm không có tật đố, thấy người khác có năng lực ông đều khai thị, giáo huấn, khích lệ, làm cho hoan hỷ, tùy hỷ tán thán. Nếu là bốn chúng Tỳ-kheo, Tỳ-kheo ni, Ưu-bà-tắc, Ưu-bà-di, ông đều thuyết pháp cho họ không hề chán mỏi. Vì thế thân, khẩu, ý của ông nay không có một chút lỗi lầm nào".

Xá-lợi-phất bạch với Đức Phật rằng:

"Bạch Đức Thế Tôn! Ngài có thấy năm trăm vị tỳ-kheo này có chút lỗi lầm nào với thân, khẩu, ý chăng?"

Đức Phật bảo Xá-lợi-phất:

"Ta cũng không thấy thân, khẩu, ý của năm trăm vị tỳ-kheo này có chút lỗi lầm nào. Vì sao vậy? Năm trăm vị tỳ-kheo này đều đã đắc quả A-la-hán, các lậu đã dứt, việc cần làm đã làm xong, buông bỏ gánh nặng, đạt đến chỗ lợi mình, dứt sạch các Hữu kiết, tâm chánh trí đã được giải thoát. Vì lý do đó, ta chẳng thấy thân, khẩu, ý của năm trăm vị tỳ-kheo này có chút lỗi lầm nào".

Xá-lợi-phất lại bạch với Đức Phật rằng:

"Bạch Đức Thế Tôn! Cuối cùng ngài không quở trách một quyết định nhỏ nào của họ, cũng không thấy thân, khẩu, ý của năm trăm vị

---

562 智慧、疾智、捷智、展轉智、有大 種智、別智; Khen ngợi các trí tuệ của Xá-lợi-phất. *No. 99*: tiệp tật trí tuệ, minh lợi trí tuệ, xuất yếu trí tuệ, yểm ly trí tuệ, đại trí tuệ, quảng trí tuệ, thâm trí tuệ, vô tỷ trí tuệ, trí bảo thành tựu 捷智明智出智厭智慧大智慧廣智慧深智慧無比智慧智寶成就. So sánh Pali *paṇḍitapañño, mahāpañño, putthupañño, hāsapañño, javanapañño, tikkhapañño, nibbedhikapañño.*

563 Tống Nguyên Minh đọc là *thật*. Ấn Thuận, Quốc dịch, Phật quang đều đọc là *bảo* 寶.

tỳ-kheo này có chút lỗi lầm nào. Bạch Đức Thế Tôn! Vậy trong năm trăm vị tỳ-kheo này, có bao nhiêu người đầy đủ Tam minh, bao nhiêu người hoàn toàn giải thoát, bao nhiêu người được Huệ giải thoát?"

Đức Phật dạy:

"Trong chúng tỳ-kheo này, có chín mươi vị đầy đủ Tam minh, một trăm tám mươi người được Câu giải thoát, hết thảy còn lại đều được Huệ giải thoát".

Xá-lợi-phất thưa:

"Năm trăm vị này xa lìa trần cấu, không ai hủ bại, tất cả đều trinh thật!"

Bấy giờ, Bà-kì-xa đang ở trong chúng hội ấy nghĩ như vầy: "Hôm nay, Đức Phật tự tứ, ta nay muốn nói kệ khen ngợi tán thán pháp tự tứ". Bà-kì-xa liền chắp tay hướng Phật, bạch với Đức Phật rằng:

Bạch Đức Thế Tôn! Cúi xin ngài cho phép con được nói:

Phật bảo: "Bà-kì! Ông hãy tùy ý nói đi!"

Bà-kì-xa liền nói kệ rằng:

> *"Sáng ngày mười lăm thanh tịnh này*
> *Năm trăm tỳ-kheo cùng một chỗ*
> *Đều đã dứt Kiết sử trói buộc*
> *Dứt thân hậu hữu thành Đại tiên.*
> *Thành tâm thân cận Đức Thế Tôn*
> *Thảy đều giải thoát lìa hậu hữu*
> *Việc làm rõ ràng dứt sanh tử*
> *Các lậu đã dứt, diệt trạo hối.*
> *Trừ tham, kiêu mạn, đoạn Hữu kiết*
> *Nhổ tên độc Ái, diệt Ái hữu*
> *Sư tử giữa đời lìa các Thủ*
> *Hết các Hữu kiết diệt sợ hãi.*
> *Giống như Chuyển luân Đại thánh vương*
> *Quần thần tùy tùng đều vây quanh*[564]

---

[564] 圍遶; *No. 99: hoài thọ. Cf. No. 100* (228): "Như Chuyển luân vương, với

Du hành đại địa đến biển lớn
Giống như chiến đấu được đại thắng
Đệ tử bậc Thương chủ vô thượng
Đầy đủ Tam minh dứt sanh tử
Các vị đều là chơn Phật tử
Lìa các cấu uế thuần thanh tịnh
Con nay thân cận xin đảnh lễ".

KINH 229. BẤT LẠC[565]

Tôi nghe như vầy:

Một thời, Đức Phật trú tại vườn cây của ông Cấp-cô-độc cùng Thái tử Kỳ-đà, nước Xá-vệ.

Bấy giờ, Tôn giả Bà-kì-xa[566] đang ở chỗ không nhàn yên tĩnh, muốn thúc liễm tâm ý, buộc niệm tư duy. Rốt cuộc khởi lên dị tưởng, sanh tâm không vui. Ngay nơi đó, Tôn giả[567] liền tự giác biết rằng: Hiện tại mình tự đánh mất đi lợi ích tốt lành. Phàm là một người xuất gia có thể nói là khó được. Nếu có tâm này thì không gọi là khó được. Ta nay để cho thiện tâm thối thất, vướng vào ác tâm. Ta nay nên nói kệ để chỉ rõ tâm này chứa nhiều tội lỗi xấu ác, nói kệ chán ghét.

Bấy giờ, Tôn giả liền nói kệ rằng:

---

quần thần vây quanh."

[565] Tương đương *No. 99* (1213). Pāli, *S. 8. 2. Arati. Thera.* 1214-1218. Việt dịch, kinh 1114.

[566] 婆 耆奢; *No. 99*: Ni-câu-luật Tướng 尼拘律相. Bản Cao-ly đọc là *tướng*. Tống Nguyên Minh đọc là *tưởng*. Pāli: *Nigrodhakappa*, Hoà thượng của *Vangīsa*.

[567] Chỉ Tôn giả Bà-kì-xa. Trong bản Pāli, đoạn này nói, *Nigrodhakappa* sau khi khất thực về, vào thất, đóng cửa cho đến chiều hôm sau. Vì vậy, *Vangīsa* buồn rầu, vì không được Thầy quan tâm giáo giới.

"Bỏ ưa thích chấp trước
Và không thích chấp trước
Xả y, tham thị giác[568]
Không tạo rừng phiền não[569].
Chi Dục buông rủ xuống
Chúng sanh thích các duyên
Đoạn được các rừng Dục
Đó gọi là tỳ-kheo.
Ý thứ sáu xuất giác[570]
Nhưng dục này lại giác
Chỗ thế gian đắm trước
Nếu được ý xuất giác
Lìa được không buộc trước
Không ưa thích thắng dục
Thích nói lời thô ác
Chẳng gọi là tỳ-kheo.
Ưa thích việc thọ thân[571]
Do kiến, văn, ý thức[572],
Chấp tưởng sanh Ngũ căn
Nên lìa chấp Dục tưởng[573]
Không theo thịt da uế

---

[568] 捨衣貪嗜覺; *No. 99*: Tham giác 貪覺. Pāli *gehasikaṃ vitakkaṃ*, tầm tư thế tục.

[569] *No. 99*: ư lân vô sở tác 於鄰無所作, Không gầy dựng xòm giềng. Pāli *vanathaṃ na kareyya kuhiñca*, không tạo rừng tham ái bất cứ ở đâu.

[570] 第六意出覺; *No. 99*: Sáu giác tâm tưởng 六覺心想. So sánh Pāli *saṭṭhi nissitā savitakkā, puthū janatāya adhammaṃ niviṭṭā.* y chấp nơi 60 loại tầm cầu, phàm phu bị dính chặt vào phi pháp. Theo sớ giải, với sáu cảnh, mỗi cảnh có 10 tầm cầu phi pháp.

[571] 受身; Hữu dư 有餘; đây chỉ hữu dư y, phiền não làm sở y cho thọ sinh. Pāli *upadhi janā gadhitāse*, chúng sinh bị trói chặt vào hữu y.

[572] 見聞意識; Chính xác nên hiểu là Kiến, văn, giác, tri. Pāli *diṭṭha, suta, muta, viññānata.*

[573] *No. 99*: 於欲覺悟者, với người giác ngộ dục; Pāli *vinodaya chandam*, đã đoạn dục.

Đó là được giải thoát.
Đại địa và hư không
Thế gian hễ có Sắc
Thảy đều tan hoại cả
Hết thảy đồng tận diệt
Thấy biết việc ấy rồi
Pháp hành đã quyết định
Các xứ không sanh Thọ
Chất trực không dối nịnh
Tuy mong nghĩ giữ thân
Vì có chỗ lợi ích
Nếu ai được như vậy
Cùng Phật nhập Niết-bàn.''[574]

KINH 230. DỤC KẾT[575]

Tôi nghe như vầy:

Một thời, Đức Phật trú tại vườn cây của ông Cấp-cô-độc cùng Thái tử Kỳ-đà, nước Xá-vệ.

Bấy giờ, Tôn giả Bà-kì-xa cùng với A-nan trước y, trì bát cùng vào thành khất thực, thấy có một cô gái tuổi đời còn trẻ đẹp, dung mạo đoan chánh, liền khởi lên Dục tưởng. Bấy giờ, Bà-kì-xa liền tự biết rõ, cực kỳ trách cứ mình, rằng ta chẳng thể gọi là đạt được lợi ích xuất gia. Thọ mạng của ta hết sức khó được, nếu sanh tâm tưởng này thì gọi là bất thiện, thà xả bỏ thân mạng này chứ nhất định không tạo Dục tưởng. Như ta ngày nay chẳng thể gọi là xuất gia. Vì sao vậy? Vì

---

[574] 若能如是者 同彼入涅槃; *No. 99*: 彼聖久涅槃 繫念待時滅 Thánh Niết-bàn từ lâu, cột niệm đợi thời diệt. [Pāli] *santaṃ padaṃ ajjhagamā muni paṭicca parinibbuto kaṅkhati kālan'ti*, 'đã đi đến con đường tịch tĩnh, đấng Mâu-ni y trên Niết-bàn mà chờ mệnh chung.

[575] Tương đương *No. 99* (1214). Pāli, *S. 8. 4. Ānanda*. Việt dịch, kinh 1115.

thấy cô gái trẻ đẹp đoan chánh liền khởi tâm luyến ái. Nếu sanh tâm này thì không thích hợp với ta. Bà-kì-xa liền hướng tới A-nan mà nói kệ rằng:

"Bị Dục kiết lấn lướt
Thiêu đốt nơi tâm ta
Mong ngài nói cho tôi
Phương tiện khéo trừ Dục
Bấy giờ, A-nan liền nói kệ rằng:
Sanh khởi tưởng điên đảo
Hay thiêu đốt tâm mình
Tưởng Tịnh nên sanh dục
Nên tu Bất tịnh quán.
Ở một mình tọa thiền
Mau diệt được tham dục
Chớ thọ nhiều thiêu đốt
Thường quán sát các Hành
Vô thường, không vui chi.
Và quán pháp Vô ngã
An tâm nghĩ thân này
Sanh tử nhiều chán ghét
Tu tập chánh trí tuệ,
Trừ bảy mạn Kiết sử
Nếu biết đoạn Mạn rồi
Thì Khổ có biên tế".

KINH 231. NGHĨA LỢI[576]

Tôi nghe như vầy:

Một thời, Đức Phật trú tại vườn cây của ông Cấp-cô-độc cùng Thái tử Kỳ-đà, nước Xá-vệ.

---

[576] Tương đương *No. 99* (1125). Pāli, *S.1.6.4. Vatthu*. Việt dịch, 1135.

Bấy giờ, có một vị trời, quang sắc bội thường, ngay trong đêm tối đi đến chỗ Phật, ánh sáng chiếu soi khắp cả Kỳ-hoàn, đâu cũng sáng rỡ, đến ngồi một bên rồi nói kệ rằng:

"Đâu là lợi thù thắng
Ai là bạn thân nhất
Chúng sanh nương vào đâu
Để được tự cứu sống
Tu tạo những việc gì
Để có thể gom tụ?"

Bấy giờ, Thế Tôn nói kệ đáp rằng:

"Làm ruộng là nghĩa lợi
Vợ là bạn thân nhất
Chúng sanh nhờ lúa mạ
Mà được tự cứu sống
Nếu kẻ siêng năng làm
Việc ấy gom tu nhất".

Lúc ấy, vị trời liền nói kệ tán thán rằng:

"Xưa kia đã từng thấy
Bà-la-môn Niết-bàn
Hiềm sợ bỏ lâu rồi
Độ được Ái thế gian".

Bấy giờ, vị trời ấy nói kệ này rồi, hoan hỷ đi ra.

KINH 232. SỞ ÁI[577]

Tôi nghe như vầy:

Một thời, Đức Phật trú tại vườn cây của ông Cấp-cô-độc cùng Thái

---

[577] Tương đương *No. 99* (1006). Pāli, S.1.13. *Natthiputtasama*. Việt dịch, kinh 1136.

tử Kỳ-đà, nước Xá-vệ.

Bấy giờ, có một vị trời, quang sắc bội thường, đang trong đêm tối đi đến chỗ Phật, uy quang sáng rỡ, khắp cả Kỳ-hoàn đều sáng tỏ, đến ngồi một bên mà nói kệ rằng:

"Trong Ái, con là nhất
Trong Tài, bò là nhất
Trong sáng, mặt trời nhất
Chỗ sâu[578], *biển là nhất".*

Bấy giờ, Thế Tôn nói kệ đáp rằng:

"Ái, không gì hơn thân
Dạy dỗ, Tài đệ nhất
Huệ là sáng hơn hết
Mưa là vực sâu nhất."[579]

Bấy giờ, vị trời lại dùng kệ tán thán rằng:

"Xưa kia đã từng thấy
Bà-la-môn Niết-bàn
Hiềm sợ bỏ lâu rồi
Độ được Ái thế gian."

Khi vị trời này nói kệ ấy rồi, hoan hỷ ra đi.

KINH 233. SÁT LỢI[580]

Tôi nghe như vầy:

---

[578] 淵中; *No. 99*: Tát-la 薩羅. *Pāli* *sara*, chỉ biển hồ, không lớn hơn biển đại dương.

[579] 薩羅無過見; *Pāli* *vutthi ve paramā sarā ti*, mưa là biển hồ tối thượng. Bản Hán, đọc là *ditthi* (thấy, kiến) thay vì *vutthi* (mưa).

[580] Tương đương *No. 99* (1006). Pāli, *S.1.2.4. Khattiya.* Việt dịch, kinh 1137.

Một thời, Đức Phật trú tại vườn cây của ông Cấp-cô-độc cùng Thái tử Kỳ-đà, nước Xá-vệ.

Bấy giờ, có một vị trời, quang sắc bội thường, ngay trong đêm tối đi đến chỗ Phật, uy quang hiển chiếu khắp cả Kỳ-hoàn, sáng soi rạng rỡ, đến ngồi bên Phật mà nói kệ rằng:

"Trong các loài hai chân
Sát-lợi là hơn hết
Trong các loài bốn chân
Bò[581] *là loài hơn hết*
Những người được cưới vợ
Đồng nữ[582] *là hơn hết*
Trong những đứa con mình
Trưởng tử[583] *là hơn hết".*

Bấy giờ, Đức Thế Tôn dùng kệ đáp rằng:

"Chánh giác tối thắng loài lưỡng túc
Xe tốt hơn hết loài bốn chân
Cưới vợ hơn hết là trinh nữ
Con hiếu hơn hết trong các con."[584]

Bấy giờ, vị trời dùng kệ mà tán thán rằng:

"Xưa kia đã từng thấy
Bà-la-môn Niết-bàn
Hiềm sợ bỏ lâu rồi
Vượt được Ái thế gian."

Khi vị trời ấy nói kệ này rồi, hoan hỷ ra đi.

---

581 *No. 99*: Phong ngưu 犎牛. Pali *balīvaddo*, bò đực.

582 *No. 99*: đồng anh 童英. Pali *komarī*, đồng nữ, thiếu nữ, quý nữ.

583 *No. 99*: Quý sinh 貴生. Pali *pubbaja*, sinh trước, con trai trưởng.

584 Pali *yo ca puttānam assavo'ti*, hiếu thuận là con quý nhất. Bản *No. 99*: đọc nhầm *assava* (trung thực, hiếu thuận) thành *asava* rồi hiểu là tỉnh lược của *anāsava* (vô lậu).

KINH 234. CHỦNG TỬ[585]

Tôi nghe như vầy:

Một thời, Đức Phật trú tại vườn cây của ông Cấp-cô-độc cùng Thái tử Kỳ-đà, nước Xá-vệ.

Bấy giờ, có một vị trời, quang sắc bội thường, đang trong đêm tối đi đến chỗ Phật, uy quang hiển chiếu khắp cả Kỳ-hoàn, đều sáng soi rạng rỡ, đến ngồi bên Phật mà nói kệ rằng:

"Vật gì sanh là nhất
Vật gì vào đất nhất
Trồng trọt gì là nhất
Gieo giống, ai là nhất".

Lúc ấy, có một vị thiên tử, do đời trước làm nghề chủng điền, do việc ấy mà có tên, dùng kệ đáp rằng:

"Lúa mạ sanh là nhất
Giống gieo xuống đất nhất
Ủng hộ để bò cày
Trẻ gieo giống hơn hết".

Bấy giờ, vị trời kia hỏi vị trời này:

"Ta không hỏi ông, ta muốn hỏi Phật", rồi bằng kệ hỏi Phật:

"Vật gì sanh là nhất
Vật gì vào đất nhất
Trồng trọt gì là nhất
Gieo giống, ai là nhất".

Bấy giờ, Thế Tôn nói kệ đáp rằng:

---

[585] Tương đương *No. 99* (1008). Pāli, S.1.7 4. *Vuṭṭhi*; S.1.70. *Loka*. Việt dịch, kinh 1138.

"Ánh sáng sanh tối thắng[586]
Vô minh diệt hơn hết[587]
Thân cận cúng dường Phật
Gieo phước điền tăng nhất"[588].

Bấy giờ, vị trời nói kệ tán thán rằng:

"Xưa kia đã từng thấy
Bà-la-môn Niết-bàn
Hiềm sợ bỏ lâu rồi
Vượt được Ái thế gian".

Khi vị trời ấy nói kệ này rồi, hoan hỷ ra đi.

KINH 235. LỤC TÌNH SINH CÁC KHỔ[589]

Tôi nghe như vầy:

Một thời, Đức Phật trú tại vườn cây của ông Cấp-cô-độc cùng Thái tử Kỳ-đà, nước Xá-vệ.

Bấy giờ, có một vị trời, quang sắc bội thường, đang trong đêm tối đi đến chỗ Phật, uy quang hiển chiếu khắp cả Kỳ-hoàn, đều sáng soi rạng rỡ, đến ngồi bên Phật mà nói kệ rằng:

---

[586] 明生最勝苗; *No. 99:* 三明為最上 Tam minh là tối thượng. Pāli *vijjā uppatataṃ seṭṭhā*, minh là tối thượng trong những cái được sản sanh.

[587] 無明滅為勝 *No. 99:* 三明亦第一 Tam minh cũng bậc nhất. Pāli *avijjā nipatataṃ varā*, vô minh là bậc nhất trong những cái đọa lạc.

[588] 親近供養佛; *No. 99:* 是師依之上 Là sư y bậc nhất. Pāli *saṅgho pavajamānānaṃ*, Tăng là bậc nhất trong những người thường du hành.

[589] Tương đương *No. 99* (1008).

"Sao là thế gian sanh?[590]
Sao là được hòa hợp?[591]
Mấy thọ thì có Hữu?[592]
Điều gì sanh các Khổ?"[593]

Bấy giờ, Thế Tôn nói kệ đáp rằng:

"Sáu Ái sanh thế gian
Sáu Xúc sanh hòa hợp
Sáu Thọ tạo ra Hữu
Sáu Tính sanh các Khổ".

Bấy giờ, vị trời lại dùng kệ tán thán rằng:

"Xưa kia đã từng thấy
Bà-la-môn Niết-bàn
Hiềm sợ bỏ lâu rồi
Vượt qua Ái thế gian".

Khi vị trời ấy nói kệ này rồi, hoan hỷ ra đi.

KINH 236. Ý[594]

Tôi nghe như vầy:

Một thời, Đức Phật trú tại vườn cây của ông Cấp-cô-độc cùng Thái tử Kỳ-đà, nước Xá-vệ.

Bấy giờ, có một vị trời, quang sắc bội thường, đang trong đêm tối

---

[590] 云何　生世間; **Pāli** *kismiṃ loko samupamuppanno*, thế gian tập khởi trên cái gì?

[591] 云何得和合 **Pāli** *kismiṃ kubbati santhavaṃ*, (thế gian) kết hợp trên cái gì?

[592] 幾　愛世間有. **Pāli** *kissa loko upādāya*, thế gian y trên (chấp thủ) cái gì?

[593] 何物苦世間; **Pāli** *kismiṃ loko vihaññāti*, thế gian bị cái gì bức khổ?

[594] Tương đương *No. 99* (1009). Pāli, S.1.6 2. Citta. Việt dịch, kinh 1139.

đi đến chỗ Phật, uy quang hiển chiếu khắp cả Kỳ-hoàn, đều sáng soi rạng rỡ, đến ngồi bên Phật mà nói kệ rằng:

> *"Điều gì cướp*[595] *thế gian*
> *Thứ gì là khổ não*
> *Đâu gọi là nhất pháp*
> *Thế gian được tự tại".*

Bấy giờ, Thế Tôn nói kệ đáp rằng:

> *"Ý cướp đến các thú*
> *Ý là khổ thế gian*
> *Ý sáng là nhất pháp*
> *Giúp thế gian tự tại".*

Bấy giờ, vị trời dùng kệ tán thán rằng:

> *"Xưa kia đã từng thấy*
> *Bà-la-môn Niết-bàn*
> *Hiềm sợ bỏ lâu rồi*
> *Vượt qua Ái thế gian".*

Khi vị trời ấy nói kệ này rồi, hoan hỷ đi ra.

KINH 237. PHƯỢC[596]

Tôi nghe như vầy:

Một thời, Đức Phật trú tại vườn cây của ông Cấp-cô-độc cùng Thái tử Kỳ-đà, nước Xá-vệ.

Bấy giờ, có một vị trời, quang sắc bội thường, đang trong đêm tối

---

[595] 劫; *No. 99*: Câu khiên 拘牽. Ấn Thuận đọc là *câu dẫn*. ^{Pāli} *kenassu parikissati*, (thế gian) khốn đốn vì cái gì? Bản *Tạp A-hàm* đọc là *parikassati*, lôi kéo đi.

[596] Tương đương *No. 99* (1010). Pāli, *S.1.64. Saṃyojana*. Việt dịch, kinh 1140.

đi đến chỗ Phật, uy quang hiển chiếu khắp cả Kỳ-hoàn, đều sáng soi rạng rỡ, đến ngồi bên Phật mà nói kệ rằng:

"Vật gì buộc thế gian
Làm sao được giải thoát[597]?
Đoạn trừ những pháp nào
Đạt đến cảnh Niết-bàn".

Bấy giờ, Thế Tôn nói kệ đáp rằng:

"Dục trói buộc thế gian[598]
Xả Dục được giải thoát[599]
Đoạn trói buộc của Ái
Đó là đắc Niết-bàn".

Bấy giờ, vị trời lại dùng kệ tán thán rằng:

"Xưa kia đã từng thấy
Bà-la-môn Niết-bàn
Hiểm sợ bỏ lâu rồi
Vượt qua Ái thế gian".

Khi vị trời ấy nói kệ này xong rồi, hoan hỷ mà ra đi.

KINH 238. PHÚC[600]

Tôi nghe như vầy:

Một thời, Đức Phật trú tại vườn cây của ông Cấp-cô-độc cùng Thái tử Kỳ-đà, nước Xá-vệ.

Bấy giờ, có một vị trời, quang sắc bội thường, đang trong đêm tối

---

[597] 云何得解脫; *No. 99*: 誰調伏令解; **Pāli** *kiṃsu tassa vicāraṇaṃ*, cái gì là bước chân của thế gian?

[598] 欲縛於世間 **Pāli** *nandīsaṃyojano loko*, thế gian bị trói buộc bởi hỷ.

[599] 捨欲得解脫 **Pāli** *vitakkassa vicāraṇaṃ*, tầm cầu là bộ hành của thế gian.

[600] Tương đương *No. 99* (1011). Pāli, S.1.68. *Pihita*. Việt dịch, kinh 1141.

đi đến chỗ Phật, uy quang hiển chiếu khắp cả Kỳ-hoàn, đều sáng soi rạng rỡ, đến ngồi một bên Phật mà nói kệ rằng:

"Vật gì che thế gian
Vật gì thường vây nhiễu
Vật gì trói chúng sanh
Sao là thế gian trụ".

Bấy giờ, Thế Tôn nói kệ đáp rằng:

"Lão thường che thế gian
Tử thường hay vây nhiễu
Ái trói buộc chúng sanh
Như pháp trụ thế gian".

Bấy giờ, vị trời lại dùng kệ tán thán rằng:

"Xưa kia đã từng thấy
Bà-la-môn Niết-bàn
Hiềm sợ bỏ lâu rồi
Vượt qua Ái thế gian".

Khi vị trời ấy nói kệ này rồi, hoan hỷ ra đi.

KINH 239. VÔ MINH[601]

Tôi nghe như vầy:

Một thời, Đức Phật trú tại vườn cây của ông Cấp-cô-độc cùng Thái tử Kỳ-đà, nước Xá-vệ.

Bấy giờ, có một vị trời, quang sắc bội thường, đang trong đêm tối đi đến chỗ Phật, uy quang hiển chiếu khắp cả Kỳ-hoàn, đều sáng soi rạng rỡ, đến ngồi bên Phật mà nói kệ rằng:

---

[601] Tương đương *No. 99* (1012). Không thấy Pāli tương đương. Việt dịch, kinh 1142.

"Vật gì che thế gian
Vật gì hòa hợp Hữu[602]
Gì ô uế chúng sanh[603]
Vật gì dựng thành tràng".

Bấy giờ, Thế Tôn dùng kệ đáp rằng:

"Vô minh mê thế gian
Ái trước hợp thành Hữu
Sân ô nhiễm chúng sanh[604]
Ngã mạn dựng cờ chiến".

Vị trời lại dùng kệ nói rằng:

"Ai không bị cái chướng
Ai người đoạn được Dục
Ai ra khỏi ô nhiễm
Xin bẻ cờ ngã mạn."

Bấy giờ, Thế Tôn dùng kệ đáp rằng:

"Như Lai không cái chướng
Chánh trí được giải thoát
Do không bị cái chướng
Nên dứt được Ái kiết
Ra khỏi các trần cấu
Bẻ gãy cờ ngã mạn."

Bấy giờ, vị trời nói kệ tán thán rằng:

"Xưa kia đã từng thấy
Bà-la-môn Niết-bàn

---

[602] *No. 99*: Cái gì trói thế gian?

[603] *No. 99*: Cái gì nhớ chúng sanh?

[604] *No. 99*: Ẩn phú nhớ chúng sanh; Ẩn phú 隱覆: đây hiểu là oán hận (che dấu trong lòng). Nơi khác, phú, được hiểu là phú tàng: che dấu tội lỗi, ngụy thiện..

Hiềm sợ bỏ lâu rồi
Vượt qua Ái thế gian."

Khi vị trời ấy nói kệ này rồi, hoan hỷ đi ra.

KINH 240. TÍN[605]

Tôi nghe như vầy:

Một thời, Đức Phật trú tại vườn cây của ông Cấp-cô-độc cùng Thái tử Kỳ-đà, nước Xá-vệ.

Bấy giờ, có một vị trời, quang sắc bội thường, đang trong đêm tối đi đến chỗ Phật, uy quang hiển chiếu khắp cả Kỳ-hoàn, đều sáng soi rạng rỡ, đến ngồi bên Phật mà nói kệ rằng:

"Nhân tài gì hơn hết?[606]
Người nào tu hành thiện
Ai được quả khoái lạc
Trong các vị gì nhất
Trong các loại thọ mạng
Thọ mạng nào tối thắng?"[607]

Bấy giờ, Đức Thế Tôn nói kệ đáp rằng:

"Trong tất cả tài vật
Tín tài là đệ nhất
Như pháp tu thiện hạnh

---

[605] Tương đương *No. 99* (1013). *Quốc dịch*, "9, Tương ưng Chư thiên. Phẩm 3." Pāli, S.1.73. *Vitta.* Việt dịch, kinh 1143.

[606] *No. 99*: 何等為上士　所有資財物, Những gì là tài vật, mà thượng sỹ sở hữu. Pāli *kiṃsu vittaṃ purisassa seṭṭhaṃ*, trong những gì là tài sản tối thượng của con người?

[607] *No. 99*: 云何眾生中　得為第一壽 Làm sao trong chúng sanh, đạt tuổi thọ cao nhất? Pāli *paññājīviṃ jīvitamāhu seṭṭhan"ti*, sống như thế nào là đời sống tối thượng?

Được quả báo khoái lạc
Trong tất cả các vị
Thật ngữ là đệ nhất
Trong các loài thọ mạng
Huệ mạng[608] *là tối thắng."*

Bấy giờ, vị trời lại dùng kệ tán thán rằng:

"Xưa kia đã từng thấy
Bà-la-môn Niết-bàn
Hiềm sợ bỏ lâu rồi
Vượt qua Ái thế gian."

Khi vị trời ấy nói kệ này rồi, hoan hỷ ra đi.

KINH 241. ĐỆ NHỊ[609]

Tôi nghe như vầy:

Một thời, Đức Phật trú tại vườn cây của ông Cấp-cô-độc cùng Thái tử Kỳ-đà, nước Xá-vệ.

Bấy giờ, có một vị trời, quang sắc bội thường, đang trong đêm tối đi đến chỗ Phật, uy quang hiển chiếu khắp cả Kỳ-hoàn, đều sáng soi rạng rỡ, đến ngồi bên Phật mà nói kệ rằng:

"Người trong dòng sanh tử
Ai là bạn thứ hai?[610]
Ai là người giáo thọ?[611]

---

[608] *No. 99*: Trí tuệ mạng 智慧命. Pāli *paññājīviṃ*, đời sống trí tuệ.

[609] Tương đương *No. 99* (1014). Pāli, *S.1.59. Dutiya.* Việt dịch, kinh 1144.

[610] 何者是二伴; *No. 99*: Đệ nhị 第二; người thứ hai, tức người bạn đồng hành hay sống chung. Pāli *kiṃsu dutiyā purisassa hoti*, nơi những gì là bạn của con người.

[611] 誰為教授者; Pāli *kiṃsu cenaṃ pasāsati*, bằng cái gì mà dạy dỗ con người?

Cùng hướng đạo Niết-bàn
Tỳ-kheo vui pháp nào
Để đoạn các trói buộc?"[612]

Bấy giờ, Thế Tôn nói kệ đáp rằng:

"Trong các vòng sanh tử
Tín là bạn thứ hai
Trí tuệ là giáo thọ
Cùng vui hướng niết-bàn
Đoạn kiết sử trói buộc
Đó gọi là tỳ-kheo."

Bấy giờ, vị trời lại dùng kệ tán thán rằng:

"Xưa kia đã từng thấy
Bà-la-môn Niết-bàn
Hiểm sợ bỏ lâu rồi
Vượt được Ái thế gian."

Khi vị trời ấy nói kệ này rồi, hoan hỷ ra đi.

KINH 242. TRÌ GIỚI CHÍ LÃO[613]

Tôi nghe như vầy:

Một thời, Đức Phật trú tại vườn cây của ông Cấp-cô-độc cùng Thái tử Kỳ-đà, nước Xá-vệ.

Bấy giờ, có một vị trời, quang sắc bội thường, đang trong đêm tối đi đến chỗ Phật, uy quang hiển chiếu khắp cả Kỳ-hoàn, đều sáng soi rạng rỡ, đến ngồi một bên Phật mà nói kệ rằng:

---

612 而斷於結縛; Pāli *kissa cābhirato macco, sabbadukkhā pamuccatī ti,* con người vui thú nơi cái gì mà giải thoát mọi khổ đau?

613 Tương đương *No.* 99 (1015). Pāli, S.1.6. *Jāra.* Việt dịch, kinh 1145.

> *"Thiện nào thiện đến già*
> *Thiện nào tối an trụ*
> *Của báu nào đệ nhất*
> *Vật nào giặc không cướp".*

Bấy giờ, Thế Tôn nói kệ đáp rằng:

> *"Trì giới thiện đến già*
> *Tín là tối an trụ*
> *Người trí tuệ tối thắng*
> *Phước tài giặc không cướp".*

Bấy giờ, vị trời dùng kệ tán thán rằng:

> *"Xưa kia đã từng thấy*
> *Bà-la-môn Niết-bàn*
> *Hiềm sợ bỏ lâu rồi*
> *Vượt qua Ái thế gian".*

Khi vị trời ấy nói kệ này rồi, hoan hỷ ra đi.

KINH 243. SANH THẾ GIAN (1)[614]

Tôi nghe như vầy:

Một thời, Đức Phật trú tại vườn cây của ông Cấp-cô-độc cùng Thái tử Kỳ-đà, nước Xá-vệ.

Bấy giờ, có một vị trời, quang sắc bội thường, đang trong đêm tối đi đến chỗ Phật, uy quang hiển chiếu khắp cả Kỳ-hoàn, đều sáng soi rạng rỡ, đến ngồi một bên Phật mà nói kệ rằng:

> *"Ai sanh ra chúng sanh*
> *Cái gì thường trung cầu*
> *Điều gì nơi sanh tử*

---

[614] Tương đương *No. 99* (1016). Pāli, *S.1.56. Jana.* Việt dịch, kinh 1146.

Lưu chuyển không giải thoát?"

Bấy giờ, Thế Tôn nói kệ đáp rằng:

"Ái sanh ra chúng sanh
Ý rong ruổi các trần
Tất cả loài có mạng
Luân chuyển nơi sanh tử[615]
Hằng thọ nhận các Khổ
Làm sao được giải thoát"

Bấy giờ, vị trời liền nói kệ tán thán rằng:

"Xưa kia đã từng thấy
Bà-la-môn Niết-bàn
Hiềm sợ bỏ lâu rồi
Vượt qua Ái thế gian".

Khi vị trời ấy nói kệ này rồi, hoan hỷ ra đi.

KINH 244. SANH THẾ GIAN (2)[616]

Tôi nghe như vầy:

Một thời, Đức Phật trú tại vườn cây của ông Cấp-cô-độc cùng Thái tử Kỳ-đà, nước Xá-vệ.

Bấy giờ, có một vị trời, quang sắc bội thường, đang trong đêm tối đi đến chỗ Phật, uy quang hiển chiếu khắp cả Kỳ-hoàn, đều sáng soi rạng rỡ, đến ngồi bên Phật mà nói kệ rằng:

"Ai sanh ra chúng sanh
Cái gì thường rong ruổi
Trong sanh tử luân chuyển
Cái gì làm sợ hãi".

---

[615] 輪轉於生死; **Pāli** *satto saṃsaāram āpādi*, chúng sinh đọa lạc sinh tử.
[616] Tương đương *No. 99* (1017). Pāli, S.1.57. *Jana*. Việt dịch, kinh 1147.

Bấy giờ, Thế Tôn nói kệ đáp rằng:

"Chúng sanh từ Ái sanh
Ý ruổi rong chẳng dứt
Chúng sanh trong sanh tử
Khổ là đáng sợ nhất".

Bấy giờ, vị trời lại dùng kệ tán thán rằng:

"Xưa kia đã từng thấy
Bà-la-môn Niết-bàn
Hiềm sợ bỏ lâu rồi
Vượt qua Ái thế gian".

Khi vị trời ấy nói kệ này rồi, hoan hỷ ra đi.

KINH 245. SANH THẾ GIAN (3)[617]

Tôi nghe như vầy:

Một thời, Đức Phật trú tại vườn cây của ông Cấp-cô-độc cùng Thái tử Kỳ-đà, nước Xá-vệ.

Bấy giờ, có một vị trời, quang sắc bội thường, đang trong đêm tối đi đến chỗ Phật, uy quang phổ chiếu khắp cả Kỳ-hoàn, sáng soi rạng rỡ, đến ngồi một bên Phật mà nói kệ rằng:

"Chúng sanh do ai sanh
Thứ gì thường rong ruổi
Sanh tử thường luân chuyển
Cái gì đáng sợ nhất?".

Bấy giờ, Thế Tôn nói kệ đáp rằng:

"Ái hay sanh chúng sanh
Ý thức ruổi các trần

---

[617] Tương đương *No. 99* (1018). Pāli, *S.1.55. Jana.* Việt dịch, kinh 1148.

Chúng sanh ở sanh tử
Nghiệp là đáng sợ nhất".

Bấy giờ, vị trời lại nói kệ tán thán rằng:

"Xưa kia đã từng thấy
Bà-la-môn Niết-bàn
Hiềm sợ bỏ lâu rồi
Vượt qua Ái thế gian".

Khi vị trời ấy nói kệ này rồi, hoan hỷ ra đi.

KINH 246. PHI ĐẠO[618]

Tôi nghe như vầy:

Một thời, Đức Phật trú tại vườn cây của ông Cấp-cô-độc cùng Thái tử Kỳ-đà, nước Xá-vệ.

Bấy giờ, có một vị trời, quang sắc bội thường, đang trong đêm tối đi đến chỗ Phật, uy quang phổ chiếu khắp cả Kỳ-hoàn, sáng soi rạng rỡ, đến ngồi một bên Phật mà nói kệ rằng:

"Sao gọi là phi đạo[619]?
Thứ gì chảy ngày đêm[620]?
Phạm hạnh ai cấu bẩn?
Ai não hại thế gian[621]?
Sao gọi là tắm gội
Mà không cần dùng nước

---

618 Tương đương *No. 99* (1019). Pāli, S.1.58. *Uppatha*. Việt dịch, kinh 1149.
619 Phi đạo 非道. Pāli *uppatha*, con đường lầm lạc, tà đạo.
620 何物日夜逝; *No. 99*: Nhật dạ thiên 日夜遷, có lẽ là tận 盡. Pāli *rattindivakkhayo*, bị tận diệt ngày đêm.
621 誰惱害世間; Pāli *kiṃ sinānam anodakaṃ*, sự tắm gì không nước?

Cúi mong Đức Thế Tôn
Phân biệt cho con rõ".

Bấy giờ, Đức Thế Tôn nói kệ đáp rằng:

"Dục chính là phi đạo
Mạng sống chảy ngày đêm
Nữ nhân Phạm hạnh cấu
Cũng não hại thế gian
Người chuyên tu Phạm hạnh
Trong sạch hơn rửa nước"[622].

Bấy giờ, vị trời lại nói kệ tán thán rằng:

"Xưa kia đã từng thấy
Bà-la-môn Niết-bàn
Hiềm sợ bỏ lâu rồi
Vượt qua Ái thế gian".

Khi vị trời ấy nói kệ này rồi, hoan hỷ ra đi.

KINH 247. TỐI THƯỢNG THẮNG[623]

Tôi nghe như vầy:

Một thời, Đức Phật trú tại vườn cây của ông Cấp-cô-độc cùng Thái tử Kỳ-đà, nước Xá-vệ.

Bấy giờ, có một vị trời, quang sắc bội thường, đang trong đêm tối đi đến chỗ Phật, uy quang phổ chiếu khắp cả Kỳ-hoàn, sáng soi rạng rỡ, đến ngồi một bên Phật mà nói kệ rằng:

---

[622] 專修梵行者 潔淨勝彼水; **Pāli** *tapo ca brahmacariyañca, taṃ sinānam anodakaṃ*, khổ hạnh và Phạm hạnh, là sự tắm không có nước.

[623] Tương đương *No. 99* (1020). Pāli, S.1.61. *Nāma.* Việt dịch, kinh 1150.

"Vật nào là đệ nhất[624]*?*
Tối thắng trong các vật?
Cái gì ở khắp nơi
Mà được xem tối thượng
Có một loại pháp nào
Tự tại trong thế gian".

Bấy giờ, Đức Thế Tôn nói kệ đáp rằng:

"Trong các vật thế gian
Tứ ấm là tối thắng
Khéo ở khắp mọi nơi
Đều được xem tối thượng
Tứ ấm là một pháp
Tự tại ở thế gian".

Bấy giờ, vị trời lại nói kệ tán thán rằng:

"Xưa kia đã từng thấy
Bà-la-môn Niết-bàn
Hiềm sợ bỏ lâu rồi
Vượt qua Ái thế gian".

Khi vị trời ấy nói kệ này rồi, hoan hỷ ra đi.

KINH 248. KỆ GIẢ HÀ GIẢ SƠ[625]

Tôi nghe như vầy:

Một thời, Đức Phật trú tại vườn cây của ông Cấp-cô-độc cùng Thái tử Kỳ-đà, nước Xá-vệ.

Bấy giờ, có một vị trời, quang sắc bội thường, đang trong đêm tối đi đến chỗ Phật, uy quang phổ chiếu khắp cả Kỳ-hoàn, sáng soi rạng

---

[624] 何物為第一; *Pāli:* *kiṃsu sabbaṃ addhabhavi,* cái gì chinh phục tất cả?
[625] Tương đương *No.* 99 (1021). Pāli, S.160. *Kavi.* Việt dịch, kinh 1151.

rõ, đến ngồi một bên Phật mà nói kệ rằng:

"Kệ lấy gì làm đầu?
Làm sao để phân biệt[626]?
Kệ y chỉ nơi đâu[627]?
Kệ lấy gì làm thể[628]?".

Bấy giờ, Thế Tôn nói kệ đáp rằng:

"Kệ lấy Dục[629] làm đầu
Lấy chữ để phân biệt
Kệ y chỉ nơi Danh
Lấy văn chương[630] làm thể".

Bấy giờ, vị trời lại nói kệ tán thán rằng:

"Xưa kia đã từng thấy
Bà-la-môn Niết-bàn
Hiềm sợ bỏ lâu rồi
Vượt qua Ái thế gian".

Khi vị trời ấy nói kệ này rồi, hoan hỷ ra đi.

KINH 249. BIỆT XA[631]

Tôi nghe như vầy:

---

[626] 云何為分別 Pāli *kiṃsu tāsaṃ viyañjanaṃ*, cái gì là tiêu tướng (=văn cú) của chúng?

[627] 偈何所依止 Pāli *kiṃsu sannissitā gāthā*, thi kệ y cái gì?

[628] 偈以何為體 Pāli *kiṃsu gāthānaṃ āsāyo*, cái gì là sở y của kệ?

[629] Pāli *chandaṃ* (trung tính): âm vận; bản Hán hiểu là nam tính (*chando*): dục hay ý muốn.

[630] 文章; Pāli *kavi*, thi nhân.

[631] Tương đương *No. 99* (1022). Pāli, S.1.72. Ratha. Biệt dịch, *No. 100* (249).

Một thời, Đức Phật trú tại vườn cây của ông Cấp-cô-độc cùng Thái tử Kỳ-đà, nước Xá-vệ.

Bấy giờ, có một vị trời, quang sắc bội thường, đang trong đêm tối đi đến chỗ Phật, uy quang phổ chiếu khắp cả Kỳ-hoàn, sáng soi rạng rỡ, đến ngồi một bên Phật mà nói kệ rằng:

"Lấy gì biết xe vua
Làm sao biết có lửa
Làm sao biết quốc gia
Làm sao biết người nữ".

Bấy giờ, Thế Tôn dùng kệ đáp rằng:

"Nhờ cờ biết xe vua
Nhờ khói biết có lửa
Do chủ quyền biết nước
Nhờ nam biết nữ nhân".

Bấy giờ, vị trời lại dùng kệ tán thán rằng:

"Xưa kia đã từng thấy
Bà-la-môn Niết-bàn
Hiềm sợ bỏ lâu rồi
Vượt qua Ái thế gian".

Khi vị trời ấy nói kệ này xong rồi, hoan hỷ đi ra.

NHIẾP TỤNG

Tín tài và Đệ nhị
Trì giới, Thiện, Chí Lão
Chủng chủng sanh thế gian
Phi đạo, tối thượng thắng
Kệ lấy gì làm đầu
Phân biệt xe, mười thảy.[632]

---

[632] Hán dịch, hết quyển 12.

KINH 250. XUẤT LY[633]

Tôi nghe như vầy:

Một thời, Đức Phật trú tại vườn cây của ông Cấp-cô-độc cùng Thái tử Kỳ-đà, nước Xá-vệ.

Bấy giờ, có một vị trưởng giả thỉnh Phật cùng Tăng chúng thi thiết đại hội. Đức Phật cùng với đại chúng vây nhiễu đi đến nhà của Đại trưởng giả. Lúc ấy, Tôn giả Bà-kì-xa theo thứ tự trực nhật của Tăng phải ở lại giữ Tăng phòng.

Ngay lúc đó, có một nhóm người nữ đi đến Tăng phòng. Trong nhóm ấy có một cô gái mặt mày đoan chánh, sắc diện trẻ đẹp.

Nhìn thấy cô gái ấy, Bà-kì-xa bị sắc đẹp làm lung lay tâm ý, khởi sanh Dục tưởng. Bà-kì-xa lại tư duy rằng:

"Ta nay bị vọng tưởng làm mất đi lợi ích lớn, thật chẳng có lợi ích gì! Thân người khó được, đến khi mạng chung rồi cũng như thế. Nếu sanh khởi tâm này thì gọi là bất thiện. Thà xả bỏ thân mạng chứ nhất định không khởi lên Dục tưởng. Như ta ngày nay, không thể gọi là người xuất gia. Vì sao vậy? Thấy cô gái trẻ đẹp đoan chánh mà không chế ngự được tâm mình, khởi lên Dục tưởng. Ta nay nên nói đến sự chán ghét xấu xa này", liền nói kệ rằng:

"Ta nay xả tục lụy
Trụ nơi pháp xuất gia
Bị vô minh Dục đuổi
Làm mất gốc thiện tâm
Như trâu ăn mạ người
Ngon ngọt không chế ngự
Ngũ dục cũng như vậy
Đam mê không hổ thẹn
Nếu không cấm chế lại
Sẽ hại mầm thiện pháp

---

[633] Tương đương *No. 99* (1215). Pāli, *S. 8. 1. Nikkhanta. Thera. 1209-1213.* Việt dịch, kinh 1161.

Giống như Sát-lợi Tử
Học đủ các kỹ nghệ
Như có kẻ thiện xạ
Đối trước cả ngàn người
Như vậy Sát-lợi Tử
Chiến đấu thắng cả họ
Tỳ-kheo niệm cụ túc
Như Sát-lợi Tử kia
Nên giữ trí huệ lực
Đoạn diệt Dục giác tưởng
Trừ Dục giác tưởng rồi
Khoái lạc thường tịch diệt
Ta gần Phật từng nghe
Có hai loại thân hữu
Thú hướng đến niết-bàn
Đó là điều ta thích
Tư tu không phóng dật
Ở nơi rừng vắng vẻ
Ta tán thán tâm ta
Đó là dựng Chánh pháp
Về sau rồi sẽ chết
Nếu được đến niết-bàn
Nên biết ác tâm này
Làm sao thấy được ta".

KINH 251. KIÊU MẠN[634]

Tôi nghe như vầy:

Một thời, Đức Phật trú tại vườn cây của ông Cấp-cô-độc cùng Thái

---

[634] Tương đương *No. 99* (1216). Pāli, S. 8. 3. *Pesalā-atimaññanā*. Thera. 1219-1222. Việt dịch, kinh 1117.

tử Kỳ-đà, nước Xá-vệ.

Bấy giờ, Tôn giả Bà-kì-xa, đối với bậc có đức thì khiêm thuận nhu nhuyến, nhưng chỗ các tỳ-kheo thì sanh tâm kiêu mạn, rồi tự giác biết mà quở trách chính mình rằng:

"Ta hết sức đánh mất lợi ích, chẳng thêm được sự nhiêu ích nào. Thân người khó được, xuất gia khó gặp. Ta vốn đã được mà không chịu cẩn thận, khinh thường người xuất gia, xem nhẹ thọ mạng, đem trí năng của mình khinh thường người khác, nhưng lại khiếm thuận nhu nhuyến đối với các bậc tỳ-kheo có đức. Ta nay nên nói sự chán ghét tâm kiêu mạn", liền nói kệ rằng:

"Ông,[635] *xả hết kiêu mạn*
Chẳng nên tự cống cao
Chớ vì Mạn thối lui
Ngày sau hối không kịp
Tất cả các chúng sanh[636]
Đều bị Mạn làm hại
Bị hại đọa địa ngục[637]
Vì thế ta ngày nay
Không nên ỷ biện tài
Mà sanh tâm kiêu mạn
Nếu xa lìa kiêu mạn
Xả trừ được chướng cái
Tịnh ôm lòng cung kính
Sẽ chứng được Tam minh
Khiêm hạ được như thế
Là chánh niệm tỳ-kheo"

---

[635] *No. 99:* Cù-đàm 瞿曇, Pāli, Sớ giải, đây chỉ đệ tử của *Gotama* (*gotamāti gotamabuddhasāvakattā*).

[636] *No. 99:* 莫隱覆於他 Đối người chớ che dấu. Cf. Pāli *makkhena makkhitā pājā*, chúng sanh được che đậy bởi phú tàng (ngụy thiện).

[637] Nên hiểu là: "Tất cả chúng sanh bị gây hại bởi mạn nên đọa địa ngục." *No. 99:* Sát mạn: "bị sát hại bởi mạn". Pāli *mānahatā nirayaṃ papatanti,* những người hành kiêu mạn đọa địa ngục. *Mānahata*, bị sát hại bởi mạn.

Kiều Trần Như, Xá-lợi
Long Hiệp và Tự tứ
Không ưa thích Dục kiết
Xuất ly được Kiêu mạn.[638]

KINH 252. BỔN NHƯ TÚY TỬU[639]

Tôi nghe như vầy:

Một thời, Đức Phật trú tại vườn cây của ông Cấp-cô-độc cùng Thái tử Kỳ-đà, nước Xá-vệ.

Bấy giờ, Tôn giả Bà-kì-xa một mình ở chỗ nhàn tĩnh vắng lặng, khéo tu sửa mình, siêng năng tinh tấn, không hề buông lung. An trụ nơi địa vị ấy cho đến khi chứng được Tam minh. Bấy giờ, Tôn giả Bà-kì-xa tự nghĩ như vầy:

"Ta nay ở chỗ nhàn tĩnh, chứng được Tam minh. Ta muốn tán thán ngợi khen Tam minh mà ta đã chứng đắc", liền nói kệ rằng:

"Ta xưa như gã say[640]
Đi qua bao thành ấp
Du hành được gặp Phật
Liền được phước lợi lớn.
Cù-đàm Đại bi mẫn
Vì ta nói Chánh pháp
Ta nghe Chánh pháp rồi
Được niềm tin thanh tịnh.
Suy nghĩ Người xuất gia
Bậc Đạo sư thế gian

---

638 *No. 99*: không có kệ tụng này.

639 Tương đương *No. 99* (1217).

640 我昔如荒醉; *No. 99*: Xưa, tâm dục cuồng hoặc. **Pāli** *kāveyyamattā ... pubbe*, khi xưa, ta đam mê làm thơ.

Hóa độ đâu chẳng khắp
Gái trai và lớn nhỏ
Trung niên hay già bệnh
Phật xem như bạn thân
Chỉ bày nơi chốn tốt
Chúng mù tối vô minh
Phật dắt bày cửa ngõ
Sao gọi là cửa ngõ
Bốn chân đế rõ ràng
Từ nơi nhân sanh Khổ
Từ Khổ được xuất gia
Thấy được Bát chánh đạo
Thoát khỏi các chúng sanh
An ổn hướng niết-bàn
Ta tu không buông lung
Chốn không nhàn vắng lặng
Nên chứng được Tam minh
Viên thành lời Phật dạy".

KINH 253. TỨ CÚ TÁN[641]

Tôi nghe như vầy:

Một thời, Đức Phật trú tại vườn cây của ông Cấp-cô-độc cùng Thái tử Kỳ-đà, nước Xá-vệ.

Bấy giờ, Phật bảo các tỳ-kheo:

"Ta nay muốn diễn nói Tứ cú kệ pháp[642]. Các ông phải chí tâm lắng nghe, lắng nghe cho kỹ. Thế nào là Tứ cú nghĩa pháp?"

---

[641] Tương đương *No. 99* (1218). Pāli, S. 8. 5. *Subhāsitā.* Thera. 1227-1230; Sn. 3. 3. *Subhāsita-sutta,* Việt dịch, kinh 1119.

[642] 四句偈法; *No. 99*: Bốn pháp cú 四法句. Pāli: *catūhi aṅgehi samannāgatā vācā subhāsitā,* lời được khéo nói gồm có bốn chi.

"Thuyết pháp tối thượng thiện
Là lời bậc tiên thánh
Ái ngữ không thô ngữ
Là pháp thiện thứ hai.
Thật ngữ không vọng ngữ
Lá pháp thiện thứ ba
Thuyết pháp không phi pháp[643]
Là pháp thiện thứ tư
Đó là diễn Tứ cú
Là Tứ cú kệ nghĩa".

Bấy giờ, Bà-kì-xa đang ở trong chúng hội liền nghĩ như vầy: "Đức Phật hôm nay diễn nói pháp Tứ cú. Ta nay muốn đối với mỗi cú nghĩa làm một bài kệ để tán thán".

Bấy giờ, Bà-kì-xa liền từ chỗ ngồi đứng dậy, chắp tay hướng Phật bạch rằng:

"Bạch Đức Thế Tôn! Bà-kì-xa con nay có điều muốn nói, cúi xin Đức Thế Tôn cho phép con nói".

Đức Phật bảo:

"Tùy ý ông cứ nói đi".

Bấy giờ, Bà-kì-xa liền nói kệ rằng:

"Tất cả lời nói không hại mình
Không hại người khác là thiện thuyết
Thường nên Ái ngữ khiến người vui
Cũng không tạo tác các lỗi ác
Lời nói ra từ kim khẩu Phật
Ắt được an lạc hướng niết-bàn
Đoạn trừ các khổ khen thiện thuyết
Thật ngữ là cam lồ[644]*, tối thượng,*

---

[643] 說法不非法, **Pāli** *dhamma bhāṇe nādhammaṃ taṃ*, nói pháp chứ không phải phi pháp.

[644] 實語甘露; **Pāli** *saccaṃ ve amatā vācā*, lời nói thật là lời nói (dẫn đến) bất tử (cam lộ).

Nên nói thật ngữ được đại lợi
An lập thật thuyết thiện trượng phu."

KINH 254. BẠT ĐỘC TIỄN[645]

Tôi nghe như vầy:

Một thời, Đức Phật trú tại vườn cây của ông Cấp-cô-độc cùng Thái tử Kỳ-đà, nước Xá-vệ.

Bấy giờ, Phật bảo các vị tỳ-kheo:

"Thế gian có vị lương y có thể trị liệu được bốn thứ bệnh, đáng làm bậc Vương sư". Sao gọi là bốn?

Một là khéo biết được bệnh

Hai là biết bệnh từ đâu mà khởi

Ba là đã phát bệnh rồi lại khéo biết làm cho bệnh thuyên giảm

Bốn là bệnh đã bớt rồi thì khiến cho chúng không tái phát lại.

Người có thể làm được như thế gọi là bậc lương y ở thế gian. Phật cũng thành tựu được bốn pháp. Như Lai Chí Chân Đẳng Chánh Giác Vô Thượng Y Vương cũng nhổ được bốn mũi tên độc của chúng sanh.

Sao gọi là bốn: Đó là bốn thứ Khổ, Khổ Tập, Khổ Diệt và Khổ Diệt Đạo.

Đức Phật bảo với các vị tỳ-kheo:

"Sanh, lão, bệnh, tử, ưu bi khổ não, các mũi tên độc ấy, hàng lương y ở thế gian không thể biết được. Nhân duyên sanh Khổ và Năng đoạn sanh khổ. Cũng không thể biết được nhân duyên của lão, bệnh, tử, ưu bi khổ não cũng như khả năng đoạn trừ. Chỉ có Như Lai Chí Chân Đẳng Chánh Giác Vô Thượng Lương Y, biết nhân duyên sanh khổ và

---

[645] Tương đương *No. 99* (1220). Việt dịch, kinh 1121

cách thức đoạn trừ khổ, cho đến biết lão, bệnh, tử, ưu bi khổ não, biết được nhân duyên sanh ra các thứ ấy và cách thức đoạn trừ các thứ ấy. Vì thế, Như Lai có năng lực khéo nhổ bốn loại tên độc, vì vậy được tôn xưng là Vô thượng lương y".

Bấy giờ, Tôn giả Bà-kì-xa đang ngồi trong chúng hội ấy nghĩ như vầy: "Ta nay nên tán thán pháp thí dụ về việc nhổ bốn mũi tên độc của Như Lai", liền từ chỗ ngồi đứng dậy, chắp tay hướng Phật mà nói kệ rằng:

"Con nay quy mạng Phật
Thương xót khắp quần sanh
Tối thượng Đệ nhất tôn
Năng nhổ mũi tên độc.
Thế gian bốn hạng y
Trị được bốn loại bệnh
Đó là chữa thân bệnh
Tên độc mắt trẻ con.
Như Lai trị bệnh mắt
Hơn lương y thế gian
Có thể dùng dao Tuệ
Mở màng mắt vô minh.
Như Lai trị bệnh thân
Hơn lương y thế gian
Lương y ở thế gian
Chỉ trị thân bốn đại.
Như Lai khéo phân biệt
Sáu cõi, mười tám giới
Do cách trị bệnh này
Thân bệnh nặng ba độc
Trị được bệnh trẻ ngu
Tối thắng không gì hơn
Vì vậy con kính lễ
Bậc Đại sư Cù-đàm.
Y vương tên Ca-lưu[646]

---

[646] 迦留; *No. 99*: Ca-lộ-y 迦露醫.

Cho người nhiều thang dược
Lại có bậc minh y
Tên là Bà-hô-lô[647]
Chiêm-tỷ[648] *và Kỳ-bà*[649]
Các bậc y vương ấy
Chữa được nhiều loại bệnh
Bốn hạng lương y này
Trị bệnh đều thuyên giảm
Tuy giảm nhưng phát lại
Cũng không tránh được chết
Như Lai Vô thượng y
Đối với người được trị
Nhổ sạch độc Khổ tế
Rốt ráo lìa sanh tử
Cuối cùng không thọ Khổ
Vô lượng ức Na-do
A-tăng-kỳ chúng sanh
Phật điều trị dứt khổ
Rốt ráo không phát lại
Con nay bạch đại chúng
Các bậc Hiền hội này
Thuốc cam lồ bất tử
Đều phải chí tâm uống
Mọi người nên tin nhận
Trị bệnh mắt tối thượng
Trị thân nhổ tên độc
Lương y chẳng ai bằng
Vì vậy nên chí tâm
Quy mạng Đấng Cù-đàm".

---

[647] 婆呼盧; *No. 99*: Ba-hầu-la 波睺羅.
[648] 瞻毘; *No. 99*: Chiêm-bà-kì 瞻婆耆.
[649] 耆婆; *No. 99*: Kì-bà 耆婆.

KINH 255. NI-CÙ-ĐÀ KIẾP-TÂN[650]

Tôi nghe như vầy:

Một thời, Đức Phật trú tại rừng trúc Ca-lan-đà, thành Vương-xá.

Bấy giờ, có một vị tỳ-kheo tên là Ni-cù-đà-kiếp-ba[651] đang trụ trong Đệ nhất Khoáng dã lâm, mà trong rừng hoang ấy lại có một khu rừng nữa.

Lúc ấy, vị tỳ-kheo này bị ngộ bệnh trong khu rừng ấy. Tôn giả cung cấp cho vị Tỳ-kheo Ni-cù-đà-kiếp-ba bị bệnh này, do bệnh này mà nhập Niết-bàn. Bấy giờ, Tôn giả Bà-kì-xa cúng tuần, cúng dường Hòa thượng Ni-cù-đà-kiếp-ba xong, rồi tuần tự du hành đến rừng trúc Ca-lan-đa ở thành Vương-xá.

Lúc ấy, vào buổi sáng sớm, Bà-kì-xa trước y trì bát đi vào thành Vương-xá khất thực. Thọ thực xong rửa bát, thu xếp tọa cụ rồi đi đến chỗ Phật, sửa sang y phục, chắp tay hướng Phật rồi nói kệ rằng:

> *"Con nay muốn hỏi Phật*
> *Bậc huệ giải vô lượng[652]*
> *Hiện tại đoạn nghi hoặc*
> *Ở trong rừng Khoáng dã*
> *Tỳ-kheo nhập Niết-bàn*
> *Xưa nay có phước đức*
> *Thủ nhiếp thân, khẩu, ý.*
> *Lại có tiếng tăm lớn*
> *Ni-cù-đà-kiếp-tân*
> *Phật vị túc danh này*

---

[650] Tương đương *No. 99* (1221). Pāli, Thera. 1263-1279; Sn. 2. 12. *Vaṅgīsa-sutta* (*Nigrodhakappa*). Biệt dịch, *No 100* (255).

[651] Ni-cù-đà-kiếp-ba 尼瞿陀劫波. *No. 99*: Ni-câu-luật tưởng 尼拘律想. **Pāli** *Nigrodhakappa*.

[652] *No. 99*: 等正覺無滅 Đẳng chánh giác không giảm; bản Cao-ly đọc là *diệt* 滅. TNM: đọc là *giảm*. Sn. **tr. 60**: *satthāramanopaññā*.

Phật là Bà-la-môn
Lập danh tự như vậy".

KINH 256. TÁN ĐẠI THANH VĂN[653]

Tôi nghe như vầy:

Một thời, Đức Phật trú tại vườn cây của ông Cấp-cô-độc cùng Thái tử Kỳ-đà, nước Xá-vệ.

Bấy giờ, các bậc Đại Thanh văn kỳ cựu đang ở xung quanh Phật, mỗi vị đều tự tạo cho mình một am đá nhỏ để ở trong đó.

Lúc ấy, Kiều Trần Như phát động các bậc Hiền đức kỳ cựu như Bạt-câu, Ma-ha-nam, Da-xá-na, Tì-ma-la, Ngưu-ty, Tôn giả Xá-lợi-phất, Ma-ha Mục-kiền-liên, Ma-ha Ca-diếp, Ma-ha Câu-hy-la, Ma-ha Kiếp-tân-na, Tôn giả A-na-luật, Tôn giả Nan-đà-ca, Tôn giả Cam-tỳ-la-da, Xá-ca-la, Câu-tì-ha, Phú-na, Câu-tì-la, Câu-bà-ni, Ni ca, Tha-tì-la[654]..., các bậc trưởng bối và các bậc Đại Thanh văn khác, mỗi vị đều trụ trong các hang đá, các thảo am như vậy.

Vào ngày Bố tát mười lăm giữa tháng, Như Lai ở trước chúng Tăng trải tòa ra ngồi. Tôn giả Bà-kì-xa[655] cũng có mặt trong chúng hội ấy,

---

653 *Tương đương No. 99* (993). Không thấy Pāli tương đương. Tham khảo *Tạp A-hàm*, Việt dịch, kinh 1123.

654 Danh sách so sánh với *No. 99*: 尊者阿若憍陳如、尊者摩訶迦葉、尊者 舍利弗、尊者摩訶目揵連、尊者阿那律陀、尊者二十億耳、尊者陀 羅驃摩羅子、尊者婆那迦婆娑、尊者耶舍舍羅迦毘訶利、尊者富 留那、尊者分陀檀尼迦 Tôn giả A-nhã Kiều-trần-như, Tôn giả Ma-ha Ca-diếp, Tôn giả Xá-lợi-phất, Tôn giả Ma-ha Mục-kiền-liên, Tôn giả A-na-luật-đà, Tôn giả Nhị Thập Ức Nhĩ, Tôn giả Đà-la-phiêu Ma-la Tử, Tôn giả Bà-na-ca-bà-sa, Tôn giả Da-xá-xá-la-ca-tì-ha-lợi, Tôn giả Phú-lưu-na, Tôn giả Phân-đà-đàn-ni-ca

655 Bà-kì-xá 婆耆舍. Pāli: *Vaṅgīsa*, biện tài đệ nhất.

liền từ chỗ ngồi đứng dậy, xoa tay hiệp chưởng mà bạch với Đức Phật rằng:

"Cúi mong Thế Tôn cho con nói!"

Phật bảo:

"Ta nay để ông tùy ý".

Bấy giờ, Bà-kì-xa liền nói kệ rằng:

> *"Các vị Đại Tỳ-kheo*
> *Dục ái tất khô kiệt*
> *Xả bỏ các tích tụ*
> *Dõng mãnh không sợ hãi.*
> *Biết thời, biết tiết lượng*
> *Không tham đắm Ngũ dục*
> *Lìa tất cả cấu uế*
> *Thân tâm có huệ sáng*
> *Có tất cả việc ấy*
> *Nên gọi Đại Tỳ-kheo".*

KINH 257. BÀ-KÌ-XA DIỆT TẬN[656]

Tôi nghe như vầy:

Một thời, Đức Phật trú tại vườn cây của ông Cấp-cô-độc cùng Thái tử Kỳ-đà, nước Xá-vệ.

Bấy giờ, Tôn giả Bà-kì-xa đi đến nơi giảng đường Tì-xá-khư Lộc tử mẫu[657] và bị bệnh rất nặng ở đó.

---

[656] Tương đương *No. 99* (994). Biệt dịch, Việt dịch, kinh 1124.

[657] 毘舍佉鹿子母講堂; *No. 99*: Đông Viên, Lộc Tử mẫu giảng đường 東園鹿子母講堂, Đông Viên, giảng đường Lộc Mẫu. Pāli: *Pubbārama Migāgamātu-pāsāda*, giảng đường được xây dựng bởi bà *Visakhā*, mẹ của *Miga*.

Lúc ấy, Phú-nặc[658] đến khám bệnh, Tôn giả Bà-kì-xa nói với Phú-nặc rằng:

"Ông hãy đi đến chỗ của Đức Thế Tôn, giống như Bà-kì-xa tôi đánh lễ dưới chân Phật rồi thăm hỏi Thế Tôn rằng: Ngài có ít bệnh, ít não, đi ở nhẹ nhàng, không chi khổ sở chăng?"

Bấy giờ, Phú-nặc vâng lời dạy của tôn giả đi đến chỗ Phật, đánh lễ dưới chân Phật, rồi ngồi sang một bên, chắp tay bạch với Phật rằng:

"Bạch Đức Thế Tôn! Tỳ-kheo Bà-kì-xa đang bị bệnh, vô cùng đau nhức ở giảng đường Tì-xá-khư. Ngài ấy bảo con đi đến chỗ Thế Tôn, xưng tên của ngài ấy, đánh lễ dưới chân, thăm hỏi Thế Tôn có ít bệnh, ít não, đi ở nhẹ nhàng, không khổ sở gì chăng?"

Lúc ấy, Phú-nặc lại bạch với Phật rằng:

"Tôn giả Bà-kì-xa này có thể do bệnh nặng mà nhập niết-bàn. Cúi mong Thế Tôn mở lòng đi đến đó".

Đức Như Lai mặc nhiên nhận lời Phú-nặc.

Bấy giờ, Phú-nặc liền trở về chỗ của Tôn giả Bà-kì-xa, bạch rằng:

"Bạch Hòa thượng! Tôi đã thăm hỏi Đức Thế Tôn rồi. Lại còn khải bạch với Thế Tôn rằng: Bà-kì-xa có thể do bệnh nặng mà sẽ nhập niết-bàn. Thế Tôn đã mặc nhiên nhận lời của tôi".

Bấy giờ, Đức Thế Tôn từ xuất thiền định, đi đến giảng đường Tì-xá-khư, chỗ của Bà-kì-xa. Lúc này, Bà-kì-xa từ xa thấy Phật đến, tự lực toan đứng dậy.

Đức Phật liền bảo:

"Ông không cần đứng dậy!"

Lúc ấy, Thế Tôn trải riêng một tọa cụ ngồi xuống, bảo với Bà-kì-xa rằng:

"Thân thể của ông hôm nay đau đớn, có thể chịu đựng được không? Có thể ăn uống được không?"

---

[658] 富匿; *No. 99*: 富隣尼 Phú-lân-ni.

Bà-kì-xa liền bạch với Phật rằng:

"Cơn đau này mỗi lúc một tăng, chẳng thấy thuyên giảm. Cơn đau của con bây giờ giống như có một kẻ lực sĩ túm tóc của người khác nhổ giụt giằng xé, cơn đau đầu của con cũng giống như thế. Lại cũng như kẻ đồ tể mổ bò, dùng dao cắt xẻ từng thớ thịt, từng khúc ruột, cơn đau trong mình con cũng giống như vậy. Lại cũng như kẻ gầy yếu mà bị kẻ có sức mạnh xốc thân mình nướng quay trên lửa nóng, cơn đau trong mình con cũng giống như vậy. Con nay muốn nhập niết-bàn. Trong phút cuối cùng con muốn tán thán Thế Tôn".

Đức Phật bảo:

"Ông cứ nói đi!"

Bà-kì-xa liền nói kệ rằng:

(*Trong bổn vốn không có kệ*).[659]

NHIẾP TỤNG

Vốn như say rượu, Tứ cú tán
Long Hiếp, Nhổ tên độc, Ni-cù-đà
Kiếp-tân, nhập Niết-bàn
Tán Đại thanh văn
Bà-kì-xa diệt tận.

KINH 258. KIÊU MẠN[660]

Tôi nghe như vầy:

Một thời, Đức Phật du hóa ở nước Câu-tát-la, đang trên đường trở

---

[659] Đây là ghi chú của người biên tập Biệt dịch, bài kệ chép đầy đủ trong *No. 99* (994), xem kinh Việt dịch đã dẫn trên.

[660] Tương đương *No. 99* (92). Pāli S. 7. 35. *Mānatthaddha*. Việt dịch, kinh 1568.

về lại vườn cây của ông Cấp-cô-độc cùng Thái tử Kỳ-đà, nước Xá-vệ.

Bấy giờ, có một vị Ma-nạp tên là Cực Mạn[661], cậu là người thừa kế di sản chơn chánh uyên bác đa văn của cha mẹ từ bảy đời trước đến giờ, có khả năng tự đọc tụng và dạy cho người khác nữa. Những gì đồng tử nghe được đều có thể nhớ giữ, đối với Tứ Vệ-đà thánh điển đều thấu đạt hết nghĩa thú. Ta-la-kiền-đà luận[662] cũng như Thanh luận, Tì-già-la luận[663], đồng tử đều có thể khéo giải thích pháp cú và nghĩa thú một cách thông đạt[664] các bộ luận như thế. Dung mạo của đồng tử đoan chánh, tài nghệ hơn người, khó ai sánh kịp, thêm việc đồng tử được sanh vào nhà hào tộc, ở chốn giàu sang, tự thị vào tài sức của mình nên sanh tâm kiêu mạn lớn. Đối với cha mẹ đã không sanh lòng kính thuận, đối với Hòa thượng, A-xà-lê, Sư trưởng thân thuộc, đồng tử cũng không có tâm kính lễ.

Bấy giờ, đồng tử Cực Mạn nghe nói Đức Phật đang từ nước Câu-tát-la trở về Kỳ-hoàn, nước Xá-vệ, toan đi đến chỗ Phật nên nghĩ như thế này:

"Khi ta đến đó, nếu Sa-môn Cù-đàm tiếp đãi ta, ta sẽ chào hỏi. Còn nếu không hỏi đến ta thì ta sẽ mặc nhiên im lặng trở về".

Nghĩ như vậy rồi, đồng tử liền đi đến chỗ Phật.

Lúc bấy giờ, Đức Thế Tôn đang thuyết pháp cho đại chúng đang vây nhiễu xung quanh, Đồng tử Cực Mạn tuy đi đến đó, nhưng Như Lai đang thuyết pháp nên không nhìn lại[665].

---

[661] Cực Mạn ma-nạp 極慢摩納. *No. 99*: Kiêu mạn Bà-la-môn 憍慢婆羅門 người Bà-la-môn tên là *Mānatthaddha*.

[662] 娑羅乾陀論.

[663] 毘伽羅論.

[664] 善解法句, 義趣通達; *No. 99*: chư cú cú ký thuyết 諸句句記說; sau chữ chư 諸, bản Nguyên Minh thêm: (chư) tự tất tri vạn sự cửu viễn, bản mạt nhân duyên (諸)字悉知萬事九遠本末因緣. "...biết rõ căn nguyên chung thủy, lịch sử lâu dài của vạn sự..."

[665] *No. 99*: "Sa-môn Cù-đàm không để ý đến ta. Thôi ta nên về." S. 7. 35: *nāyaṃ samaṇo gotamo kiñci jānati*, "Sa-môn Cù-đàm này chẳng biết gì".

Đồng tử nghĩ thầm rằng:

"Sa-môn Cù-đàm không thấy ta đi ngang qua với lòng tìm đến quy y".

Bấy giờ, Đức Thế Tôn biết rõ tâm niệm của đồng tử, liền nói kệ rằng:

> *"Vì nghĩa lý đến đây*
> *Chưa được lại muốn về*
> *Sao không chờ đạt được*
> *Xứng lòng ngươi đến đây?"*

Cực Mạn Ma-nạp nghĩ như vầy:

"Sa-môn Cù-đàm biết rõ tâm niệm của ta". Cực Mạn liền phát khởi tín tâm, muốn lễ bái dưới chân Phật[666].

Đức Phật bảo với Ma-nạp rằng:

"Ta xét tâm ngươi chưa chắc lễ kính thôi đã đủ"[667].

Bấy giờ, đại chúng thấy việc ấy rồi, cho rằng việc chưa từng có.

Mọi người thì thầm rằng:

"Sa-môn Cù-đàm có đại thần túc. Đồng tử Cực Mạn này đối với cha mẹ của mình cho đến các bậc Hòa thượng, A-xà-lê thảy đều không cung kính. Nay gặp Cù-đàm, cậu ấy lại tự khiêm hạ, líu ríu cúc cung".

Cực Mạn Ma-nạp thấy mọi người nói, khi âm thanh xầm xì vừa dứt, đồng tử liền đến ngồi một bên, mình ngay ý chánh mà nói kệ rằng:

> *"Phải nên ở chỗ nào*
> *Không nên khởi kiêu mạn*
> *Lại phải ở chỗ nào*
> *Phải nên sanh khiêm nhường*
> *Ai trừ được các Khổ*

---

[666] *No. 99*: "Rồi ông sửa soạn hành lễ". ▨ Ông lễ dưới chân Phật và ôm hôn chân Phật.

[667] *No. 99*: "Thôi! Thôi! Không cần phải làm lễ. Tâm tịnh là đủ rồi". ▨ *yato te mayi cittaṃ pasannaṃ,* "Do đâu ông có tâm tịnh tín đối với Ta?"

Ai đem đến lợi lạc
Cúng dường cho ai hơn
Được hiền trí khen ngợi".

Bấy giờ, Đức Thế Tôn nói kệ đáp rằng:

"Cúng dường cho cha mẹ
Bằng tâm như trăng tròn
Kính thuận những người thân
Hòa thượng, A-xà-lê,
Cùng các bậc tôn trưởng
Không kiêu mạn với họ
Phải nên tự khiêm hạ
Hết thảy đều cung kính.
Nếu gặp kẻ ưu phiền
Nên giúp họ bớt khổ
Làm cho họ an vui
Nên cúng dường khắp cả.
Những bậc đoạn tham dục
Lìa sân nhuế, ngu si
Lậu tận A-la-hán
Chánh trí được giải thoát.
Chỗ bậc Thượng nhân ấy
Không ngã mạn tự cao
Phải hướng đến quy y
Chắp tay và kính lễ".

Bấy giờ, Đức Thế Tôn vì Cực Mạn đồng tử nói các pháp thiết yếu, cho đến pháp giúp hành giả không còn thọ thân hậu hữu, như trong kinh Ba-la-mật-xà đã nói. Đức Phật nói xong rồi, các vị tỳ-kheo vâng lời Phật dạy, hoan hỷ phụng hành.

KINH 259. HỎA[668]

Tôi nghe như vầy:

Một thời, Đức Phật du hóa ở nước Câu-tát-la, đang trên đường trở về Kỳ viên ở nước Xá-vệ.

Bấy giờ, Ưu-kiệt-đề Xá-lợi Bà-la-môn[669] thi thiết hội cúng tế lớn. Có đến bảy trăm ngưu vương bị buộc nơi trụ. Trâu nái, trâu con, dê đen, dê trắng cho đến bao nhiêu loài súc sanh không thể đếm hết, được buộc, nhốt khắp nơi trong đàn tế tự. Bà-la-môn còn thiết bao nhiêu thức ăn hòa soạn. Các Bà-la-môn ở các nước khác nghe có đại tế cũng kéo đến vân tập.

Bấy giờ, Bà-la-môn Ưu-kiệt-đề Xá-lợi nghe nói Đức Phật đang từ Câu-tát-la trở lại Kỳ viên, muốn đi đến chỗ Phật nên nghĩ thế này:

"Ta nay thiết hội tế tự đủ đầy, muốn hỏi với Cù-đàm như thế không ít chăng"[670].

Lúc ấy, Bà-la-môn cưỡi xe lông xỏa, mặc áo trong ngoài trên dưới thảy đều trắng toát, xách gập kim xoa ba chạc, cầm bình nước bằng vàng được trang sức đẹp đẽ... Các Ma-nạp vây nhiễu hai bên, các bà-la-môn của những nước khác cũng đi theo hai cách, đi đến chỗ Phật thưa hỏi xong rồi ngồi sang một bên, bạch với Đức Phật rằng:

"Thế Tôn! Tôi nay thi thiết lễ hội đại tế, buộc bảy trăm trâu lớn và các loài súc sanh, cho đến bà-la-môn các nước thảy đều vân tập, sắm sửa đủ đầy rồi, muốn thiết hội tế lớn, xin Phật chỉ bày cho tôi, thiết như thế là đủ đầy hơn cả, không ít ỏi gì chứ?"

Đức Phật nói với bà-la-môn:

---

[668] Tương đương *No. 99* (93). Pāli, A.vii.44 *Aggi*. Việt dịch, kinh 1069.

[669] 優竭提舍利婆羅門; *No. 99*: 長身婆羅門 Trường Thân Bà-la-môn. Pāli *Uggatasarīra*.

[670] *No. 99*: Tà thạnh pháp 邪盛法 (Pāli *tividhaṃ yaññasampadaṃ*), chỉ ba nghi thức tế tự. Phần số 分數, chỉ mười sáu tư cụ hay đạo cụ cho tế tự (Pāli *soḷasaparikkhāraṃ*). Tham chiếu Pāli, *Kūṭadantasutta*, D. i. 129.

"Ông làm chủ tế, cúng thí lớn để cầu phước nhưng lại đắc tội lớn. Đựng ba loại đao, đây gọi là bất thiện, tạo ra nhân khổ thì cũng sẽ bị khổ báo, được cái lợi của khổ thì khi thọ quả báo cũng khổ".

Sao gọi là ba loại đao?

Đó là ý đao, khẩu đao và thân đao.

Sao gọi là ý đao?

Vì khi ông tế tự, ý nghiệp của ông bất thiện, giết hại súc sanh để cúng tế, đó gọi là dựng Ý đao lên.

Sao gọi là khẩu đao?

Vì khi ông tế tự, ông nói thế này: Vào sáng ngày mai, ta sẽ giết chừng ấy các loại sanh mạng, đó gọi là dựng Khẩu đao lên.

Sao gọi là thân đao?

Vì khi ông tế tự, tay ông kéo những trâu bò và các loại súc sanh lên chú nguyện, đó gọi là dựng Thân đao lên.

Đức Phật bảo:

"Lại có ba loại lửa, tối thắng tối diệu phải nên cẩn thận mà cũng nên cung kính, chứ không phải thứ lửa tà kiến mà ngươi tôn thờ đâu".

Sao gọi là ba?

Một là Cung kính hỏa, hai là Khổ lạc câu hỏa, ba là Phước điền hỏa.

Sao gọi là Cung kính hỏa?

Là phải nên cúng dường, tôn trọng, cung kính, ủng hộ cha mẹ. Vì sao vậy? Cha mẹ cầu con, cầu đảo tế tự thần linh sau đó được con. Tinh cha huyết mẹ đỏ trắng hòa hợp tạo thành thân mình, sanh thành dưỡng dục, vì lý do đó mà gọi là lửa cung kính. Loại lửa như vậy phải nên cúng dường chánh đáng, đem đến niềm vui, đừng để khổ sở.

Sao gọi là Khổ lạc câu hỏa?

Nếu Tộc tánh tử khởi tâm siêng năng, gom góp tiền tài, đối với vợ con cùng các quyến thuộc, nô tì, nô bộc, bạn bè, đồng nghiệp và những người trong thân tộc đều cúng dường, cung cấp những thứ họ cần, làm lợi lạc cho họ, như vậy những người đó đều cùng khổ cùng vui. Đó gọi là Khổ lạc câu hỏa.

Sao gọi là Phước điền hỏa?

Nếu sa-môn, bà-la-môn có thể đoạn trừ tham dục, giải thoát tham dục, đoạn trừ sân nhuế, giải thoát sân nhuế, đoạn trừ ngu si, giải thoát ngu si, những bậc sa-môn, bà-la-môn ấy được gọi là Phước điền hỏa, hướng đến cõi trời, có thể chiêu cảm quả báo an lạc, đó gọi là Phước điền hỏa. Vì thế này Tộc tánh tử! Phải nên chú tâm cúng dường, cung kính giúp họ được vui.

Lại có ba thứ lửa ắt phải diệt trừ.

Sao gọi là ba?

Đó là Tham dục, Ngu si và Sân nhuế, không như các thứ lửa trong thế gian có lúc phải thắp lên, có lúc phải tắt đi.

Bấy giờ, Thế Tôn liền nói kệ rằng:

"Cung kính, câu phước điền
Ba lửa này nên tế
Nếu siêng tâm cúng dường
Đạt được ba niềm vui.
Sao là ba niềm vui?
Thí giới và tu định
Quả báo ba thứ ấy
Trời người vui niết-bàn.
Nếu người nào tất cả
Khéo giải hiểu phương pháp
Trong thời gian tế tự
Nuôi dưỡng được quyến thuộc
Cúng dường bậc đáng cúng
Nếu cúng bậc đáng cúng
Cuối cùng sẽ đạt được
Xa lìa chốn tai họa".

Bấy giờ, Ưu-kiệt-đề Xá-lợi Bà-la-môn nghe Phật nói rồi, liền nói với Ô-đáp Ma-nạp rằng:

"Ngươi có thể trở về chỗ tế đàn kia, đối với những súc sanh bị trói buộc, trước để tế tự, giờ hãy thả hết cho chúng xuống nước hay ra đồng để chúng sống hết thọ mạng của chúng, đừng câu ngại gì".

Ô-đáp Ma-nạp thưa:

"Lời dạy bảo của Hòa thượng tôi có thể làm được".

Ma-nạp liền đi đến chỗ cúng tế nói với mọi người:

"Ta vâng lời của Ưu-kiệt-đề Xá-lợi, tất cả súc sanh đều phải mở trói, giải phóng cho chúng tùy ý đi đâu thì đi".

Khi đồng tử Ô-đáp đi về chỗ tế tự chưa bao lâu, Như Lai sau đó liền vì Bà-la-môn Ưu-kiệt-đề Xá-lợi nói rõ pháp yếu đúng như Phật pháp, khai thị, giáo huấn, khích lệ, làm cho hoan hỷ.

Bấy giờ, Bà-la-môn liền thọ cấm giới cho đến kiến đế, như trong phẩm Đột-la-xà đã nói.

Bấy giờ, Ưu-kiệt-đề Xá-lợi liền sửa sang y phục, đảnh lễ dưới chân Phật, bạch với Đức Phật rằng:

"Bạch Đức Thế Tôn! Cúi xin ngài ngày mai cho phép đại chúng đến chỗ tế trường để con được cúng dường".

Bấy giờ, Thế Tôn mặc nhiên thọ thỉnh, Bà-la-môn nghe lời Phật nói, lại thấy chấp nhận thọ thỉnh nữa nên hoan hỷ đi ra.

Khi Bà-la-môn trở về chỗ tế trường rồi, một đêm bày biện đủ các món ngon vật lạ, cho đến bày trà, chuẩn bị nước sạch.

Ngay sáng sớm ngày hôm sau, ông đi đến chỗ Phật, bạch với Phật rằng:

"Thời đã đến!"

Bấy giờ, Như Lai cùng đại chúng trước y, trì bát đi đến tế trường, ở trước chúng tăng bày tòa ra ngồi.

Lúc ấy, Bà-la-môn thấy Đức Phật cùng đại chúng yên lặng tọa định, tự tay mình đem nước sạch cùng dâng cúng đủ các món ẩm thực ngon lạ. Thọ thực xong thu nhiếp bình bát.

Bấy giờ, Bà-la-môn trải tòa ra ngồi trước Đức Thế Tôn xin được nghe pháp.

Lúc ấy, Như Lai liền chú nguyện cho ông.

> *"Trong các Đại tế tự*
> *Tế thờ lửa trên hết*
> *Tư tịch Bà-la-môn*
> *Tát-bà-để hơn hết*
> *Trong tất cả quốc độ*
> *Nhân vương là hơn hết*
> *Trong trăm dòng sông chảy*
> *Nước biển là hơn hết*
> *Tú lệ nhất trên trời*
> *Ánh trăng là hơn hết*
> *Trong tất cả ánh sáng*
> *Mặt trời là hơn hết*
> *Trong tất cả thế giới*
> *Phật là tôn quý nhất".*

Bấy giờ, Đức Thế Tôn vì bà-la-môn nói chủng chủng pháp, khai thị, giáo huấn, khích lệ, làm cho hoan hỷ, rồi từ tòa đứng dậy đi ra.

KINH 260. TĂNG-CA-LA[671]

Tôi nghe như vầy:

Một thời, Đức Phật trú tại vườn cây của ông Cấp-cô-độc cùng Thái tử Kỳ-đà, nước Xá-vệ.

Bấy giờ, có một vị Ma-nạp đồng tử tên là Tăng-ca-la đi đến chỗ Phật, thưa hỏi Đức Phật xong rồi ngồi sang một bên, bạch với Đức Phật rằng:

---

[671] Tương đương *No. 99* (94). Việt dịch, kinh 1070; N 26. 148 (*kinh Hà Khổ*, đoạn cuối); *No. 125* (17.8); Cf. A.v. 31.

"Bạch Đức Thế Tôn! Làm sao để quán sát Bất thiện trượng phu?"

Đức Phật bảo:

"Giống như nhìn mặt trăng!"

Lại hỏi:

"Làm sao quan sát Thiện thắng trượng phu?"

Phật lại đáp rằng:

"Giống như nhìn mặt trăng!"

Bấy giờ, Ma-nạp lại bạch Phật rằng:

"Làm sao quán sát Bất thiện trượng phu giống như là ngắm trăng được?"

Phật bảo:

"Bất thiện trượng phu cũng giống như ánh trăng vậy[672], cứ bắt đầu từ ngày mười sáu trở đi thì ánh sáng giảm dần, trăng tròn dần khuyết, khuyết mãi cho đến khi chẳng còn hiện nữa. Giống như trong Phật pháp, không thể thọ trì cấm giới bằng tín tâm[673], ít chịu đọc tụng, nếu có tu bố thí chút ít thì càng về sau càng giải đãi, không tinh cần, dần dần mất tín tâm, hủy phạm cấm giới. Ngoài ra lại không biết bố thí, gần gũi bạn ác, không đến chỗ Tăng phường học hỏi Phật pháp, do không nghe pháp nên thân, khẩu, ý tạo nghiệp bất thiện. Do tạo nghiệp ác nên khi thân hoại mạng chung đọa vào đường ác. Vì vậy nên biết, ác trượng phu giống như mặt trăng, từ từ tổn giảm cho đến mất hết".

Lại hỏi:

"Thế nào là Thiện thắng trượng phu cũng giống như mặt trăng?"

Phật dạy:

---

[672] *No. 99*: nguyệt hắc phần 月黑分, phần tối của tháng, phần nửa sau của mỗi tháng. **Pāli** *kāla-pakkha*.

[673] *No. 99*: tín gia tâm 信家心. **TNM:** tín tịch tâm 信寂心. Đoạn dưới: tịnh tín 淨信.

"Giống như trăng non[674], ánh sáng rạng rỡ, mỗi ngày một sáng hơn. Đến ngày mười lăm thì tròn đầy viên mãn. Cũng như ở trong Phật pháp, người có tín tâm tu hành cấm giới, thường huân tập đa văn, tu pháp bố thí, trừ bỏ tà kiến, tu hành chánh kiến, ở trong Phật pháp được tín tâm thuần thiện, kiên trì cấm giới, khéo tu đa văn, bố thí không xẻn tiếc, đầy đủ chánh kiến, tín tâm trì giới, đa văn huệ thí ngày càng tăng trưởng. Đó là Thiện trượng phu đem thân, khẩu, ý gần gũi bạn tốt, tu các điều lành, khi thân hoại mạng chung được sanh lên cõi trời. Vì vậy, nên biết bậc Thiện trượng phu cũng giống như trăng".

Bấy giờ, Thế Tôn liền nói kệ rằng:

"Giống như trăng tròn đầy
Đang ngự giữa hư không
Viên mãn và sáng rỡ
Che mờ các tinh tú
Như người đủ lòng tin
Giới, văn, bỏ tham, tật
Đối với các tật đố
Như trăng che các sao".

Bấy giờ, đồng tử Tăng-ca-la nghe Phật nói pháp, phấn chấn đi ra. Các vị tỳ-kheo vâng lời Phật dạy, hoan hỷ phụng hành.

KINH 261. SANH VĂN[675]

Tôi nghe như vầy:

Một thời, Đức Phật trú tại vườn cây của ông Cấp-cô-độc cùng Thái tử Kỳ-đà, nước Xá-vệ.

---

[674] 初月; [Hán] nguyệt tịnh phần 月淨分, phần sáng của tháng. [Pāli] *sukka-pakkha.*

[675] Tương đương *No. 99* (95). A. iii. 57 *Vacchagotta.* Việt dịch, 1071.

Bấy giờ, có một vị Bà-la-môn tên là Sanh Thính[676] đi đến chỗ Phật, thưa hỏi Phật xong rồi ngồi sang một bên, bạch với Đức Phật rằng:

"Tôi từng nghe người ta nói Thế Tôn bảo chỉ bố thí cho mình, đừng bố thí cho ai khác; chỉ thí cho đệ tử của mình, đừng bố thí cho đệ tử của người khác. Nếu có thể bố thí cho mình và cho đệ tử của mình thì được quả báo lớn. Nếu bố thí cho người khác và đệ tử của họ thì không được quả báo. Chẳng hay Thế Tôn thực sự có nói như thế, hay đó chỉ là lời phỉ báng của thế gian thôi?"

Đức Phật bảo:

"Đó quả thật là những lời nói dối nhằm phỉ báng ta, ta không bao giờ nói như thế. Nếu nói như thế thì rơi vào hai thứ nạn. Thứ nhất là già nạn, thứ hai là người thọ lãnh bị giảm tổn nạn. Nếu nói như thế thì bị đại tổn giảm, thân hoại mạng chung đọa vào ba đường ác. Ngươi nay nên biết! Thậm chí đến nước rửa bát ta còn nói rằng thí cho các loại trùng kiến còn được phước báo lớn, huống là thật có nói thí cho ta. Bố thí cho người trì giới được phước báo rất lớn. Còn bố thí cho người phá giới thì được phước báo rất nhỏ".

Bấy giờ, Thế Tôn liền nói kệ rằng:

> *"Tất cả chỗ bố thí*
> *Ta luôn luôn tán thán,*
> *Phá giới được ít phước*
> *Trì giới được quả lớn*
> *Trâu đen, trắng, đỏ, xanh*
> *Sanh con ra màu khác*
> *Cưỡi trâu chọn sức nó*
> *Không chọn loại giống nào*
> *Con người cũng như vậy*
> *Sát-lợi, bà-la-môn*
> *Tì-xá, thủ-đà-la*
> *Chân-đà-la, phú-thả*

---

[676] 婆羅門名曰生聽; *No. 99:* Sanh Văn Bà-la-môn 生聞婆羅門
Pāli *Jānussoṇi-brāhmaṇa.*

Kẻ nào trì tịnh giới
Thí cho họ phước lớn,
Giống như túi vải gai
Bỏ đi lấy của báu
Kẻ trẻ ngu vô trí
Chưa từng nghe biết pháp
Không thể tu phạm hạnh
Cho họ được phước ít.
Nếu gần gũi Hiền thánh
Bậc Chánh giác, Thanh văn
Tín vào Đấng Thiện thệ
Tín căn giữ kiên cố
Sanh về chốn tôn quý
Tối hậu được niết-bàn".

Bấy giờ, Sanh Thính nghe Đức Phật nói rồi, hoan hỷ phụng hành.

KINH 262. BÀ-LA-MÔN[677]

Tôi nghe như vầy:

Một thời, Đức Phật trú tại vườn cây của ông Cấp-cô-độc cùng Thái tử Kỳ-đà, nước Xá-vệ.

Bấy giờ, vào buổi sáng sớm, Đức Thế tôn trước y trì bát đi vào thành khất thực. Có một vị bà-la-môn cũng bưng bát chống gậy đi khất thực. Đức Phật thấy vậy, hỏi bà-la-môn rằng:

"Nay ông đã quá già, sao còn phải chống gậy bưng bát đi khất thực?"

Bà-la-môn đáp rằng:

"Tôi có bảy đứa con, đứa nào cũng lấy vợ rồi. Chúng chia chác hết tài sản, tôi nay chẳng có gì, bị con đuổi đi nên giờ phải đi khất thực".

---

677 Tương đương *No. 99* (96). S. 7. 14 *Mahāsāla.* Việt dịch, kinh 1072.

Đức Phật nói với ông rằng:

"Tôi nay sẽ nói kệ cho ông, ông có thể đứng trước đại chúng nói lại kệ này được không?"

Bà-la-môn đáp:

"Tôi có thể nói được!"

Bấy giờ, Đức Thế Tôn liền nói kệ rằng:

> "Sanh con rất hoan hỷ
> Vì chúng gom tài bảo
> Khi chúng có vợ con
> Liền xua đuổi tôi đi
> Những đứa này chẳng hiếu
> Miệng gọi là cha mẹ
> Như con La-sát kia
> Đến chết xua đuổi ta
> Giống như cái chuồng ngựa
> Trong chứa đầy lúa thóc
> Ngựa non không kính nhường
> Xua đuổi ngựa già đi,
> Con nay cũng như thế
> Không có tâm ái kính
> Đuổi tôi làm hành khất
> Chẳng bằng gậy thương tôi
> Tôi nay chống gậy này
> Phòng chó và dê ngựa
> Khi đi hộ sức tôi
> Đêm đen gậy làm bạn
> Lội nước biết cạn sâu
> Nếu té chống gậy dậy
> Nhờ gậy bớt nghe nhiều
> Vì gậy yêu thương tôi".

Khi Bà-la-môn nghe kệ này rồi, tụng đọc rất nhanh.

Bấy giờ, bảy đứa con của ông đang ở trong chúng hội. Bà-la-môn ở trong chúng hội bèn nói lời rằng:

"Quý vị hôm nay nên nghe lời ta nói".

Cả đại chúng im lặng, Bà-la-môn liền nói bài kệ trên. Bảy người con hổ thẹn đứng dậy, đến dắt cha mình tỏ lòng tôn kính, đem cha về nhà đặt đúng chỗ ngồi. Các người con mỗi người đều đem hai tấm lụa quý dâng cho cha.

Bấy giờ, người cha liền nghĩ như vầy:

"Ta nay được niềm vui này là nhờ năng lực của Cù-đàm. Cù-đàm chính là A-xà-lê của ta. Trong pháp Bà-la-môn có dạy, pháp phải nên cúng dường Hòa thượng A-xà-lê".

Bà-la-môn liền tuyển chọn tấm y tốt nhất đem đến cúng dường chỗ Phật, thưa hỏi Phật rồi ngồi sang một bên, bạch với Đức Phật rằng:

"Bạch Đức Thế Tôn! Hôm nay trong nhà của con có được niềm vui lợi lạc này là nhờ ơn đức của Thế Tôn. Con đã từng đọc kinh thư, trong ấy nói rằng: Đối với bậc A-xà-lê thì phải nên có phần cúng dường cho A-xà-lê, đối với bậc Hòa thượng thì phải nên có phần cúng dường Hòa thượng. Nay Phật là A-xà-lê của con, cúi xin ngài xót thương thọ nhận tấm y này của con".

Bấy giờ, Đức Thế Tôn rũ lòng lân mẫn thọ nhận tấm y này. Bà-la-môn vô cùng phấn chấn, từ chỗ ngồi đứng dậy đi ra.

KINH 263. KHẤT THỰC[678]

Tôi nghe như vầy:

Một thời, Đức Phật trú tại vườn cây của ông Cấp-cô-độc cùng Thái tử Kỳ-đà, nước Xá-vệ.

Bấy giờ, Đức Thế tôn trước y trì bát đi vào thành khất thực. Lúc ấy, có một vị Lão Bà-la-môn cũng bưng bát chống gậy đi khất thực. Từ xa

---

[678] Tương đương *No. 99* (97). S.7. 20. *Bhikkhaka*. Việt dịch, kinh 1073.

thấy Đức Phật, vị bà-la-môn liền đi đến chỗ Phật mà thưa rằng:

"Tôi chống gậy bưng bát đi khất thực nơi người khác. Ngài cũng khất thực. Như vậy tôi với ngài đều là tỳ-kheo".[679]

Bấy giờ, Đức Thế Tôn liền nói kệ rằng:

> *"Bất tất xin người khác*
> *Đều được gọi tỳ-kheo*
> *Tuy đủ pháp tại gia*
> *Nhưng chánh tu phạm hạnh*
> *Phước quả và ác báo*
> *Đều đoạn không chấp tướng*
> *Khô cạn các kiết hữu*
> *Đó là pháp tỳ-kheo".*

Đức Phật nói kệ ấy rồi, các tỳ-kheo vâng lời Phật dạy, hoan hỷ phụng hành.

KINH 264. CANH ĐIỀN[680]

Tôi nghe như vầy:

Một thời, Đức Phật trú trong rừng Trúc, vườn Ca-lan-đa[681], thành Vương-xá.

Bấy giờ, ở phía bắc thành Vương-xá có một vị bà-la-môn đang

Pāli: *Bhikkhako*, người ăn xin, hành khất. Bản Hán là *Bikkhu*.

680 Tương đương *No. 99* (98). S. 7. 11. *Kasi*; Sn. 14. Việt dịch, kinh 1074.

681 迦蘭陀竹林 (Pl. tương đương: tại khu *Kalandakanivāpa* trong *Veḷuvāna*). *No. 99*: Nhất-na-la 一那羅. **Pāli:** *Ekanālā*. Nhưng bản Pl. nói: *bhagavā magadhesu viharati dakkhiṇāgirismiṁ ekanāḷāyaṁ brāhmaṇagāme*, Thế Tôn ở vùng đất của dân chúng *Magadha* tại núi Nam Sơn, gần làng Bà-la-môn tên *Ekanāḷa*.

canh tác tên là Đậu-la-xà[682]. Khi ấy vào buổi sáng sớm[683] Đức Thế Tôn trước y, trì bát đi đến chỗ ấy. Bà-la-môn từ xa thấy Phật, liền đi đến chỗ Phật bạch rằng:

"Bạch Đức Thế Tôn! Tôi từ cày ruộng mà ăn chứ không đi ăn xin nơi người khác. Cù-đàm! Nay ngài cũng nên cày ruộng lấy lúa mà ăn".

Đức Phật bảo:

"Ta cũng gieo trồng mà ăn".

Bấy giờ, Bà-la-môn Đậu-la-xa liền nói kệ rằng:

"Ngài tự nói biết cày
Nhưng chẳng thấy ngài cày
Nếu thực ngài biết cày
Nói tôi nghe cách thức".
Bấy giờ, Thế Tôn nói kệ đáp rằng:
"Ta lấy tín làm giống
Lấy thiện làm ruộng tốt
Siêng năng điều phục trâu
Trí tuệ làm xe kéo
Lấy tàm quý làm cày
Niệm điều phục canh tác
Thân, khẩu, ý điều thuận
Trì giới làm dây cổ
Cày xới phiền não uế
Mưa gió tùy thời giáng
Làm cỏ là thiện tâm
Thâu hoạch lúa mạ tốt

---

682 耕作婆羅門名豆羅闍; *No. 99*: canh điền Bà-la-đậu-bà-giá 耕田婆羅豆婆遮. **Pāli** *kasi-bhāradvāja-brāhmaṇa*.

683 Duyên khởi *No. 99* nói thêm: 今日大早，今且可過耕田婆羅豆婆遮婆羅門作飲食處。爾時耕田婆羅豆婆遮婆羅門五百具犁耕田，為作飲食... Nay trời còn quá sớm. Giờ Ta hãy đi đến chỗ phân phát ẩm thực của Bà-la-môn làm ruộng là Bà-la-đậu-bà-giá. Bà-la-môn chuẩn bị đủ năm trăm cái cày, đang phân phát ẩm thực. 作飲食處 tác ẩm thực xứ. **Pāli** *parivesanā*, sự phân phối thực phẩm, hay sự dọn ăn.

Hướng đến chỗ an ổn
Khả dĩ được an nhiên
Pháp canh tác ta đấy
Nên được quả cam lồ
Siêu vượt qua ba cõi
Không vào lại các Hữu".

Bà-la-môn nói:

"Sự canh tác, cấy cày của ngài thực sự là sự canh tác Vô thượng, không gì hơn".

Bà-la-môn nghe nói kệ này rồi, tâm sanh tín giải, bèn đem nguyên một bát thức ăn đầy đến đây cho Phật. Đức Phật không thọ nhận. Giống như Đậu-la-xà Bà-la-môn đã nói ở trước, cho đến không thọ nhận hậu hữu.

KINH 265. PHẠM THIÊN[684]

Tôi nghe như vầy:

Một thời, Đức Phật trú tại vườn cây của ông Cấp-cô-độc cùng Thái tử Kỳ-đà, nước Xá-vệ.

Bấy giờ, có một vị tỳ-kheo tên là Phạm Thiên[685], đi du hành từ nước Ương-già[686] đến Chiêm-ba[687], đi qua đến ao Kiền-già[688]. Ngày hôm sau,

---

[684] Tương đương *No. 99* (99). *S. 6. 3. Brahmadeva.* Việt dịch, kinh 1075.

[685] 比丘，名曰梵天; *No. 99*: Tịnh Thiên 淨天. *S. 6. 3*: con trai của một nữ Bà-la-môn, tên là *Brahmadeva*, đã xuất gia.

[686] Ương-già 鴦伽 (*Aṅga*).

[687] Chiêm-ba 瞻波. [Pāli] *Campā*: nước Chiêm-bà.

[688] 健伽池; Cũng gọi là Yết-già trì 揭伽池 là hồ Yết-già tại nước Chiêm-bà. [Pāli] *gaggarā pokkharaṇī*; *No. 99*: 在鞞提訶國人間遊行，至彌絺羅城菴羅園中, từ nước Tì-đề-ha du hành trong nhân gian đến trong vườn am-la tại thành Di-hi-la.

vào buổi sáng sớm, Phạm Thiên trước y, trì bát đi vào thành Chiêm-ba, tuần tự khất thực đến nhà của chính ngài.

Bấy giờ, mẹ của Tôn giả đứng ở trong cửa, đang đem gạo thóc, mè, vừng ném vào trong ngọn lửa hầu cầu nguyện sanh về cõi Phạm thiên. Tôn giả Phạm Thiên đứng ngay trước cửa mà mẹ ngài không biết.

Bấy giờ, Tì-sa-môn thiên vương kính tin Phạm Thiên, liền cho vô số chúng Dạ-xoa cưỡi hư không mà đến, thấy mẹ của Phạm Thiên lo tế tự trước lửa mà không nhìn thấy con trai mình, chỉ thấy một đạo nhân mà không cho rằng đó là con mình. Tì-sa-môn thiên vương liền vì người mẹ ấy mà nói kệ rằng:

> "Con gái bà-la-môn
> Phạm thiên cách xa đây
> Tế lửa trông phạm thế
> Đó không phải đường tắt
> Không hiểu đến Phạm thiên
> Khổ sở thờ tự lửa
> Phạm Thiên trong Phạm thiên
> Đang đứng trước cửa ngươi
> Không giữ nắm thứ gì
> Cũng không lo nuôi dưỡng
> Xa lìa các ác thú
> Kiết sử chẳng mấy trần
> Xa lìa các mong cầu,
> Không nhiễm ô thế pháp.
> Như khéo dạy voi chúa[689]
> Mà không bị xúc não
> Bậc thắng niệm Tỳ-kheo.
> Tâm thiện được giải thoát
> Như vậy bậc Ứng chơn
> Nay đến thọ cúng dường

---

[689] *No. 99*: Như rồng đã thuần thục 如彼淳熟龍. Hán 龍象善調 Long tượng thiện điều/ thuần thục long 淳熟龍; nên hiểu là "voi chúa đã được khéo huấn luyện". Pāli *nāgavo danto*.

Ngươi nên thắp đèn ý
Tịnh tâm mau cúng dường".

Bấy giờ, mẹ ngài nghe Tì-sa-môn nói kệ, tâm liền giác ngộ. Bà mẹ liền cúng thức ăn cho Phạm Thiên. Thọ thực xong, ngài liền vì mẹ soi sáng cho bà, tạo nhân an lạc cho đời sau.

KINH 266. PHẬT ĐÀ[690]

Tôi nghe như vầy:

Một thời, Đức Phật trú tại vườn cây của ông Cấp-cô-độc cùng Thái tử Kỳ-đà, nước Xá-vệ.

Bấy giờ, có một vị bà-la-môn đi đến chỗ Phật, thưa hỏi Phật rồi ngồi sang một bên, bạch với Đức Phật rằng:

"Bạch Đức Thế Tôn! Người đời tôn xưng Ngài là Phật-đà, Phật-điệt. Danh xưng như vậy phát sanh từ đâu?"

Bà-la-môn nói kệ hỏi rằng:

"Phật-đà, danh thù thắng
Danh nghĩa là tế độ
Phải chăng do cha mẹ
Đặt tên Ngài là Phật?"

Bấy giờ, Thế Tôn nói kệ đáp rằng:

"Nay ta xót thương ngươi
Nên phân biệt cho ngươi
Sở dĩ danh xưng ấy
Nay ngươi khéo nghe rõ
Phật biết đời quá khứ
Đời vị lai cũng vậy

---

[690] Tương đương *No. 99* (100). Việt dịch, kinh 1076.

Hiện tại biết khắp cả,
Các hành tướng hoại diệt
Thấu đạt rõ các pháp
Pháp nào nên tu hết
Nên đoạn tận, đoạn trừ
Do vậy xưng là Phật.
Tổng tướng và Biệt tướng
Phân biệt biết rõ hết
Tất cả đều thấy biết
Vì thế tên là Phật.
Bà-la-môn nên biết
Vô lượng kiếp quán sát
Khổ não của các Hành
Thọ sanh rốt cùng mất
Xa lìa các trần cấu
Nhổ tên độc phiền não
Đắc tận sinh tử biên[691]
Vì thế xưng là Phật".

Bà-la-môn nghe lời Phật dạy, hoan hỷ phụng hành.

KINH 267. NHÂN GIAN[692]

Tôi nghe như vầy:

Một thời, Đức Phật đang du hành từ nước Kiều-tát-la[693] đi đến tụ lạc Ta-lâm[694].

---

[691] 得盡生死際, đến tận cùng biên giới của sinh tử, chỉ cho sự chấm dứt sinh tử; *No. 99* (101): 究竟生死除 cứu cánh sinh tử trừ.

[692] Tương đương *No. 99* (101), *No. 125*(38.3). Pāli: A. 4. 36 *Loke (Doṇa)*. Tham khảo *Tạp A-hàm*, Việt dịch, kinh 1077.

[693] Pāli: *Kosala*.

[694] *No. 99* nói: ngồi nghỉ trưa dưới một bóng cây giữa hai thôn Hữu-tùng-

Bấy giờ, Thế Tôn rời con đường này, đi đến một gốc cây, mình ngay ngồi thẳng[695], buộc niệm phía trước. Lúc ấy, có một vị bà-la-môn họ Yên[696] đi theo sau Phật, thấy trong dấu chân Phật có tướng thiên bức luân, kinh ngạc cho là việc chưa từng có. Bà-la-môn nghĩ rằng:

"Ta chưa từng thấy người nào có dấu chân như vậy. Ta nên đi tìm thử đây là dấu chân của ai?"

Nghĩ như vậy rồi, ông liền tìm theo dấu chân đi đến chỗ Phật, chiêm ngưỡng tôn nhan, thấy dung mạo thần sắc vui tươi khiến người trông thấy liền sanh niềm tín kính, các tướng thanh thản yên định, tâm ý cũng định, đạt đến trạng thái điều tâm tối thượng, sự vắng lặng của tịch diệt, thân màu vàng chói giống như lầu vàng.

Bà-la-môn liền bạch Phật rằng:

"Thế Tôn! Ngài đã đạt đến cõi trời rồi chăng?"

Phật đáp:

"Bà-la-môn! Ta chẳng phải đạt đến cõi trời!"

Bà-la-môn thưa:

"Vậy ngài đắc quả A-tu-la, hay là loài Rồng, Càn-thát-bà, Dạ-xoa, Khẩn-na-la, Ma-hầu-la-già?"

Phật nói:

"Ta đều chẳng phải những loài ấy!"

Bà-la-môn thưa:

"Vậy Ngài là người?"

Phật bảo:

"Ta cũng chẳng phải người!"

---

ca-đế (*Ukkaṭṭha*) và Đọa-cưu-la (*Setavya*).

[695] *No. 99*: nhập tận chánh thọ 入盡正受. Theo bản Tống, sửa lại: nhập trú... 入晝. [Pāli] *divāvihāra*.

[696] 婆羅門，姓曰煙氏; *No. 99*: Đậu-ma chủng tánh 豆磨種姓. [Pāli] Bà-la-môn *Doṇa*.

Bà-la-môn nói:

"Tôi hỏi ngài là Trời, Rồng, A-tu-la, Càn-thát-bà, Dạ-xoa, Khẩn-na-la, Ma-hầu-la-già và Người nữa, ngài đều trả lời là bất đắc. Vậy, ngài đắc cái gì?"

Bấy giờ, Thế Tôn liền nói kệ rằng:

"Ta chẳng phải Trời, Rồng, Tu-la
Khẩn-na, Ma-hầu, Càn-thát-bà
Cũng chẳng phải Dạ-xoa hay Người,
Ta lậu đã dứt, đoạn phiền não
Ta tuy điều thuận như long, tượng
Nhưng không bị họ chế ngự được.
Không bị chế ngự, đem nghi hoặc
Đoạn Ái, giải thoát, lìa các thú
Tất cả biết rõ, đoạn hậu sanh,
Như hoa Phân-đà-lợi nở đẹp
Ở ngay trong nước được lớn lên
Nhưng không bị nhiễm nước bùn dơ
Thanh tịnh thơm tho ai cũng thích
Nhập pháp không nhơ như hoa sen
Ta sanh ở thế gian cũng vậy.
Đồng như thế pháp nhưng không nhiễm,
Từ vô lượng kiếp thường quan sát
Sở duyên các Hành chịu khổ não
Các loài Thọ sanh đều biến mất
Xa lìa trần cấu đoạn tập khí
Nhổ mũi tên độc, đoạn phiền não
Được dứt sạch hết gốc sanh tử.
Vì lý do đó mà hiệu của ta là Phật".

Yên tánh Bà-la-môn nghe Đức Phật nói, hoan hỷ ra đi.

KINH 268. CHIÊN-ĐÀ-LA[697]

Tôi nghe như vầy:

Một thời, Đức Phật trú tại rừng trúc Can-lan-đà, thành Vương-xá.

Bấy giờ, Thế Tôn trước y trì bát đi vào thành khất thực, đi đến nhà của Bà-la-môn Hỏa tánh Đạt-lại-thù[698].

Lúc ấy, Bà-la-môn Hỏa tánh Đạt-lại-thù đang tế tự cầu lửa ở giữa cửa trước. Đức Phật đến cửa, Đạt-lại-thù từ xa thấy Đức Phật đến, liền nói Đức Phật rằng:

"Dừng, dừng Chiên-đà-la[699]. Đừng đi đến đây!"

Đức Phật nói với ông ta:

"Ông có biết chiên-đà-la, biết pháp của chiên-đà-la chăng?"

Bà-la-môn đáp rằng:

"Không biết chiên-đà-la, không biết pháp chiên-đà-la. Ngài có biết chiên-đà-la, biết pháp chiên-đà-la?"

Đức Phật bảo với bà-la-môn:

"Ta biết chiên-đà-la, biết pháp chiên-đà-la".

Bấy giờ, Bà-la-môn lìa chỗ ngồi đứng dậy, vì Phật trải tòa, rồi bạch với Phật rằng:

"Ngài hãy nói pháp chiên-đà-la cho tôi!"

Bấy giờ, Đức Thế Tôn liền ngồi xuống tòa mà nói kệ rằng:

---

[697] Tương đương *No. 99* (102). Sn. 1.7. Vasala. Việt dịch, kinh 1078.

[698] 火姓達賴殊婆羅門; *No. 99*: Bà-la-đậu-bà-giá 婆羅豆婆遮. [Pāli] *Bhāradvāja* thờ lửa.

[699] Chiên-đà-la 旃陀羅, người thuộc giai cấp cùng đinh, ngoại giai cấp. [Pāli] *caṇḍāla*. Nhưng so sánh *No. 99*: lãnh quần đặc 領群特: gã chăn bò. [Pāli] *vasalaka*, gã tiện dân, người hèn hạ. Bản Hán đọc là *vacchalaka*.

"Tánh ác Sân hiềm hận⁷⁰⁰ lâu rồi
Vì người gia ác hoài kiêu mạn⁷⁰¹
Thấy biết ngược ngạo và huyễn hoặc
Nên biết đó là chiên-đà-la.

Nóng giận, tật đố, ưa ác dục
Khó thể chuyển hóa, không hổ thẹn
Làm như thế là chiên-đà-la
Hại khắp các loại Thai, Noãn sanh⁷⁰².

Tâm không từ ái hại mạng sống
Tàn hại hủy hoại bốn loài sanh
Nên biết đó là chiên-đà-la.

Nếu người đem cho vật giữa đường
Chỗ trống tụ lạc có tài bảo
Thảy đều cướp đoạt sanh mạng
Làm như vậy là chiên-đà-la.

Tạo bao điều ác không hối hận
Đó chính gọi là chiên-đà-la.

Xả bỏ vợ mình cùng dâm nữ
Tà gian vợ người không tránh né
Đó cũng gọi là chiên-đà-la.

Đối với tộc mình và thân hữu
Ở những chỗ ấy tạo tà ác
Không chọn tốt xấu mà gian dâm
Đó cũng gọi là chiên-đà-la.

Đem lý hỏi nghĩa rồi nói ngược
Đó cũng gọi là chiên-đà-la.

Phỉ báng cùng khắp⁷⁰³ cực ngu si
Vì chút lợi nhỏ sanh phỉ báng

---

700 *No. 99*: Tâm sân nhuế, ôm hận. Phẫn và hận, tâm sở bất thiện.

701 *No. 99*: Che giấu các lỗi lầm. Phú hay phú tàng, tâm sở bất thiện.

702 胎生及卵生; *No. 99*: Nhất sanh, nhị sanh 一生二生. Pāli: *ekajaṃ vā dvijaṃ*; Sớ giải: trừ loài sanh trứng, còn lại là loài một (lần) sanh. Hai lần sanh, là loài sanh trứng.

703 *No. 99*: Trách mắng cách vô đạo. Pāli *niggāhako samaññāto*, kẻ được gọi là áp bức. Bản Hán hiểu *niggāhaka* là kẻ trách mắng.

Như vậy cũng gọi chiên-đà-la.
Chính mình có lỗi suy cho người
Chuyên tâm dối gạt hủy báng người
Như vậy cũng gọi chiên-đà-la
Có nhiều tài bảo, nhiều thân tộc
Ăn những đồ ngon, dở cho người
Đó cũng gọi là chiên-đà-la.
Mình đến nhà người được ăn ngon
Người đến nhà mình cho ăn dở
Đó cũng gọi là chiên-đà-la.
Cha mẹ già rồi không còn khỏe
Mà không hiếu thuận thêm cúng
Đó cũng gọi là chiên-đà-la.
Cha mẹ anh em cùng chị em
Chửi bới lời ác không tôn trọng
Đó cũng gọi là chiên-đà-la.
Sa-môn cùng với bà-la-môn
Giữa ngày đi đến không bố thí
Lại thêm chửi bới nổi sân nhuế[704]
Đó cũng gọi là chiên-đà-la.
Chửi bới chư Phật và Thanh Văn
Xuất gia, tại gia đều mắng nhiếc
Đó cũng gọi là chiên-đà-la.
Chẳng phải La-hán mà dối xưng
Trong cõi trời, người làm giặc hại
Sanh nhà Đại gia Bà-la-môn
Kinh điển Vệ-đà đều thông suốt
Vẫn luôn tạo tác bao ác nghiệp
Chúng tánh không che giấu, hủy báng
Cũng không che được quả địa ngục
Hiện tiền bị người ta làm nhục

---

[704] No. 99: cập tài dữ 及財與: hoặc vì người cho tiền (mà làm chứng dối). Ấn Thuận theo TNM sửa lại là (...) cập vô trách 及無責 (không bị quở trách). Pali dhanahetu.

Trong đời vị lai đọa ác thú
Sanh Chiên-đà-la: Tu-đà-diên,[705]
Được danh xứng tốt ắt không nghe
Lại được thịnh lạc sanh Phạm xứ[706]
Xứng tánh không thể che trời Phạm
Hiện tại xưng tán rốt sanh thiên
Ta nay nói rõ cho ông biết
Những việc như vậy ông nên biết
Chủng tánh chẳng phải bà-la-môn,
Chủng tánh cũng chẳng chiên-đà-la,
Tịnh nghiệp được làm bà-la-môn
Ác hạnh trở thành chiên-đà-la."

Bà-la-môn sau khi nghe kệ tán thán rằng:

"Như thị, như thị, Đại tinh tấn: Thật đúng như Ngài nói Đại Mâu-ni. Không do chủng tánh mà thành bà-la-môn, cũng chẳng phải do chủng tánh mà thành chiên-đà-la. Người khéo tu hành là Bà-la-môn, người tạo ác hạnh là Chiên-đà-la".

Bà-la-môn nghe Phật nói kệ này rồi, hoan hỷ tin hiểu, nên bưng đầy một bình bát đủ các món thức ăn dâng cúng Đức Phật. Đức Phật không nhận. Vì sao vậy? Vì như vậy là vì được ăn nên thuyết pháp. Bà-la-môn bạch với Đức Phật rằng:

"Vậy thức ăn này tôi biết đem bố thí cho ai?"

Phật bảo:

"Ta chẳng thấy sa-môn, bà-la-môn, hoặc trời, hoặc ma, hoặc Phạm nào có thể tiêu hóa thức ăn này được cả. Không có điều đó. Giờ ông hãy đem bát thức ăn này đặt vào chỗ nước sạch không có vi trùng".

Bà-la-môn liền đem bát thức ăn này đặt ở chỗ nước sạch không có

---

[705] 須陀延; *No. 99*: Tu-đà-di 須陀夷; có lẽ đồng nhất với *Mātaṅga* của **Pāli** Bồ-tát sanh làm người Chiên-đà-la (giai cấp hạ tiện) tên là *Mātaṅga*, nhưng danh tiếng đồn vang, khiến các nhà đại tộc cũng phải cung kính. Xem *Mātaṅga jātaka* (*No 497*).

[706] 生梵處; Tịnh thiên đạo 淨天道, tức đường dẫn lên Phạm thiên.

vi trùng, ngay tức khắc nóng bốc lên, tiếng sôi sùng sục. Bấy giờ, Bà-la-môn sanh khởi tưởng chưa từng có. Đức Phật Thế Tôn đối với thức ăn còn có thể khởi Đại thần túc. Bà-la-môn trở về chỗ Phật, bạch với Đức Phật rằng:

"Cúi xin Đức Thế Tôn cho con được xuất gia, được tu tập theo đạo thứ".

Đức Phật bảo:

"Thiện lai Tỳ-kheo!"

Ngay lúc ấy, râu tóc bà-la-môn tự rụng, pháp phục khoác thân, liền được thọ giới Cụ túc như pháp xuất gia, thường ở chỗ vắng vẻ một mình tinh tấn tu tập.

Do đó, Tộc-tánh Tử cạo bỏ râu tóc, đắp mặc pháp y, chánh tu vô thượng phạm hạnh. Tộc-tánh Tử phạm hạnh đã lập, việc cần làm đã làm xong, không thọ thân hậu hữu, thành A-la-hán, được niềm vui giải thoát, nên nói kệ rằng:

> "Ta xưa mờ chánh chân
> Ngu hoặc tạo tà hạnh
> Không biết đạo thanh tịnh
> Cũng không biết đường chết
> Vọng tưởng sanh kế lớn
> Lao vào thờ thần lửa
> Việc hư dối như không
> Chỉ tốn chẳng được gì
> Nay gặp trời trong trời
> Tối tăm giờ sáng tỏ
> Được vui trong niềm vui
> Đủ giới, được tam minh
> Ở trong giáo pháp Phật
> Mọi việc đã làm xong.
> Xưa tuy bà-la-môn
> Nhưng thật chiên-đà-la
> Ngày nay chân thật là
> Tịnh hạnh bà-la-môn

Xa lìa nơi bùn ứ
Tự mình tắm gội sạch
Qua bờ kia Vệ-đà".[707]

KINH 269. CÂU-CA-NI[708]

Tôi nghe như vầy:

Một thời, Đức Phật trú tại Kỳ-ni sơn, thành Vương-xá.

Bấy giờ, có một vị thiên nữ tên là Cầu-ca-ni-bà, vốn là con gái của Ba-thuần-đề,[709] quang sắc bội thường, ngay trong đêm tối đi đến chỗ Phật, uy quang sáng rỡ chiếu soi khắp cả hòn núi này, đâu đâu cũng sáng rỡ, đảnh lễ dưới chân Phật rồi ngồi sang một bên, nói kệ rằng:

"Miệng, ý nên tu thiện
Không làm các việc ác
Thân không chút ác nhỏ
Gia hại đến thế gian,
Tu pháp Niệm giác ý
Tự mình không vui khổ
Không tạo nghiệp tổn giảm."

---

[707] Hán dịch hết quyển 13.

Ghi chú của *Đại chánh*: Từ Cực Mạn trở xuống đến Kinh thứ 11, trong Đan bản tạng không có. Trong Đại bản cũng không có đồng bản dị dịch. Nhưng văn tướng trước sau cũng không khác với Kinh này, vì vậy phần không có trong Đan bản là dịch thoát vậy, nên ở đây vẫn giữ nguyên. Cao Ly quốc, Đại Tạng Đô Lam phụng sắc khắc tạo vào năm Quý Mão.

[708] Tương đương *No. 99* (1270). Việt dịch kinh 1184.

[709] Cầu-ca-ni-sa, Ba-thuần-đề nữ 求迦尼娑, 波純提女. [Pāli] *Kokanadā*. Xem kinh *Đại chánh 1273. No. 99*: Câu-ca-ni, Quang minh thiên nữ 拘迦尼, 光明天女. Đoạn sau, nói là Câu-ca-na-sa.

Bấy giờ, Thế Tôn tán thán thiên nữ rằng:

"Lành thay lành thay! Đúng như lời người nói.
Miệng, ý nên tu thiện
Không làm các việc ác
Thân không chút ác nhỏ
Gia hại đến thế gian
Quán Dục là không thật
Tu pháp Niệm giác ý
Nếu tự không vui khổ
Không tạo tổn giảm nghiệp."

Bấy giờ, Ba-thuần-đề nữ nghe lời Phật nói, hoan hỷ đảnh lễ, rồi từ nơi tòa biến mất, trở về thiên cung.

KINH 270 CÂU-CA-NI (2)[710]

Tôi nghe như vầy:

Một thời, Đức Phật trú tại vườn cây của ông Cấp-cô-độc cùng Thái tử Kỳ-đà, nước Xá-vệ.

Bấy giờ, ngài A-nan bảo với các tỳ-kheo:

"Ta nay muốn diễn nói pháp Tứ cú. Chư vị hãy nên khéo lãnh thọ, chí tâm nghe cho kỹ, ghi nhớ đừng quên".

Thế nào gọi là diễn pháp Tứ cú?
Miệng, ý nên tu thiện
Không làm các điều ác
Thân không chút ác nhỏ
Gia hại đến thế gian
Quán Dục là không thật

---

[710] Tương đương *No. 99* (1271). Xem kinh *Đại chánh* 1270. Việt dịch, kinh 1185.

Tu pháp Niệm giác ý
Nếu tự không khổ lạc
Không tạo nghiệp giảm thiểu.

Bấy giờ, có một vị bà-la-môn, đang ở cách A-nan không xa, nghe nói kệ này rồi liền suy nghĩ rằng:

"Ý nghĩa của kệ này nghĩa vị sâu xa, phi nhân[711] sáng tác. Đây ắt là kệ do phi nhân nói ra thì đúng hơn? Mình nên đi đến hỏi Phật".

Nghĩ như vậy rồi, Bà-la-môn liền đi đến chỗ Phật, thưa hỏi xong rồi ngồi qua một bên, bạch với Đức Phật rằng:

"Cù-đàm! Tôi nghe A-nan tuyên thuyết kệ này, theo chỗ tôi tư duy thì cú nghĩa của kệ này không phải do con người sáng tác".

Phật bảo bà-la-môn:

"Đúng vậy, đúng vậy! Kệ này đúng là do phi nhân tuyên thuyết, do phi nhân tạo ra. Khi ta ở trong núi Kỳ-ni thuộc thành Vương-xá, thiên nữ Cầu-ca-ni-bà đi đến chỗ ta, đảnh lễ ta rồi ngồi sang một bên mà nói kệ này, nên câu kệ này quả thật là do phi nhân nói".

Bấy giờ, Bà-la-môn nghe Đức Phật nói, hoan hỷ đi ra.

KINH 271. BA-THUẦN-ĐỀ NỮ (1)[712]

Tôi nghe như vầy:

Một thời, Đức Phật trú tại Kỳ-ni sơn ở thành Vương-xá.

Bấy giờ, thiên nữ Cầu-ca-ni-sa[713], vốn là con gái của Bà-thuần-đề[714],

---

[711] Chỉ chư thiên.

[712] Tương đương *No. 99* (1273). Pāli, S. 1. 40. *Pajjunadhīta* (2) (Vân thiên Công chúa); Việt dịch kinh 1186.

[713] Câu-ca-ni-sa 求迦尼娑. *No. 99*: Câu-ca-na-sa 拘迦那娑. Pāli *Kokanadā*.

[714] Ba-thuần-đề nữ 波純提女; *No. 99*: Quang minh thiên nữ 光明天女..

thân quang sáng rỡ giống như điện quang, thuần thành chí tín quy y Tam bảo, đi đến chỗ Phật, ngồi sang một bên, do ánh sáng ấy chiếu khắp núi này thảy đều rõ ràng, Cầu-ca-ni-bà thiên nữ liền nói kệ rằng:

"Con nay đem mọi thứ
Ca ngợi Phật, Pháp, Tăng
Nay chỉ lược tuyên thuyết
Tùy ý cũng đủ vui
Miệng, ý nên tu thiện
Không tạo các việc ác
Thân không chút ác nhỏ
Làm gia hại thế gian
Quán tánh dục tướng không
Tu pháp Niệm giác ý
Nếu tự không vui khổ
Không tạo nghiệp tổn giảm".

Bấy giờ, Đức Thế Tôn bảo với thiên nữ rằng:

"Đúng vậy đúng vậy! Đúng như lời ngươi nói".

Cầu-ca-ni-bà thiên nữ nghe Đức Phật nói rồi, hoan hỷ đảnh lễ, ngay chỗ đó biến mất, trở về thiên cung.

KINH 272. BA THUẦN ĐỀ NỮ[715] (2)

Tôi nghe như vầy:

Pajjunnassa dhītā. No. 99 (1273): Câu-ca-na-sa thiên nữ, Quang minh chi thiên nữ 拘迦那娑天女, 光明之天女. ⬛ *Kokanadā Pajjunassa dhītā, Kokanadā,* con gái của *Pajjuna* (Hồng Liên, hay Vân Thiên công chúa). *Pajjuna,* thần mưa; có hai người con gái: *Kokanadā* và *Cūḷa-Kokanadā.*

⬛ 715 Tương đương *No.* 99 (1274). Pāli, S. 1. 39. Pajjuna-dhītā(1). Việt dịch, kinh 1188.

Một thời, Đức Phật trú tại tinh xá ở bên kia ao Di hầu, phía bắc thành Tì-xá-li.

Bấy giờ, Ba-thuần-đề thiên nữ, Chuyết-la thiên nữ[716], quang sắc bội thường, đi đến chỗ Phật, đảnh lễ dưới chân Phật rồi ngồi sang một bên. Bấy giờ, hai vị thiên nữ này phóng ánh sáng lớn, biến chiếu khắp ao Di hầu và cả thành Tì-xá-li cũng đều sáng rỡ.

Lúc ấy, Chuyết-la thiên nữ liền nói kệ rằng:

"Thế Tôn Bà-già-bà
Vô thượng Đẳng chánh giác,
Tại thành Tì-xá-li
Trụ ở trong rừng lớn.
Cầu-ni-ca-bà thiên
Cùng với cả Chuyết-la
Bà-thuần-đề thiên nữ
Khể thủ chân Thế Tôn.
Con xưa kia từng nghe
Khen ngợi người thuyết pháp
Đức Mâu-ni Thế Tôn
Nay hiện tại diễn thuyết.
Có kẻ sanh hiềm hủy
Các pháp sâu xa này
Đó gọi là ngu si,
Hậu sẽ đọa ác thú.
Có kệ khen Thánh pháp
Thành tựu niệm cụ túc
Đó là bậc trí giả
Sau sẽ sanh cõi lành".

Bấy giờ, Cầu-ca-ni-bà thiên nữ cũng nói kệ rằng:

"Miệng, ý nên tu thiện
Không nên tạo các ác

---

[716] 拙羅天女; *No. 99*: Châu-lô-đà 朱盧陀. *Pāli* *Cūḷa-Kokanadā* (Tiểu Hồng Liên), em gái của *Kokanadā*; xem kinh *Đại chánh 1273*.

Thân không làm ác nhỏ
Gia hại đến Thế gian
Quán tánh Dục tướng không
Tu pháp Niệm giác ý
Nếu ta không vui khổ
Không tạo nghiệp tổn giảm".

Bấy giờ, Đức Thế Tôn bảo với thiên nữ rằng:

"Đúng vậy, đúng vậy! Đúng như lời các ngươi nói."

Bấy giờ, các thiên nữ nghe Phật nói rồi, hoan hỷ ra đi.

KINH 273. XÚC[717]

Tôi nghe như vầy:

Một thời, Đức Phật trú tại vườn cây của ông Cấp-cô-độc cùng Thái tử Kỳ-đà, nước Xá-vệ.

Bấy giờ, có một vị trời, ngay trong đêm tối đi đến chỗ Phật, uy quang sáng rỡ chiếu khắp Kỳ-hoàn, đảnh lễ dưới chân Phật rồi lui ngồi một bên mà nói kệ rằng:

"Không nên xúc, chớ xúc,[718]
Có xúc, tất hoàn báo,
Do cứ sự như thế
Không nên vọng hữu xúc
Nếu phi tân tế xứ,

---

[717] Tương đương *No. 99* (1275). S. 1. 22. Phussati; *No 100*(273).

[718] *No. 99:* 若非津濟處 Không xúc, không báo xúc. **Pāli:** *nāphusataṃ na phussati,* cái phi xúc không xúc. Sớ giải, SA. 1. 48: *kammaṃ aphusantaṃ, vipako na phusati,* nghiệp là phi xúc; dị thục, nó không xúc.

Không nên tác độ ý"[719],

Bấy giờ, Thế Tôn nói kệ đáp rằng:

"Đáng sân mà không sân
Thanh tịnh không kiết sử
Muốn gia ác cho họ
Ác lại hại chính mình
Như ngược gió quét bụi
Bụi tấp ngược vào thân
Muốn đem sân đến người
Người nhận ắt đáp trả[720]
Cả hai tranh tiếng ác
Cả hai không thoát nạn
Nếu sân không đáp trả
Có thể nấp thành oán".

Bấy giờ, vị trời liền nói kệ tán thán rằng:

"Xưa kia đã từng thấy
Bà-la-môn Niết-bàn
Hiềm sợ bỏ lâu rồi
Vượt qua Ái thế gian".

Khi vị trời nói kệ này rồi, hoan hỷ ra đi.

---

[719] *No. 99:* 不應作渡意 Không sân, không rời sân. Pāli *tasmā phusantaṃ phusati, appaduṭṭhapadosinan ti*, vì vậy cái xúc chạm nó xúc chạm người nào gây sự tà ác cho người vô tội. Bản Hán hiểu *padosin* là sự sân hận thay vì là người gây sự tà ác.

[720] Xem *Pháp cú 125*, Pāli *yo appaduṭṭhassa narassa dussati, suddhassa posassa anaṅgaṇassa, tam eva bālaṃ pacceti pāpaṃ; sukkhumo rajo paṭivātaṃvā khitto.* "Ai gây ác cho người vô tội, người thanh tịnh, không tì vết, ác báo rơi trở lại chính kẻ ngu ấy, như ngược gió tung bụi."

KINH 274. ĐẠI KHỔ BÁO[721]

Tôi nghe như vầy:

Một thời, Đức Phật trú tại vườn cây của ông Cấp-cô-độc cùng Thái tử Kỳ-đà, nước Xá-vệ.

Bấy giờ, có một vị trời, dung nhan sáng rỡ, thần sắc khác thường đi đến chỗ Phật, đảnh lễ dưới chân Phật rồi ngồi sang một bên, nói kệ rằng:

"Trẻ ngu si ít trí
Tạo ra các ác nghiệp
Vì mình tự tạo oán
Sau thọ đại khổ báo".

Bấy giờ, Thế Tôn nói kệ đáp rằng:

"Tạo ra nghiệp bất thiện
Tự thiêu đốt chính mình.
Kẻ ngu tạo điều ác
Thọ báo buồn thương khóc".

Vị trời nói kệ khen rằng:

"Xưa kia đã từng thấy
Bà-la-môn Niết-bàn
Hiềm sợ bỏ lâu rồi
Vượt qua Ái thế gian".

Khi vị trời ấy nói kệ này rồi, hoan hỷ đảnh lễ Đức Phật rồi trở về thiên cung.

---

[721] Tương đương *No.* 99 (1276). Pāli *S. 2. 22. Khema.* Tham khảo *Tạp A-hàm,* Việt dịch, kinh 1190.

KINH 275. HIỀM TRÁCH[722]

Tôi nghe như vầy:

Một thời, Đức Phật trú tại vườn cây của ông Cấp-cô-độc cùng Thái tử Kỳ-đà, nước Xá-vệ.

Bấy giờ, có một vị trời, dung nhan sáng rỡ, nhan sắc khác thường, đi đến chỗ Phật, đảnh lễ dưới chân Phật rồi lui ngồi một bên mà nói kệ rằng:

"Không chỉ đem ngôn thuyết
Mà được gọi sa-môn
Lời nói hướng đến đạo
Thành tựu vững thực tiễn.
Nếu có người nam mạnh
Tu sâu được thiền định
Đạt được sự giải thoát
Phá trói buộc của ma.
Nghiệp tác và bất tác
Cả hai đều Phật thuyết
Dối trá không thành tín
Bậc trí đều hủy bỏ.
Nếu thật mình chưa được
Khen suông sanh tự kiêu
Nói dối trá hư ngụy
Là đại tặc thế gian".

Bấy giờ, Thế Tôn nói kệ đáp rằng:[723]

---

[722] Tương đương *No. 99* (1277). Pāli: S. 1. 35. *Ujjhānasaññī*. Tham khảo *Tạp A-hàm*, Việt dịch, kinh 1191.

[723] Bản *No. 99*, có thêm câu hỏi của Phật: 汝今有所嫌責耶？ Nay ông có điều gì hiềm trách chăng? Sớ giải của Pāli, SA. 1. 64, các Thiên thần này bất bình về sự thọ dụng bốn duyên của Phật: Phật ca ngợi người sống với y phấn tảo, ngủ dưới gốc cây..., nhưng chính Ngài lại khoác y thượng hạng, sống tại trú xứ như cung điện vua.

"Không hiển công đức mình
Không biết tâm hạnh người
Biết mình là Niết-bàn
Độ ái của thế gian".

Bấy giờ, vị trời ấy nghe Đức Phật nói kệ rồi, liền bạch với Đức Phật rằng:

"Con nay quả thật có tội lỗi lớn, cúi mong Đức Thế Tôn cho con được thành tâm sám hối".

Lúc ấy, Đức Phật im lặng. Vị trời liền nói kệ rằng:

"Con nay nói hối tội
Ngài không cho sám hối
Ôm ác tâm bất thiện
Không xả bỏ oán hiềm".

Đức Thế Tôn lại nói kệ đáp với vị trời rằng:

"Thuyết tội nói sám hối
Trong tâm thật không dứt
Làm sao trừ hiềm khích
Làm sao được thiện lành"

Vị trời lại nói kệ hỏi lại:

"Con người ai không lỗi
Người ai không lầm lỡ
Ai kẻ lìa ngu si
Ai thường đủ chánh niệm?"

Bấy giờ, Thế Tôn nói kệ đáp rằng:

"Như Lai Bà-già-bà
Chánh trí, được giải thoát
Không còn các lầm lỡ
Cũng không còn được mất
Lìa hết cả ngu si
Có đầy đủ chánh niệm".

Vị trời nói kệ khen rằng:

"Xưa kia đã từng thấy
Bà-la-môn Niết-bàn
Hiểm sợ bỏ lâu rồi
Vượt qua Ái thế gian".

Khi vị trời ấy nói kệ này rồi, hoan hỷ mà ra đi.

KINH 276. CÙ-CA-LÊ[724]

Tôi nghe như vầy:

Một thời, Đức Phật ngự ở rừng trúc Ca-lan-đà, thành Vương-xá.

Bấy giờ, bạn của Đề-bà-đạt-đa là Cù-ca-lê[725] đi đến chỗ Phật, đứng sang một bên.

Phật bảo Cù-ca-lê:

"Ngươi đối với Xá-lợi-phất có nhân duyên, chớ sanh niềm hiềm ghét. Xá-lợi-phất, Mục-kiền-liên là những vị tinh tú phạm hạnh, tâm ý nhu nhuyến, ngươi chớ sanh tưởng oán ghét, để mãi chịu khổ não".

Cù-ca-lê nói rằng:

"Tôi tin lời Phật, tôi theo Đức Phật. Như Xá-lợi-phất, Mục-kiền-liên thật sự có ác dục. Ác dục ở họ đạt được sự tự tại, họ theo ác dục".

Đức Phật lại bảo Cù-ca-lê:

"Ngươi nay chớ sanh niềm hiềm hận đối với hai vị ấy".

Đức Phật nói như vậy cho đến ba lần, Cù-ca-lê tuy nghe lời Phật nhưng tâm không thay đổi, bỏ Phật mà đi.

Khi đi khỏi Phật chưa xa, thì nơi thân phát sanh ra một cái mụt

---

[724] Tương đương *No. 99* (1278). Pāli: S. 6.1.10. *Kokālika.* Tham khảo *Tạp A-hàm*, Việt dịch, kinh 1192.

[725] Cù-ca-lê 瞿迦梨 . Pāli: *Kokālika.*

ghẻ. Ban đầu chỉ nhỏ bằng hạt cải, nhưng chỉ trong chốc lát đã lớn bằng hạt đậu, rồi dần dần to lên như quả Tì-lê, thân thể bung mủ, máu huyết chảy ra. Thân hoại mạng chung, đọa vào Đại liên hoa địa ngục[726].

Bấy giờ, có ba vị trời, quang sắc bội thường, ngay trong đêm tối đi đến chỗ Phật, đảnh lễ dưới chân Phật rồi đứng sang một bên.

Vị trời thứ nhất bạch với Đức Phật rằng:

"Bạch Đức Thế Tôn! Cù-ca-lê đêm nay mạng chung".

Vị trời thứ hai nói:

"Đọa Đại liên hoa địa ngục".

Vị trời thứ ba liền nói kệ rằng:

> *"Người sống ở đời*
> *Búa ở trong miệng*
> *Do lời nói ác*
> *Tự chém thân mình*
> *Đáng khen lại chê*
> *Đáng chê lại khen*
> *Miệng nói, ý ngữ*
> *Sau chịu báo khổ.*
> *Ỷ ngữ đoạt tài*
> *Vì thế lỗi nhỏ*
> *Báng bổ Phật thánh*
> *Đó là đại họa*
> *Thọ khổ lâu xa*
> *Đủ trăm ngàn kiếp*
> *Vào Ni-la-phù*
> *Và Tam thập lục*
> *Vào A-phù-đà*
> *Cho đến đọa lạc*
> *Ngũ A-phù-đà*

---

[726] 大蓮華地獄; *No. 99:* Bát-đàm-ma 鉢曇摩 . Pali *Paduma* (sen đỏ) tên địa ngục.

Phỉ báng Hiền thánh
Khẩu, ý tạo ác
Nhập địa ngục này".

Bấy giờ, ba vị trời ấy đảnh lễ dưới chân Phật rồi trở về thiên cung.

Lúc ấy, Đức Phật bảo với các tỳ-kheo rằng:

"Các ông có muốn nghe địa ngục A-phù-đà[727] kia thọ mạng dài ngắn bao nhiêu chăng?"

Các tỳ-kheo bạch với Đức Phật rằng:

"Xin cho chúng con được nghe! Chúng con nghe rồi sẽ tin nhận, ghi nhớ".

Bấy giờ, Thế Tôn bảo với các tỳ-kheo rằng:

"Cứ hai mươi Khư-lợi-hồ-ma thì được một Ba-la-nại[728]. Đầy tràn một xe như vậy thì có người trường thọ. Đủ một trăm năm thì người ấy lấy một hạt mè[729]. Cứ như vậy lấy cho hết tất cả những hạt mè này thì thọ mạng ở địa ngục A-phù-đà cũng chưa hết. Hết hai mươi A-phù-đà thì mới thành một Ni-la-phù-đà[730]. Hai mươi Ni-la-phù-đà mới bằng một A-tra-tra[731]. Hai mươi A-tra-tra mới bằng một Hầu-hầu[732]. Hai mươi Hầu-hầu mới bằng một Liên hoa địa ngục[733]; Hai mươi Liên hoa địa ngục mới bằng một Đại liên hoa địa ngục".

Cù-ca-lê Tỳ-kheo do hủy báng Xá-lợi-phất, Mục-kiền-liên, nên đọa vào Đại liên hoa địa ngục này.

---

[727] A-phù-đà 阿浮陀. Pāli abbuda.
[728] 二十佉利胡麻得波羅捹 *No. 99*, liệt kê các đơn vị đo lường: A-la 阿羅; độc-lung-na 獨籠那; xà-ma-na 闍摩那 ; ma-ni 摩尼; khư-lê 佉梨. Pāli khārika. Số giải, 4 *patthā* = 1 *āḷhaka*; 4 *āḷhaka* = 1 *doṇa*; 4 *doṇa* = 1 *māṇika*; 4 *māṇika* = 1 *khāri*.
[729] Pāli 20 *khārika* = 1 xe hạt cải (*tilavāha*).
[730] *No. 99*: Ni-la-phù-đà 尼羅浮陀. Pāli *Nirabbuda*.
[731] *No. 99*: A-tra-tra 阿吒吒. Pāli *Aṭaṭa*.
[732] *No. 99*: A-hưu-hưu 阿休休. Pāli *Ahaha*.
[733] *No. 99*: Ưu-bát-la 優鉢羅. Pāli *Uppalaka*.

Phật bảo các vị tỳ-kheo:

"Đến cái trụ bị thiêu cháy hãy còn không nên hủy báng, huống là loài có tình thức".

Đức Phật nói như vậy rồi, các vị tỳ-kheo vâng lời Đức Phật dạy, hoan hỷ phụng hành.

KINH 277. KHINH TIỆN[734]

Tôi nghe như vầy:

Một thời, Đức Phật trú tại vườn cây của ông Cấp-cô-độc cùng Thái tử Kỳ-đà, nước Xá-vệ.

Bấy giờ, có một vị trời, quang sắc bội thường, dung nhan uy dũng, sáng rỡ khắp cả Kỳ-hoàn, đi đến chỗ Phật, đảnh lễ rồi lui ngồi sang một bên, nói kệ rằng:

"Sao là khinh kẻ khác
Và không khinh kẻ khác
Bị người khác khinh tiện
Lấy gì làm đầu mục
Nay tôi hỏi Như Lai
Đại Tiên nói cho tôi".

Bấy giờ, Đức Thế Tôn thuyết kệ đáp rằng:

"Khéo biết, không khinh tiện
Không biết là khinh tiện
Nhạo pháp là cung kính
Mạn pháp không cung kính
Không gần thiện tri thức
Là không kính làm đầu

---

734 Tương đương *No. 99* (1279). Pāli, Sn.1.6. *Parābhava*. Việt dịch, kinh 1193.

Thích làm việc phi pháp
Bạn thân sanh oán ghét
Cùng oán kết thân hữu
Là bất kính làm đầu
Như có người phụ nữ
Đi qua không trinh thuận
Thích cùng họ gian dâm
Làm việc phi Thánh hạnh
Nam tử trái lễ độ
Nghĩa ấy cũng như thế
Như thế được gọi là
Lấy khinh tiện làm đầu.
Đểu cán khi dối người
Xảo ngụy chẳng quân bình
Cẩu thả tham lợi lạc
Ấy khinh tiện làm đầu.
Ỷ to lớn hiếp người
Tiêu tốn tiền tài hết
Như vậy được gọi là
Khinh tiện làm đầu mục.
Ham ngủ, thích ăn ngon
Ngủ sớm còn dậy trễ
Biếng nhác làm công việc
Rồi lại ưa sân nhuế
Những hạng người như vậy
Là khinh tiện làm đầu.
Bông tai hay vòng cổ
Che lộng đi giày rách
Bần cùng mà trang sức
Ấy khinh tiện làm đầu.
Tài vật vốn quá ít
Lòng ái trước lại nồng
Tuy sanh lòng sát-lợi
Mong cầu được vương vị
Người ngu si như thế

Ấy khinh tiện làm đầu.
Tài bảo cơ nghiệp lớn
Nhiều quyến thuộc bạn bè
Tự ăn đồ mỹ vị
Không chia cho người khác
Ăn đồ ngon người khác
Và nhận lợi tiền bạc
Khi họ đến nhà mình
Lại chẳng lòng báo đáp
Cho đến chẳng cho ăn
Ấy khinh tiện làm đầu.
Cha mẹ tuổi già yếu
Đã suy lão quá rồi
Tụi mình ăn ngon ngọt
Mà chẳng biết dưỡng nuôi
Những hạng người như thế
Là khinh tiện làm đầu.
Cha mẹ và anh em
Và chị em thân thuộc
Chửi mắng lời ác khẩu
Là khinh tiện làm đầu.
Sa-môn, bà-la-môn
Đúng thời đi đến nhà
Không thỉnh, không thí thực
Là khinh tiện làm đầu.
Sa-môn, bà-la-môn
Và bần cùng khất cái
Chửi mắng không cho ăn
Là khinh tiện làm đầu.
Hủy báng Phật, Thanh văn
Người tại gia, xuất gia
Cho đó việc phi pháp
Là khinh tiện làm đầu.
Thực chẳng phải La-hán
Tự xưng là La-hán

Trời, người, bà-la-môn
Sa-môn làm đại tặc
Nếu làm những việc ấy
Là khinh tiện làm đầu.
Tất cả những loại ấy
Bị người khác khinh tiện
Thế gian cũng khinh tiện
Ta thảy đều thấy biết
Phải nên bỏ lìa xa
Như sợ con đường hiểm".

Vị trời lại dùng kệ tán thán rằng:

"Xưa kia đã từng thấy
Bà-la-môn Niết-bàn
Hiềm sợ bỏ lâu rồi
Độ được Ái thế gian".

Khi vị trời ấy nói kệ này rồi, hoan hỷ ra đi.

KINH 278. ANH NGU HÝ[735]

Tôi nghe như vầy:

Một thời, Đức Phật trú tại vườn cây của ông Cấp-cô-độc cùng Thái tử Kỳ-đà, nước Xá-vệ.

Bấy giờ, có một vị trời, dung nhan sáng rỡ, quang sắc sáng rực chiếu khắp cả Kỳ-hoàn, đi đến chỗ Phật, đảnh lễ dưới chân Phật rồi lui ngồi sang một bên, nói kệ rằng:

"Ai gọi là kính thuận
Ai gọi là lấn lướt

---

[735] Tương đương *No. 99* (1280). Việt dịch, kinh 1194.

> *Ai là trẻ ngu đùa*
> *Như trẻ con vọc đất".*

Bấy giờ, Thế Tôn nói kệ đáp rằng:

> *"Nếu nam tử kính thuận*
> *Nữ nhân tất lấn lướt*
> *Nếu nam tử lấn lướt*
> *Thì nữ nhân kính thuận*
> *Nữ nhân trẻ ngu đùa*
> *Như trẻ con vọc đất".*

Vị trời lại nói kệ tán thán rằng:

> *"Xưa kia đã từng thấy*
> *Bà-la-môn Niết-bàn*
> *Hiềm sợ bỏ lâu rồi*
> *Độ được Ái thế gian".*

Khi vị trời ấy nói kệ này rồi, hoan hỷ trở về thiên cung.

KINH 279. GIÀ CHỈ[736]

Tôi nghe như vầy:

Một thời, Đức Phật trú tại vườn cây của ông Cấp-cô-độc cùng Thái tử Kỳ-đà, nước Xá-vệ.

Bấy giờ, có một vị trời, thân quang sáng chói giống như ánh điện chiếu khắp cả Kỳ-hoàn, sáng soi rực rỡ, đi đến chỗ Phật, đảnh lễ dưới chân Phật rồi lui ngồi sang một bên mà nói kệ rằng:

> *"Giác quán ý dục đến*
> *Khống chế nên khống chế*
> *Tất cả khống chế hết*

---

[736] Tương đương *No. 99* (1281). S. 1. 24 *Manonivāraṇā*; Việt dịch, kinh 1195.

Không tạo trần sanh tử"[737].

Bấy giờ, Thế Tôn nói kệ đáp rằng:

"Giác quán ý dục đến
Khống chế nên khống chế
Không nên dừng tất cả
Chỉ dừng ác giác quán[738]
Ác ý nên che chắn
Chế thứ nên khống chế
Nếu làm được như thế
Không bị sanh tử khống".

Vị trời lại nói kệ tán thán rằng:

"Xưa kia đã từng thấy
Bà-la-môn Niết-bàn
Hiềm sợ bỏ lâu rồi
Độ được Ái thế gian".

Khi vị trời ấy nói kệ này rồi, hoan hỷ trở về thiên cung.

KINH 280. ĐẮC DANH XƯNG[739]

Tôi nghe như vầy:

Một thời, Đức Phật trú tại vườn cây của ông Cấp-cô-độc cùng Thái tử Kỳ-đà, nước Xá-vệ.

---

[737] *No. 99:* 決定以遮遮意妄想而來若人遮一切 不令其逼迫 Khi nào quyết ngăn chặn, Ý vọng tưởng không đến; Khi người ngăn hoàn toàn, Không còn bị bức bách. **Pāli** *yato yato mano nivāraye, na dukkhameti naṃ tato tato,* nơi nào ý bị ngăn chặn, nơi ấy đau khổ không đến.

[738] **Pāli** *yato yato ca pāpakaṃ, tato tato mano nivāraye,* nơi nào có sự ác, nơi đó ngăn chặn ý.

[739] *Tương đương No. 99* (1282). Việt dịch, kinh 1196

Bấy giờ, có một vị trời, quang sắc sáng rỡ, chiếu soi khắp cả Kỳ-hoàn, đi đến chỗ Phật, đảnh lễ dưới chân Phật rồi lui ngồi sang một bên, nói kệ rằng:

"Làm sao được danh xưng
Làm sao được tài nghiệp
Làm sao được khen ngợi
Làm sao được thân hữu".

Bấy giờ, Thế Tôn nói kệ đáp rằng:

"Trì giới được danh xưng
Bố thí được tài bảo
Thật ngữ được khen ngợi
Phổ thí chúng đều thân".

Vị trời nói kệ tán thán rằng:

"Ta xưa đã từng thấy
Bà-la-môn Niết-bàn
Hiềm sợ bỏ lâu rồi
Độ được Ái thế gian".

Khi vị trời ấy nói kệ này xong rồi, hoan hỷ trở về thiên cung.

KINH 281. TÍCH TẬP TÀI[740]

Tôi nghe như vầy:

Một thời, Đức Phật trú tại vườn cây của ông Cấp-cô-độc cùng Thái tử Kỳ-đà, nước Xá-vệ.

Bấy giờ, có một vị trời, dung nhan sáng rỡ, ánh sáng bừng lên soi khắp cả Kỳ-hoàn, đi đến chỗ Phật, đảnh lễ dưới chân Phật rồi lui ngồi sang một bên, nói kệ rằng:

---

[740] Tương đương *No. 99* (1283). D.31. *Siṅgālaka.* Cf. *No. 26*(135) *Kinh Thiện Sanh*), *No. 1*(16) *Kinh Thiện Sanh*), Việt dịch, kinh 1197.

"Sao được sanh làm người
Trí kiến thật sáng suốt
Gom được các tài bảo
Nghĩa nhiều ít ra sao?".

Bây giờ, Đức Thế Tôn nói kệ đáp rằng:

"Trước học các kỹ năng
Sau gom các tài bảo
Gom tài thành bốn phần
Một phần cúng y thực
Hai phần làm kinh doanh
Một phần phòng khi thiếu.
Lấy ruộng việc làm đầu
Thứ đến là buôn bán
Lớn tuổi nghỉ nuôi bò
Trâu dê cùng lục súc.
Lại có hàng con cháu
Mỗi đứa lấy vợ con
Xuất nữ và chị em
Và lục súc gia pháp
Điều hòa được lợi lạc
Không điều hòa khổ não.
Làm việc phải kết thúc
Kết thúc không bị phế
Kẻ trí khéo tư duy
Biết rõ chuyện được mất.
Khéo biết làm, không làm
Tiền tài đổ về mình
Như sông về biển lớn.
Siêng năng nơi sự nghiệp
Như ong hái mật hoa
Mỗi ngày thân tăng trưởng
Đêm ngày tụ tài nghiệp
Như ong kia tăng trưởng.
Tiền không gửi người già
Không gửi người ở xa

> *Kẻ khác mống tâm xấu*
> *Dùng thế lực thắng ta*
> *Cuối cùng không đem của*
> *Giao những hạng người kia.*
> *Cho tiền người thân thiết*
> *Khi đòi nợ cãi lẫy*
> *Lạ thay tiền còn nghĩa*
> *Hết tiền mất bạn thân.*
> *Chỉ như pháp tụ tài*
> *Không nên làm phi pháp*
> *Trượng phu làm như pháp*
> *Đoan nhiên rất rõ ràng.*
> *Đã tự mình ăn mặc*
> *Còn bố thí cho người*
> *Điều độ không để mất*
> *Mạng chung được sanh thiên".*

Vị trời nói kệ tán thán rằng:

> *"Xưa kia đã từng thấy*
> *Bà-la-môn Niết-bàn*
> *Hiềm sợ bỏ lâu rồi*
> *Độ được Ái thế gian".*

Khi vị trời ấy nói kệ này xong rồi, hoan hỷ trở về thiên cung.

KINH 282. ĐÀN CẦM[741]

Tôi nghe như vầy:

Một thời, Đức Phật trú tại vườn cây của ông Cấp-cô-độc cùng Thái tử Kỳ-đà, nước Xá-vệ.

Bấy giờ, Phật bảo các tỳ-kheo hãy đi đến thành cổ nước Câu-tát-la.

---

[741] Tương đương *No. 99* (1284). Jā. 243. *Guttila*; Việt dịch kinh 1198.

Ở đó có một người rất giỏi chơi đàn cầm tên là Câu-ngộ-la[742]. Các tỳ-kheo men đường mà đi.

Bấy giờ, có sáu vị thiên nữ, mỗi vị cưỡi trên cung điện lướt đi giữa hư không. Các thiên nữ xuất cung nói với người này rằng:

"Cậu có thể vì chúng tôi tấu lên một khúc thanh cầm chăng? Chúng tôi sẽ múa hát theo".

Bấy giờ, người chơi đàm cầm thấy dung mạo của các thiên nữ sáng đẹp lạ thường nên khởi lên niềm hy hữu, hỏi rằng:

"Mấy chị em từng tạo công đức gì mà được sanh về cõi này? Trước hết tỷ muội hãy nói cho ta nghe nguyên nhân ấy, sau đó ta sẽ vì chị em khảy lên khúc nhạc thanh cầm".

Thiên nữ đáp rằng:

"Chàng cứ đàn lên đi, trong tiếng ca của tỷ muội chúng tôi sẽ nói rõ nhân duyên ấy".

Bấy giờ, Câu-ngộ-la liền khảy đàn trước các tiên nữ. Khi ấy tiên nữ thứ nhất nói kệ rằng:

> *"Khéo đem y phục đẹp*
> *Bố thí cho người khác*
> *Sanh tâm quý trong đời*
> *Sanh cõi trời như tôi.*
> *Thân như vàng ròng tụ*
> *Sắc sáng thật huyền vi*
> *Trong vài trăm thiên nữ*
> *Ta là tôn quý nhất.*
> *Cho vật mình ưa thích*
> *Phước thù thắng như vậy!"*

Thiên nữ thứ hai lại nói kệ rằng:

> *"Nếu đem các thượng vị*
> *Món ngon vật lạ cho*
> *Ở trời làm nam tử*

---

742 Câu-ngộ-la 俱琣羅; *No. 99*: Thô Ngưu 麤牛. Pāli *Guttila*.

Hơn hết trong gái trai.
Nếu được sanh về trời
Giống như ta bây giờ
Do xả thứ mình thích
Tùy ý thọ khoái lạc.
Hãy xem cung điện ta
Cưỡi hư không tự tại
Thân như vàng ròng tụ
Nhan sắc sáng thù diệu.
Trong mấy trăm thiên nữ
Ta là tôn thắng nhất
Thí thượng vị ẩm thực
Được quả thắng như vậy".

Thiên nữ thứ ba lại nói kệ rằng:

"Nếu đem các diệu hương
Bố thí mà tu phước
Sanh cõi người tôn quý
Lên trời như thân ta
Do xả thứ mình thích
Tùy ý thị khoái lạc.
Hãy xem cung điện ta
Cưỡi hư không tự tại
Thân như vàng ròng tụ
Nhan sắc sáng thù diệu.
Thiên nữ có vài trăm
Ta là tôn thắng nhất
Do bố thí hương thơm
Được quả báo như vậy".

Thiên nữ thứ tư lại nói kệ rằng:

"Khi ta còn làm người
Hiếu sự cô cậu khó
Mắng chửi toàn lời ác
Ta đều nhẫn chịu được.
Vì thế đến bây giờ

Đạt được thân trời này
Do có thể hiếu thuận
Tùy ý thọ khoái lạc.
Hãy xem cung điện ta
Cưỡi hư không tự tại
Thân như vàng ròng tụ
Nhan sắc sáng diệu diệu.
Thiên nữ có vài trăm
Ta tôn thắng hơn cả
Do hiếu sự mà ra
Được thù thắng như vậy".

Thiên nữ thứ năm lại nói kệ rằng:

"Còn tiền thân của ta
Làm nô tì sứ bộc
Hầu phụng nhà đại gia
Tùy thuộc không sân trái
Siêng năng không biếng nhác
Dậy sớm nhưng ngủ trễ.
Như ở nhà đại gia
Khi có chút thực phẩm
Chia cúng cho sa-môn
Và các bà-la-môn
Nhờ vậy được thân trời
Tùy ý thọ khoái lạc.
Hãy xem cung điện ta
Cưỡi hư không tự tại
Thân như vàng ròng tụ
Nhan sắc sáng diệu thù.
Trong mấy trăm thiên nữ
Ta là tôn thắng nhất,
Bần tiện tu phước điền
Được quả báo như vậy".

Thiên nữ thứ sáu lại nói kệ rằng:

"Thân đời trước của ta
Được thấy bậc tỳ-kheo
Và các tỳ-kheo ni
Sanh lòng đại hoan hỷ.
Họ dạy ta tinh cần
Được nghe họ thuyết pháp
Một hôm thọ trai pháp
Vì vậy nay sanh thiên.
Tùy ý thọ khoái lạc
Hãy xem cung điện ta
Cưỡi hư không tự tại
Thân như vàng ròng tụ
Dung nhan sáng diệu thù.
Trong vài trăm thiên nữ
Ta tôn thắng hơn hết.
Hãy quán xem ta đây
Nhờ được khéo dạy dỗ
Được quả báo như vậy".

Bấy giờ, người chơi đàn cầm lại nói kệ rằng:

"Ta nay thích làm lành
An lạc rừng Tát-la
Ta nay thấy thiên nữ
Lấp lánh như điện quang
Thấy nghe được như vậy
Về tạo công đức thôi!"

Bấy giờ, các vị tỳ-kheo nghe lời Phật dạy, hoan hỷ phụng hành.

KINH 283. THỪA XÁ[743]

Tôi nghe như vầy:

Một thời, Đức Phật trú tại vườn cây của ông Cấp-cô-độc cùng Thái tử Kỳ-đà, nước Xá-vệ.

Bấy giờ, có một vị trời, quang sắc bội thường đi đến chỗ Phật, đảnh lễ dưới chân Phật rồi ngồi sang một bên. Vị trời này y đức quang minh, chiếu soi khắp cả Kỳ-hoàn thảy đều sáng rỡ. Bấy giờ vị trời ấy nói kệ rằng:

"Cái gì khởi tất hoại?
Cái gì không cho sanh[744]?
Điều gì xả sợ hãi
Điều gì thành pháp lạc".

Bấy giờ, Đức Thế Tôn thuyết kệ đáp rằng:

"Sân nhuế khởi thì diệt
Tham dục sanh phải ngăn
Bỏ vô minh không sợ
Chứng diệt tối an lạc.[745]
Khí nhuế, xả tham dục
Thoát ra ngoài Kiết sử
Không đắm trước Sắc, Danh
Quán các pháp là Không.
Dục là gốc sanh tử
Dục sanh ra các khổ
Đoạn dục được giải thoát
Các khổ cũng như thế.
Nếu khổ được giải thoát

---

[743] Tương đương *No. 99* (1285). S. 1.71. *Chetvā*; Việt dịch, kinh 1199.

[744] *No. 99*: 何法起應滅　何生應防護　[Pāli] *kiṃsu chetvā sukhaṃ seti, kiṃsu chetvā na socati*, sát hại trong cái gì để nằm ngủ an lạc? Sát hại trong cái gì để không ưu sầu?.

[745] *No. 99*: "Đẳng quán vui chân đế".

Gốc khổ cũng giải luôn
Những trẻ ngu vô trí
Buông lung không quán khổ.
Vì thế chìm bể khổ
Bị trói buộc vô cùng
Bậc trí chế loạn tâm
Không nên đắm các Dục.
Phàm vì hạnh buông lung
Hoại niềm vui thiền định
Vì vậy nên nhiếp Tưởng
Chớ để đắm dục nhiễm.
Giống như kẻ giàu sang
Giữ gìn trân bảo vậy".

Bấy giờ, vị trời lại nói kệ tán thán rằng:

"Xưa kia đã từng thấy
Bà-la-môn Niết-bàn
Hiềm sợ bỏ lâu rồi
Độ được Ái thế gian".

Khi vị trời ấy nói kệ này rồi, hoan hỷ ra đi.

KINH 284. CHỦNG BIỆT[746]

Tôi nghe như vầy:

Một thời, Đức Phật trú tại vườn cây của ông Cấp-cô-độc cùng Thái tử Kỳ-đà, nước Xá-vệ.

Bấy giờ, có một vị trời, quang sắc bội thường đi đến chỗ Phật, đảnh lễ dưới chân Phật rồi ngồi sang một bên. Vị trời này y đức quang minh, chiếu soi khắp cả Kỳ-hoàn thảy đều rực rỡ. Bấy giờ vị trời ấy

---

[746] Tương đương *No. 99* (1286). S. 1.34. *Nasanti*, 36. *Saddhā*; Việt dịch, kinh 1200.

nói kệ rằng:

> *"Tuy đến với Ngũ trần*
> *Chẳng gọi là tham dục.*
> *Tư duy sanh nhiễm trước*
> *Mới gọi là tham dục.*
> *Dục trói buộc thế gian*
> *Kẻ mạnh được giải thoát".*

Bấy giờ, Đức Thế Tôn thuyết kệ đáp rằng:

> *"Bản tánh dục vô thường.*
> *Đoạn diệt nó ngộ đạo.*
> *Đắm dục sanh hệ phược,*
> *Mãi mãi không giải thoát*[747].
> *Nếu lấy Tín làm bạn*
> *Làm sao khởi bất tín*[748]
> *Danh xưng ngày càng lớn*
> *Mạng chung được sanh thiên.*
> *Nếu lại đoạn được Dục*
> *Không thường xuyên thọ Hữu*
> *Không trở lại sanh tử*
> *Vĩnh viễn nhập Niết-bàn.*
> *Biết thân Không, vô ngã*[749]
> *Quán Danh, Sắc không vững*
> *Không chấp vào Danh, Sắc*
> *Từ đây được giải thoát.*
> *Cũng không thấy giải thoát*
> *Hay là không giải thoát*

---

[747] Pāli (S.i. 22): *na santi kāmā manujesu niccā, santīdha kamanīyāni yesu baddho*, các dục trong đời vốn không thường. Ai ở đó có ái lạc, kẻ đó bị trói buộc. *No. 99*: "Các sự việc thế gian, Không phải đều thuộc dục; Tâm pháp theo giác tưởng, Là dục của con người".

[748] *No. 99*: Mọi việc trong Thế gian, Thường ở tại thế gian. Pāli ibid.: *tiṭṭhanti citrāni tatheva loke*: Những vật đa dạng vẫn tồn tại như vậy trong đời.

[749] *No. 99*: "Đối thân tưởng hư không".

Ai mẫn lợi quần sanh
Làm lợi lạc tất cả"[750].

Vị trời lại nói kệ tán thán rằng:

"Xưa kia đã từng thấy
Bà-la-môn Niết-bàn
Hiểm sợ bỏ lâu rồi
Độ được Ái thế gian".

Khi vị trời ấy nói kệ này xong rồi, hoan hỷ ra đi.

KINH 285. THIỆN TRƯỢNG PHU[751]

Tôi nghe như vầy:

Một thời, Đức Phật trú tại vườn cây của ông Cấp-cô-độc cùng Thái tử Kỳ-đà, nước Xá-vệ.

Bấy giờ, có một vị trời, quang sắc bội thường đi đến chỗ Phật, đầu diện đảnh lễ rồi ngồi sang một bên, nói kệ rằng:

"Nên cùng ai dừng trụ
Nên thân cận với ai
Theo ai để thọ pháp
Được lợi, không sanh ác".

Bấy giờ, Đức Thế Tôn nói kệ đáp rằng:

"Nên cùng thiện nhân trụ
Thân cận với người thiện
Theo họ mà thọ pháp
Được lợi không sanh ác.
Nên cùng thiện nhân trụ

---

[750] *No. 99*: "Người không đắm danh sắc, Xa lìa đống tích tụ. Quán nghĩa chân thật này, Như giải thoát, thương tưởng".

[751] Tương đương *No. 99* (1287). S. 1. 31. *Sabbi*; Việt dịch, kinh 1201.

Thân cận với người thiện
Theo họ mà thọ pháp
Bậc Trí được lợi lạc.
Nên cùng thiện nhân trụ
Thân cận với người thiện
Theo họ mà thọ pháp
Bậc Trí được danh dự.
Thân gần với người thiện
Theo họ mà thọ pháp
Bậc Trí được giải huệ
Vì thế nên cùng trụ.
Thân cận với người thiện
Theo họ mà thọ pháp
Tôn quý nhất trong tộc
Lìa được các ưu sầu
Trong tất cả các khổ
Cũng thường được giải thoát.
Xa lìa các ác thú
Đoạn được mọi trói buộc
Thuần thọ thượng diệu lạc
Được gần với niết-bàn".

Vị trời lại nói kệ tán thán rằng:

"Xưa kia đã từng thấy
Bà-la-môn Niết-bàn
Hiểm sợ bỏ lâu rồi
Độ được Ái thế gian".

Khi vị trời ấy nói kệ này xong rồi, hoan hỷ đi ra.

KINH 286. XAN THAM[752]

Tôi nghe như vầy:

Một thời, Đức Phật trú tại vườn cây của ông Cấp-cô-độc cùng Thái tử Kỳ-đà, nước Xá-vệ.

Bấy giờ, có một vị trời, quang sắc bội thường, chiếu sáng khắp cả Kỳ-hoàn thảy đều sáng rỡ, đi đến chỗ Phật đảnh lễ dưới chân Phật rồi ngồi sang một bên, nói kệ rằng:

"Tham lận bần cùng khổ
Đều do không huệ thí
Nếu muốn cầu phước đức
Kẻ trí nên bố thí".

Bấy giờ, Đức Thế Tôn nói kệ đáp rằng:

"Đáng sợ gì hơn tham
Bần khổ thường đói khát
Sợ bần không bố thí
Không thí sợ càng lớn.
Đời này hay đời sau
Đói khổ vô cùng kể,
Nếu được ít cũng thí
Được nhiều cũng bố thí.
Khi sống được khoái lạc
Mạng chung được sanh thiên
Khó thí mà thí được
Gọi là Nan tác nghiệp.
Trẻ ngu không hiểu biết
Chư Phật, Hiền thánh Pháp
Ngu trí đều mạng chung
Chỗ sanh về khác biệt.
Kẻ ngu đọa địa ngục
Thọ bao nhiêu thứ khổ

---

[752] Tương đương *No. 99* (1288). S. 1.32. *Macchari*; Việt dịch, kinh 1201

Kẻ trí sanh trời, người
Lại có thể giải thoát.
Bần cùng hái lượm sống
Để đem nuôi vợ con
Tịnh tâm bớt chút thí
Phước ấy lớn vô lượng.
Thiết trăm ngàn lễ tế[753]
Cúng dường cho tất cả
Chẳng bằng nghèo bố thí
Một phần trong mười sáu.
Tế tự có đánh đập
Xâm đoạt tài bảo người
Khổ não bao nhiêu người
Để thành tựu đại tế.
Lấy ác tụ tài bảo
Chúng đều không hoan hỷ
Như vậy bất tịnh thí
Hay có chút tịnh thí
Thọ báo có đẹp xấu
Không thể tướng mà so.
Như pháp tụ tài vật
Không phi pháp mong cầu
Có tiền đem bố thí
Chánh trực mà thí cho.
Đủ giới, tu thiền định
Người chánh trực thọ nhận
Phước tụ khắp tứ phương
Giống như nước biển lớn".

Vị trời lại dùng kệ tán thán rằng:

"Xưa kia đã từng thấy
Bà-la-môn Niết-bàn

---

[753] 大祀 Đại tự; *No. 99*: da (tà) thạnh hội 耶盛會, đại hội hiến tế sinh vật; từ phiên âm, yañña.

Hiềm sợ bỏ lâu rồi
Độ được Ái thế gian".

Khi vị trời ấy nói kệ này xong rồi, hoan hỷ đi ra.

KINH 287. BÁT THIÊN[754]

Tôi nghe như vầy:

Một thời, Đức Phật trú tại hang Thất diệp trên núi Tì-bà ở thành Vương-xá.

Bấy giờ, Đức Phật bị gai Khư-đà-la[755] đâm vào đùi, hết sức đau đớn. Như Lai im lặng chịu đựng, tuy có đau đớn nhưng không cầu cứu.

Bấy giờ, có tám vị thiên tử, dung nhan đoan chánh đi đến chỗ Phật. Trong ấy có một vị trời nói rằng:

"Sa-môn Cù-đàm quả thật là bậc trượng phu, bậc sư tử trong loài người, tuy chịu đau đớn nhưng không xả niệm giác, tâm không xúc não chi khác. Nếu có người đối với Cù-đàm Đại sư tử mà sanh tâm hủy báng, nên biết hạng người đó hết sức ngu si".

Vị thiên tử thứ Hai cũng nói như vầy:

"Cù-đàm Sa-môn là bậc trượng phu long tượng, tuy chịu đau đớn nhưng không xả niệm giác, tâm không não khác. Nếu lại có người sanh tâm hủy báng đối với Cù-đàm long tượng, nên biết hạng người ấy hết sức ngu si".

Vị thiên tử thứ Ba cũng nói như vầy:

"Sa-môn Cù-đàm như bậc Thiện thừa ngưu".

Vị thiên tử thứ Tư cũng nói như vầy:

---

[754] Tương đương *No. 99* (1289). S. 1.38. *Sakalika*; Việt dịch, kinh 1203.
[755] Bị gai khư-đà-la 佉陀羅刺. *No. 99*: Kim thương 金鎗 (槍). Pāli *sakalikā ya khato hoti*: bị mảnh vụn (dằm cây) đâm.

"Sa-môn Cù-đàm như bậc Thiện thừa mã".

Vị trời thứ Năm cũng nói như vầy:

"Sa-môn Cù-đàm giống như Ngưu vương".

Vị trời thứ Sáu nói như vầy:

"Sa-môn Cù-đàm, bậc Vô thượng trượng phu".

Vị trời thứ Bảy lại nói như vầy:

"Sa-môn Cù-đàm như Hoa sen trong cõi người".

Vị trời thứ Tám lại nói như vầy:

"Sa-môn Cù-đàm giống như hoa Phân-đà-lợi. Quan sát sự thiền tịch của ngài hết sức thiện định, chẳng vọng tưởng cao mà cũng không ty hạ, dừng ở chỗ giải thoát, giải thoát nên dừng".

Bấy giờ, vị trời thứ Tám liền nói kệ rằng:

"Nếu ngài không thanh tịnh
Giả sử đầy trăm ngàn
Thông đạt ngũ tỉ thí
Bị giới làm trói buộc
Chìm đắm bể ái dục
Không thể đến bờ kia".

Bấy giờ, tám vị thiên tử nói kệ ấy xong rồi, đảnh lễ dưới chân Phật rồi trở về chốn của mình.

NHIẾP TỤNG

Thùy hạ và Già chỉ
Danh xưng và Kỹ năng
Đàn cầm và Khí xả
Chủng biệt, Thiện trượng phu
Xan tham bất huệ thí
Bút thiên nữa là Mười.

KINH 288. ĐẠI ĐỊA[756]

Tôi nghe như vầy:

Một thời, Đức Phật trú tại vườn cây của ông Cấp-cô-độc cùng Thái tử Kỳ-đà, nước Xá-vệ.

Bấy giờ, có một vị trời, nhan sắc khác thường, đi đến chỗ Phật, ánh sáng rạng rỡ, đảnh lễ dưới chân Phật rồi ngồi sang một bên mà nói kệ rằng:

"Giống như đại địa kia
Rộng lớn không biên tế
Lại cũng như biển lớn
Sâu xa không bến bờ.
Tu-di cao chót vót
Không gì ví dụ kịp
Ai như Na-la-diên
Nam tử không ai sánh"[757].

Bấy giờ, Đức Thế Tôn thuyết kệ đáp rằng:

"Không gì rộng hơn Ái
Sâu không gì hơn Sân
Kiêu mạn hơn Tu-di.
Duy có Phật Thế Tôn
Trong các bậc nam tử
Tối thắng không chi bằng".

Vị trời lại nói kệ tán thán rằng:

"Xưa kia đã từng thấy
Bà-la-môn Niết-bàn
Hiềm sợ bỏ lâu rồi
Độ qua Ái thế gian".

---

[756] Tương đương *No. 99* (1290). Việt dịch, kinh 1204.

[757] *No. 99*: 大士無毘紐 Đại sĩ không Tỳ-nữu. Tức Thần *Viṣṇu*, không gì cao cả hơn.

Khi vị trời ấy nói kệ xong rồi, hoan hỷ trở về thiên cung.

KINH 289. HỎA BẤT THIÊU[758]

Tôi nghe như vầy:

Một thời, Đức Phật trú tại vườn cây của ông Cấp-cô-độc cùng Thái tử Kỳ-đà, nước Xá-vệ.

Bấy giờ, có một vị trời, ngay trong đêm tối đi đến chỗ Phật, uy quang tỏa chiếu, sáng soi rực rỡ, đảnh lễ dưới chân Phật rồi ngồi sang một bên mà nói kệ rằng:

> *"Vật gì lửa không cháy*
> *Gió lốc không thể hoại?*
> *Kiếp tận đại hồng thủy*
> *Tất cả ngâm nát hoại*
> *Vật gì nơi chốn ấy*
> *Mà không bị tan hoại?*
> *Nam tử hay nữ nhân*
> *Có những thứ tài bảo*
> *Dùng đến phương tiện nào*
> *Giặc, vua không xâm đoạt?*
> *Chứa trong kho chắc nào*
> *Mà không bị hủy hoại?".*

Bấy giờ, Đức Thế Tôn nói kệ đáp rằng:

> *"Phước tụ lửa không thiêu*
> *Gió lốc không cuốn hoại*
> *Ngâm hồng thủy kiếp tận*
> *Không thể làm hủ mục.*
> *Nam nữ có phước tụ*
> *Vương tặc không thể cướp*

---

[758] Tương đương *No. 99* (1291). Việt dịch, kinh 1205.

Phước là kho vững chắc
Không thể hủy hoại được".

Vị trời lại nói kệ tán thán rằng:

"Xưa kia đã từng thấy
Bà-la-môn Niết-bàn
Hiềm sợ bỏ lâu rồi
Độ qua Ái thế gian".

Khi vị trời ấy nói kệ xong rồi, hoan hỷ trở về thiên cung.

KINH 290. TƯ LƯƠNG[759]

Tôi nghe như vầy:

Một thời, Đức Phật trú tại vườn cây của ông Cấp-cô-độc cùng Thái tử Kỳ-đà, nước Xá-vệ.

Bấy giờ, có một vị trời, đang đêm đi đến chỗ Phật, uy quang chiếu sáng khắp nơi sáng rỡ, đảnh lễ dưới chân Phật rồi ngồi sang một bên mà nói kệ rằng:

"Ai đủ con đường rộng
Tư lương trên đường đạo?
Nhờ có nhân duyên gì
Mà giặc không cướp được?
Giả sử gặp gian ác
Làm sao thủ hộ được?
Làm sao giặc cướp kia
Lại sanh đại hoan hỷ?
Làm sao thường thân cận
Bậc trí sanh vui mừng?"

---

[759] Tương đương *No. 99* (1292). Tham khảo *Tạp A-hàm*, Việt dịch, kinh 1206.

Bấy giờ, Thế Tôn thuyết kệ đáp rằng:

"Tín là hành trang xa
Phước tụ không giặc cướp
Nhờ Giới ngăn giặc giết
Sa-môn cướp sanh vui
Thường thân cận sa-môn
Bậc trí sanh vui mừng".

Vị trời lại dùng kệ tán thán rằng:

"Xưa kia đã từng thấy
Bà-la-môn Niết-bàn
Hiềm sợ bỏ lâu rồi
Độ qua Ái thế gian".

Khi vị trời ấy nói kệ xong rồi, hoan hỷ trở về thiên cung.

KINH 291. SỞ VI[760]

Tôi nghe như vầy:

Một thời, Đức Phật trú tại vườn cây của ông Cấp-cô-độc cùng Thái tử Kỳ-đà, nước Xá-vệ.

Bấy giờ, có một vị trời, quang sắc bội thường, ngay trong đêm tối đi đến chỗ Phật, uy quang sáng rỡ, chiếu soi khắp cả, đảnh lễ dưới chân Phật rồi ngồi sang một bên mà nói kệ rằng:

"Lạc, theo chỗ tư niệm
Xứng ý là đạt được
Tất cả các thứ lạc
Dục lạc là hơn hết".

Bấy giờ, Đức Thế Tôn nói kệ đáp rằng:

---

760 Tương đương *No. 99* (1294), quyển 49, Ấn Thuận, 25. Tương ưng Chư thiên tiếp theo. Việt dịch, kinh 1208.

"Vui chẳng do tư niệm
Còn khổ có nguyện cầu
Nếu người giả tư nguyện
Đó chính là tối thắng".

Vị trời nói kệ tán thán rằng:

"Xưa kia đã từng thấy
Bà-la-môn Niết-bàn
Hiềm sợ bỏ lâu rồi
Độ qua Ái thế gian".

Khi vị trời ấy nói kệ xong rồi, hoan hỷ trở về thiên cung.

KINH 292. KHAM NĂNG[761]

Tôi nghe như vầy:

Một thời, Đức Phật trú tại vườn cây của ông Cấp-cô-độc cùng Thái tử Kỳ-đà, nước Xá-vệ.

Bấy giờ, có một vị trời, dung nhan thù đặc, sáng soi rạng rỡ, đi đến chỗ Phật, đảnh lễ dưới chân Phật, lui ngồi sang một bên rồi nói kệ rằng:

"Phật là Thiên nhân sư
Tối thắng trong các vật
Biết được tất cả pháp
Lợi ích khắp thế gian.
Trong tất cả thứ khó
Khó nào là lớn nhất?
Cúi mong Đại tiên tôn
Vì ta phân biệt nói".

Bấy giờ, Đức Thế Tôn thuyết kệ đáp rằng:

---

[761] Tương đương *No. 99* (1293). Việt dịch kinh 1207.

"Nhờ người được tự tại
Nhẫn được xúc não khó.
Bần cùng mà bố thí
Nguy ách trì giới khó.
Tuổi trẻ sống giàu sang
Bỏ dục xuất gia khó".

Vị trời nói kệ tán thán rằng:

"Xưa kia đã từng thấy
Bà-la-môn Niết-bàn
Hiềm sợ bỏ lâu rồi
Độ qua Ái thế gian".

Khi vị trời ấy nói kệ xong rồi, hoan hỷ trở về thiên cung.

KINH 293. XA THỪA[762]

Tôi nghe như vầy:

Một thời, Đức Phật trú tại vườn cây của ông Cấp-cô-độc cùng Thái tử Kỳ-đà, nước Xá-vệ.

Bấy giờ, có một vị trời đi đến chỗ Phật, uy quang sáng chói, chiếu soi rực rỡ, đến đảnh lễ chân Phật rồi ngồi một bên mà nói kệ rằng:

"Xe từ đâu sanh ra?
Ai người đem xe đến?
Xe đi được bao xa
Xe làm sao tổn diệt?"

Bấy giờ, Thế Tôn nói kệ đáp rằng:

"Từ nghiệp sanh ra xe
Tâm vận chuyển xe đi

---

762 Tương đương *No. 99* (1295). Việt dịch, kinh 1209.

Đến chỗ nhân duyên tận
Nhân duyên tận xe diệt".

Vị trời nói kệ tán thán rằng:

"Xưa kia đã từng thấy
Bà-la-môn Niết-bàn
Hiềm sợ bỏ lâu rồi
Độ qua Ái thế gian".

Khi vị trời ấy nói kệ xong rồi, hoan hỷ trở về thiên cung.

KINH 294. CỨ-ĐÀ NỮ[763]

Tôi nghe như vầy:

Một thời, Đức Phật trú tại vườn cây của ông Cấp-cô-độc cùng Thái tử Kỳ-đà, nước Xá-vệ.

Bấy giờ, có một vị trời, quang sắc bội thường, đi đến chỗ Phật, thân quang rạng chiếu khắp cả Kỳ-hoàn thảy đều rực rỡ.

Bấy giờ vị thiên tử này đến ngồi một bên, bạch với Đức Phật rằng:

"Thế Tôn! Con gái của Tu-đa-mật-xa-cứ-đà[764] sinh con".

Phật bảo:

"Việc này bất thiện, không phải là chuyện tốt".

Bấy giờ, vị trời này liền nói kệ rằng:

"Sanh con đời bảo vui
Sanh con rất hân hoan

---

[763] Sanh con. Tương đương *No. 99* (1296). Việt dịch, kinh 1210.

[764] Tu-đa-mật-xa-cứ-đà 須多蜜奢鋸陀. Không rõ Pāli. *No. 99*: Câu-lũ-đà vương nữ Tu-ba-la-đề-sa 拘屢陀王女修波羅提沙.

Cha mẹ dần già cả
Sao lại nói không tốt?"

Bấy giờ, Thế Tôn nói kệ đáp rằng:

"Ta biết chuyện sanh con
Tất có ái biệt ly
Ấm tụ hòa hợp khổ
Đó đều chẳng phải con.
Đó là thân các khổ
Trẻ ngu cho là vui
Vì vậy ta mới nói
Sanh con là bất thiện.
Bất thiện mà nghĩ thiện
Bất ái mà nghĩ ái
Khổ mà nghĩ tưởng Lạc
Buông lung đã chín mùi".

Vị trời nói kệ tán thán rằng:

"Xưa kia đã từng thấy
Bà-la-môn Niết-bàn
Hiềm sợ bỏ lâu rồi
Độ qua Ái thế gian".

Khi vị trời ấy nói kệ xong rồi, hoan hỷ trở về thiên cung.

KINH 295. TOÁN SỐ[765]

Tôi nghe như vầy:

Một thời, Đức Phật trú tại vườn cây của ông Cấp-cô-độc cùng Thái tử Kỳ-đà, nước Xá-vệ.

Bấy giờ, có một vị trời, dung nhan sáng rỡ, uy sắc bội thường, chiếu

---

[765] Tương đương *No. 99* (1297). Việt dịch, kinh 1211.

sáng khắp cả, đi đến Kỳ-hoàn, đảnh lễ dưới chân Phật rồi ngồi sang một bên mà nói kệ rằng:

> *"Thế nào tự tính toán,*
> *Không bị phiền não che?*
> *Thế nào được gọi là*
> *Vĩnh viễn lìa các số?"*[766]

Bấy giờ, Thế Tôn nói kệ đáp rằng:

> *"Nếu người giỏi tính toán*
> *Tam lậu không thể chuyển*
> *Danh sắc mãi đã diệt*
> *Đó là lìa chúng xứ.*
> *Tổng số chẳng che giấu*
> *Đã khử trừ tổng số".*

Vị trời nói kệ tán thán rằng:

> *"Xưa kia đã từng thấy*
> *Bà-la-môn Niết-bàn*
> *Hiềm sợ bỏ lâu rồi*
> *Độ qua Ái thế gian".*

Khi vị trời ấy nói kệ xong rồi, hoan hỷ trở về thiên cung.

KINH 296. HÀ TRỌNG[767]

Tôi nghe như vầy:

Một thời, Đức Phật trú tại vườn cây của ông Cấp-cô-độc cùng Thái tử Kỳ-đà, nước Xá-vệ.

Bấy giờ, có một vị trời, quang sắc sáng rỡ, chiếu soi khắp cả đi đến

---

[766] *No. 99:* Thế nào số được đếm? Thế nào số không ẩn? Thế nào số trong số? Thế nào thuyết ngôn thuyết?

[767] Tương đương *No. 99* (1298). Việt dịch, kinh 1211.

Kỳ-hoàn, đảnh lễ dưới chân Phật rồi lui ngồi sang một bên mà nói kệ rằng:

> *"Vật gì nặng hơn đất?*
> *Gì cao hơn hư không?*
> *Vật gì nhanh hơn gió?*
> *Gì nhiều hơn cỏ cây?"*

Bấy giờ, Thế Tôn nói kệ đáp rằng:

> *"Trì giới nặng hơn đất*
> *Kiêu mạn cao hơn không*
> *Tâm niệm nhanh hơn gió*
> *Loạn tưởng hơn cỏ cây".*

Vị trời nói kệ tán thán rằng:

> *"Xưa kia đã từng thấy*
> *Bà-la-môn Niết-bàn*
> *Hiềm sợ bỏ lâu rồi*
> *Độ qua Ái thế gian".*

Khi vị trời ấy nói kệ xong rồi, hoan hỷ trở về thiên cung.

KINH 297. THẬP THIỆN[768]

Tôi nghe như vầy:

Một thời, Đức Phật trú tại vườn cây của ông Cấp-cô-độc cùng Thái tử Kỳ-đà, nước Xá-vệ.

Bấy giờ, có một vị trời, uy nhan sáng chói, quang sắc lạ thường, đi đến Kỳ-hoàn, sáng soi rực rỡ, đảnh lễ dưới chân Phật rồi lui ngồi sang một bên mà nói kệ rằng:

---

[768] Tương đương *No. 99* (1299). Việt dịch, kinh 1213.

"Tu hành giới hạnh nào?
Làm những oai nghi nào?
Có sức công đức gì?
Tạo tác nghiệp hạnh gì?
Đầy đủ những pháp gì
Được sanh lên cõi trời?
Nguyện Thế Tôn bi mẫn
Khai hiển giúp cho con".

Bấy giờ, Đức Thế Tôn nói kệ đáp rằng:

"Ta nay nói cho ông.
Người nên chí tâm nghe.
Như muốn sanh cõi trời
Trước nhất đoạn sát sanh.
Khéo tu các cấm giới
Thủ nhiếp hết các căn
Không hại loài có mạng
Liền được sanh cõi trời.
Không trộm tài vật người
Họ cho vui thọ nhận
Đoạn sạch tâm gian trộm
Liền được sanh cõi trời.
Không gian phụ nữ khác
Độ tà dâm bờ kia
Sắc vợ mình tự đủ
Đem lợi đến cho họ.
Và làm ra tài lợi
Xa lìa các phóng dật.
Thật ngữ không hư vọng
Liền được sanh cõi trời.
Trừ khử nói hai lưỡi
Không loạn đấu kia đây
Vui nói lời hòa hợp
Do nhờ nhân duyên này
Liền sanh lên cõi trời.
Đoạn nói lời thô ác

Châm chích xúc não người
Lời nói ra nhu nhuyến
Người nghe sanh vui mừng
Do những nghiệp duyên này
Được sanh lên cõi trời.
Đoạn trừ lời ỷ ngữ
Không nói chuyện vô ích
Biết thời mà nói pháp
Liền được sanh cõi trời.
Nếu xóm làng đồng nội
Không khởi tưởng tham lợi
Tài vật của người khác
Không khởi tâm ngu si
Liền được sanh cõi trời.
Từ tâm không hại vật
Không mống tâm oán ghét
Đối với khắp quần sanh
Tâm không gia hại, giận
Liền được sanh cõi trời.
Tính nghiệp và phước báo
Người hay tu Tín, Thí
Hai việc đều sanh Tín
Được đầy đủ chánh kiến
Liền được sanh cõi trời.
Các thiện pháp như vậy
Trong sạch mười nghiệp đạo
Tu hành được tất cả
Tất được sanh cõi trời".

Bấy giờ vị trời nói kệ tán thán rằng:

"Xưa kia đã từng thấy
Bà-la-môn Niết-bàn
Hiểm sợ bỏ lâu rồi
Độ qua Ái thế gian".

Khi vị trời ấy nói kệ xong rồi, hoan hỷ trở về thiên cung.

NHIẾP TỤNG

Đại địa, Hỏa bất thiêu
Thùy tê lương, Sở nguyện
Thậm năng và Xa thừa
Cứ đà nữ, Toán số
Hà trọng và Thập thiện[769]

KINH 298. NHÂN-ĐÀ-LA[770]

Tôi nghe như vầy:

Một thời, Đức Phật trú tại vườn cây của ông Cấp-cô-độc cùng Thái tử Kỳ-đà, nước Xá-vệ.

Bấy giờ, có một vị thiên tử tên là Nhân-đà-la, quang sắc bội thường, ngay trong đêm tối đi đến chỗ Phật, quang sắc sáng soi chiếu khắp Kỳ-hoàn thảy đều rực rỡ, đến đảnh lễ dưới chân Phật rồi ngồi sang một bên mà nói kệ rằng:

"Cái gì không biết Thọ?
Cái gì biết rõ Thọ[771]?
Cái gì tham trước Thọ?
Cái gì trói buộc Thọ[772]?"

Bấy giờ, Đức Thế Tôn nói kệ đáp rằng:

"Sắc không thể biết Thọ
Hành không biết tuổi Thọ
Chính mình tham trước Thọ

---

[769] Hán dịch, hết quyển 14.

[770] Tương đương *No. 99* (1300). *S. 10. 1. Indaka*; Việt dịch, kinh 1214.

[771] *No. 99*: "Pháp gì mạng không tỏ?"

[772] *No. 99*: "Pháp gì trói buộc mạng?" Pāli *kathaṃ nvayaṃ sajjati gabbasmiṃ*, làm sao trú trong thai?

Ái trói buộc tuổi Thọ".

Lúc ấy, Nhân-đà-la thiên tử lại nói kệ rằng:

"Như lời Đức Phật nói
Sắc chẳng phải thọ mạng[773]
Vì sao cùng ý thức
Được thành chỗ thân tụ?"

Thế Tôn nói kệ đáp rằng:

"Thức y Ca-la-la[774]
Ca-la-la tối sơ
Ca-la-la sanh bào[775]
Từ bào sanh nhục đoạn[776]
Nhục đoạn sanh dày chắc[777]
Từ dây sanh Ngũ bào[778]
Từ bào sanh tóc, móng
Từ đó sanh ngũ căn
Nam nữ tướng khác biệt
Thiên biến chẳng tạm dừng
Do vì nhân duyên đó
Vì sao có thọ mạng?"

Bấy giờ, thiên tử nghe lời Đức Phật nói, hoan hỷ đảnh lễ rồi trở về thiên cung.

---

[773] Cf. Pāli (S.i. 206): *rūpaṃ na jīvanti vadanti buddhā, kathaṃ nvayaṃ vindatimaṃ sarīraṃ*, "Chư Phật không nói mạng (*jīva*) là sắc, nhưng tại sao mạng có nơi thân này?"

[774] Ca-la-la 迦羅邏. Pāli *kalala*, phôi mới kết.

[775] Bào 胞. Pāli *abudda*, phôi bào

[776] Nhục đoạn 肉段. Pāli *pesi.*

[777] Kiên hậu 堅厚. Pāli *ghano.*

[778] 五胞. Pāli *pasākhā.* Trở lên, 5 giai đoạn trong thai, Hán gọi là "thai nội ngũ vị."

KINH 299. THÍCH CA[779]

Tôi nghe như vầy:

Một thời, Đức Phật trú tại vườn cây của ông Cấp-cô-độc cùng Thái tử Kỳ-đà, nước Xá-vệ.

Bấy giờ, có một vị thiên tử tên là Thích-ca, quang sắc bội thường, ngay trong đêm tối đi đến chỗ Phật, thân quang sáng chói khắp cả Kỳ-hoàn thảy đều rực rỡ, đến đảnh lễ dưới chân Phật rồi ngồi sang một bên mà nói kệ rằng:

"Đoạn hết tất cả Kiết
Xả hết những công việc
Nếu còn dạy dỗ người
Chẳng phải thiện sa-môn".

Bấy giờ, Đức Thế Tôn nói kệ đáp rằng:

"Dạ-xoa ngươi nên biết
Các khổ não bức bách
Bậc trí nên thương xót
Thuyết pháp dạy dỗ người.
Không nên buông bỏ họ
Đọa lạc vào đường khổ
La-hán ôm lòng Từ
Cứu giúp không lầm lỗi".

Bấy giờ, Thích-ca thiên tử nghe Đức Phật nói, hoan hỷ đảnh lễ rồi trở về thiên cung.

---

[779] Tương đương *No. 99* (1301). Việt dịch kinh 1215. Cf. S. 10. 2. *Sakka.*

KINH 300. THUYẾT THIỆN XƯNG[780]

Tôi nghe như vầy:

Một thời, Đức Phật trú tại vườn cây của ông Cấp-cô-độc cùng Thái tử Kỳ-đà, nước Xá-vệ.

Bấy giờ, có một vị trời tên là Trưởng giả Tối Thắng[781], thần quang hiển hách, chiếu sáng khắp cả Kỳ-hoàn, đến đảnh lễ dưới chân Phật rồi ngồi sang một bên mà nói kệ rằng:

"Thường học nói thiện kệ
Thân cận, kính sa-môn
Thường ưa ở chỗ vắng
Yên định hết các căn".

Bấy giờ, Đức Thế Tôn nói kệ đáp rằng:

"Thường học nói thiện kệ
Thân cận, kính sa-môn
Thường ưa ở chỗ vắng
Yên định nơi tâm ý".

Bấy giờ, Tối Thắng Trưởng giả thiên tử nghe Phật nói rồi, hoan hỷ đảnh lễ rồi trở về thiên cung.

KINH 301. THI-TÌ[782]

Tôi nghe như vầy:

Một thời, Đức Phật trú tại vườn cây của ông Cấp-cô-độc cùng Thái tử Kỳ-đà, nước Xá-vệ.

---

[780] Tương đương *No. 99* (1301). Biệt dịch, *No 100*(300).
[781] Tối Thắng trưởng giả 最勝長者. *No. 99*: Trường Thắng 長勝.
[782] Tương đương *No. 99* (1302).

Bấy giờ, có một vị trời tên là Thi-tì,[783] uy quang sáng chói, nhan sắc khác thường, khắp cả Kỳ-hoàn chiếu soi rực rỡ, đến đảnh lễ dưới chân Phật rồi ngồi sang một bên mà nói kệ rằng:

"Nên cúng ai chỉ trụ?[784]
Nên thí ai hòa hợp?
Theo ai được Chánh pháp?
Thù thắng không lỗi lầm."

Bấy giờ, Đức Thế Tôn nói kệ đáp rằng:

"Ứng cúng Hiền thánh trụ[785]
Thì bậc Hiền hòa hợp
Theo Hiền hỏi Chánh pháp
Được thù thắng không lỗi."

Bấy giờ, Thi-tì thiên tử nghe Đức Phật nói rồi, hoan hỷ đảnh lễ rồi trở về thiên cung.

KINH 302. NGUYỆT TỰ TẠI[786]

Tôi nghe như vầy:

Một thời, Đức Phật trú tại vườn cây của ông Cấp-cô-độc cùng Thái tử Kỳ-đà, nước Xá-vệ.

Bấy giờ, có một vị thiên tử tên là Nguyệt Tự Tại, uy quang hiển chiếu khắp cả Kỳ-hoàn, đảnh lễ dưới chân Phật rồi ngồi sang một bên mà nói kệ rằng:

---

[783] Thi-tì thiên tử 尸毘天子. *Pāli* *Sivo devaputto.*

[784] 止住, bản TNM: 住止. *No. 99:* đồng chỉ 同止. Bản Thánh: đồng tâm 同心.

[785] 應共賢聖住; *No. 99:* 與正士同止 Với Chánh sĩ cùng ở. *Pāli* *sabbhireva samāsetha,* hãy ngồi chung với người thiện lương.

[786] Tương đương *No. 99 (1303). S. 2. 11. Candimasa;* Việt dịch, kinh 1217.

"Tu thiền đến tận chốn
Ăn cỏ giới gà nai[787]
Thành tựu bỏ niềm vui
Đợi chứng được Tứ thiền"[788].

Bấy giờ, Đức Thế Tôn nói kệ đáp rằng:

"Tuy tu tập thiền ấy
Còn mắc lưới sanh tử,
Người đầy đủ chánh niệm
Độc cư tâm yên lặng
Xa lìa được sanh tử
Như vịt trời thoát lưới".

Bấy giờ, Nguyệt Tự Tại thiên tử nghe lời Phật nói, hoan hỷ đảnh lễ trở về thiên cung.

KINH 303. TÌ-NỮU[789]

Tôi nghe như vầy:

Một thời, Đức Phật trú tại vườn cây của ông Cấp-cô-độc cùng Thái tử Kỳ-đà, nước Xá-vệ.

Bấy giờ, có một thiên tử tên là Tì-nữu[790], oai quang sáng rực, chiếu soi khắp, đi đến Kỳ-hoàn, đảnh lễ dưới chân Phật rồi ngồi sang một

---

[787] *No. 99:* 如蚊依從草 Như muỗi nương theo cỏ. Pāli *te hi sotthiṃ gamissanti, kacche vāmakase magā*, "họ sẽ đi đến chỗ an ổn, như những con nai trên đồng cỏ không muỗi. Bản Hán hiểu ngược: có muỗi.

[788] *No. 99:* 一心善正受 Nhất tâm khéo chánh thọ. Pāli *jhānāni upasampajja, ekodi nipakā satā*, chứng nhập các thiền, chuyên tâm nhất cảnh.

[789] Tương đương *No. 99* (1304). S. 2. 12. *Veṇḍu*; Việt dịch, kinh 1218.

[790] 天子毘 忸; *No. 99:* Tỳ-sấu-nữu 毘瘦紐. Pāli *Veṇḍu devaputto*, tức thần Viṣṇu của Ấn độ giáo

bên mà nói kệ rằng:

"Thân cận với Đức Phật
Không gì không hoan hỷ
Đều khiến khắp mọi người
Được an vui như pháp
Giúp cho người tu học
Đạt được Bất phóng dật".

Bấy giờ, Đức Thế Tôn nói kệ đáp rằng:

"Pháp này khéo răn dạy
Biết thời, không phóng dật
Đối với Ma tự tại
Ma không quấy phá được".

Bấy giờ, Tì-nữu thiên tử nghe lời Phật nói, hoan hỷ đảnh lễ rồi trở về thiên cung.

KINH 304. BAN-XÀ-LA[791]

Tôi nghe như vầy:

Một thời, Đức Phật trú tại vườn cây của ông Cấp-cô-độc cùng Thái tử Kỳ-đà, nước Xá-vệ.

Bấy giờ, có một thiên tử tên là Ban-xà-la[792], oai quang sáng chói, chiếu soi rực rỡ, oai nghi đỉnh đạt, đi đến chỗ Phật, đảnh lễ dưới chân Phật, rồi lui ngồi một bên mà nói kệ rằng:

"Tại gia việc bận buộc
Xuất gia thật khoan thai
Mâu-ni nhờ chuyên tĩnh

---

[791] Tương đương *No.* 99 (1305). S. 2. 7. *Pañcālacaṇḍa*; Việt dịch, kinh 1219.

[792] 般闍羅; *No.* 99: Ban-xà-la-kiện 般闍羅揵. [Pāli] *Pañcālacaṇḍa*.

Từ thiền mà giác liễu
Hoát nhiên được đại ngộ
Khai phát hiển đại trí".

Bấy giờ, Đức Thế Tôn nói kệ đáp rằng:

"Tuy ở trong duyên dụ
Cũng có thể đắc pháp
Người đầy đủ niệm ác
Do thường chuyên tu định
Chỉ có người minh trí
Mới chứng được niết-bàn".

Bấy giờ, Ban-xà-la thiên tử nghe Đức Phật nói, hoan hỷ đảnh lễ mà trở về thiên cung.

KINH 305. TU-THÂM-MA[793]

Tôi nghe như vầy:

Một thời, Đức Phật trú tại vườn cây của ông Cấp-cô-độc cùng Thái tử Kỳ-đà, nước Xá-vệ.

Bấy giờ, có một vị thiên tử tên là Tu-thi-ma[794] cùng với quyến thuộc năm trăm người đều đi đến chỗ Phật, đảnh lễ dưới chân Phật rồi ngồi sang một bên.

Bấy giờ, Đức Thế Tôn bảo với A-nan rằng:

"Trên thế gian nếu có người tự xưng rằng mình có thể nói thật, thì người ấy nên nói rằng: Tỳ-kheo Xá-lợi-phất trì giới, đa văn, thiểu dục tri túc, ưa ở chỗ vắng lặng, chuyên cần tu định, có đại niệm lực, thành tựu trí tuệ, mau chóng đạt được trí lợi trí, khéo biết xuất yếu, hiểu

---

[793] Tương đương *No.* 99 (1306); S. 2. 29. *Susīma*; Việt dịch, kinh 1220.
[794] Tu-thi-ma 須尸摩. *No.* 99: Tu-thâm thiên tử 須深天子. Pāli *Susīmo devaputto.*

sâu chỗ xuất thừa, đầy đủ thật trí."[795]

A-nan bạch với Đức Phật rằng:

"Bạch Đức Thế Tôn! Quả đúng như thánh giáo, nếu tự xưng là thật thuyết thì kẻ ấy nên nói Tỳ-kheo Xá-lợi-phất trì giới, đa văn tối thượng đệ nhất, cho đến thành tựu thật trí".

Khi các vị thiên tử nghe Như Lai và A-nan khen ngợi Xá-lợi-phất, dung mạo của các vị trời chuyển trang nghiêm hơn lên, thân quang trở nên thù diệu bội phần, chiếu khắp Kỳ-hoàn thảy đều sáng rõ.

Bấy giờ, Tu-thi-ma thiên tử, sau khi dung mạo oai quang chuyển rạng rỡ rồi, chắp tay hướng Phật mà nói kệ rằng:

"Xá-lợi-phất đa văn
Thảy gọi là Đại trí
Trì giới, khéo điều khiển
Được Thế Tôn tán thán".

Thế Tôn nói kệ đáp rằng:

"Xá-lợi-phất đa văn
Trì giới, khéo điều thuận
Được Thế Tôn tán thán
Được vô sanh tịch diệt[796]
Phá ma, trụ hậu thân".

Bấy giờ, Tu-thi-ma nghe lời Phật nói, hoan hỷ đảnh lễ trở về thiên cung.

---

[795] Tán thán trí tuệ của Xá-lợi-phất, Đối chiếu *No. 99*: tiệp tật trí tuệ, lợi trí tuệ, xuất ly trí tuệ, quyết định trí tuệ, đại trí tuệ, quảng trí tuệ, thâm trí tuệ, vô đẳng trí tuệ, trí bảo thành tựu 捷疾智慧. 利智慧. 出離智慧. 決定智慧. 大智慧. 廣智慧. 深智慧. 無等智慧. 智寶成就. Pāli *paṇḍito, mahāpañño, putthupañño, hāsapañño, javanapañño, tikkhapañño, nibbedikapañño.*

[796] *No. 99*: bất khởi Niết-bàn 不起涅槃.

KINH 306. BIÊN TẾ[797]

Tôi nghe như vầy:

Một thời, Đức Phật trú tại vườn cây của ông Cấp-cô-độc cùng Thái tử Kỳ-đà, nước Xá-vệ.

Bấy giờ, có một vị thiên tử tên là Xích Mã[798], quang sắc bội thường, đi đến chỗ Phật, đảnh lễ dưới chân Phật rồi ngồi sang một bên, bạch với Đức Phật rằng:

"Bạch Đức Thế Tôn, nên ở chỗ nào mà có thể không có sanh lão tử, không chìm đắm, không thoát ra chỗ tận cùng của chúng sanh. Biên tế của chúng sanh như vậy có thể biết được chăng?"

Bấy giờ, Đức Thế Tôn bảo với Xích Mã thiên tử rằng:

"Không sanh lão tử, đã không có rốt cùng, cũng không có xuất sanh. Không có ai có thể đi đến biên tế của nó, cũng không ai có thể đi đến chỗ tận cùng giới hạn của nó".

Khi ấy, Xích Mã thiên tử bạch với Đức Phật rằng:

"Thế Tôn! Điều Thế Tôn nói hết sức lành và vô cùng hy hữu. Không sanh lão tử cho đến không thể đạt đến biên tế của nó. Vì sao vậy? Như nghĩ về quá khứ của con. Con đã từng là một vị tiên nhân tên là Xích Mã, đoạn được Dục kiết, chứng được Ngũ thông trong thế gian, thần lực nhanh mạnh hơn cả trời trăng. Nhấc một bước chân có thể vượt qua được biển lớn, nên nghĩ thế này: Ta nay thần lực cao siêu như vậy, ta nên đi cho hết chỗ biên tế của một chúng sanh. Ý chí của con lúc ấy chỉ muốn chuyên cầu chỗ biên tế của chúng sanh, tâm ý chăm chăm không chút nhàn hạ, chỉ trừ lúc rửa tay hay ăn uống, đại tiện ra, trong suốt một trăm năm như thế nhưng rốt cuộc cũng không đạt đến chỗ biên tế của chúng sanh, rồi sau đó mạng chung. Do vậy nên biết Như Lai khéo nói không sanh lão tử, không ra khỏi, chẳng chìm mất, muốn đi đến đó để biết rõ biên tế, hoàn toàn không có chuyện ấy".

---

[797] Tương đương *No. 99* (1307); S. 2. 26. *Rohita*; *No 100* (306).
[798] Xích Mã 赤馬 . Pali *Rohitassa*.

Đức Phật bảo với Xích Mã thiên tử rằng:

"Đúng vậy, đúng vậy! Nếu có kẻ biết rõ được bất sanh lão tử, bất xuất bất một chúng sanh biên tế, thật là không có chỗ đó. Nếu muốn biết nó, chúng sanh biên tế chính là Niết-bàn. Nếu dứt sạch khổ tế thì mới gọi là đạt đến biên tế của chúng sanh".

Bấy giờ, Thế Tôn liền nói kệ rằng:

"Tuy có thần lực lớn
Cũng không thể đạt được
Đến tận chúng sanh biên.
Nếu không được biên tế
Sao dứt được khổ tế?
Vì vậy Mâu-ni ta
Được gọi Thiện tri thế
Chỉ có người thắng trí
Mới hiểu rõ biên tế
Phạm hạnh đã được lập
Chánh trí chúng sanh biên
Vượt đến bờ bên kia".

Bấy giờ, Xích Mã thiên tử nghe Đức Phật nói, hoan hỷ đảnh lễ trở về thiên cung.

KINH 307. NGOẠI ĐẠO CHƯ KIẾN[799]

Tôi nghe như vầy:

Một thời, Đức Phật trú tại rừng trúc Ca-lan-đà, thành Vương-xá.

Ngay trong lúc ấy, có sáu vị thiên tử, vốn là bè đảng của Lục sư ngoại đạo. Một vị tên là Nan Thắng, người thứ hai tên là Tự Tại, người

---

[799] Tương đương *No. 99* (1308). S. 2. 30. *Nānātitthiyā.* Việt dịch, kinh 1222.

thứ ba tên là Hiển Hiện, người thứ tư tên là Quyết Thắng, người thứ năm tên là Thời Khởi, người thứ sáu tên là Khinh Lộng[800]. Cả sáu vị thiên tử này, ngay trong đêm, đều đi đến chỗ Phật, rồi ngồi sang một bên. Các vị thiên tử này quang sắc thù thắng hơn bội thường, chiếu khắp Kỳ-hoàn thảy đều sáng rỡ.

Bấy giờ, Nan Thắng liền nói kệ rằng:

> *"Đáng chê trách tỳ-kheo*
> *Tứ thời tự cấm chế*
> *Thảy nghe đều dừng trụ*
> *Người này lìa các ác".*

Tự Tại thiên tử lại nói kệ rằng:

> *"Khổ hạnh đáng chê trách*
> *Kiểm nhiếp nơi tự thân*
> *Đoạn ác khẩu tránh giận*
> *Khổ lạc đồng Thế Tôn*
> *Làm chủ nơi pháp ấy*
> *Không tạo tác chúng ác".*

Hiểu Hiện thiên tử lại nói kệ rằng:

> *"Chặt chém và gia hại*
> *Tế tự thờ thần lửa*
> *Không chịu báo thiện ác*
> *Ca-diếp nói như vậy"*[801].

Quyết Thắng thiên tử lại nói kệ rằng:

---

[800] *No 100* (307): Nan Thắng 難勝, Tự Tại 自在, Hiển Hiện 顯現, Quyết Thắng 決勝, Thời Khởi 時起, Khinh Lộng 輕弄. Danh sách các Thiên thần theo *No. 99*: 阿毘浮. 增上阿毘浮. 能求. 毘藍婆. 阿俱吒. 迦藍. Một tên là A-tỳ-phù, hai là Tăng thượng A-tỳ-phù, ba là Năng Cầu, bốn là Tỳ-lam-bà, năm là A-câu-tra, sáu là Ca-lam. Danh sách Pali: *Asamo, Sahali, Nīko, Ākoṭako, Vegabbhari, Māṇavagāmiyo.*

[801] Thuyết vô nghiệp của Phú-la-na Ca-diếp (Pali *Pūraṇa Kasapa*), trong Lục sư Ngoại đạo.

"Ni-kiền Nhã-đề Tử[802]
Thường nói lời như vầy
Trường kỳ tu khổ hạnh
Đoạn trừ với vọng ngữ
Cách La-hán không xa
Đồ chúng của Thế Tôn"[803].

Bấy giờ, Đức Thế Tôn nói kệ đáp rằng:

"Từ nay khiến các ngươi
Một mình hay nhiều chúng
Ta xem đều bỉ uế
Giống như là tử thi
Sao lại đem soi đồng
Sánh với vua Sư tử?
Ngươi tôn kẻ lõa hình
Cực ác thích vọng ngữ
Những ngoại đạo như vầy
Cách xa quả La-hán".

Bấy giờ, có thiên tử lại nói kệ rằng:

"Người hành khổ hạnh kia
Thật đáng bị chê trách
Tuy ở nơi nhàn tĩnh
Chỉ nhọc mệt mà thôi.
Mong được ủng hộ họ
Chỉ cho họ con đường
Tất hướng đến cõi Sắc
Sanh Phạm thế hoan hỷ".

Bấy giờ, Thế Tôn lại nói kệ đáp rằng:

"Thế giới sở hữu Sắc
Chỗ này vì chốn kia
Đều ở giữa hư không

---

[802] *No. 99*: Ni-kiền Nhã-đề Tử 尼乾若提子.
[803] Dịch ý theo *No. 99*.

Có Đại quang minh vậy
Như vậy hết tất cả
Tất nhập lưới của ma
Giống như người chài lưới
Giăng lưới bắt cá tôm".

Lại có một vị trời khác nói kệ rằng:

"Nói Hữu và lỗi Dục
Và các si huyễn ác
Tất cả thảy đoạn trừ
Tán thán đoạn Dục kiết.
Nếu hướng lễ bái họ
Cúng dường và khen ngợi
Sở dĩ làm như vậy
Vì họ tức Thế Tôn".

Có một vị trời lại nói kệ rằng:

"Nói Hữu và lỗi Sân
Và các si huyễn ác
Tất cả thảy đoạn trừ
Tán thán đoạn Sân kiết.
Nếu hướng lễ bái họ
Cúng dường và tán thán
Sở dĩ làm như vậy
Vì họ là Thế Tôn".

Lại có vị trời khác nói kệ rằng:

"Nói Hữu và lỗi Si
Và các si huyễn ác
Tất cả thảy đoạn trừ
Tán thán đoạn ngu si".

Lại có một thiên tử khác nói kệ rằng:

"Nói Hữu lỗi Kiêu mạn
Và các Mạn huyễn ác
Tất cả thảy đoạn trừ

Tán thán đoạn Kiêu mạn".

Lại có một vị thiên tử khác nói kệ rằng:

"Nói Hữu và lỗi Kiến
Và các Kiến huyễn ác
Tất cả thảy đoạn trừ
Tán thán đoạn các Kiến".

Lại có vị thiên tử khác nói kệ rằng:

"Nói Hữu và lỗi Ái trước
Và các Ái huyễn ác
Tất cả thảy đoạn trừ
Tán thán đoạn Ái trước".

Lại có một vị thiên tử khác nói kệ rằng:

"Các núi thành Vương-xá
Tì-phú-la cao nhất
Các núi trên đại địa
Tuyết sơn vương tối thượng
Bốn phương các thế giới
Thượng hạ và Tứ duy
Trong tất cả trời người
Như Lai tôn quý nhất".

Khi các thiên tử nghe Đức Phật nói, mỗi vị đều nói kệ rồi, hoan hỷ đảnh lễ trở về thiên cung.

NHIẾP TỤNG

Nhân-đà-la vấn thọ
Đoạn trừ tất cả Kiết
Thuyết thiện xưng trưởng giả
Thi-tì vấn cộng trụ
Tốc tật vấn biên tế
Bà-hầu hỏi Đại hỷ
Đại hỷ Tì-nữu vấn
Ban-xà-la Kiền trì

Tu-thâm-ma vấn đệ nhất.

Hữu ngoại đạo vấn chư kiến.

KINH 308. MA-KHƯ[804]

Tôi nghe như vầy:

Một thời, Đức Phật trú tại vườn cây của ông Cấp-cô-độc cùng Thái tử Kỳ-đà, nước Xá-vệ.

Bấy giờ, có một vị thiên tử tên là Ma-khư[805] đi đến chỗ Phật, quang sắc chiếu soi rạng rỡ, đến lễ dưới chân Phật rồi ngồi sang một bên mà nói rằng:

"Hại ai, ngủ an ổn?
Hại ai, không ưu sầu?[806]
Diệt trừ một pháp nào
Được các Thánh khen ngợi?"

Bấy giờ, Thế Tôn nói kệ đáp rằng:

"Hại sân, ngủ an ổn
Hại sân, được không lo
Gốc độc của sân nhuế
Trá hiện thân hại người.
Diệt trừ pháp sân này
Hiền thánh đều khen ngợi".

Bấy giờ, Ma-khư nghe Phật nói rồi, hoan hỷ đảnh lễ rồi trở về thiên cung.

---

804 Tương đương *No. 99* (1309). S. 2. 3. *Māgha*. Việt dịch, kinh 1223.

805 Ma-khư 摩佉. *No. 99*: Ma-già 摩伽. Pāli: *Māgho devaputto*.

806 *No. 99*: Giết gì được hỷ lạc? S. 2. 3: *kimsu chetvā sukhaṃ seti? kimsu chetvā na socati*, sát hại cái gì thì nằm ngủ yên? Sát hạt cái gi thì không ưu sầu?

KINH 309. CHIẾU MINH[807]

Tôi nghe như vầy:

Một thời, Đức Phật trú tại vườn cây của ông Cấp-cô-độc cùng Thái tử Kỳ-đà, nước Xá-vệ.

Bấy giờ, có một vị thiên tử tên là Di-khư[808] đi đến chỗ Phật, uy quang sáng rực chiếu soi rạng rỡ, đến lễ dưới chân Phật rồi ngồi sang một bên, nói kệ rằng:

"Làm sao ở thế gian
Hiển phát mà chiếu sáng?
Ai là đấng Vô thượng
Chiếu sáng được Đệ nhất?
Nghĩa thậm thâm như vậy
Xin Phật nói cho tôi".

Bấy giờ, Đức Thế Tôn nói kệ đáp rằng:

"Trong tất cả thế gian
Có ba thứ chiếu sáng[809]
Ba thứ ấy là gì?
Là trời, trăng và lửa.
Có thể suốt ngày đêm
Chiếu sáng khắp mọi nơi
Thiên thượng và nhân gian
Chỉ Phật sáng vô thượng".

Bấy giờ, Di-khư thiên tử nghe Đức Phật nói rồi, hoan hỷ đảnh lễ rồi trở về thiên cung.

---

807 *No.99* (1310); S. 2. 4. *Māgadha. No. 100* (309). Việt dịch, kinh 1224.

808 Di-khư 彌佉. *No. 99*: Di-kỳ-ca 彌耆迦. *Māgadho devaputto.*

809 *No. 99*: Có ba loại ánh sáng, Luôn soi sáng thế gian. *cattāro loke pajjotā, pañcamettha na vijjati,* có bốn loại chiếu sáng trong thế gian. Không có loại thứ năm.

KINH 310. ĐÀM-MA[810]

Tôi nghe như vầy:

Một thời, Đức Phật trú tại vườn cây của ông Cấp-cô-độc cùng Thái tử Kỳ-đà, nước Xá-vệ.

Bấy giờ, có một vị thiên tử tên là Đàm-ma-thi[811] đi đến chỗ Phật, uy quang rạng rỡ, chiếu soi khắp cả Kỳ-hoàn, đến ngồi bên Phật mà nói kệ rằng:

"Bà-la-môn ngày nay
Đoạn tam hữu dục kiết
Không nguyện cầu các Hữu
Vậy rốt cuộc làm gì?"

Bấy giờ, Đức Thế Tôn nói kệ đáp rằng:

"Bà-la-môn vô tác
Khởi niệm đến cùng thôi
Lội nước chân chạm đất
Cho đến bờ bên kia
Nếu chân không chạm đất
Không thể đến bờ kia
Tay chân tất vận động
Gọi là có sở tác.
Lấy đó làm ví dụ
Để sáng nghĩa vô tác
Đàm-ma ngươi nên biết
Đã dứt sạch các lậu
Trụ nơi Tối hậu thân
Các Hữu lỗi ái dục
Tất cả thảy đoạn trừ
Siêu vượt biển sanh tử."

---

810 Tương đương *No. 99* (1311). S. 2. 5. *Dāmali*. Việt dịch, kinh 1225.

811 Đàm-ma-thi 曇摩尸. *No. 99*: Đà-ma-ni 陀摩尼. Pali *Dāmani*.

Bấy giờ, Đàm-ma-thi thiên tử nghe Đức Phật nói rồi, hoan hỷ đảnh lễ mà trở về thiên cung.

KINH 311. SỞ ĐOẠN[812]

Tôi nghe như vầy:

Một thời, Đức Phật trú tại vườn cây của ông Cấp-cô-độc cùng Thái tử Kỳ-đà, nước Xá-vệ.

Bấy giờ, có một vị thiên tử tên là Đa-la-kiền-đà đi đến chỗ Phật, nhan sắc rạng rỡ, chiếu soi khắp cả Kỳ-hoàn, đến ngồi một bên Phật mà nói kệ rằng:

"Đoạn trừ bao nhiêu pháp
Xả bỏ bao nhiêu pháp
Tăng tấn tu mấy pháp
Tỳ-kheo thành mấy pháp
Phàm tu trừ mấy pháp
Vượt được dòng cuốn nhanh?".

Bấy giờ, Đức Thế Tôn nói kệ đáp rằng:

"Trừ Ngũ dục thọ ấm[813]
Xả bỏ năm triền cái[814]
Tăng tấn tu Ngũ căn[815]

---

[812] Tương đương *No. 99* (1312). *S. 1. 5. Katichinda*; Việt dịch, kinh 1226.

[813] 除五欲受陰; Sớ giải Pāli (A.1.24): *pañca chindeti chindanto pañca orambhāgiyasaṃyojānāni chindeyya,* đoạn năm, là đoạn trừ năm hạ phần kết.

[814] 棄捨於五蓋; Sớ giải Pāli, nt: *Pañca jaheti jahanto pañcuḍham bhāgiyasaṃyojānāni jaheyya,* xả năm, là xả năm thuận thượng phần kết.

[815] 棄捨於五蓋; Sớ giải Pāli, nt: tu tập năm căn, tín v.v...

Thành tựu Ngũ phần thân[816]
Vị tỷ-kheo như vậy
Vượt qua dòng sanh tử".

Bấy giờ, Đa-la-kiền-đà thiên tử nghe Đức Phật nói rồi, hoan hỷ đảnh lễ mà trở về thiên cung.

KINH 312. THẬT TRÍ[817]

Tôi nghe như vầy:

Một thời, Đức Phật trú tại vườn cây của ông Cấp-cô-độc cùng Thái tử Kỳ-đà, nước Xá-vệ.

Bấy giờ, có một vị thiên tử tên là Ca-mặc[818] đi đến chỗ Phật, quang sắc rực rỡ, chiếu sáng cả Kỳ-hoàn, đến lễ dưới chân Phật rồi ngồi sang một bên, bạch với Phật rằng:

"Bạch Đức Thế Tôn! Thế nào gọi là khó làm?"

Bấy giờ, Thế Tôn nói kệ đáp rằng:

"Học giả là khó làm
Giới và Định cụ túc[819]
Lìa được các duyên vụ
Điềm tĩnh mà an vui".

Bấy giờ, Ca-mặc thiên tử lại bạch Phật rằng:

---

[816] 成就五分身; Sớ giải Pāli, nt: *pañca saṅgātigoti rāgasaṅgo dosasaṅgo mohasaṅgo mānasaṅgo diṭṭhisaṅgo*, năm kết phược: tham kết phược, sân, si, mạn và kiến kết phược.

[817] *No.99* (1313); *S.2. 6. Kāmada*; Việt dịch, kinh 1227.

[818] Ca-mặc 迦默; *No. 99*: Ca-ma 迦摩. Pāli *Kāmado devaputto.*

[819] 具足於戒定; *No. 99*: 具足戒三昧; Pāli *dukkaraṃ vāpi karonti sekkhā sīlasamāhitā*, bậc hữu học mà y giới là làm điều khó làm. *No. 100* (312): "Điều khó làm đối với bậc hữu học là thành tựu giới và định."

"Đúng như Thánh giáo, mặc tĩnh là khó"[820].

Bấy giờ, Thế Tôn lại nói kệ rằng:

"Này Ca-mặc ngươi nay
Khó được mà muốn được
Ngày đêm tu Định ý
Được tĩnh mặc an tịnh".

Bấy giờ, Ca-mặc thiên tử lại bạch Phật rằng:

"Tâm ý khó định"[821].

Thế Tôn lại nói kệ đáp:

"Định nhiếp tâm nhiễu loạn
Quyết định căn khó trụ
Xé rách lưới sống chết
Mới đạt được Thánh trí".

Ca-mặc lại bạch với Đức Phật rằng:

"Đường Đạo gian nan hiểm trở khó đi, làm sao để vượt qua được?"

Thế Tôn lại nói kệ đáp rằng:

"Phi Thánh tất đọa hiểm
Rơi sụt chẳng do lỗi
Hiền thánh lội đường hiểm
An ổn từ trong đó"[822].

---

820 "Im lặng (mặc tĩnh 默靜) là điều rất khó." *No. 99*: 靜默甚難得 "tịch mặc thật khó được". **Pāli** *dullabhā bhagavā yadidaṃ tuṭṭhī ti*, thật khó được, là sự tri túc. Bản Hán đọc là *tuṇhī*, sự im lặng (tịch mặc), thay vì *tuṭṭhi*, sự thoả mãn, tri túc.

821 *No. 99*: 正受心難得 tâm chánh thọ khó được. **Pāli** *dussamādahaṃ bhagavā yadidaṃ cittan ti*, tâm thật là khó định tĩnh.

822 *No. 99*: 賢聖乘正直　嶮路自然平 Hiền thánh thẳng đường đi, Đường hiểm tự nhiên bình. **Pāli** *ariyānaṃ samo maggo, ariyā hi visame samā ti*, con đường của Thánh là bằng phẳng. Thánh bình thản trên con đường không bằng phẳng."

Bấy giờ, Ca-mặc nghe lời Phật nói, hoan hỷ đảnh lễ mà trở về thiên cung.

KINH 313. CA-MẶC[823]

Tôi nghe như vầy:

Một thời, Đức Phật trú tại vườn cây của ông Cấp-cô-độc cùng Thái tử Kỳ-đà, nước Xá-vệ.

Bấy giờ, có một vị thiên tử tên là Ca-mặc[824] đi đến chỗ Phật, quang minh chiếu sáng khắp cả Kỳ-hoàn, đến đảnh lễ dưới chân Phật rồi ngồi sang một bên mà nói kệ rằng:

"Tham dục và sân nhuế
Lấy gì làm căn bản
Sợ lạc hay không lạc
Đó chính là ai vậy
Trẻ con[825] ôm vú mẹ
Ý giác[826] từ đâu sanh?".

Bấy giờ, Đức Thế Tôn nói kệ đáp rằng:

---

823 Tương đương *No. 99* (1314). **Pāli** *S. 10. 3. Sūciloma*; Việt dịch, kinh 1228.

824 S. 10. 3: Dạ-xoa *Khara* và dạ-xoa *Sūciloma* (quỷ lông kim).

825 攖孩; *No. 99*: cưu-ma-la 鳩摩羅; **Pāli** *kumārakā*, trẻ nhỏ. *No. 99* hiểu là tên người. Pāli S. 10.3: *kumārakā dhaṅkam ivossajanti*, như trẻ nhỏ thả chim bồ câu. Trẻ nhỏ buộc chân chim lại, rồi mới thả bay đi. Chim bay lên, phút chốc rơi trở lại. Cũng vậy, ác tầm cầu buông thả tâm khiến khởi lên (Sớ giải, SA. 1.303).

826 意覺; *No. 99*: Giác tưởng 覺想. **Pāli** *manovitakka*, sự suy tưởng tầm cầu của tâm.

"Từ Ái đến tâm ta
Như cây Ni-câu-đà[827]
Tua rễ từ đất sanh
Sau trở về với đất.
Ở mỗi chỗ khác nhau
Ái trước sanh từ Dục
Cũng như Ma-lâu-đa
Bám dính che rừng cây[828].
Nếu biết gốc rễ nó
Dạ-xoa nên xả ly
Vượt qua biển sanh tử
Không còn thọ Hữu nữa".

Bấy giờ, Ca-mặc nghe Đức Phật nói rồi, hoan hỷ đảnh lễ rồi trở về thiên cung.

KINH 314. CHIÊN ĐÀN (1)[829]

Tôi nghe như vầy:

Một thời, Đức Phật trú tại vườn cây của ông Cấp-cô-độc cùng Thái tử Kỳ-đà, nước Xá-vệ.

Bấy giờ, có một vị thiên tử tên là Chiên-đàn[830] đi đến chỗ Phật, dung quang sáng rỡ chiếu khắp cả Kỳ-hoàn, đến ngồi một bên Phật rồi nói kệ rằng:

---

[827] 尼拘陀樹; Pāli: *snehajā attasambhūtā, nigrodhasseva khandhajā,* sanh ra từ sự kết dính (= tham ái), khởi lên từ tự ngã, như cây nigrodha sanh ra từ thân cây.

[828] Pāli: ibid.: *puthū visattā kāmesu, māluvāva vitatā vane,* phàm phu bị dính mắc trong các dục vọng, như dây leo bò lan khắp rừng.

[829] Tương đương *No.99* (1315); S. 2. 14. *Nandana;* Việt dịch, kinh 1229.

[830] Chiên-đàn thiên tử 栴檀天子. Xem *No. 99* (1316). Pāli *Nandana-devaputta.* Bản Hán đọc là *Candana.*

"Tôi nay hỏi Cù-đàm
Phân biệt trí bén nhạy
Trừ khử các chướng ám
Tri kiến thảy rõ ràng
Dừng trụ ở chốn nào?
Tu tập Giáo pháp nào?
Đến đời sau không sợ
Đạt được quả báo thiện".

Bấy giờ, Thế Tôn nói kệ đáp rằng:

"Trừ ác khẩu, ác ý
Thân không hành bất thiện,
Nếu ở nhà tại gia
Bố thí như nước chảy
Tín tâm luôn thọ giới
Nhiếp niệm chia của cho
Trời đang trụ chốn này
Tu tập việc như vậy
Nếu tâm hạnh siêng năng
Đời sau đều chẳng sợ".

Bấy giờ, Chiên-đàn thiên tử nghe Đức Phật nói rồi, hoan hỷ đảnh lễ rồi trở về thiên cung.

KINH 315. CHIÊN ĐÀN (2) [831]

Tôi nghe như vầy:

Một thời, Đức Phật trú tại vườn cây của ông Cấp-cô-độc cùng Thái tử Kỳ-đà, nước Xá-vệ.

Bấy giờ, có một vị thiên tử tên là Chiên-đàn đi đến chỗ Phật, dung nhan rạng rỡ, chiếu sáng khắp cả Kỳ-hoàn, đến ngồi một bên Phật mà

---

[831] Tương đương *No. 99* (1316). S. 2. 15. Candana; Việt dịch, kinh 1230.

nói kệ rằng:

> *"Làm sao vượt dòng xiết*
> *Ngày đêm thường tinh tấn*
> *Như dòng nước cuốn kia*
> *Ba đào tuôn chảy xiết*
> *Không có chỗ bấu víu*
> *Cũng chẳng chỗ đặt chân*
> *Ai ở giữa dòng sâu*
> *Mà không bị cuốn mất?"*

Bấy giờ, Đức Thế Tôn nói kệ đáp rằng:

> *"Tất cả giới hoàn bị*
> *Định huệ đầy nơi tâm*
> *Tư duy nội tâm niệm*
> *Độ được chỗ khó độ.*
> *Trừ khử các Dục tưởng*
> *Vượt dòng Hữu kiết buộc*
> *Tâm ái hữu dứt tận*
> *Dòng sâu không bị cuốn".*

Bấy giờ, Chiên-đàn thiên tử nghe Đức Phật nói kệ xong rồi, hoan hỷ đảnh lễ rồi trở về thiên cung.

KINH 316. CA DIẾP (1) [832]

Tôi nghe như vầy:

Một thời, Đức Phật trú tại vườn cây của ông Cấp-cô-độc cùng Thái tử Kỳ-đà, nước Xá-vệ.

---

[832] Tương đương *No.* 99 (1317). S. 2. 1, 2. *Kassapa* (1, 2). Việt dịch, kinh 1231.

Bấy giờ, có một vị thiên tử tên là Ca-diếp[833], thân quang bội thường, đi đến chỗ Phật, ánh sáng phát ra chiếu khắp Kỳ-hoàn, đến ngồi một bên rồi bạch với Phật rằng:

"Tỳ-kheo! Tôi nay muốn nói về sự lợi lạc thù thắng của tỳ-kheo".

Phật bảo Ca-diếp:

"Tùy ông cứ nói!"

Bấy giờ, Ca-diếp liền nói kệ rằng:

"Tỳ-kheo có đủ niệm
Tâm được thiện giải thoát
Các dục hữu sở cầu
Đợi đến chỗ vô cấu.
Biết được ở thế gian
Hữu cấu và vô cấu
Xả ly tất cả hữu
Cũng không chất chứa gì
Đó gọi là tỳ-kheo
Có công đức thù thắng".

Khi Ca-diếp thiên tử nói kệ ấy rồi, hoan hỷ đảnh lễ rồi trở về thiên cung.

KINH 317. CA DIẾP (2)[834]

Tôi nghe như vầy:

Một thời, Đức Phật trú tại vườn cây của ông Cấp-cô-độc cùng Thái tử Kỳ-đà, nước Xá-vệ.

Bấy giờ, có một vị thiên tử tên là Ca-diếp, quang sắc bội thường, ngay trong đêm tối đi đến chỗ Phật, thân quang chiếu sáng khắp cả

---

833 Ca-diếp thiên tử 迦葉天子. **Pāli** *Kassapo devaputto.*
834 Tương đương *No. 99* (1318).

Kỳ-hoàn, đến ngồi một bên rồi bạch với Đức Phật rằng:

"Tỳ-kheo Đại đức! Tôi nay muốn nói về công đức của một vị tỳ-kheo đạt được".

Phật bảo: Ca-diếp!

"Tùy ý ông nói".

Ca-diếp liền nói kệ rằng:

> *"Tỳ-kheo có đủ niệm*
> *Tâm được thiện giải thoát*
> *Nguyện cầu được niết-bàn*
> *Đã biết ở thế gian*
> *Hiểu Hữu và Phi hữu*
> *Biết rõ các pháp Không*
> *Đó gọi là tỳ-kheo*
> *Lìa Hữu được niết-bàn".*

Khi Ca-diếp thiên tử nói kệ này rồi, hoan hỷ đảnh lễ rồi trở về thiên cung.

NHIẾP TỤNG

> *Ma-khư vấn sở hại*
> *Di-khư hỏi chiếu minh*
> *Đàm-ma tụng ứng tác*
> *Đa-la hỏi sở đoạn*
> *Cực nan và phục tạng*
> *Ca-mặc quyết hai nghi*
> *Thật trí và Độ lưu*
> *Và Chiên-đàn sở thuyết*
> *Vô cấu, Hữu, Phi hữu*
> *Cùng Hai Ca Diếp đàm.*

KINH 318. QUẬT-MA[835]

Tôi nghe như vầy:

Một thời, Đức Phật du hóa tại nước Ma-kiệt-đà, đang hướng đến cung của Dạ-xoa Quật Mặc[836].

Bấy giờ, Quật Mặc Dạ-xoa[837] đi đến chỗ Phật, đảnh lễ dưới chân Phật rồi ngồi sang một bên, bạch với Đức Phật rằng:

Thế Tôn! Cúi mong Như Lai cùng các Tỳ-kheo Tăng đêm nay tá túc lại tại cung điện của tôi. Bấy giờ, Thế Tôn mặc nhiên hứa khả.

Lúc ấy, Quật Mặc Dạ-xoa vì muốn an trí Phật và đồ chúng, nên liền hóa ra năm trăm cung điện, giường chiếu, ngọa cụ thảy đều đầy đủ. Dạ-xoa lại còn hóa ra năm trăm lò lửa, lửa cháy hừng hực mà trong không có khói. Dạ-xoa thỉnh Phật đến cung ngự trong phòng sang trọng nhất. Năm trăm vị tỳ-kheo cũng tuần tự nhận phòng.

Khi Đức Như Lai đã vào ngồi trong phòng rồi, Quật Mặc Dạ-xoa đến đứng một bên mà nói kệ rằng:

> *"An lạc chánh ức niệm*
> *Ức niệm chánh cũng vui*
> *Niệm thiết thường chẳng quên*
> *Chánh niệm ngủ an lành*
> *Chánh niệm vui bậc Hiền.*
> *Không hại không đánh đập*
> *Không thắng cũng không thua*
> *Đối tất cả chúng sanh*
> *Thảy sanh lòng từ mẫn*

---

[835] Tương đương *No. 99* (1319). Pāli *S. 10. 4. Maṇibhadda*. Việt dịch kinh 1233.

[836] Dạ-xoa Quật-mặc 崛默夜叉; *No. 99*: Khuất-ma Dạ-xoa quỷ trú xứ 屈摩夜叉鬼住處. Pāli, S. 10. 4 (i.208): tại trú xứ của Dạ-xoa *Maṇibhadda*, trong tháp *Maṇimālika*.

[837] Quật-mặc dạ-xoa 崛默夜叉. *No. 99*: Khuất-ma dạ xoa quỷ 屈摩夜叉鬼. Pāli ibid.: *Maṇibhadda*, quỷ bảo hộ những người lữ hành.

Lìa tất cả oán ghét
Đây chính là đại lạc
Lại không có lỗi lầm".

Khi Quật Mặc Dạ-xoa nói kệ này rồi, hoan hỷ đảnh lễ rồi trở về.

KINH 319. BẠCH SƠN[838]

Tôi nghe như vầy:

Một thời, Đức Phật trú tại Bạch Sơn[839].

Bấy giờ, Tôn giả Tượng Hộ[840] đang làm thị giả cho Phật.

Lúc ấy, Thế Tôn đang đêm đi kinh hành, trời giáng xuống cơn mưa nhỏ kèm ánh chớp sáng lòa. Trời đế Thích liền hóa thành một bảo điện lưu ly để che trên Phật. Sau khi làm việc ấy rồi, đế Thích liền đi đến chỗ Phật, đảnh lễ dưới chân Phật khi Như Lai kinh hành hãy còn chưa dừng lại.

Thời ấy, các trẻ em trong nước đang khóc lóc mà không chịu nín, người lớn liền đem quỷ Bạc-câu-la[841] dọa để chúng sợ hãi. Nhưng theo phép thường của chư Phật, Thầy chưa nhập thất thì đệ tử không được vào phòng ngủ trước.

Bấy giờ, Tượng Hộ tâm niệm như vầy: "Nay đêm đã khuya mà Thế Tôn chưa nghỉ, ta nên giả làm quỷ Bạc-câu-la khiến Ngài sợ mà đi ngủ."

---

[838] *No.99* (1320) Cf. *Udāna* 1. 7. *Pāṭalī*; Tham chiếu, Luật *Tứ Phần*, ba-dật-đề 55. Việt dịch, kinh 1234.

[839] Bạch sơn 白山. Ma-cưu-la sơn 摩鳩羅山. Ⓟ *bhagavā pāvāyaṁ viharati ajakalāpake cetiye, ajakalāpakassa yakkhassa bhavane.*

[840] 象護; *No. 99*: Na-già-ba-la 那伽波羅. Ⓟ *Nāgapāla*, nhưng không tìm thấy tên này trong các tài liệu Pāli.

[841] Bạc-câu-la quỷ 薄俱羅鬼. *No. 99*: Ma-cưu-la quỷ 摩鳩羅鬼. Ⓟ *Bakkula*, con quỷ có tiếng kêu dễ sợ, Ud 1.7.

Nghĩ như vậy rồi, Tượng Hộ mặc ngược câu-chấp[842], đến đón đầu đường kinh hành mà nói với Phật rằng:

"Sa-môn, Sa-môn, quỷ Bạc-câu-la đến đây".

Lúc ấy, Phật bảo với Tượng Hộ:

"Ông thật là ngu si, dám đem quỷ Bạc-câu-la ra dọa ta. Ngươi há không biết Như Lai từ lâu đã cắt đứt sự sợ hãi, kinh ngạc, tất cả sự hốt hoảng rồi sao?"

Khi Thích đề-hoàn Nhân thấy nghe việc ấy rồi, bạch với Phật rằng:

"Thế Tôn! Trong Phật pháp cũng có những hạng người xuất gia như thế".

Phật bảo với đế Thích:

"Kiều-thi-ca! Chủng tánh Cù-đàm rất là rộng lượng, dung nạp đủ thành phần. Những người như vậy không bao lâu sau, cũng sẽ đạt được pháp thanh tịnh."

"Bấy giờ, Thế Tôn liền nói kệ rằng:

Đối với pháp chính mình
Bà-la-môn hành đủ
Đạt đến bờ bên kia
Biết các kiết hữu lậu.
Đối với pháp chính mình
Bà-la-môn hành đủ
Đạt đến bờ bên kia
Quán các Thọ diệt mất.
Đối với pháp chính mình
Bà-la-môn hành đủ
Đạt đến bờ bên kia
Quán Nhân đều diệt mất.
Đối với pháp chính mình
Bà-la-môn hành đủ
Người đến bờ bên kia

---

842 反被俱執; Câu-chấp 俱執; ᴾ kojava, chăn bằng lông dê.

Quán Kết sử tịch diệt.
Đối với pháp chính mình
Bà-la-môn hành đủ
Người đạt đến bờ kia
Quán sanh lão bệnh tử.
Đối với pháp chính mình
Bà-la-môn hành đủ
Người đạt đến bờ kia
Độ được Tì-xá-xà[843]
Và quỷ Bạc-câu-la"[844].

Bấy giờ, để Thích nghe Phật nói rồi, hoan hỷ đảnh lễ rồi trở về thiên cung.

KINH 320. TÂN-GIÀ-LA[845]

Bấy giờ, Tôn giả A-na-luật theo Phật du hành đến cung của quỷ tử mẫu ở nước Ma-kiệt-đề.

Lúc này, A-na-luật nửa đêm dậy sớm, mình ngồi ngay thẳng tụng kệ pháp cú và kệ Ba-la-diên[846], kệ đại đức[847]. Ngoài ra Tôn giả còn lớn tiếng tụng tập nghĩa của các kệ và các Tu-đa-la[848].

---

[843] *No. 99*: Tì-xá-già 毘舍遮. Pāli *pisāca.*

[844] 薄俱羅; Pāli, Ud.1.7: *atha etaṃ pisācañca pakkulañcativattati*, ở đây vị ấy đã vượt qua quỷ *Pisāca* và tiếng kêu *"pakkula".* Quỷ *Ajakalāpaka* muốn dọa Phật nên phát ra âm thanh dễ sợ *"akkulapakkula."*

[845] Tương đương *No. 99* (1321). S.10. 6. *Piyaṅkara.* Việt dịch, kinh 1235.

[846] Ba-la-diên-na 波羅延那. Pāli *Pārāyana-vagga* (phẩm Đáo bỉ ngạn), phẩm thứ 5 trong *Suttanipāta*, thuộc Tiểu bộ Khuddaka-Nikāya.

[847] Thượng tọa sở thuyết kệ 上座所說偈. Pāli *Thera-gāthā*, Trưởng lão kệ, sách thứ 8 thuộc Tiểu bộ *Khuddaka-nikāya.*

[848] Danh sách theo *No. 99*: "Tôn giả A-na-luật-đà thức dậy, ngồi ngay thẳng tụng các đoạn kinh Ưu-đà-na, Ba-la-diên-na, Kiến chân đế, Thượng

Lúc ấy, quỷ tử mẫu do thương con mình tên là Tân-già-la[849] đang khóc lóc rơi lệ, nên quỷ tử mẫu mới vỗ con rằng:

"Đạo nhân tụng kinh, con không được khóc".

Liền nói kệ rằng:

> *"Tân-già-la con thôi đừng khóc*
> *Nghe Đạo nhân tụng Pháp cú kệ*
> *Nghe kệ này rồi đừng phá giới*
> *Giới cấm đạt được thanh tịnh.*
>
> *Tân-già-la con thôi đừng khóc*
> *Nghe Đạo nhân tụng Pháp cú kệ*
> *Nghe kệ này rồi đừng sát sanh.*
>
> *Tân-già-la con thôi đừng khóc*
> *Nghe Đạo nhân tụng Pháp cú kệ*
> *Nghe kệ này rồi được thật ngữ.*
>
> *Tân-già-la con thôi đừng khóc*
> *Nghe Đạo nhân tụng Pháp cú kệ*
> *Nghe kệ này rồi lìa quỷ thai*[850]
> *Vì thế con nên dừng tiếng khóc".*

---

tọa sở thuyết kệ, Tỳ-kheo-ni sở thuyết kệ, Thi-lộ kệ, Nghĩa phẩm, Mâu-ni kệ, Tu-đa-la; tất cả đều tụng hết". Ưu-đà-na 憂陀那; [Pali] Udāna, Vô vấn tự thuyết hay Kệ cảm hứng, các kinh thuộc Tiểu bộ Khuddaka-nikāya. Tỳ-kheo-ni sở thuyết kệ 比丘尼所說偈. [Pali] Theri-gāthā; sách thứ 9, thuộc *Khuddaka-nikāya*. Thi-lộ kệ 尸路偈, kệ *śloka* [skt.]. Nghĩa phẩm 義品. [Pali] *Aṭṭhaka-vagga*, phẩm thứ tư của *Suttanipāta*. Mâu-ni kệ 牟尼偈. [Pali] *Muni-gāthā*, tức *Muni-sutta*, trong *Suttanipāta* 1. 12, các kệ 207-221.

[849] Tân-già-la 賓伽羅; *No. 99*: Tất-lăng-già quỷ tử mẫu 畢陵伽鬼子母. [Pali] Piyaṅkaramātā, mẹ của quỷ con Piyaṅkara.

[850] *No. 99*: 解脫鬼神道; [Pali] *pisāca-yoni*, sanh đạo loài quỷ

KINH 321. PHÚ-NA-BÀ-TẨU[851]

Tôi nghe như vầy:

Một thời, Đức Phật trú tại cung điện của Phú-na-bà-tu Dạ-xoa mẫu[852] ở nước Ma-kiệt-đề.

Đêm đó, Phật tá túc tại cung điện ấy, con trai của Dạ-xoa Bà-tu và con gái Ưu-đát-la[853] giữa đêm khóc lóc. Người mẹ lúc ấy vỗ về hai đứa con trai và con gái giúp chúng nín khóc, liền nói kệ rằng:

"Phú-na-bà-tu
Và Ưu-đát-la
Các con bây giờ
Thôi đừng khóc nữa.
Đức Phật Thế Hùng
Đã nói pháp yếu
Khiến mẹ nghe được
Chẳng phải cha mẹ
Làm ta thoát khổ.
Chỉ có Thế Tôn
Thiện xảo thuyết pháp
Khiến cho người nghe
Mãi lìa các khổ.
Tất cả chúng sanh
Trôi theo dòng Dục
Đắm biển sanh tử
Ta muốn nghe pháp
Đoạn dòng Dục này.
Phú-na-bà-tu
Và Ưu-đát-la

---

[851] Tương đương *No. 99* (1322). S. 10. 7. *Punabbasu*. Việt dịch, kinh 1236.

[852] Phú-na-bà-tu dạ-xoa mẫu 富那婆修夜叉母. *No. 99*: Phú-na-bà-tẩu quỷ tử mẫu 富那婆藪鬼子母. *Punabbasumātā*, mẹ của quỷ con *Punabbasa*.

[853] Uất-đa-la 鬱多羅. *No. 99*: Ưu-đát-la優怛羅. *Uttarā*.

Vì thế các con
Hãy yên lặng nhé".

Bấy giờ, Phú-na-bà-tu liền nói kệ rằng:

"Con nay vâng lời mẹ
Không khóc ồn ào nữa
Tiểu muội Ưu-đát-la
Em cũng nên im lặng
Xin được nghe sa-môn
Tụng thuyết vi diệu pháp.
Phật ở Ma-kiệt-đề
Bậc tối thượng trong đời
Rộng vì các chúng sanh
Diễn thuyết pháp đoạn khổ.
Nói khổ sanh ra khổ
Nói pháp yếu xuất khổ
Nói tám đường hiền thánh
An ổn nhưng niết-bàn.
Lành thay nghe sa-môn
Diễn nói pháp xuất yếu".

Quỷ mẹ cũng nói kệ đáp:

"Con là người hiểu biết
Nói điều xứng tâm ta
Con khéo khen ngợi Phật
Bậc Đạo sư thế gian
Nhờ các con im lặng
Mẹ thấy được Tứ đế
Phú-na-bà-tu
Ưu-đát-la sau đó
Cũng thấy được Tứ đế".

KINH 322. MA-NI-GIÀ VĂN[854]

Tôi nghe như vầy:

Một thời, Đức Phật đang du hóa ở nước Ma-kiệt-đà, đi đến cung của Ma-ni Hành Dạ-xoa[855].

Lúc ấy, Ma-ni Hành Dạ-xoa cùng các Dạ-xoa khác không ở tại cung của mình mà tập trung ở một chỗ khác. Có một nữ nhân đem những hương hoa thơm và cả rượu ngon đến cung của Dạ-xoa này.

Bấy giờ, Thế Tôn đang ngồi trong cung ấy, các căn tịch định. Cô gái này thấy Như Lai đang ngồi trong cung, nhan sắc vui vẻ, ý chí điềm đạm an nhiên, các căn định tĩnh, tâm ý như điều, giống như lầu vàng.

Thấy rõ hình ảnh ấy rồi, cô gái liền nghĩ như vầy:

"Ta nay được thấy Ma-ni Hành Dạ-xoa".

Đoạn cô gái ấy liền lễ dưới chân Phật mà nói kệ rằng:

> "Ngài thật đáng cúng dường
> Xin cho con sở nguyện
> Khiến Ngài được hiền thiện
> Người xứ Ma-kiệt này
> Đều theo Ngài cầu nguyện
> Được xứng hợp ý tâm
> Ban cho phước báu tốt,
> Nay Ngài xưng nguyện con
> Giúp con hiện tại vui
> Đời sau sanh cõi trời".

Bấy giờ, Thế Tôn nói kệ đáp rằng:

> "Cẩn thận chớ phóng dật
> Mà sanh ra kiêu mạn
> Phải luôn giữ tín giới

---

[854] Tương đương *No. 99* (1323). Việt dịch, kinh 1237.

[855] Ma-ni hành dạ xoa 摩尼行夜叉. *No. 99*: Ma-ni-giá-la quỷ 摩尼遮羅鬼. Pāli *Mānica-yakkha*, Cf. D.iii. 205. Theo các bản Hán: *Mānicara*.

Tự mình mà hóa độ
Cầu xin Ma-ni Hành
Ông ấy làm được gì?
Chi bằng ngươi tự tu
Tạo duyên nghiệp sanh thân".

Khi cô gái ấy nghe kệ này rồi, liền nghĩ như vầy:

"Ngài ấy thực chẳng phải là Ma-ni Dạ-xoa, vậy thì chính là Sa-môn Cù-đàm".

Cô gái ấy liền đem hương hoa và bình rượu ngon đặt ở một chỗ khác, rồi đến đảnh lễ dưới chân Phật, chắp tay hướng Phật mà nói kệ rằng:

"Làm sao mà đạt được
Hiện lạc sau sanh thiên?
Hướng đến những việc gì
Mà thọ được khoái lạc?
Nên làm nghiệp hạnh gì?
Con nay hỏi Cù-đàm
Làm sao nay được Lạc
Mạng chung được sanh thiên?"

Bấy giờ, Thế Tôn nói kệ đáp rằng:

"Bố thí điều phục căn
Sinh ra các khoái lạc
Chánh kiến và hiền thiện
Gần gũi bậc sa-môn
Chánh mạng tự nuôi sống
Cần gì sanh trời kia
Trong trời Tam thập tam
Ấy chính là lưới khổ.
Ngươi nên trừ Ái dục
Lắng lòng nghe ta nói
Ta nay chỉ cho ngươi
Nói pháp vô trần cấu

Các chúng Dạ-xoa ngươi
Lành thay nghe cam lồ".

Bấy giờ, Đức Thế Tôn liền thuyết pháp, khai thị, giáo huấn, khích lệ, làm cho hoan hỷ. Như pháp của chư Phật, nói Thí luận, Giới luận, Sanh thiên luận. Dục là thứ bất tịnh ngăn trở sự xuất thế. Đức Phật biết tâm ý của họ đã điều thuận nên mới nói pháp Tứ đế: Khổ, tập, diệt, đạo. Cô gái để hết tâm ý nghe pháp tin hiểu và khai ngộ, giống như tấm lụa trắng mới, sạch tinh khôi dễ nhuộm màu sắc, nên ngay nơi tòa ngồi đã thấy được Thánh pháp Tứ đế[856], biết pháp, chứng đắc được pháp, biết rõ được hết biên tế của pháp, cắt đứt lưới nghi, vượt qua đến bờ bên kia mà không cần theo ai khác.

Ngay nơi đó, cô gái đứng dậy lễ Phật, chắp tay thưa rằng:

"Bạch Đức Thế Tôn! Con đã được xuất ly, con đã được xuất ly! Con nguyện đem trọn đời này quy y Tam bảo, thành tựu bất sát".

Khi cô gái ấy nghe pháp hoan hỷ, đảnh lễ rồi ra đi.

KINH 323. TIỄN MAO[857]

Tôi nghe như vầy:

Một thời, Đức Phật đang du hóa ở nước Ma-kiệt-đề, đến nghỉ đêm tại cung điện của Dạ-xoa Tiễn Mao[858].

Bấy giờ, Tiễn Mao cùng các Dạ-xoa đang tụ hội tại một nơi khác, không có ở trong cung. Đồng bạn của Tiễn Mao tên là Chích[859], thấy Đức Phật đang ở trong nhà của Tiễn Mao nên đến chỗ của Dạ-xoa

---

[856] 見四聖諦法; *No. 99*: Bình đẳng quán 平等觀. Đây chỉ hiện quán 現觀
[857] Tương đương *No. 99* (1324). S. 1o. 3. Việt dịch, kinh 1238.
[858] Tiễn Mao dạ xoa 箭毛夜叉. *No. 99*: Châm Mao quỷ 針毛鬼. Pali Sūciloma, quỷ có lông như kim.
[859] *No 100* (323): Chích dạ xoa 炙夜叉. Viêm quỷ 炎鬼 . Pali Kharo yakkho.

Tiễn Mao nói rằng:

"Anh được lợi lớn rồi! Như Lai Chí chân Đẳng chánh giác đang nghỉ đêm lại trong cung của anh đấy".

Tiễn Mao Dạ-xoa nói:

"Ngài ấy sao lại nghỉ trong cung của tôi?"

Viêm Dạ-xoa nói:

"Ngài ấy tuy là loài người, nhưng đúng là bậc Như Lai Chí chân Đẳng chánh giác"

Tiễn Mao lại nói:

"Giờ tôi trở về cung, phân biệt tự biết có phải là Như Lai Chí chân Đẳng chánh giác hay không".

Sau khi tụ hội rồi, Tiễn Mao Dạ-xoa liền trở về cung điện của mình, lấy thân mình muốn chạm vào Phật nhưng Phật thân lại xa ra.

Tiễn Mao liền hỏi:

"Sa-môn! Nay ngài sợ hãi chăng?"

Phật đáp:

"Ta chẳng sợ, ngươi xúc cực ác"[860].

Tiễn Mao lại nói:

"Sa-môn! Nay tôi xin vấn nạn, nếu ngài giải thích được thì vô cùng tốt đẹp. Nếu ngài không đáp được ta sẽ phá tâm của ngài, khiến cho máu nóng sôi từ mặt ngài chảy ra, rồi xách đem xuống bờ sông Bà-kỳ luôn".

Phật nói:

"Ta chưa từng thấy trên thế gian này, hoặc trời, hoặc Ma, hoặc Phạm, sa-môn, bà-la-môn, bất cứ ai có thể khiến cho tâm ý ta có thể điên đảo, hay phá hoại tâm ta khiến máu nóng rớm chảy ra nơi mặt,

---

[860] 觸極惡; *No. 99*: ngươi có ác xúc; Pāli *te samphasso pāpako ti,* "xúc chạm với ngươi là điều tai ác."

hay có thể xách đem ta ném ngoài bờ sông Bà-kỳ kia được".

Bấy giờ, Tiễn Mao liền nói kệ rằng:

> *"Tham dục, Sân nhuế*
> *Lấy gì làm gốc?*
> *Lạc và bất lạc*
> *Sợ đến dựng lông*
> *Chính là cái gì?*
> *Còn ý giác kia*
> *Trụ ở chỗ nào?*
> *Còn mấy hài nhi*
> *Sao mới sanh ra*
> *Biết tìm vú mẹ?"*

Bấy giờ, Thế Tôn nói kệ đáp rằng:

> *"Ái từ nơi ngã sanh*
> *Như cây Ni-câu-đà,*
> *Dục ái tùy đắm trước*
> *Cũng như Ma-lâu-đa*
> *Quấn buộc cây Ni-câu.*
> *Dạ-xoa ngươi nên biết*
> *Nếu biết gốc rễ nó*
> *Ắt xả bỏ nó đi.*
> *Như nhổ gốc rễ kia*
> *Vượt qua biển sanh tử*
> *Vượt được dòng nước xiết*
> *Không còn thọ thân sau".*

Bấy giờ, Tiễn Mao Dạ-xoa nghe lời Đức Phật nói, tâm ý mở khai, hoan hỷ phấn chấn, liền xin thọ Tam quy giới.

KINH 324. THỌ TRAI[861]

Tôi nghe như vầy:

Một thời, Đức Phật trú tại vườn cây của ông Cấp-cô-độc cùng Thái tử Kỳ-đà, nước Xá-vệ.

Bấy giờ, có một vị Ưu-bà-di có một đứa con trai[862], thọ trì tám giới[863] nhưng bị khuyết giới. Do vì phạm giới nên bị ma quấy phá làm cho cuồng điên.

Lúc ấy, Ưu-bà-di liền nói kệ rằng:

"Ngày mười bốn, mười lăm
Và mồng tám mỗi tháng[864]
Như Lai tháng thần túc
Thanh tịnh trì tám giới.
Tu hành không khuyết giảm
Quỷ thần không nhiễu loạn,
Ta từ chỗ La-hán
Nghe được việc như vậy."

Bấy giờ, có một vị Dạ-xoa nói kệ rằng:

"Ngày mười bốn, mười lăm
Và mồng tám mỗi tháng
Ngày trai, tháng thần túc[865]
Trì giới không hủy khuyết

---

[861] Tương đương *No. 99*, quyển 50 (1325). S. 10. 5. *Sānu*, Việt dịch, kinh 1239.

[862] 優婆夷有一男兒; *No. 99*: Ưu-bà-di tử 優婆夷子. *aññatarissa upāsikāya sānu nāma putto*, con trai của một ưu-bà-di nọ tên là Sānu.

[863] 受持八戒; *No. 99*: Bát chi trai 八支齋

[864] Chỉ mỗi nửa tháng.

[865] 神足月齋日; *No. 99*: Thần thông nguyệt 神通月. Tháng thần biến 神變月; *pāṭihāriyapakkha*, các tháng Giêng, tháng Năm và tháng Chín, bốn Thiên vương hiện thần thông đi quan sát nhân gian. Xem *No. 99* (1117).

Thọ đủ Bát quan trai
Quỷ thần không quấy phá,
Người ở chỗ La-hán
Nghe được điều đúng thật.
Ta nay sẽ buông xả".
Dạ Xoa nói như vầy:
"Hủy giới quỷ nhiễu loạn
Nếu người hủy khuyết giới
Hiện tại quỷ thần não
Tương lai chọn quả ác.
Thọ giới như cầm dao
Nhanh chậm đều bị hại
Bậc trí phải khéo cầm
Dao giới sẽ không hại
Không trì pháp sa-môn
Sau thọ khổ địa ngục.
Như kẻ cầm dao vụng
Ắt có ngày đứt tay,
Kẻ khéo cầm không hại
Hộ được pháp sa-môn
Sau được quả niết-bàn.
Dạ Xoa bắt trẻ nhỏ
Bắt rồi lại buông xả."

Lúc ấy, Ưu-bà-di, liền bảo với con rằng:

"Con nay nên nghe theo
Lời của Dạ-xoa nói
Có các nghiệp trì hoãn[866]
Phạm hạnh không thanh tịnh
Tà mạn và dối nịnh
Không thể thành đại quả.
Giống như vụng cầm dao

---

866 Trì hoãn nghiệp 遲緩業. *No.* 99: mạn hoãn nghiệp 慢緩業. Có lẽ chỉ sự trì giới lỏng lẻo. Xem thí dụ cỏ may hay cầm dao tiếp theo.

Tất sẽ bị đứt tay[867]
Khéo giữ pháp sa-môn
Sau sẽ gần niết-bàn
Như kẻ khéo cầm dao
Không tự đứt tay mình."

Bấy giờ, Ưu-bà-di giảng nói bao nhiêu pháp cho con mình, người con liền khởi sanh sự chán ghét với các pháp bất thiện, chán ghét rồi liền cầu xin xuất gia, cạo bỏ râu tóc, liền mặc pháp y. Xuất gia trẻ tuổi, không thể ưa thích pháp sa-môn. Do không ưa thích nên liền trở về nhà.

Khi Ưu-bà-di từ xa thấy con trai trở về, liền đưa tay lên gọi lớn, rồi nói kệ rằng:

"Nhà bị cháy rồi
Khói lửa bùng cao
Mau dời đồ đạc
Về lại làm gì,
Hay muốn vào lửa?
Nhà đã cháy rụi
Lửa khói bùng cao
Cớ sao về lại
Muốn bị thiêu chăng?"

Bấy giờ, cậu con trai lại nói kệ rằng:

"Tất cả người đời chết
Đều gào khóc thảm thương
Hiện tại nếu không thấy
Thì cũng lại khóc lóc
Mẹ nay hà cớ gì
Mà khóc như ngạ quỷ".

Người mẹ liền nói kệ rằng:

---

[867] *No. 99*: Thí như nhổ cỏ may, Nắm lỏng thì hại tay. Gian thảo 菅草. TNM: gian thảo 蓤草.

"Con trước đã xả Dục
Xuất gia làm Sa-môn.
Nay con muốn về nhà
Sợ bị quỷ bắt đi.
Chính vì vậy hôm nay
Mẹ mới khóc vì con.
Lúc Ưu-bà-di,
Nói biết bao lời
Quở trách con trai
Khiến sanh chán ghét".

Bấy giờ, đứa con trai liền trở về lại chốn A-luyện-nhã vắng lặng, tinh cần tu tập, đêm ngày không phế bỏ, đắc quả A-la-hán.

KINH 325. KHOÁNG DÃ[868]

Tôi nghe như vầy:

Một thời, Đức Phật đang du hóa ở nước Ma-kiệt-đề, đi đến cung điện, chỗ của Dạ-xoa Khoáng Dã[869], nghỉ đêm tại đó.

Lúc ấy, vị Dạ-xoa ấy cùng các Dạ-xoa khác đang tụ hội ở một nơi khác, không có ở trong cung của mình. Có một vị Dạ-xoa tên là Lô-câu[870] thấy Như Lai đang nghỉ trong cung của Dạ-xoa Khoáng Dã, liền đến chỗ của Khoáng Dã quỷ nói rằng:

"Anh được lợi lớn rồi! Như Lai Chí chân Đẳng chánh giác đang nghỉ đêm lại trong cung của anh đấy".

---

[868] Tương đương *No. 99* (1326). S. 10. 12. *Āḷavaṃ*; Việt dịch, kinh 1240.

[869] Khoáng Dã dạ xoa 曠野夜叉; *No. 99*: A-lạp quỷ 阿臈鬼. Pāli *āḷavako yakkho*.

[870] Lô Câu 驢駒, *No. 99*: Kiệt-đàm quỷ 竭曇鬼. Theo Hán dịch, Pāli có thể là *Kharo* (lừa con). Xem *No. 99* (1324).

Khoáng Dã đáp rằng:

"Ngài ấy sao lại nghỉ trong cung của ta?"

Lô-câu Dạ-xoa lại nói:

"Ngài ấy tuy là loài người, nhưng đúng là bậc Như Lai Chí chân Đẳng chánh giác".

Khoáng Dã lại nói:

"Anh xét có đúng là bậc Như Lai Chí chân Đẳng chánh giác hay không?"

Sau khi tụ hội xong rồi, Khoáng Dã liền trở về cung điện của mình, thấy Đức Phật rồi, liền nói rằng:

"Sa-môn, đi ra".

Lúc ấy, Như Lai vì biết đây là trụ xứ của Dạ-xoa nên theo lời mà đi ra. Dạ-xoa lại nói với Phật:

"Sa-môn hãy vào lại!"

Đức Phật đã đoạn ngã mạn nên cũng theo lời mà vào trở lại. Cứ như thế lần thứ hai, rồi lần thứ ba, Dạ-xoa bảo Phật ra vào, Phật đều làm theo. Lần thứ tư Dạ-xoa cũng nói:

"Sa-môn đi ra".

Phật nói:

"Ngươi đã ba lần thỉnh, nay ta không đi ra theo lời ngươi nữa".

Khoáng Dã liền nói:

"Tôi có một vấn nạn, nếu ngài giải thích được thì tôi để cho ngài ngồi. Nếu không đáp được, tôi sẽ khiến cho tâm ý của ngài đảo lộn, rồi phá tâm ngài khiến cho máu sôi lên chảy đầy ra mặt, rồi kéo ngài ra ném xuống bờ sông Bà-kỳ nữa".

Đức Phật bảo:

"Ta chưa từng thấy trên thế gian, hoặc trời, hoặc Ma, hoặc Phạm, cho đến sa-môn, bà-la-môn, bất kỳ ai có thể khiến ta bị như lời ngươi được. Ngươi muốn hỏi gì, tùy ý hỏi đi!"

Bấy giờ, Khoáng Dã quỷ liền nói kệ rằng:

"Trong tất cả tài bảo
Thứ gì quý hơn hết?[871]
Tu tập việc lành nào
Chiêu được quả báo vui,
Trong tất cả mỹ vị
Thứ gì ngon hơn hết,
Trong tất cả thọ mạng
Thọ mạng nào hơn hết[872]*?"*

Bấy giờ, Thế Tôn nói kệ đáp rằng:

"Trong tất cả tài bảo
Tín tài là hơn hết.
Người tu hành các pháp
Có thể được khoái lạc,
Thật ngữ là vị ngon
Trí huệ thọ mạng nhất".

Bấy giờ, Khoáng Dã lại nói kệ rằng:

"Ai vượt được dòng sâu
Ai vượt qua biển lớn
Ai xa lìa được khổ
Ai người được thanh tịnh?"
Bấy giờ, Thế Tôn nói kệ đáp rằng:
"Tín vượt qua dòng sâu
Không phóng dật vượt biển
Tinh tấn xa lìa khổ
Trí huệ được thanh tịnh".

Khoáng Dã Dạ-xoa lại nói kệ rằng:

---

[871] *No. 99:* Thắng sĩ phu sự vật 勝士夫事物. [Pāli] *kiṃsūdha vittaṃ purissa seṭṭhaṃ,* "Trong đời này, tài sản quý nhất của con người là gì?"

[872] *No. 99:* Vân hà thọ trung thắng 云何壽中勝. [Pāli] *kathaṃ jīvaṃ jīvatamāhu seṭṭhan'ti,* "Sanh mạng nào cao thượng nhất trong các sanh mạng?"

"Làm sao được tín
Làm sao được tài
Làm sao được danh xưng
Làm sao có thiện hữu?"

Bấy giờ, Thế Tôn lại nói kệ đáp rằng:

"A-la-hán được tín
Hành pháp được niết-bàn
Thuận hạnh việc nên làm,
Siêng năng được tiền của,
Thật ngữ danh vang xa,
Bố thí được bạn thân.
Ngươi có thể hỏi rộng
Sa-môn, bà-la-môn
Bên nào được thật ngữ
Lìa ta ai có pháp?
Chín mươi sáu loại đạo
Ngươi quán sát hỏi kỹ
Pháp của ai bất hại
Có thể điều thuận được"[873].

Bấy giờ, Khoáng Dã lại nói kệ rằng:

"Cần gì đi hỏi họ
Sa-môn, bà-la-môn
Đại tinh tấn hiển bày
Khéo phân biệt thuyết pháp.
Tôi nay niệm ân ngài
Do Ngài chỉ bày tôi
Khiến tôi nay được thấy
Vô thượng Đại thương chủ.
Tôi kể từ hôm nay
Tùy chỗ mà đi đến
Thành ấp và xóm làng

---

[873] *No. 99: sự thật, bố thí và sự tự chế ngự.* Pāli: *saccā, dammā, cāgā.*

Thường nên quy mạng Phật
Hiển bày Chánh pháp vậy".

Bấy giờ, Khoáng Dã Dạ-xoa nghe Phật thuyết pháp, hoan hỷ phấn chấn quy y Tam Bảo, đồng thời thọ cấm giới, làm đệ tử Đức Phật.

KINH 326. TỊNH[874]

Tôi nghe như vầy:

Một thời, Đức Phật trú tại rừng trúc Ca-lan-đà, thành Vương-xá.

Bấy giờ, tại Vương viên tinh xá có một vị tỳ-kheo ni tên là Tì-tương[875].

Lúc ấy, tất cả mọi người trong nước cùng tổ chức lễ hội sao Câu-mật-đầu[876], bảy ngày bảy đêm tụ tập vui chơi, nhưng lại không thỉnh vị tỳ-kheo ni ấy dự diên hội. Có một vị Dạ-xoa khởi sanh tín tâm đối với Tỳ-kheo ni Tì-lê, biết người trong nước ai cũng không mời, nên trong một ngõ hẻm nói bài kệ này:

"Người trong thành Vương-xá
Tất cả đều say ngủ
Tì-lê Tỳ-kheo ni
An nhiên nhập thiền định
Hành giả thật là Hùng
Thành tựu được Hùng pháp.
Mà Tỳ-kheo ni này
Khéo tu hành các căn
Mãi xa lìa trần cấu

---

874 Tương đương *No. 99* (1328). S.10. 11. *Vīrā; No 100*(336).

875 Tì-tương毘漿 (phụ chú: tiếng nước Tần nói là *hùng*秦言雄也). Tì-la 毘羅. Pali *Vīrā* (bản Miến: *Cīrā*).

876 Lễ hội sao Câu-mật-đầu 俱蜜頭星會. *No. 99*: Cát tinh nhật 吉星日. Pali *komudī*, ngày rằm tháng *Kattika*, hay Ca-đề, tháng cuối mùa mưa.

Tịch diệt đến niết-bàn.
Người đại đức như vậy
Nên gia tâm cúng dường.
Nay vì sao mọi người
Đều không cung thỉnh vậy?"

Bấy giờ, các vị Ưu-bà-tắc ở trong thành ấy nghe kệ này rồi, mỗi người mang theo y phục và các món thơm ngon đem đến cúng dường cho tỳ-kheo ni ấy.

Khi Dạ-xoa thấy mọi người đến cúng dường lại nói kệ rằng:

"Tì-lê Tỳ-kheo ni
Đoạn trừ tất cả kiết
Ưu-bà-tắc hữu trí
Thì cho vị ấy ăn.
Do thí cho vị ấy
Được đại phước tăng trưởng.
Tì-lê Tỳ-kheo ni
Đoạn tất cả Kiết sử.
Ưu-bà-tắc có trí
Thí y phục Tì-lê
Thí y cho cô ấy
Được phước báu tăng trưởng."

KINH 327. HÙNG[877]

Tôi nghe như vầy:

Một thời, Đức Phật trú tại rừng trúc Ca-lan-đà, thành Vương-xá.

Bấy giờ, tại Vương viên tinh xá có một vị tỳ-kheo ni tên là Bạch Tịnh[878]. Lúc ấy, trong nước tất cả đang tổ chức lễ hội sao Câu-mật-

---

[877] Tương đương *No. 99* (1327). S. 10. 9-10. *Sukkā*; Việt dịch, kinh 1241.
[878] Bạch Tịnh 白淨. *No. 99*: Thúc-ca-la 叔迦羅. Pāli *Sukkā bhikkhunī.*

đầu, trong bảy ngày bảy đêm tụ tập hoan ca, không có ai đến thỉnh vị tỳ-kheo ni ấy cả.

Bấy giờ, có một vị Dạ-xoa khởi sanh tín tâm đối với Bạch Tịnh Tỳ-kheo ni này, biết người trong nước đều không đến thỉnh, nên đứng trong một con hẻm nói bài kệ rằng:

"Người trong thành Vương-xá
Tất cả đều say ngủ
Không thỉnh tỳ-kheo ni
Người tu tập các căn.
Bạch Tịnh bạch tịnh pháp,
Tỳ-kheo ni thiện định
Lìa xa các trần cấu
Tịch diệt đến niết-bàn.
Người đại đức như vậy
Nên siêng đến cúng dường.
Nay vì sao các ngươi
Đều không đến thưa thỉnh?"[879]

Lúc ấy, mọi người trong thành nghe bài kệ ấy rồi, mỗi người đem thực phẩm và y phục đến cúng dường cho tỳ-kheo ni.

Bấy giờ, Dạ-xoa thấy được y thực rồi, liền nói kệ rằng:

"Bạch Tịnh Tỳ-kheo ni
Đoạn tất cả ái kiết.
Ưu-bà-tắc có trí
Thí thực phẩm cho cô
Do bố thí thực phẩm
Được phước báu vô lượng.
Bạch Tịnh Tỳ-kheo ni
Đoạn trừ hết xan tham.
Ưu-bà-tắc có trí

---

[879] *No. 99:* Mã vương 馬王. Pāli *Valāhaka*, ngựa thần của Chuyển luân vương.

Do bố thí thực phẩm
Được phước báu vô lượng."

KINH 328. THẤT NHẠC TUYẾT SƠN[880]

Tôi nghe như vầy:

Một thời, Đức Phật trú tại rừng trúc Ca-lan-đà, thành Vương-xá.

Bấy giờ, có hai quỷ Dạ-xoa, vị thứ nhất tên là Thất Nhạc[881], vị thứ hai tên là Tuyết Sơn[882], hai Dạ-xoa này là bạn thân với nhau, từng phát lời thề rằng:

"Nếu trong cung của anh có phát ra của báu vi diệu, anh sẽ nói cho tôi biết. Nếu trong cung của tôi cũng phát ra thứ báu vi diệu như vậy, tôi cũng sẽ báo cho anh biết".

Bấy giờ, trong cung của Dạ-xoa Tuyết Sơn có hoa sen ngàn cánh[883] lớn như bánh xe, thân lưu ly xanh, tủa lông kim cang.

Thấy việc ấy rồi, Tuyết Sơn Dạ-xoa liền sai sứ giả đến nói với Thất Nhạc Dạ-xoa rằng:

"Trong cung của ta có vật đặc biệt này, anh hãy đến đây xem".

Lúc ấy, Thất Nhạc Dạ-xoa nghe việc ấy rồi, liền nghĩ như vầy:

"Như Lai Thế Tôn ở gần đây không xa, có thể mời ngài cùng đến chỗ mà Dạ-xoa Tuyết Sơn nói, ta cũng nên đến chỗ đó để xem hoa báu."

---

[880] Tương đương *No. 99* (1329). Sn. 1. 9. *Hemavata*; Việt dịch, kinh 1243.

[881] Thất Nhạc (= Satta-giri). *No. 99*: Sa-đa-kỳ-lợi Thiên thần 娑多耆利天神. Pāli Sātāgira.

[882] Tuyết Sơn (= *Himavatī*). *No. 99*: Hê-ma-ba-đê Thiên thần 醯魔波低天神.

[883] Hoa sen nghìn cánh 千葉蓮花. *No. 99*: Ba-đàm-ma hoa 波曇摩華. Pāli *Paduma* (sen đỏ).

Nghĩ như vậy rồi, liền sai sứ đến nói rằng:

"Trong chúng tôi có Như Lai Chí chân Đẳng chánh giác hiện hình trong đó. Trong cung của anh tuy có hoa báu như vậy nhưng nào có ích lợi gì?"

Bấy giờ, Tuyết Sơn Dạ-xoa nghe sứ giả của Thất Nhạc nói như vậy rồi, liền dắt theo năm trăm Dạ-xoa thị tùng đi đến chỗ cung điện của Thất Nhạc Dạ-xoa, nói kệ rằng:

"Ánh trăng đêm mười lăm
Tròn đầy và sáng rỡ
Nghe bảo đem đồ chúng
Nay kéo đến nơi đây
Phải nên thân cận ai
Ai là A-la-hán[884]*?"*

Thất Nhạc Dạ-xoa nói kệ đáp rằng:

"Như Lai đời tôn quý
Tối thượng thành Vương-xá
Thuyết giảng pháp Tứ đế
Đoạn trừ tất cả khổ.
Thuyết khổ từ nhân sanh
Sanh ra khổ là Tập
Hiền thánh Bát chánh đạo
Thú hướng đến tịch diệt.
Ngài là A-la-hán
Ngươi nên biết thân cận".

Tuyết Sơn Dạ-xoa lại nói kệ rằng:

"Khắp tất cả quần sanh
Nếu có tâm từ bi
Giác ngộ Ái, bất ái

---

[884] No. 99. Ấn Thuận đọc là: *tùng hà La-hán thọ*, "thọ từ La-hán nào?"

Có được tự tại chăng[885]*?"*

Thất Nhạc Dạ-xoa khi nói kệ đáp rằng:

"Tâm ý cực điều nhu
Đối với các quần sanh
Biết rõ tất cả pháp
Là Đạo sư thế gian
Giác ngộ Ái, bất ái
Tâm đều được tự tại".

Tuyết Sơn Dạ-xoa lại nói kệ rằng:

"Nếu nói lời chân thật
Không nói lời hư vọng
Thương xót các chúng sanh
Đoạn trừ việc sát sanh
Xa lìa việc buông lung
Không gì không Thiền cả".

Thất Nhạc Dạ-xoa lại nói kệ rằng:

"Rốt cùng không vọng ngữ
Xa lìa việc sát hại
Thường xả các phóng dật
Phật lúc nào không Định".

Tuyết Sơn Dạ-xoa lại nói kệ rằng:

"Nếu không đắm trước Dục
Tâm không các nhiễu loạn
Có pháp nhãn nào chăng
Dứt hết ngu si chăng?
Xả hết được phiền não
Giải thoát hết được chăng?"

Thất Nhạc Dạ-xoa lại nói kệ đáp rằng:

[885] *No. 99*: thọ 受, nên sửa lại là *ái* 愛. Pāli *kacci iṭṭhe aniṭṭhe ca, sankappassa vasīkatā?* Tâm tư vị ấy có tự tại nơi cái đáng yêu và không đáng yêu không?

"Siêu vượt vũng bùn Dục
Tâm tịnh không nhiễu loạn
Pháp nhãn cực thanh tịnh
Dứt hết các ngu si
Lìa hết các Kết sử
Được giải thoát hoàn toàn".

Tuyết Sơn Dạ-xoa lại nói kệ rằng:

"Ai vô biệt, lìa não
Ai không còn ỷ ngữ
Ai thấy vật không tham
Ai không sanh tưởng Kiến?"

Thất Nhạc Dạ-xoa lại nói kệ đáp rằng:

"Đoạn Ái biệt khổ rồi
Chưa từng nói vô nghĩa
Xả trừ tâm tham dục
Mãi không còn tà kiến".

Tuyết Sơn Dạ-xoa lại nói kệ rằng:

"Ai đủ hết các minh
Được giới hạnh thanh tịnh
Dứt sạch hết các lậu
Không thọ hậu hữu chăng?"

Thất Nhạc Dạ-xoa lại nói kệ đáp rằng:

"Minh hành thảy cụ túc
Trì giới hạnh thanh tịnh[886]
Đã đoạn sạch kiết lậu
Không thọ thân hậu hữu".

Tuyết Sơn Dạ-xoa lại nói kệ rằng:

---

[886] *No. 99*: Thành tựu chánh hành chưa ? Pāli *kacci vijāya sampanno, kacci saṃsuddhacaraṭo,* "Đã thành tựu minh tuệ chưa? Sở hành thanh tịnh chăng?"

"Ba nghiệp của Như Lai
Đầy đủ các thiện hạnh
Nay ngươi được tuân hành
Tán thán pháp chân thật".

Thất Nhạc Dạ-xoa lại nói kệ đáp:

"Như Lai thân, khẩu, ý
Đầy đủ các thiện hạnh
Chứng các Minh đầy đủ
Con tán thán thật pháp".

Tuyết Sơn Dạ-xoa lại nói kệ rằng:

"Mâu-ni Đấng Thế Hùng
Như đùi Y-lê-diên[887]
Ít ăn không đắm vị
Tiên thánh ở rừng thiền
Chúng tôi đều cùng đến
Lễ kính Đức Thế Tôn".

Bấy giờ, Thất Nhạc Dạ-xoa cùng với Tuyết Sơn, đem một ngàn Dạ-xoa cùng lúc đi đến. Đến chỗ Phật rồi, mỗi vị đều chỉnh sửa y phục, chắp tay kính lễ mà nói kệ rằng:

"Bà-già-bà Thế Hùng
Phật-đà Lưỡng túc tôn
Chư thiên không biết được
Đầy đủ Nhãn minh rồi".

Lúc ấy, Tuyết Sơn, Thất Nhãn cùng các Dạ-xoa nói kệ ấy rồi ngồi sang một bên. Tuyết Sơn Dạ-xoa nói kệ hỏi với Đức Phật rằng:

"Đâu là xuất yếu khổ?
Làm sao xả ly khổ
Thế Tôn nói cho con
Nhổ từ đâu mà dứt?"

---

[887] *No. 99:* Y-ni-diên lộc 伊尼延鹿. Pali *eṇi*, sơn dương, có đùi (*jaṅghā*) thon dài, rất đẹp; một tướng của Phật (*eṇijaṅghaṃ*). Đây chỉ Phật.

Bấy giờ, Thế Tôn nói kệ đáp rằng:

"Ngũ dục Ý đệ nhất
Ngay chỗ này ly dục
Giải thoát khỏi các khổ
Đây là Khổ xuất yếu.
Như nay giải thoát khổ
Ngay đây khổ xứ diệt.
Ngươi nay hỏi đến ta
Nói như vậy cho ngươi".

Tuyết Sơn Dạ-xoa lại nói kệ hỏi rằng::

"Làm sao suối chảy lại
Chỗ nào không an lập[888]*?*
Khổ lạc ở chỗ nào
Diệt tận chẳng hữu dư".

Bấy giờ, Thế Tôn nói kệ đáp rằng:

"Như nhĩ, tỷ, thiệt, thân
Ý căn là thứ sáu
Chỗ này ao chảy lại
Chỗ nào không san lấp
Danh sắc không khởi chuyển
Chỗ này được tận diệt".

Tuyết Sơn Dạ-xoa lại nói kệ hỏi rằng:

"Vì sao thế gian sanh
Làm sao được hợp tụ
Thế gian bao nhiêu Thọ
Bao nhiêu việc khổ cầu".

Bấy giờ, Thế Tôn nói kệ đáp rằng:

"Thế gian từ Sáu sanh
Nhân Sáu mà hòa tụ
Từ Sáu sanh ra Thọ

---

[888] No. 99: Suối từ đâu quay lại, đường dữ sao không chuyển?

Sáu việc hằng khổ cầu".

Tuyết Sơn Dạ-xoa lại nói kệ hỏi rằng:

"Làm sao tu thiện pháp
Ngày đêm không giải đãi
Làm sao vượt dòng xoáy
Không có chỗ đặt chân
Cũng không chỗ bám víu
Chỗ sâu không chìm đắm".

Bấy giờ, Thế Tôn nói kệ đáp rằng:

"Tất cả giới không phạm
Trí tuệ cụ thiền định
Tư duy các lỗi lầm
Đầy đủ được niệm lực
Độ được chỗ khó độ
Xa lìa Dục hòa hợp
Xả các hữu Kết sử
Tận đến hoan hỷ hữu
Người như vậy gọi là
Chỗ sâu không chìm mất".

Tuyết Sơn Dạ-xoa lại nói kệ hỏi rằng:

"Ai vượt qua dòng xoáy
Ai vượt qua biển lớn
Ai xả được các khổ
Làm sao được thanh tịnh?"

Bấy giờ, Thế Tôn nói kệ đáp rằng:

"Tín độ được dòng xoáy
Bất phóng dật vượt biển
Tinh tấn xả được khổ
Trí tuệ làm thanh tịnh
Ngươi đến các Sa-môn
Và các Bà-la-môn
Hỏi riêng lấy từng người

Ai người biết pháp này
Ai nói được thật xả
Ngoài ta ai nói được".

Tuyết Sơn Dạ-xoa lại nói kệ hỏi rằng:

"Ta nay nghe Phật nói
Lưới nghi đều đã trừ
Cần gì hỏi riêng ai
Sa-môn, Bà-la-môn
Thế Hùng khéo hiển bày
Phân biệt nói đủ thật
Thất Nhạc ân sâu nặng
Giúp ta được thấy Phật
Vô thượng Đại đạo sư
Tôi nay đến chỗ nào
Thành ấp hay tụ lạc
Nơi nơi và chốn chốn
Ngày đêm thường quy y
Như Lai Tam Phật-đà
Chánh pháp trong các pháp
Một ngàn các Dạ-xoa
Trong tâm đều phấn chấn
Đều chắp tay hướng Phật
Xin được làm đệ tử
Quy y Phật Thế Tôn".

KINH 329. HẠI CẬP VÔ HẠI[889]

Tôi nghe như vầy:

Một thời, Đức Phật trú tại rừng trúc Ca-lan-đà, thành Vương-xá.

Bấy giờ, Tôn giả Xá-lợi-phất, Đại Mục-kiều-liên đang ở trên núi Linh Thứu. Xá-lợi-phất mới cạo tóc xong, buổi sáng dậy sớm ngồi ngay mình thẳng, lấy y quấn trên đầu. Lúc ấy, có hai vị Dạ-xoa, một vị tên là Vi Hại, một vị tên là Phục Hại[890].

Khi Phục Hại thấy Xá-lợi-phất, bèn nói với Vi Hại Dạ-xoa rằng:

"Tôi nay muốn dùng nắm đấm đánh vào Sa-môn mới cạo đầu".

Vi Hại đáp rằng:

"Nhưng vị tỳ-kheo này có uy đức thần lực lớn, ngươi chớ làm vậy, chịu khổ mãi mãi".

Lần thứ hai rồi lần thứ ba, Vi Hại đều can gián như thế. Phục Hại vẫn muốn dùng quyền đánh vào đầu Xá-lợi-phất, do không hiểu lời can gián, cho đến đem cả thân mình để níu giữ lại.

Bấy giờ, Phục Hại tâm ác đang lẫy lừng, tuy nghe người khác can gián cho đến níu giữ lại mà vẫn không chịu nghe theo, liền lấy nắm đấm đánh mạnh vào đầu Xá-lợi-phất.

Vừa đánh xong, rồi Phục Hại Dạ-xoa nói với Vi Hại rằng:

"Nay đánh tỳ-kheo, trong người tôi liền bị thiêu đốt. Ông nên cứu giúp cho tôi với".

Khi nói lời ấy, mặt đất tự nhiên nứt ra, hiện thân hãm nhập vào Vô gián địa ngục.

---

[889] Tương đương *No. 99* (1330). *Pāli* *Ud.* 4. 4. *Juṇha* (*Yakkhapahāra*); Việt dịch, kinh 1244.

[890] Hại, Phục Hại 害復害. *No. 99*: Già-tra, Ưu-ba-già-tra quỷ 伽吒優波伽吒鬼. *Pāli* *dve yakkhā sahāyakā*, hai con quỷ dạ-xoa, bạn của nhau, không nói tên. Theo các bản Hán, Pāli có thể là Ghata, Upaghata, nhưng không thấy trong các tài liệu Pāli.

Bấy giờ, Tôn giả Mục-kiền-liên ngồi cách chỗ của Xá-lợi-phất không xa. Ngài ngồi dưới một gốc cây, vừa nghe tiếng đánh Xá-lợi-phất liền đến chỗ của Tôn giả Xá-lợi-phất đang ngồi mà nói rằng:

"Không thể kham nhẫn mà phải chịu khổ như vậy, há không kinh sợ tan hoại thân thể này ư?"

Xá-lợi-phất nói:

"Thân tôi nhẫn thọ đều không đau đớn, cũng không tan hoại."

Tôn giả liền tán thán rằng:

"Quả thật là người có uy đức thần thông! Giả như Phục Hại Dạ-xoa dùng tay đánh vào núi Kỳ-xà-quật kia thì núi ấy cũng bị tan nát, vậy mà đầu Xá-lợi-phất chẳng hề hấn gì".

Khi nhị vị Tôn giả nói lời như thế, Đức Thế Tôn đang ngồi ở trong phòng, dùng Tịnh thiên nhĩ từ xa nghe được lời ấy, liền nói kệ rằng:

"*Chánh tâm như núi lớn*
An trụ không lay động
Các chỗ bị nhiễm trước
Pháp nhiễm, bất nhiễm trước
Xa lìa với Ái, Lạc
Pháp gọi là Ái, Lạc
Tức là pháp trần dục
Nếu đến xúc não thêm
Cũng không bị xúc não
Gọi là không xúc não
Nếu tu tâm như vậy
Cuối cùng không chịu khổ".

Bấy giờ, các vị tỳ-kheo, nghe lời Phật dạy, hoan hỷ phụng hành.

NHIẾP TỤNG

Nhân-đà-la, Thích ca, Quật-ma Bạch Sơn, Tân-già-la, Phú-na-bà-tu, Mạn-già-ni-la, Tiễn-mao, Thọ trai, Khoáng Dã, Hùng, Tịnh, Thất Nhạc và Tuyết Sơn, Hại và Vô Hại, tổng cộng là mười bốn.[891]

KINH 330. HUYẾT[892]

Bấy giờ Đức Thế Tôn đang trú tại Đại giảng đường bên bờ ao Di hầu, nước Tỳ-xá-ly.

Bấy giờ có bốn mươi Tỳ-kheo Ba-lợi-đà-ca[893], đều ở A-luyện-nhã, mặc y phấn tảo, tận hành khất thực, hết thảy đều còn ở vị hữu học, chưa lìa được dục pháp. Cả bốn mươi vị cùng đến chỗ Phật, đảnh lễ dưới chân Phật rồi ngồi sang một bên.

Bấy giờ Thế Tôn nghĩ như vầy: Các vị tỳ-kheo này đều ở A-luyện-nhã, mặc y phán tảo, tận hành khất thực, đều là học nhân, chưa đoạn được các kiết. Ta nên vì họ thuyết pháp như thế nào, khiến cho các tỳ-kheo không đứng dậy khỏi chỗ ngồi mà tâm được giải ngộ, dứt tận các kết sử và lậu hoặc.

Đức Phật bảo với họ rằng:

"Các tỳ-kheo nên biết! Sanh tử lâu dài không có biên tế, không ai biết được nguồn gốc của nó. Tất cả chúng sanh đều bị vô minh che lấp, bị ái kiết sai khiến, trói buộc trên đầu. Đường dài sanh tử lưu chuyển vô cùng, bao nhiêu khổ não trong quá khứ không thể nào biết hết được. Giống như nước sông Hằng chảy vào bốn biển.

Ta nay hỏi các ông! Máu huyết chảy ra trong suốt chiều dài sanh tử là nhiều hay nước sông Hằng là nhiều?"

Bấy giờ các tỳ-kheo bạch với Đức Phật rằng:

"Thế Tôn! Như chúng con hiểu nghĩa mà Đức Phật đã dạy, chúng con ở trong sanh tử, máu huyết trong thân chảy ra còn nhiều hơn

---

[891] Hán dịch hết quyển 15.
[892] Tương đương *No. 99* (987); SN,II,187 (*Tiṃsamatta*).
[893] 四十波利蛇迦比丘.

nước của sông Hằng đổ vào bốn biển."

Đức Phật bảo với các tỳ-kheo:

"Lành thay lành thay! Các ông từ nhiều đời trước đã thọ tượng thân, bị người khác cắt mũi, cắt tai; hoặc có khi cắt chân, đóng mắt sắt, bổ đầu, chém cổ, máu huyết đổ ra vô lượng vô biên, rồi thọ thân trâu ngựa, la lừa, lạc đà, heo gà chó lợn, đủ loại cầm thú. Như thọ thân gà chẳng hạn, bị cắt lông, cắt cánh, cắt cổ, bẻ chân, máu huyết chảy ra. Các loại cầm thú thảy đều cắt mổ như vậy, máu huyết đổ ra không thể tính kể được."

Đức Phật lại bảo các tỳ-kheo:

"Sắc là thường hay là vô thường?"

Các tỳ-kheo bạch với Phật rằng:

"Bạch Đức Thế Tôn! Sắc là vô thường."

Đức Phật lại hỏi?

"Sắc là vô thường, vậy là Khổ hay không khổ?"

Tỳ-kheo đáp rằng:

"Vì vô thường cho nên khổ."

Đức Phật lại bảo:

"Nếu vô thường là khổ là pháp bại hoại, thì ở trong pháp ấy, đệ tử bậc hiền thánh có chấp ngã và ngã sở không?

Các tỳ-kheo đáp rằng:

"Không như thế, bạch Đức Thế Tôn!"

Phật lại bảo rằng:

"Thọ, tưởng, hành, thức, vốn là thường hay vô thường?"

Tỳ-kheo đáp rằng:

"Những pháp này đều là vô thường."

Phật lại hỏi rằng:

"Nếu là vô thường, vậy những pháp ấy là khổ chăng? Hay là

không khổ?

Tỳ-kheo đáp rằng:

"Vì vô thường cho nên khổ."

Phật lại hỏi rằng:

"Nếu vô thường, khổ là những pháp bại hoại, vậy đệ tử bậc hiền thánh có ngay nơi đó chấp ngã hoặc ngã sở chăng?

Tỳ-kheo đáp rằng:

"Không thể như thế, bạch Đức Thế Tôn."

Đức Phật bảo các vị tỳ-kheo:

"Lành thay lành thay! Sắc là vô thường, vì vô thường cho nên vô ngã. Nếu không có ngã thì không thể có ngã sở. Quán sát bằng chánh huệ biết thật như vậy, thọ, tưởng, hành, thức đều như thế. Vì vậy tỳ-kheo! Nếu có sắc này cho đến chút thời gian trong quá khứ, vị lai hay hiện tại hoặc trong hoặc ngoài, hoặc gần hoặc xa, nó không có ngã cho đến ngã sở, cái thấy như vậy là chánh kiến đúng như thật. Như thọ, tưởng, hành, thức, hoặc nhiều hoặc ít, hoặc trong hoặc ngoài, hoặc gần hoặc xa, quá khứ, vị lai, hiện tại đều không có ngã, cho đến không có ngã sở, thấy biết như thật, đệ tử bậc hiền thánh thấy rõ việc này thì gọi là đa văn, chán ghét đối với sắc, thọ, tưởng, hành, thức cũng sanh chán ghét, do vì chán ghét mà được ly dục, ly dục nên được giải thoát. Vì được giải thoát nên giải thoát tri kiến, được giải thoát tri kiến tức biết tự ngã sanh đã tận, phạm hạnh đã lập, việc cần làm đã làm, không còn thọ hữu nữa.

Khi Đức Phật nói pháp này, bốn mươi Ba-lợi-đà-ca Tỳ-kheo không còn thọ thân hậu hữu nữa, tâm được giải thoát.

Bấy giờ các vị tỳ-kheo vâng lời Phật dạy, hoan hỷ phụng hành.

KINH 331. LỆ[894]

Tôi nghe như vầy:

Một thời Đức Phật trú tại vườn cây của ông Cấp Cô Độc cùng Thái tử Kỳ-đà, nước Xá-vệ. Bấy giờ Phật bảo các tỳ-kheo:

Các ông nên biết! Sanh tử lâu dài không có biên tế, không ai có thể biết được nguồn gốc của nó. Tất cả chúng sanh đều bị vô minh che lấp, thọ nhận các kết sử trói buộc mà lưu chuyển trong sanh tử không cùng, không tận. Ức kiếp quá khứ nếu không thể biết được, thì cũng giống như nước sông Hằng chảy vào bốn biển lớn.

Lại bảo các tỳ-kheo:

"Sanh tử lâu dài, từ quá khứ xa xưa thọ hình mang thân đến nay, nước mắt chảy do lo buồn khóc lóc là nhiều hay nước sông Hằng là nhiều?"

Các tỳ-kheo bạch Phật rằng:

"Bạch Đức Thế Tôn, theo chỗ chúng con hiểu về lời dạy của Thế Tôn, sanh tử lâu dài, nước mắt chảy ra do lo buồn khóc lóc còn nhiều hơn cả nước sông Hằng, còn nhiều hơn nước bốn biển nữa."

Phật bảo các tỳ-kheo:

"Lành thay lành thay! Nước mắt chảy ra chứa lại còn nhiều hơn nước bốn biển, đúng như lời các ông nói, quá khứ cho đến đời sau, cha mẹ chết đi, cho đến chú bác, anh em chị em, con cái, tông thân quyến thuộc thảy đều chết mất, mất cả tiền tài, voi ngựa, trâu, dê, hoặc chịu đòn roi, hoặc bị thương tích gia hại, xâm hủy hình thể cho đến trói buộc, bắt nhốt, tất cả những thứ khổ buồn rầu, bức não, khóc thương rơi lệ không thể tính hết, giống như dòng nước xiết cuốn trôi tất cả cỏ cây tấp nơi lộ vắng, bụi mờ ái dục che mờ Thánh đạo, máu huyết thọ thân, mãi chịu địa ngục, nga quỷ, súc sanh cùng các ác thú."

Đức Phật hỏi các vị tỳ-kheo:

---

[894] Tương đương *No. 99* (938). Nước mắt. Pāli. S. 15.3 *Assu*. Việt dịch, kinh 1319.

"Sắc là thường hay vô thường?"

Tỳ-kheo đáp rằng:

"Sắc là vô thường."

Đức Phật lại hỏi rằng:

"Nếu sắc là vô thường thì sắc là khổ hay không khổ?"

Tỳ-kheo đáp rằng:

"Vì vô thường cho nên khổ."

Phật bảo các tỳ-kheo:

"Nếu vô thường, khổ thì đều là các pháp bại hoại. Cũng ở trong pháp này, đệ tử của bậc hiền thánh có chấp ngã hoặc ngã sở chăng?

Tỳ-kheo đáp rằng:

"Thưa không, bạch Thế Tôn!"

Phật lại hỏi rằng:

"Thọ, tưởng, hành, thức là thường hay vô thường?"

Tỳ-kheo đáp rằng:

"Đều là vô thường."

Phật lại hỏi rằng:

Nếu là Vô thường, vậy là Khổ hay không Khổ?

Tỳ-kheo đáp rằng:

"Vô thường nên khổ."

Lại hỏi:

"Nếu vô thường, khổ tức là pháp bại hoại. Đệ tử của bậc hiền thánh có ở nơi đó chấp ngã hoặc ngã sở chăng?"

Tỳ-kheo đáp rằng:

"Thưa không, bạch Đức Thế Tôn!"

Phật bảo các tỳ-kheo:

"Lành thay lành thay! Sắc là vô thường, vì vô thường cho nên khổ. Khổ tức vô ngã. Nếu không có ngã thì sẽ không có ngã sở. Như vậy, thật biết quán sát bằng chánh huệ, thọ, tưởng, hành, thức đều như vậy. Vì thế tỳ-kheo! Nếu có sắc cho đến một chút xíu, quá khứ, vị lai, hiện tại, hoặc trong hoặc ngoài hoặc gần hoặc xa, trong ấy tuyệt đối không có ngã cho đến ngã sở. Thấy biết như vậy là thấy biết như thật chánh kiến. Hoặc thọ, tưởng, hành, thức, hoặc nhiều hoặc ít, hoặc trong hoặc ngoài, hoặc xa hoặc gần, quá khứ, vị lai, hiện tại đều không có ngã và ngã sở, thấy biết như thật, đệ tử bậc hiền thánh thấy việc ấy rồi tức gọi là đa văn. Đối với sắc được giải thoát; thọ, tưởng, hành, thức cũng được giải thoát; ưu bi khổ não tất cả đều được giải thoát."

Đức Phật nói như vậy rồi, các vị tỳ-kheo nghe lời Phật dạy, hoan hỷ phụng hành.

KINH 332. MẪU NHŨ[895]

Tôi nghe như vầy:

Một thời Đức Phật trú tại vườn cây của ông Cấp Cô Độc cùng Thái tử Kỳ-đà, nước Xá-vệ. Bấy giờ Phật bảo các vị tỳ-kheo:

"Sanh tử lâu dài không có biên tế, không ai có thể biết được căn nguyên của nó. Tất cả chúng sanh đều bị vô minh che lấp, ái kiết ràng buộc, lưu chuyển trong sanh tử vô cùng vô tận. Ức kiếp quá khứ khổ không ai biết hết."

Đức Phật lại bảo các vị tỳ-kheo:

"Giống như nước sông Hằng chảy rót vào bốn biển, trong kiếp quá khứ xa xưa sanh tử lâu dài, sữa mẹ mà chúng sanh bú nhiều hay ít hơn nước sông Hằng?"

---

[895] Tương đương *No. 99* (939). Sữa mẹ. Pāli, S. 15.4 Khīraṃ. Việt dịch, kinh 1320.

Tỳ-kheo bạch Phật rằng:

"Như chúng con hiểu theo lời Phật dạy, sữa mẹ mà chúng con bú từ kiếp quá khứ lâu xa còn nhiều hơn nước sông Hằng và nước bốn biển, từ khi mang thân đến nay vô lượng vô biên, hoặc thọ thân voi, ngựa, đà điểu, trâu, dê, hươu, nai v.v..., bao nhiêu loài súc sanh, sữa mẹ con bú không thể tính kể. Giống như dòng nước xiết cuốn trôi cỏ cây thành một đống lớn ngăn trở đường đi, bọt bèo của ái cũng giống như vậy, có thể ngăn trở Thánh đạo (*như đã nói ở trên*)."

KINH 333. THỔ HOÀN[896]

Tôi nghe như vầy:

Một thời Đức Phật trú tại vườn cây của ông Cấp Cô Độc cùng Thái tử Kỳ-đà, nước Xá-vệ. Bấy giờ Phật bảo các vị tỳ-kheo:

"Sanh tử lâu dài không có biên tế, không ai có thể biết nguồn gốc của nó. Tất cả chúng sanh đều bị vô minh che lấp, bị ái ràng buộc, lưu chuyển trong sanh tử vô cùng vô tận. Ức kiếp quá khứ khổ không ai biết được. Giả sử có người đốn chặt hết cỏ cây trong trời đất này làm thẻ đếm. Nếu đếm hết số thẻ ấy so với số lần mẹ sanh ta ra trong suốt vô lượng đời từ quá khứ đến nay cũng không thể tính được biên tế của nó. Giả sử như chặt hết cỏ cây trong đại địa này làm thẻ của bốn ngón tay, nếu muốn tính số cha sinh ta ra trong quá khứ cũng không thể biết hết được biên tế của nó."

Đức Phật lại bảo các vị tỳ-kheo:

"Sanh tử lâu dài không thể biết được biên tế (*như trên đã nói*). Tỳ-kheo các ông nên học như vậy để đoạn dứt sanh tử, đoạn hết các hữu, không còn thọ thân hậu nữa."

---

896 Tương đương *No. 99* quyển 34 (940). Tương đương Pāli, S. 15. 1. *Tiṇakaṭṭhaṃ*. Việt dịch, kinh 1321.

Bấy giờ các tỳ-kheo vâng lời Phật dạy, hoan hỷ phụng hành.

KINH 334. NHƯ ĐẬU LẠP[897]

Tôi nghe như vầy:

Một thời Đức Phật trú tại vườn cây của ông Cấp Cô Độc cùng Thái tử Kỳ-đà, nước Xá-vệ. Bấy giờ Phật bảo các vị tỳ-kheo:

"Sanh tử lâu dài không có biên tế, không ai có thể biết hết được căn nguyên của nó. Tất cả chúng sanh đều bị vô minh che lấp, bị ái ràng buộc, lưu chuyển trong sanh tử vô cùng vô cực. Ức kiếp quá khứ từng thọ bao nhiêu thứ khổ, tất cả không ai có thể biết được."

Đức Phật lại bảo các vị tỳ-kheo:

"Giả sử có người vo đất của cả đại địa này thành những viên nhỏ như hạt đậu[898], đem những hạt đậu này để tính đếm số lượng mà mẹ sanh ra, hết cả số đất nhỏ này cũng không thể tính hết biên tế của nó *(như trên đã nói)*. Vì vậy các ông phải nên học như vậy, đoạn dứt các hữu, cần cầu phương tiện, đoạn thân hậu hữu."

Đức Phật nói như vậy rồi, các tỳ-kheo vâng lời Phật dạy, hoan hỷ phụng hành.

KINH 335. HỈ LẠC[899]

Tôi nghe như vầy:

---

[897] Tương đương *No. 99* (941). Hòn đất. Pāli 15.2 *Pathavī*. Việt dịch, kinh 1322.

[898] *No. 99:* Bà-la quả 婆羅果. Pāli *kollātthimatta*, như hạt quả táo.

[899] Tương đương *No. 99* (942). Pāli *S.15.12. Sukhitaṃ.* Việt dịch,

Một thời, Đức Phật tại vườn ông Cấp cô độc, rừng cây của Thái tử Kỳ-đà, nước Xá-vệ. Khi đó, Đức Phật dạy các tỳ-kheo:

"Sanh tử dài lâu, không có giới hạn, không người nào có thể biết được nguồn gốc của nó. Tất cả chúng sanh đều bị vô minh che lấp, bị trói buộc bởi ái, lưu chuyển trong sanh tử không cùng tận. Không một chúng sanh nào có thể có được trí nhớ về số lần thọ khổ trong quá khứ."

Phật dạy các Tỳ-kheo:

"Các ông hãy nhìn các sự khoái lạc trong thế gian, đối với người thọ sự vui thích thượng diệu, các ông phải nghĩ thế này: 'Ta đã từng thọ lạc như vậy nhiều lần trong quá khứ, cũng đều băng hoại. Như vậy, sanh tử dài lâu...' (như trên đã nói). Các ông hôm nay nên học như vậy, tinh cần tu tập, phương tiện đoạn hậu hữu."

Các tỳ-kheo vâng lời Phật dạy, hoan hỷ phụng hành.

KINH 336. KHỔ NÃO[900]

Tôi nghe như vầy:

Một thời Đức Phật trú tại vườn cây của ông Cấp Cô Độc cùng Thái tử Kỳ-đà, nước Xá-vệ. Bấy giờ Phật bảo các vị tỳ-kheo:

"Sanh tử lâu dài... (như trên đã nói), nếu thấy chúng sanh thọ khổ cực độc, ưu sầu áo não, phải nên nghĩ thế này: Ta trải qua vô lượng kiếp từ xưa đến nay cũng thọ vô lượng khổ não như vậy. Sanh tử lâu dài... (như trên đã nói), Tỳ-kheo các ông nên học như vậy, phải nên phương tiện đoạn thân hậu hữu. Đừng tạo tác nhân duyên sanh khởi."

Các vị tỳ-kheo nghe Phật dạy, hoan hỷ phụng hành.

---

kinh 1323.

[900] Tương đương *No. 99* (943). Pāli: S.15,11. *Duggataṃ.* Việt dịch, kinh 1324.

KINH 337. KHỦNG BỐ[901]

Tôi nghe như vầy:

Một thời Đức Phật trú tại vườn cây của ông Cấp Cô Độc cùng Thái tử Kỳ-đà, nước Xá-vệ. Bấy giờ Phật bảo các tỳ-kheo rằng:

"Sanh tử lâu dài... *(như trên đã nói)*, tỳ-kheo các ông, nếu thấy có người sanh tâm kinh hoàng sợ hãi, lông tóc dựng lên, nên biết tiền thân từng tạo tác oán hại. Vì vậy sanh tử lâu dài... *(như trên đã nói)*, tỳ-kheo các ông phải nên học như vậy, siêng tu phương tiện, đoạn trừ hậu hữu."

Các vị tỳ-kheo nghe lời Phật nói, hoan hỷ phụng hành.

KINH 338. BỈ ÁI[902]

Tôi nghe như vầy:

Một thời Đức Phật trú tại vườn cây của ông Cấp Cô Độc cùng Thái tử Kỳ-đà, nước Xá-vệ. Bấy giờ Phật bảo các tỳ-kheo:

"Sanh tử lâu dài... *(như trên đã nói)*, nếu thấy có chúng sanh tự nhiên ái lạc, khởi sanh dục tâm, tâm muốn thân ái, các người nên biết, khi mang thân đời trước, họ ắt đã từng là cha mẹ, anh em, vợ con của ta, hoặc họ đã từng làm Hòa thượng, A-xà-lê, Sư trưởng tôn kính của ta. Vì thế nên biết, sanh tử lâu dài... *(như trên đã nói)*, tỳ-kheo các ông phải nên học như vậy, siêng tu phương tiện, đoạn trừ hậu hữu, chớ tạo tác nhân duyên sanh hữu."

Các vị tỳ-kheo nghe Đức Phật nói, hoan hỷ phụng hành.

---

[901] Tương đương *No. 99* (944). Pāli tham chiếu các kinh trên. Việt dịch, kinh 1325.

[902] Tương đương *No. 99* (945). Pāli 15. 14-19. *Mātā*, v.v. Việt dịch, kinh 1326.

KINH 339. HẰNG HÀ[903]

Tôi nghe như vầy:

Một thời Đức Phật trú tại vườn cây của ông Cấp Cô Độc cùng Thái tử Kỳ-đà, nước Xá-vệ.

Bấy giờ, có một vị bà-la-môn, đi đến chỗ Phật, thưa hỏi Thế Tôn rồi ngồi sang một bên, bạch với Đức Phật rằng:

"Bạch Đức Thế Tôn! Trong đời vị lai sẽ có bao nhiêu vị Phật xuất thế nữa?"

Đức Phật đáp rằng:

"Trong vị lai sẽ có hằng hà sa số chư Phật xuất hiện ở đời."

Lúc ấy vị bà-la-môn nghe Đức Phật nói, nghĩ như vầy: Ta sẽ chờ Phật vị lai tu hành phạm hạnh, lúc đó quay lại tu cũng không muộn lắm. Rồi nghĩ thế này nữa: Sao ta không hỏi đời quá khứ có bao nhiêu vị Phật xuất thế. Nghĩ như vậy rồi trở về chỗ Phật, bạch với Phật rằng:

"Thế Tôn! Trong đời quá khứ có bao nhiêu vị Phật xuất thế?"

Đức Phật đáp:

"Trong đời quá khứ đã có vô lượng hằng sa chư Phật xuất hiện ở đời."

Bấy giờ Bà-la-môn lại nghĩ như vầy: Chư Phật trong quá khứ và vị lai ra đời mà ta không được gặp, nay được gặp Phật mà sao lại để trôi qua một cách trống không. Ta nên ở trong Phật pháp xuất gia học đạo. Bà-la-môn liền đứng dậy, chắp tay bạch với Phật rằng:

"Bạch Đức Thế Tôn! Cúi mong ngài từ mẫn cho con được xuất gia, ở trong Phật pháp tu hành phạm hạnh."

Đức Phật liền hứa khả cho bà-la-môn được xuất gia. Xuất gia rồi, vị ấy luôn ở một mình nơi vắng vẻ, tinh cần tu tập, đoạn dứt sanh tử, đắc quả A-la-hán.

---

[903] Pāli: S.15.8. *Gaṅgā.* Hán, Tương đương *No. 99* (946). Việt dịch, kinh 1326.

Đức Phật nói như vậy rồi, các vị tỳ-kheo vâng lời Phật dạy, hoan hỷ phụng hành.

KINH 340. CỐT TỤ[904]

Tôi nghe như vầy:

Một thời Đức Phật ngự tại chân núi Tỳ-phú-la ở thành Vương Xá[905]. Phật bảo các vị tỳ-kheo:

"Như có người lưu chuyển thọ sanh trong mỗi kiếp, nếu thu nhặt xương trắng của họ mà không bị hủy hoại chất lại thành đống thì sẽ cao như núi Tỳ-phú-la. Đệ tử của bậc hiền thánh tùy thời nghe như thật biết khổ thánh đế, như thật biết khổ tập, biết khổ diệt, biết thú hướng khổ diệt đạo. Như vậy tri kiến đã đoạn dứt ba kết sử, đó là thân kiến, giới thủ và nghi, gọi là Tu-đà-hoàn, không còn đọa vào ác thú, quyết định đắc quả bồ-đề, thú hướng niết-bàn, còn bảy lần sanh bảy lần tử nữa là chấm dứt khổ tế.

Nói việc ấy xong rồi, Đức Phật lại nói kệ rằng:

> *"Một người trong một kiếp*
> *Lưu chuyển thọ sanh tử*
> *Chất xương cốt thành đống*
> *Gom lại thành một chỗ*
> *Không để nó hủy hoại*
> *Cao như Tỳ-phú-la.*
> *Nếu quán bốn chân đế*
> *Dùng chánh trí quán sát*

---

[904] Tương đương *No. 99* (947). Đồng xương nọ. Pāli S.15.10 *Puggala* (con người). Việt dịch, kinh 1328. Tham khảo *Tạp A-hàm* kinh (11): T.02.0101.0496b14.

[905] 王舍城 毘富羅山足; *No. 99*: Núi Tì-phú-la毘富羅山. Pāli *Veppulla-pabbata*.

Nói khổ nhân đâu sanh
Khổ diệt bát chánh đạo
An ổn hướng niết-bàn
Lưu chuyển trong sanh tử
Trở lại bảy lần nữa
Được dứt tận khổ tế."

Bấy giờ các tỳ-kheo vâng lời Phật dạy, hoan hỷ phụng hành, đảnh lễ rồi đi.

NHIẾP TỤNG

Huyết lệ và Mẫu như
Thổ hoàn như Hạt đậu
Khủng bố và Bỉ ái
Hằng sa và Cốt trụ.

KINH 341. THÀNH[906]

Tôi nghe như vầy:

Một thời Đức Phật trú tại vườn cây của ông Cấp Cô Độc cùng Thái tử Kỳ-đà, nước Xá-vệ. Bấy giờ Đức Thế Tôn bảo các tỳ-kheo rằng:

"Sanh tử lâu dài..." *(như trên đã nói)*

Bấy giờ trong chúng có một vị tỳ-kheo từ chỗ ngồi đứng dậy, chỉnh sửa y phục, chắp tay hướng Phật, bạch với Đức Phật rằng:

"Bạch Đức Thế Tôn! Số kiếp dài ngắn như thế nào?"

Đức Phật bảo tỳ-kheo:

"Ta có thể giảng rộng cho ông, chỉ ngại rằng ông không hiểu

---

[906] Tương đương *No.* 99 (948). *Quốc dịch phẩm* 2. S.15. 6. *Sāsapā*. Việt dịch, kinh 1329.

mà thôi."

Vị tỳ-kheo bạch với Đức Phật rằng:

"Xin Người hãy dùng thí dụ giúp con hiểu được chăng?"

Phật bảo tỳ-kheo:

"Nay ta sẽ dùng thí dụ để diễn nói cho ông. Ông hãy lắng nghe cho kỹ, rồi vận dụng tư duy để hiểu. Giống như có một ngôi thành bằng sắt, chiều ngang, chiều dọc cho đến chiều cao cũng một do tuần. Trong thành ấy chứa đầy hạt cải. Giả sử có người cứ một trăm năm đến lấy một hạt cải, lấy cho hết số hạt cải chứa ở trong thành ấy thì cũng chưa thể biết hết được biên tế của số kiếp được."

Đức Phật lại dạy tỳ-kheo:

"Số kiếp lâu dài cũng giống như vậy. Kiếp số lâu dài đến trăm ngàn ức vạn, cho đến trăm ngàn ức vạn, khổ não vô lượng vô biên, thô ái thống khổ, ý chẳng vui mừng, giống như bóng bọt trôi nổi sau mưa, sự thọ thân cũng giống như thế. Trôi nổi trong các ác thú địa ngục, ngạ quỷ, súc sanh. Vì thế phải nên đoạn dứt hậu hữu. Phải nên siêng năng vận dụng phương tiện để xa lìa các hữu. Tỳ-kheo các ông phải nên học như vậy."

Các vị tỳ-kheo vâng lời Phật dạy, hoan hỷ phụng hành.

KINH 342. SƠN[907]

Tôi nghe như vầy:

Một thời Đức Phật trú tại vườn cây của ông Cấp Cô Độc cùng Thái tử Kỳ-đà, nước Xá-vệ. Bấy giờ Phật bảo các vị tỳ-kheo:

"Sanh tử lâu dài..." *(như trên đã nói)*

Bấy giờ trong chúng có một vị tỳ-kheo từ chỗ ngồi đứng dậy, trật

---

907 Pāli: S.15.5. *Pabbata.* Hán, *No.* 99 (949). Việt dịch, kinh 1330.

áo bày vai phải, quỳ thẳng chắp tay mà bạch với Đức Phật rằng:

"Bạch Đức Thế Tôn! Số kiếp dài ngắn như thế nào?"

Đức Phật bảo tỳ-kheo:

"Ta có thể nói cho ông, chỉ ngại ông không thể hiểu hết mà thôi."

Tỳ-kheo bạch với Phật rằng:

"Ngài có thể dùng ví dụ để nói cho con hiểu được chăng?"

Đức Phật bảo:

"Ta có thể nêu thí dụ."

Phật bảo Tỳ-kheo:

"Giả sử có một tảng đá kín bưng thành một khối, không có lỗ lõm gì cả, khối đá ấy cao một do tuần, chiều rộng, chiều dài cũng một do tuần. Giả sử có người dùng một chiếc áo mỏng, hay vải tơ tằm cực nhẹ[908], cứ một trăm năm phất lên tảng đá ấy một lần, phất cho đến khi nào tan mòn hết tảng đá ấy thì kiếp số này hãy còn chưa hết. Vì thế ta nói khó biết được biên tế dài lâu của kiếp số. Số kiếp ngắn dài cũng dụ như thế. Kiếp dài số trăm, số ngàn, số vạn, số thiên ức vạn như thế. Chúng sanh ở trong kiếp dài như vậy thọ đại khổ não, thô ráp thống thiết, tâm ý không vui, như bóng bọt trôi nổi sau mưa, mãi chịu đọa lạc nơi các ác thú địa ngục, ngạ quỷ, súc sanh. Vì thế các ngươi nên đoạn dứt thân hậu hữu, siêng năng tu hành, xa lìa nhân duyên các hữu, cần phải học như vậy."

Các vị tỳ-kheo vâng lời Đức Phật dạy, hoan hỷ phụng hành.

---

[908] 細羅縠衣，或 初摩細 濡, *No. 99*: Ca-thi kiếp-bối 迦尸劫貝. Pali *Kāsika vattha*, vải sản xuất ở nước *Kāsi*.

KINH 343. QUÁ KHỨ[909]

Tôi nghe như vầy:

Một thời Đức Phật trú tại vườn cây của ông Cấp Cô Độc cùng Thái tử Kỳ-đà, nước Xá-vệ. Bấy giờ trong chúng có một vị tỳ-kheo từ chỗ ngồi đứng dậy, chỉnh sửa y phục, quỳ thẳng, chắp tay bạch Phật rằng:

"Bạch Đức Thế Tôn! Từ xưa đến nay có bao nhiêu kiếp số đã trôi qua?"

Đức Phật bảo Tỳ-kheo:

"Ta có thể nói, chỉ ngại rằng ông không thể hiểu hết được."

Vị Tỳ-kheo bạch với Đức Phật rằng:

"Ngài có thể dùng thí dụ để nói cho con hiểu được chăng?"

Đức Phật bảo:

"Ta sẽ dùng thí dụ để nói cho ông. Giả sử có người sống được một trăm tuổi. Trong một trăm năm ấy, cứ mỗi ngày từ sáng sớm đến trưa, từ trưa đến tối, cả ba thời ấy, mỗi thời đều nhớ nghĩ đến việc của trăm ngàn kiếp. Mỗi ngày đều nhớ nghĩ như thế đến suốt một trăm năm, như thế hãy còn không thể biết được biên tế của số kiếp quá khứ. Số kiếp lâu dài cũng lại như thế. Chúng sanh ở trong số kiếp lâu dài như vậy thọ bao khổ cực, thống thiết khổ não, tâm ý chẳng có gì vui, mãi trôi lăn trong bao đường ác địa ngục, ngạ quỷ, súc sanh. Vì vậy này các tỳ-kheo, phải nên đoạn dứt thân hậu hữu, siêng tu phương tiện để dứt lìa các hữu. Tỳ-kheo các ông phải nên tu học như vậy."

Bấy giờ các tỳ-kheo vâng lời Phật dạy, hoan hỷ phụng hành.

---

[909] Pāli, S.15.7. Sāvakā (các Đệ tử). Cf. Việt dịch, kinh 1331. *No. 99* (950)

KINH 344. VÔ ĐỊA PHƯƠNG XỨ[910]

Tôi nghe như vầy:

Một thời Đức Phật trú tại vườn cây của ông Cấp Cô Độc cùng Thái tử Kỳ-đà, nước Xá-vệ. Bấy giờ Đức Phật bảo các vị tỳ-kheo:

"Sanh tử lâu dài... *(như đã nói ở trên)*, cho đến ức số kiếp của quá khứ không thể biết được. Trên khắp đại địa này, không có chỗ nào là không có thân mạng của các ông sanh ra và chết đi ở đó."

Đức Phật lại bảo các tỳ-kheo:

"Sanh tử lâu dài, không thể biết hết được biên tế của nó. Tỳ-kheo các ông phải nên siêng tu phương tiện, đoạn dứt các hữu."

Bấy giờ các vị tỳ-kheo, vâng lời Phật dạy, hoan hỷ phụng hành.

KINH 345. VÔ BẤT THỊ[911]

Tôi nghe như vầy:

Một thời Đức Phật trú tại vườn cây của ông Cấp Cô Độc cùng Thái tử Kỳ-đà, nước Xá-vệ. Bấy giờ Đức Phật bảo các vị tỳ-kheo:

"Sanh tử dài lâu..." *(cho đến như trên đã nói)*

Đức Phật lại bảo các vị tỳ-kheo:

"Trong thế gian này không có bất kỳ một người nào chưa từng làm cha, mẹ, anh em, chị em, vợ con quyến thuộc của các ông, cho đến làm những bậc tôn quý như Hòa thượng, A-xà-lê của các ông. Trong thế gian này cũng không có một chúng sanh nào không giết hại ngươi,

---

[910] Tương đương *No. 99* (951). Không có một chỗ nào. Pāli, không thấy tương đương.

[911] Tương đương *No. 99* (952). Không một nơi nào mà không. Pāli, S.15.14-19. *Mātā*, v.v. Việt dịch, kinh 1333.

tạo oán đối với ngươi. Lại cũng không có một chúng sanh nào mà không ăn thịt mạng sống của ngươi. Như vậy sanh tử từ vô thỉ đến nay... *(như trên đã nói).* Vì thế các tỳ-kheo! Các ông phải nên siêng năng phương tiện đoạn dứt các hữu, phải nên tu học như vậy.

Đức Phật nói như vậy rồi, các vị tỳ-kheo vâng lời Phật dạy, hoan hỷ phụng hành.

KINH 346. THÔ VŨ ĐẾ VŨ[912]

Tôi nghe như vầy:

Một thời Đức Phật trú tại vườn cây của ông Cấp Cô Độc cùng Thái tử Kỳ-đà, nước Xá-vệ. Bấy giờ Đức Phật bảo các vị tỳ-kheo:

"Giống như trời mưa, nước mưa rơi xuống đất liền sanh ra bóng bọt. Mau chóng sanh ra rồi cũng mau chóng tan diệt. Sự sống, sự chết cũng sanh cũng diệt mau chóng như thế. Sự sống chết của chúng sanh từ vô thỉ kiếp đến nay cũng lại như thế. Vì vậy các tỳ-kheo! Phải nên siêng năng phương tiện, đoạn dứt các Hữu. Phải nên tu học như thế."

Đức Phật nói như vậy rồi, các vị tỳ-kheo vâng lời Phật dạy, hoan hỷ phụng hành.

KINH 347. PHƯỢC TẢO TUỆ[913]

Tôi nghe như vầy:

Một thời Đức Phật trú tại vườn cây của ông Cấp Cô Độc cùng Thái

---

[912] Tương đương *No. 99* (953). Pāli, tham chiếu, S.22.95. *Phenam* (bong bóng), S. 48.50. *Saddha* (tín). Việt dịch, kinh 1334.

[913] Tương đương *No. 99* (954a).

tử Kỳ-đà, nước Xá-vệ. Bấy giờ Đức Phật bảo các vị tỳ-kheo:

"Sanh tử dài lâu..." *(như trên đã nói)*

Lại bảo các vị Tỳ-kheo:

"Trời mưa kín mít giống như buộc từng cọng chổi. Đông, Tây, Nam, Bắc cho đến phương dưới, phương trên, không có chỗ nào trống cả. Chúng sanh trong vô lượng thế giới ở phương Đông, đều được an lạc xí thạnh (thịnh vượng?). Vô lượng thế giới cũng thảy đều tan hoại. Chúng sanh đầy khắp trong vô lượng thế giới, vô lượng thế giới cũng thảy đều không hư, không có chúng sanh dừng ở trong đó. Các phương Nam, Tây, Bắc, bốn phương bàng, phương trên và phương dưới, cũng đều như thế. Sanh tử từ vô thỉ kiếp... *(như trên đã nói)*. Vì vậy các tỳ-kheo! Các ông phải siêng tu phương tiện, xa lìa các hữu, phải nên tu học như vậy."

Các vị tỳ-kheo vâng lời Đức Phật dạy, hoan hỷ phụng hành.

KINH 348. TRỊCH TRƯỢNG[914]

Tôi nghe như vầy:

Một thời Đức Phật trú tại vườn cây của ông Cấp Cô Độc cùng Thái tử Kỳ-đà, nước Xá-vệ. Bấy giờ Đức Phật bảo với các vị tỳ-kheo rằng:

"Sanh tử dài lâu... *(như trên đã nói, cho đến)* sự sống chết từ vô thỉ kiếp..." *(cũng như trên đã nói)*

Đức Phật lại bảo các vị tỳ-kheo:

"Giống như ném một cây gậy, hoặc phần gốc bị cắm xuống đất, hoặc phần đầu bị cắm xuống đất. Hoặc khi ném đi, cây gậy rơi xuống chỗ bất tịnh dơ uế, hay có thể rơi xuống chỗ thanh tịnh sạch sẽ. Tất

[914] Tương đương *No. 99* (954b). Quốc dịch gồm hai kinh: 1344. Đại vũ hồng chú 大雨洪澍; 1315. Trịch trượng 擲杖 (ném gậy). Pāli, S.15.9. *Daṇḍa* (cây gậy). Việt dịch, kinh 1335.

cả chúng sanh cũng lại như thế, do vô minh che lấp, hoặc sanh lên cõi trời, hoặc sinh tại nhân gian, hoặc đọa địa ngục, ngạ quỷ, súc sanh, hoặc lại đọa lạc vào cảnh giới của a-tu-la... Vì vậy này các tỳ-kheo, phải đoạn trừ các hữu, phải nên tu học như vậy."

Các vị tỳ-kheo vâng lời Phật dạy, hoan hỷ phụng hành.

KINH 349. CHUYỂN LUÂN[915]

Tôi nghe như vầy:

Một thời Đức Phật trú tại vườn cây của ông Cấp Cô Độc cùng Thái tử Kỳ-đà, nước Xá-vệ. Bấy giờ, Đức Phật bảo các vị tỳ-kheo rằng:

"Giống như bánh xe năm căm, có người dùng sức mạnh xoay chuyển cho bánh xe ấy quay thật nhanh. Tất cả chúng sanh đều như thế. Do vô minh che lấp, bị luân chuyển trong năm đường, đó là trời, người, địa ngục, ngạ quỷ và súc sanh, chịu sanh tử từ vô thỉ kiếp như vậy. Vì thế này các tỳ-kheo, phải đoạn trừ các hữu, làm các thiện pháp."

Các vị tỳ-kheo vâng lời Phật dạy, hoan hỷ phụng hành.

KINH 350. TÌ-PHÚ-LA[916]

Tôi nghe như vầy:

Một thời Đức Phật trú tại chân núi Tỳ-phú-la ở thành Vương Xá. Bấy giờ Đức Thế Tôn bảo với các vị tỳ-kheo rằng:

---

[915] Tương đương *No. 99* (955). Bánh xe 5 tiết (căm). Pāli, không thấy tương đương. Việt dịch, kinh 1336.

[916] Tương đương *No. 99* (956). Pli, S. 15.20. *Vepullapbbataṃ*. Biệt dịch, *No. 100* (350).

"Các hành vô thường, là pháp sanh diệt, không có lúc nào dừng trụ, không thể bảo tín, là pháp bại hoại. Chính vì lý do đó, tỳ-kheo các ông đối với các hành phải biết dừng, biết đủ, sanh niềm chán ghét, lìa xa ái dục mà mong cầu giải thoát."

Đức Phật bảo các tỳ-kheo:

"Núi Tỳ-phú-la này vào thời xa xưa có tên là Bà-kỳ-bán-xà[917]. Lúc ấy có một ngôi thành tên là Đế-di-la[918], nhân dân trong thành ấy thọ bốn vạn tuổi. Nhân dân trong thành thuở ấy muốn đi lên núi này, phải trải qua bốn ngày đường mới có thể đi đến đỉnh núi. Thời bấy giờ có một vị Phật hiệu là Ca-tôn[919] Như lai, Ứng cúng, Chánh biến tri, Minh hạnh túc, Thiện thệ, Thế gian giải, Vô thượng sĩ, Điều ngự trượng phu, Thiên nhân sư, Phật Thế Tôn. Đức Phật vì các đệ tử mà giảng nói pháp yếu, nói rõ Sơ thiện, Trung thiện và Hậu thiện, nghĩa lý sâu xa, ngữ ngôn xảo diệu, thuần nhất không xen tạp, đầy đủ tướng phạm hạnh thanh tịnh. Các tỳ-kheo nên biết! Tướng núi Bà-kỳ-bán-xà lúc ấy đến nay đã không còn, nhân dân thuở ấy đã chết hết. Sau khi Đức Phật Thế Tôn ấy nhập niết-bàn, thọ mạng con người cũng tổn giảm. Chính vì thế nên biết các hành vô thường, là pháp sanh diệt, không lúc nào dừng trụ, không thể bảo tín, là pháp bại hoại. Vì thế này các tỳ-kheo! Đối với các hành phải biết dừng, biết đủ, sanh niềm chán ghét, lìa xa ái dục mà mong cầu giải thoát."

Đức Phật lại bảo các tỳ-kheo:

"Lại vào thuở xa xưa, ngọn núi này có tên là Bằng-ca[920]. Bấy giờ ngôi thành này tên là A-tỳ-ca[921]. Nhân dân thuở ấy thọ đến ba vạn tuổi. Các chúng sanh ở thành này nếu muốn lên núi phải trải qua ba ngày đường mới đến được. Bấy giờ có vị Phật Thế Tôn hiệu là Ca-na-

---

[917] 婆耆半闍; *No. 99*: Trường Trúc Sơn 長竹山. *Pācīnavaṃsa* (đông trúc).

[918] Đề-di-la ấp 低彌羅邑. *Tivara*.

[919] 迦孫如來; *No. 99*: Ca-la-ca-tôn-đề 迦羅迦孫提: Phật Câu-lưu-tôn. *Kakusandho*.

[920] 朋迦; *No. 99*: Bằng-ca 朋迦. *Vaṅkaka*.

[921] A-tì-ca 阿毘迦. *Rohitassa* (ngựa đỏ).

hàm Mâu-ni Như lai, Ứng cúng, Chánh biến tri, Minh hạnh túc, Thiện thệ, Thế gian giải, Vô thượng sĩ, Điều ngự trượng phu, Thiên nhân sư, Phật Thế Tôn. Bấy giờ Đức Như Lai ấy khắp vì đại chúng mà thuyết pháp yếu. Các pháp được diễn nói là Sơ thiện, Trung thiện và Hậu thiện, nghĩa lý sâu xa, ngữ ngôn xảo diệu, đầy đủ tướng phạm hạnh. Các tỳ-kheo nên biết! Sau khi Đức Phật Thế Tôn ấy nhập niết-bàn rồi, tuổi thọ con người cũng dần dần chuyển giảm. Tướng núi thuở ấy bây giờ cũng không còn, nhân dân chết hết. Vì vậy, này các tỳ-kheo! Các hành vô thường, là pháp biến dịch, không thể nương tựa, cuối cùng đều quy về chỗ tiêu ma diệt mất. Các ông phải biết dừng, biết đủ đối với các hành, sanh niềm chán ghét, xa lìa ái dục mà mong cầu giải thoát."

Đức Phật lại bảo các tỳ-kheo:

"Lại vào thuở xa xưa, ngọn núi này có tên là Thiện Biên[922], quốc độ bấy giờ tên là Xích Mã[923]. Nhân dân trong cõi nước ấy thọ đến hai vạn tuổi. Ngay trong thuở ấy có Đức Phật ra đời hiệu là Ca-diếp Như lai, Ứng cúng, Chánh biến tri, Minh hạnh túc, Thiện thệ, Thế gian giải, Vô thượng sĩ, Điều ngự trượng phu, Thiên nhân sư, Phật Thế Tôn. Đức Phật khắp vì đại chúng diễn bày, phân biệt các pháp bí mật ái diệu. Các pháp do Phật thuyết là Sơ thiện, Trung thiện và Hậu thiện, nghĩa lý sâu xa, ngữ ngôn xảo diệu, thuần nhất không xen tạp, đầy đủ tướng phạm hạnh thanh tịnh trong sạch. Các tỳ-kheo nên biết! Tên núi Thiện Biên này đã không còn, nhân dân cũng đã chết hết. Sau khi Đức Phật Thế Tôn ấy nhập bát-niết-bàn, thọ mạng con người cũng dần tổn giảm. Vì lý do đó, các hành vô thường là pháp biến dịch, không lúc nào dừng trụ, không thể nương tựa, cuối cùng sẽ quy về một chỗ tiêu ma hoại liệt. Vì thế này các tỳ-kheo! Đối với các hành nên biết dừng, biết đủ, sanh niềm chán ghét, lìa xa ái dục mà mong cầu giải thoát.

"Ngọn núi này lại có tên là Tỳ-phú-la, cõi nước này là Ma-kiệt-đà. Chúng sanh trong quốc độ này thọ mạng một trăm tuổi, hoặc hơn hoặc kém. Các chúng sanh trong quốc độ này nếu muốn lên núi thì

---

[922] 善邊; *No. 99*: Tú-ba-la-thủ 宿波羅首. **Pāli** *Supassa*.
[923] Xích mã 赤馬. **Pāli** *Suppiya*.

chỉ trong chốc lát là lên được đến nơi. Ta Thích-ca Văn xuất hiện ở đời đầy đủ mười hiệu, vì chúng sanh diễn thuyết vô lượng kinh điển. Những kinh điển Ta nói là Sơ thiện, Trung thiện và Hậu thiện, nghĩa lý sâu xa, ngữ ngôn xảo diệu, thuần nhất không xen tạp, đầy đủ tướng phạm hạnh thanh tịnh trong sạch."

Đức Phật lại dạy các tỳ-kheo:

"Tên của ngọn núi này và nhân dân trong cõi nước chẳng bao lâu nữa rồi cũng sẽ diệt mất tất cả. Ta cũng chẳng bao lâu nữa sẽ nhập niết-bàn. Vì lý do đó, nên biết các hành vô thường là pháp biến dịch, không lúc nào dừng trụ, không thể nương tựa cậy nhờ, rồi cũng đều sẽ quy về chỗ tiêu ma hoại liệt. Vì thế này các tỳ-kheo! Các ông phải chí tâm sanh niềm chán đủ đối với các hành, khởi tưởng chán ghét, xa lìa ái dục mà mong cầu giải thoát."

Bấy giờ Đức Thế Tôn liền nói kệ rằng:

"Bà-kỳ-bán-xà, Đế-di-la
A-tỳ-ca-la, Bằng-già-ca
Núi tên Thiên Biên, nước Xích Mã
Tỳ-phú-la sơn, Ma-kiệt-đề
Các núi đều diệt, người cũng chết
Phật nhập niết-bàn, thọ mạng giảm.
Vì nghĩa lý đó,
Các hành vô thường,
Là pháp sanh diệt.
Sanh diệt, diệt rồi,
Tịch diệt là vui."

Bấy giờ các vị tỳ-kheo vâng lời Phật dạy, hoan hỷ phụng hành.

NHIẾP TỤNG

Thành, Sơn, Quá khứ
Vô địa phương sở

Chúng sanh vô bất thị
Thô vũ đề vũ
Như phược tảo tuệ
Trịch trượng, Hoàn chuyển luân
Tỳ-phú-la.

KINH 351. BẤT LẠC[924]

Lúc bấy giờ đông đảo chúng tỳ-kheo đang hạ tọa an cư trong rừng trúc tại vườn Câu-tát-la. Trong khu vườn có một vị thiên thần đang ở. Vị thiên thần buồn rầu nghĩ ngợi rồi nói như vầy:

"Hôm nay ngày mười lăm, tháng Tự tứ của chúng tăng[925], tăng tự tứ rồi, lại muốn rời đi."

Lại có một vị thiên thần khác hỏi vị thiên thần ấy rằng:

"Nay hà cớ gì mà Ngài ưu sầu như vậy?"

Hỏi rồi liền nói kệ:

"Thiên thần ngày hôm nay
Vì sao lại ưu sầu
Các tỳ-kheo tịnh giới
Ngày nay đang tự tứ
Gặp được việc như vậy
Lẽ ra nên vui mừng."

Vị thiên thần đang ở trong khu rừng ấy lại dùng kệ đáp rằng;

"Tôi biết các vị ấy
Ngày nay đang tự tứ

---

924 Tương đương *No. 99* (1331). ᴾᵃ̄ˡⁱ S.9.4. *Sambahula (Cārika)*; Việt dịch, kinh 1245.

925 僧自恣; *No. 99*: thọ tuế 受歲, hết mùa an cư, tỳ-kheo nhận tuổi hạ. ᴾᵃ̄ˡⁱ *vasaṃ-vuṭṭha.*

Chẳng phải không tàm quý
Như các ngoại đạo kia[926]
Các vị đều tinh tấn
Đầy đủ sự hổ thẹn
Thu xếp y bát rồi
Tự tứ xong liền đi
Tỳ-kheo đi hết rồi
Khu rừng này trống vắng
Chẳng còn nghe thấy gì
Vì vậy tôi lo buồn."

Bấy giờ các vị tỳ-kheo, sau khi tự tứ rồi, mỗi vị đều đi ra khỏi rừng, trở về chỗ ở của mình. Lúc ấy vị thiên thần thấy họ tứ tán, trong lòng ưu sầu thê thảm, liền nói kệ rằng:

"Các tỳ-kheo đi rồi
Chỉ thấy chỗ du cư
Các đệ tử Mâu-ni
Đa văn, có tri kiến
Khéo phân biệt đủ đầy
Các giáo thuyết thanh tịnh
Người trì pháp như vậy
Nay đi đến nơi đâu?"

Bấy giờ các thiên thần khác lại nói kệ rằng:

"Các vị tỳ-kheo này
Mỗi người đi mỗi hướng
Kẻ hướng Ma-kiệt-đà
Kẻ đi đến Bạt-kỳ
Cũng có người đi đến

---

926 非是無慚愧　同諸外道等; *No. 99*: Vô tu ngoại đạo 無羞外道, ngoại đạo không biết xấu hổ; thường chỉ các nhóm Ca-cưu-đà Ca-chiên-diên (Pāli *Kakudha-Kaccāyana*), Ni-kiền Tử (Pāli *Nigantha*) và những nhóm lõa hình khác. Ở đây, Ud. 9.4, chỉ các nhóm Cārika, các ngoại đạo du hành.

Tận nước Tỳ-xá-ly[927]
Chốn a-luyện-nhã này
Tập hội các tỳ-kheo
Giống như loài chim thú
Đậu ngủ không chỗ định
Các vị tỳ-kheo này
Xả bỏ các duyên sự
Thường ưa chỗ vắng vẻ
Tĩnh tọa được an lạc."

KINH 352. THỤY MIÊN[928]

Có một vị tỳ-kheo từ nước Câu-tát-la đi đến rừng Câu-tát-la, dừng nghỉ trong đó rồi nằm ngủ giữa ban ngày. Lúc ấy trong rừng có một vị thiên thần nghĩ như vầy: Vị tỳ-kheo này hôm nay nằm ngủ trong rừng, thật là không nên một chút nào, chẳng hợp với pháp của sa-môn, làm ô nhục khu rừng này. Ta nay phải nên đánh thức vị ấy dậy. Nghĩ như vậy rồi liền đi đến chỗ vị tỳ-kheo ấy tằng hắng, khảy móng tay mà nói kệ rằng:

"Ôi tỳ-kheo dậy đi
Không được nằm đây ngủ
Nằm ngủ nghỉ như vầy
Có lợi ích gì đâu
Thân thể thì bệnh nặng
Sao lại ngủ ngon lành
Tên độc trúng ngay tim
Nhổ đi, sao lại ngủ

---

[927] Tỳ-xá-ly quốc 毘舍離國; *No. 99*: Kim cang địa 金剛地. *Pāli: Vajjibhūmi*, lãnh thổ của người *Vajji* mà thủ phủ là *Vesali*, Tỳ-xá-li). *No. 99*: đọc là *Vajirabhūmi*.

[928] Tương đương *No. 99 (1332). S. 9. 2. Upaṭṭhāna*; Việt dịch, kinh 1246.

Người đã được xuất gia
Xả bỏ các duyên sự
Phải mãn nguyện của mình
Chớ trở ngăn vì ngủ
Ngủ mê man chẳng biết
Thất niệm sở nguyện xưa
Thế tánh dục vô thường
Trạo động không ngừng nghỉ
Hơi thở không thể giữ
Kẻ ngu hoặc chấp trước
Nay người đã xuất gia
Lìa trói buộc ở nhà
Sao lìa trói buộc rồi
Sao lại ham ngủ nghỉ
Nếu chưa đoạn ái dục
Tâm người chưa giải thoát
Chưa được tối thượng trí
Chưa đạt được trí này
Chưa gọi là xuất gia.
Sao ngủ nghỉ ngon lành
Mà gọi xuất gia pháp
Phải siêng năng tinh tấn
Đêm ngày không lười mỏi
Kiên cố cầu niết-bàn
Khi sở cầu chưa được
Huệ thức xóa vô minh
Dứt sạch các lậu kết
Khéo điều phục tâm hạnh
Đạt tối hậu biên thân
Đầy đủ được như trên
Mới có thể ngủ yên."

KINH 353. VIỄN LY[929]

Bấy giờ lại có một vị Tỳ-kheo, cũng trụ ở trong rừng Câu-tát-la ấy, ban ngày vào phòng, đứng ngồi trong ác giác[930], dựa vào niệm tham đắm.

Bấy giờ cũng có vị thiên thần trong rừng thấy vị tỳ-kheo kia cũng khởi các ác giác, dựa vào tham đắm, không thể xứng hợp với pháp thức của người xuất gia, cho rằng kẻ bất thiện này ở trong rừng mà khởi các ác giác, ta nay nên đến cảnh tỉnh vị này. Nghĩ như vậy, vị thiên thần liền đến chỗ vị tỳ-kheo kia mà nói kệ rằng:

"Tỳ-kheo bố ác dục
Nên mới đến rừng này
Mà tâm ý người kia
Rong ruổi theo ngoại trần
Khởi tưởng ác giác quán
Nên diệt các dục trước
Sau mới được giải thoát
Khi đã giải thoát rồi
Mới biết được khoái lạc
Ngươi nên xả bất lạc
An tâm vui pháp này[931]
Ta nay cảnh tỉnh ngươi
Giúp trở về chánh niệm
Dục như ác tiêu sơn
Nấu cạn các thiện pháp
Đốt cháy không chán đủ
Khó lìa được chút gì
Chớ tham đắm dục lạc.

---

[929] Tương đương *No. 99* (1333). S. 9. 1. *Viveka*; Việt dịch, kinh 1247.

[930] 惡覺; *No. 99*: Bất thiện giác 不善覺, tức bất thiện tầm 不善尋, tư duy tầm cầu bất thiện.

[931] *No. 99*: Nên xả tâm không vui, Chấp thọ, sống an lạc. Pāli *aratiṃ pajahāsi sato, bhāvasi sataṃ taṃ sārayāmase*, "ông chánh niệm, trừ bỏ sự bất mãn, chúng tôi ca ngợi ông là thiện nhân".

Bụi ô nhiễm tịnh tâm
Như chim bị bụi bám[932]
Dang cánh rũ bụi nhơ
Tỳ-kheo cũng như thế
Thiền tư trừ trần lao,
Trần cấu làm nhiễm tâm
Chánh niệm thường trừ sạch[933]
Ái dục tức trần cấu
Chẳng ngoài bụi thế gian
Dục giác và sân, si
Gọi chúng là trần lao
Người có trí nhiếp tâm
Như thế thường quét sạch."

KINH 354. ĐẢO TỊNH[934]

Bấy giờ lại có một vị tỳ-kheo, cũng trụ trong rừng Câu-tát-la ấy, ban ngày đi vào phòng ngồi, ngay chỗ căn phát dục lại khởi tưởng thanh tịnh[935]. Vị thiên thần trong rừng ấy biết rõ tâm niệm của tỳ-kheo, vì muốn giác ngộ cho tỳ-kheo ấy nên nói kệ rằng:

"Ông tưởng dục là tịnh
Bị dục giác thôn tính
Xả tâm dục bất tịnh

---

[932] *No. 99:* Thích quân 釋君; chỉ Thiên đế Thích? Pāli: *sākuṇo yathā paṃsukunthito, vidhunaṃ pātayati sitaṃ rajaṃ,* "như con chim vùi mình trong cát, rừng mình, bụi rơi hết". Bản Hán đọc: *sakkanāga...?*

[933] *No. 99:* Như để bụi dính đầu, nếu dính rất khó phủi. Pāli: *pātālarajo hi duttaro, mā taṃ kāmarajo avāhasi,* "bụi trần địa ngục thật khó trừ; ông chớ mang theo bụi trần ái dục."

[934] Tương đương *No. 99* (1334). *S. 9. 11. Ayoniso;* Việt dịch, kinh 1248.

[935] 起清淨想; *No. 99:* khởi tư duy bất chính 起不正思惟 Pāli *pāpake akusale vittake vitakketi,* tầm cầu nơi ác bất thiện tầm.

Vọng chấp tưởng dục tịnh
Nay ông là tỳ-kheo
Ngồi yên trong rừng vắng
Nên niệm Phật, Pháp, Tăng
Và giới mình đã thọ
Được nhiều tâm hoan hỷ
Biết được khổ biên tế."

KINH 355. AN TRỤ[936]

Bấy giờ lại có một vị tỳ-kheo du hành ở nước Câu-tát-la, dừng nghỉ trong một khu rừng. Ngay giữa ban ngày, do trời nóng bức nên phát sanh tâm tưởng không vui, tỳ-kheo ấy liền nói kệ rằng:

"Giữa ban ngày nóng bức
Cây rừng đều xơ xác
Chim chóc vì nóng bức
Dừng đậu chẳng chịu bay
Đói thóc kêu thảm thiết
Ta nghe lòng kinh sợ."

Vị thiên thần ở trong rừng nghe kệ ấy rồi, liền nói kệ rằng:

"Khi khí trời nóng bức
Chim chóc đều dừng đậu
Đói thóc kêu vang lừng
Ngươi nên sanh khoái lạc
Không nên sanh sợ hãi
Chốn này sợ gì ai?"

---

[936] Tương đương *No.* 99 (1335). S. 9. 12. *Majjhantika;* Việt dịch, kinh 1249.

KINH 356. XÀ-LỢI-NA[937]

Lúc bấy giờ, Tôn giả A-na-luật đang du hóa ở nước Câu-tát-la, dừng nghỉ tại một khu rừng.

Người vợ cũ khi A-na-luật còn ở trên cõi trời[938] liền đi đến khu rừng này, đảnh lễ dưới chân tôn giả rồi ngồi sang một bên, nói kệ rằng:

"Xưa ngài ở trên trời
Chơi đàn nhạc rất hay
Lại còn ca múa nữa
Mặc ý cho khoái lạc
Ngài nên phát tâm nguyện
Trở lại cung điện xưa
Ở trời Tam thập tam
Cõi ấy đầy các dục
Thiên nữ luôn hầu bên
Hết sức là vui sướng."

Tôn giả A-na-luật nói kệ đáp rằng:

"Thiên nữ hết sức khổ
Bị kẹt nơi thân kiến
Người thích sanh cõi trời
Không ai không chịu khổ
Ta không thọ hậu hữu
Cũng không sanh trời kia
Thiên nữ ngươi nên biết
Ta đã dứt sanh tử."

---

[937] Tương đương *No. 99* (1336). S. 9. 6. *Anuruddha*; Việt dịch, kinh 1250.
[938] *No. 99*: Xà-lân-ni thiên tử 闍鄰尼天子. Pāli: *devatā Jālinī.*

KINH 357. TỤNG TẬP[939]

Lúc bấy giờ lại có một vị tỳ-kheo đang dừng nghỉ tại một khu rừng ở nước Câu-tát-la, đêm ngày tu tập tụng niệm chuyên cần, đắc A-la-hán. Khi đã đắc A-la-hán rồi, vị tỳ-kheo liền dừng nghỉ, không tụng niệm tu tập nữa. Lúc ấy vị thiên thần trong rừng này liền nói kệ rằng:

"Ngài thường tụng pháp cú
Siêng năng không dừng nghỉ
Nay cớ gì yên lặng
Không tụng tập gì nữa?"

Vị tỳ-kheo ấy nói kệ đáp rằng:

"Ta trước cầu pháp cú
Chưa ly được dục kết
Nay ta đã ly dục
Pháp cú nghĩa đã thành
Ta nay đã thấy biết
Không đọa các ác đạo
Đắc pháp xuất yếu rồi
Dùng văn tự làm gì
Những sở hữu thế gian
Tất cả việc thấy nghe
Thảy đều xa lìa hết[940]
Không còn thọ hậu hữu."

---

[939] Tương đương *No. 99* (1337). S. 9. 10. *Sajjhāya*; Việt dịch, kinh 1251.

[940] Cf. Pāli: *yaṃ kiñci diṭṭhaṃ vā sutaṃ vā mutaṃ vā, aññāya nikkhepanamāhu santo*, bất cứ những gì được thấy, nghe, biết, đều bằng chánh trí mà xả hết. Trong bản Hán *No. 99*, *aññāya* (bằng chánh trí), được hiểu là *aññāṇa*: vô tri.

KINH 358. HOA[941]

Lúc bấy giờ lại có một vị tỳ-kheo dừng nghỉ tại một khu rừng của nước Câu-tát-la. Do mắt mờ nhìn không rõ nên vị tỳ-kheo liền mời y sĩ đến khám mắt. Vị y sĩ liền nói với tỳ-kheo rằng:

"Tỳ-kheo! Nếu ông có thể ngửi mùi thơm của hoa sen thì mắt ông sẽ sáng lại."

Vị tỳ-kheo liền tin theo lời của y sĩ, lại hỏi rằng:

"Tôi có thể tìm hoa sen ở đâu?"

Y sĩ liền đáp:

"Nếu ông muốn ngửi được mùi thơm của hoa sen kia thì ông nên đi đến chỗ ao sen."

Vị tỳ-kheo ấy liền nghe theo lời của y sĩ, đi đến chỗ bờ ao, ngồi ngay ngắn ngửi hương. Bấy giờ vị thiên thần trong rừng thấy việc như vậy, liền nói kệ rằng:

"Trong ao sinh ra hoa
Hương khí thơm ngào ngạt
Người đều không thấy chủ
Sao lại trộm ngửi hoa
Như ông ngày hôm nay
Thật mang danh ăn trộm
Đại Tiên ngươi cớ gì
Lại trộm lấy mùi hương?"

Tỳ-kheo nói kệ đáp rằng:

"Thiên thần ông nên biết
Hoa sen sanh trong ao
Ta chẳng hại thân củ
Cũng chẳng lấy trộm gì
Chỉ xa ngửi mùi hương

---

941 Tương đương *No. 99* (1338). S. 9. 14. *Padumapuppha*; Việt dịch, kinh 1252.

> *Như vậy do duyên gì*
> *Mà ông tiếng trộm hương*
> *Ta chẳng nhận lời ấy."*

Vị thiên thần lại nói kệ rằng:

> *"Trong ao có hương hoa*
> *Không hỏi chủ mà lấy*
> *Kẻ bố thí chẳng cho*
> *Người đời gọi là trộm*
> *Đại Tiên! Ông trộm hương*
> *Xưa nay thành tội cắp."*

Bấy giờ có một người đi đến, lội thẳng xuống ao này, lấy kiếm cắt lấy hoa, củ, lá sen thành một bó thật nặng rồi mang đi. Vị tỳ-kheo thấy vậy lại nói kệ rằng:

> *"Người này vào trong ao*
> *Nhổ cắt thân và gốc*
> *Giẫm đạp ướt bừa bãi*
> *Rồi vác nặng mang đi*
> *Cớ sao không ngăn họ*
> *Bảo rằng họ trộm cắp."*

Vị thiên thần nói kệ đáp rằng:

> *"Kẻ vào trong ao kia*
> *Thường làm các nghiệp ác*
> *Như bà mẹ cho con bú,*
> *Mặc chiếc áo màu đen,*
> *Tuy bị dính nước giải,*
> *Cũng chẳng xấu hổ gì*[942]*.*
> *Còn người áo trắng sạch*
> *Dễ bị dính vết nhơ*

---

[942] No. 99: "Người gian xảo cuồng loạn, Giống như áo nhũ mẫu; Đủ thiếu gì nói thêm!". [Pāli] ākiṇṇaluddo puriso, dhāticelaṃvā makkhito, tasmiṃ me vacanaṃ natthi, hạng người hung bạo, dơ bẩn như chiếc áo của bà vú; tôi không nói đến hạng người ấy.

Vì vậy khuyên ngăn ông
Không ngăn cản kẻ ấy.
Kẻ ác như áo đen
Tạo ác không chê trách
Áo trắng đẹp dính nhơ
Như chân ruồi bu bám
Người đời đều nhìn thấy
Giả sử bậc hiền trí
Có chút lỗi lầm nhỏ
Thì cũng giống như thế
Chấm đen trên lụa đẹp
Người đều thấy từ xa
Nếu người đoạn kết sử
Các nghiệp đều khiết tịnh
Ác bằng sợi lông tóc
Người thấy lớn như núi."

Vị tỳ-kheo lại nói kệ đáp rằng:

"Thiên thần muốn giúp tôi
Làm lợi ích cho tôi
Tùy thấy chỗ của tôi
Luôn giúp tôi giác ngộ."

Thiên thần nói kệ đáp rằng:

"Ngươi không dụng tiền tài
Để mua chuộc được ta
Cũng không phá nước khác
Xâm lược bắt bớ ai
Thêm bớt ngươi tự biết
Ai cùng ngươi giác ngộ
Ngươi nay hãy tự xét
Chuyện thêm bớt của ngươi."

KINH 359. CA-DIẾP[943]

Lúc bấy giờ, Tôn giả Thập lực Ca-diếp[944] đang ở trong hang Thê-ni[945] nước Câu-tát-la. Có một người thợ săn tên là Liên-ca[946] đang đặt một cái bẫy nai cách chỗ tôn giả không xa. Tôn giả vì thương xót thợ săn nên thuyết pháp cho y nghe nhưng y không thể hiểu những pháp mà tôn giả giảng nói. Tôn giả Ca-diếp phóng hào quang ra các đầu ngón tay, tuy người thợ săn thấy nhưng cũng không chán lìa những việc ác như vậy, chỉ chăm chăm nghĩ đến chuyện nai đã bị sa bẫy hay chưa sa bẫy mà thôi. Bấy giờ thần hang Thê-ni liền nói kệ rằng:

"Thợ săn ở núi sâu
Thiểu trí mờ cả mắt
Phi thời mà nói pháp
Uổng mất hết bao lời
Giả sử mười ngón tay
Đều phát ra ánh sáng
Cũng chẳng khiến được y
Kiên đắc pháp Tứ đế
Bọn chúng đều vô trí
Tạo các việc phi pháp
Không vui và ngủ nghỉ
Chán lìa tưởng thanh tịnh
An trụ Xà-lê-na
Tụng tập hoa Ca-diếp."

---

[943] Tương đương *No.* 99 (1339). S. 9. 3. *Kassapagotta*; Việt dịch, kinh 1253
[944] Thập Lực Ca-diếp 十力迦葉. **Pāli** *Kassapagotta*.
[945] Thê-ni quật 栖泥窟; *No.* 99: Tiên nhân quật 仙人窟.
[946] Liên-ca 連迦. *No.* 99: Xích Chỉ 尺只.

KINH 360. BẠT-KÌ TỬ[947]

Lúc bấy giờ, Bạt-kì tử[948] đang du hành ở nước Câu-tát-la, dừng nghỉ tại khu rừng kia[949]. Đương thời tất cả mọi người trong nước đều đang tổ chức đại hội Câu-mật-đề[950] suốt bảy ngày bảy đêm. Bạt-kì tử thấy việc ấy rồi, trong lòng có chút thối nản, liền nói kệ rằng:

"Ta ở giữa rừng cây
Giống như họ đốn cây
Ta như cây bị đốn
Đứng trơ trọi giữa rừng
Ngày nay đến cuối tháng
Ai khổ sở bằng ta!"

Bấy giờ vị thiên thần biết được tâm niệm của Bạt-kì tử, liền nói kệ rằng:

"Ngươi nay nơi rừng vắng
Sao giống cây bỏ được
Địa ngục thèm Đao lợi
Trời cũng ái mộ ngươi."[951]

---

[947] Tương đương *No. 99* (1340). Pāli, S.9. 9. *Vajjiputta*; Việt dịch, kinh 1254.

[948] Bạt-kì tử; *No. 99*: Kim Cang tử 金剛子. Pāli *Vajjiputta. No. 99* đọc là Vajiraputta.

[949] *No. 99*: Ba-liên-phất 巴連弗.

[950] Câu-mật-đề đại hội 拘蜜提大會. *No. 99*: Kiêu-mâu-ni đại hội 憍牟尼 大會. Pāli *Komudī*; đại hội ngày trăng tròn tháng Kattika, tháng cuối mùa mưa. S. 9. 9: *sabbaracāro*, dạ hành đại hội, lễ hội suốt đêm.

[951] *No. 99*: "Giống như trong địa ngục, Mong tưởng sanh cõi người". Pāli *tassa te bahukā pihayanti, nerayikā viya saggagāminam ti*, nhiều người thèm muốn được như thầy, y như những kẻ ở địa ngục thèm muốn sinh lên trời vậy.

KINH 361. PHI TỲ-KHEO PHÁP[952]

Lúc bấy giờ có một vị tỳ-kheo dừng trụ trong khu rừng của nước Câu-tát-la, tu trì cấm giới. Vị tỳ-kheo cho rằng mình đã đầy đủ nên không mong cầu hơn nữa. Bấy giờ vị thiên thần trong khu rừng ấy liền nói kệ rằng:

"Không nên lấy trì giới
Đa văn và thiền định
Mà trụ nơi vắng vẻ
Chưa dứt sạch lậu kết
Không nên làm việc này
Dùng trí tự tổn giảm
Xa lìa pháp phàm phu
Đợi lạc quả bồ-đề."

KINH 362. LONG DỮ[953]

Lúc bấy giờ trong nước Câu-tát-la có một vị tỳ-kheo tên là Long Dữ[954], trụ ở trong khu rừng nhưng ham mê pháp tại gia; sáng sớm vào xóm; chiều tối mới trở về[955]. Bấy giờ vị thiên thần trong khu rừng ấy nghĩ như vầy: Vị tỳ-kheo trẻ tuổi này gần gũi chỗ huyên náo, sớm đi tối về. Ta nay phải giác ngộ cho vị ấy, liền nói kệ rằng:

"Đi thì từ sáng sớm
Đến tối mịt mới về
Xem mặt nhìn tướng mạo
Như một kẻ tại gia
Cứ tới lui mãi hoài

---

[952] Tương đương *No. 99* (1341). Việt dịch, kinh 1255.
[953] Tương đương *No. 99* (1342). S. 9. 7. *Nāgadatta*; Việt dịch, kinh 1256.
[954] Long Dữ 龍與. *No. 99*: Na-ca-đạt-đa 那迦達多. *Nāgadatta*.
[955] *No. 99*: Lúc ấy, có người tại gia, xuất gia, thường gần gũi nhau.

Khổ vui mừng thế tục
Long Dữ ngươi nên biết
Phải tự biết xét lường
Chớ tham đắm cư gia
Tổn hại thanh tịnh hạnh
Ngươi cẩn thận chớ làm
Bị kéo không tự tại."

KINH 363. CHÚNG ĐA TỲ-KHEO[956]

Lúc bấy giờ lại có đông đảo các vị tỳ-kheo dừng trụ nơi khu rừng của nước Câu-tát-la này. Các vị tỳ-kheo trạo động chẳng dừng, ít có lòng hổ thẹn, hết sức khinh tháo. Tâm thức và ý niệm của các vị không yên định, tâm ý bàng hoàng, sợ hãi, các căn chậm chạp, tán loạn. Bấy giờ vị thiên thần trong rừng ấy liền nghĩ như vầy: Pháp của tỳ-kheo thì không nên như thế, hết sức bất thiện. Ta nên nói kệ để giác ngộ cho họ, liền nói kệ rằng:

"Các đệ tử Cù-đàm
Tự sống bằng chánh mạng
Khi khất thực hay dừng
Thường tư duy vô thường[957]
Khi đi đứng nằm ngồi
Cũng đều quán như thế
Đã tự khó nuôi dưỡng
Lại trái ngang tán thất
Giống như người thế tục
Ăn xong rồi ngủ nghỉ

---

[956] Tương đương *No. 99* (1343). S. 9. 13. *Pākatindriya* (*Sambahulā bhikkhū*); Việt dịch, kinh 1257.

[957] Thường tư duy vô thường 常思於無常. *No. 99:* Vô thường tâm 無常心; tâm quán vô thường.

> *Bỏ nhà cửa của mình*
> *Đến ở nhà kẻ khác*
> *Như bị người bức bách*
> *Cưỡng bức làm sa-môn*
> *Không thật, không tín tâm*
> *Cũng không cầu xuất gia*
> *Cưỡng mặc tăng-già-lê*
> *Như trâu già kéo cày."*

Bấy giờ các vị tỳ-kheo liền đáp lại rằng:

"Nay ông lại muốn quở trách chúng tôi đấy chăng?"

Vị trời liền nói kệ đáp rằng:

> *"Ta không quở chủng tánh*
> *Cũng không nêu tên người*
> *Ta nay kính lễ Tăng*
> *Quở trách kẻ tội lỗi*
> *Nếu các ngài tinh tấn*
> *Ta nay cũng đảnh lễ."*

KINH 364. HI HÔ[958]

Lúc bấy giờ trong nước Kiều-tát-la có một vị tỳ-kheo đang dừng nghỉ ở trong rừng, cùng kết bạn thân với một vị trưởng giả.

Bấy giờ vị trưởng giả có một cô con gái trẻ tuổi xinh đẹp, vị tỳ-kheo ấy thường hay nói chuyện qua lại chút ít. Mọi người đều dị nghị rằng như thế là phi pháp[959]. Vị tỳ-kheo nghe được những lời như thế rồi, trong lòng buồn khổ, muốn vào trong rừng tự sát. Lúc ấy vị thiên

---

[958] Tương đương *No. 99* (1344). *S. 9. 8. Ogāḷho (Kulagharaṇī)*: Việt dịch, kinh 1258.

[959] *No. 99*: Lúc ấy, Tỳ-kheo kia đùa giỡn với vợ con của gia chủ, bị mang tiếng xấu.

thần nghĩ rằng: Vị tỳ-kheo này thật không có lỗi lầm gì, nếu tự hủy thân mình ở trong rừng này thì hết sức phi lý, ta nên đến giác ngộ cho vị ấy.

Bấy giờ vị thiên thần liền biến hóa thành hình cô gái kia đi đến chỗ tỳ-kheo. Vị tỳ-kheo trông thấy rồi liền nhìn vị hóa nữ này mà nói kệ rằng:

"Như chợ giữa ngã tư
Là chỗ rất rộng rãi
Chỉ có lời nhiễm ô
Trong chúng ba bốn người
Gần gũi sanh phỉ báng
Ngươi biết việc này rồi
Phải mau bỏ đi xa
Chớ đứng lại nơi ấy."

Bấy giờ vị hóa nữ thiên thần lại nói kệ rằng:

"Xuất gia nên nhẫn chịu
Những gièm pha hủy báng
Lời hủy báng không thật
Không nên sanh hiềm muộn
Tiếng không chẳng dính mình
Chỉ là lời hư vọng
Tự xét mình không lỗi
Thì không sanh khổ não
Nghe phỉ báng mà sợ.
Cớ sao ở rừng sâu
Giống như con nai hoang
Trọn đời đi chẳng đứng
Nhẫn chịu các âm thanh
Thiện ác thượng, trung, hạ
Kẻ giai nhân trí thức
Thành tựu đủ chánh hạnh
Chẳng vì lời kẻ khác

Mà gọi giặc Mâu-ni.[960]
Ngươi nay tự xét mình
Đã không bị các lỗi
Hiền thánh và chư thiên
Đều biết ngươi không lỗi."

Khi hóa thiên thần nói kệ ấy rồi, ngay nơi đó biến mất không hiện ra nữa. Vị tỳ-kheo bắt đầu từ đó đêm ngày siêng năng tinh tấn, tâm không giải đãi, biếng nhác, đoạn trừ được phiền não, đắc quả A-la-hán.[961]

---

[960] *No. 99:* Nhân giả nên nhẫn nại, Không vướng vào tiếng xấu; Giữ tâm, trụ vững chắc, Đó là pháp xuất gia.

[961] Hán dịch hết quyển 16.

BIỆT DỊCH TẠP A-HÀM

Trọn bộ - Hết

SÁCH DẪN

A

A-hưu-hưu 347
A-luyện-nhã 424, 441
A-phù-đà 346, 347
A-tì-ca 461
A-tra-tra 347

B

Bạch Tịnh 429, 430
Ba-dật-đề 38
Bà-già-bà 339, 344, 435
Bà-kì-xa . 260, 261, 262, 263, 264, 268,
    269, 271, 272, 294, 296, 297,
    299, 301, 303, 304, 305, 306,
    307
Bà-kì-xá 260, 304
Bà-la-đậu-bà-giá 323, 330
Ba-la-diên-na 412
Bà-la quả 448
Bằng-ca 461
Ban-xà-la-kiện 388
Ba-thuần-đề nữ 335, 336, 337

C

Ca-diếp
    Pl. Kassapa xv
Ca-tì-la-vệ (thành)
    Pl. *Kapilavatthu* xxxv

D

đồng anh 275
Động Phát 41
Đông Viên 305

H

Hiền thiện 48
Hoan hỷ thiên. 41
Hỏa tánh 330
Hữu dư 270

K

Khoáng Dã 424, 425, 426, 427, 428, 440
Kiên hậu. 383
Kiệt-xà trì. 260
Kiều-thi-ca 411
Kiều Trần Như 261, 262, 297, 304
Kim thương 368

L

Liên-ca 476
Lô Câu. 424
Lộc Tử mẫu giảng đường. 305
Long Dữ 478, 479
Long sơn 龍山 264

M

Ma-ha Kiếp-tân-na 304
Ma-nạp . . 308, 309, 311, 313, 314, 315,
    316

Mã vương .430

N

Ngũ dục 294, 305, 400, 436
Nhẫn thiện 48
Nhục đoạn. .383
Như Lai. . 262, 265, 266, 267, 282, 300,
301, 302, 304, 306, 308, 314,
315, 344, 348, 368, 390, 391,
396, 409, 410, 411, 416, 419,
421, 424, 425, 431, 432, 435,
438, 462
Ni-câu-luật Tướng 269
Ni-cù-đà-kiếp-ba. 303
Niết-bàn
  Pl. *nibbāna* . . . . .xiii, xxxv
Ni-la-phù 346, 347
Ni-la-phù-đà 347

P

Phần số. .311
Phi đạo .289, 293
Phong ngưu 275
Phục Hại. 439, 440
Phú-na-bà-tu dạ-xoa mẫu 414

Q

Quật-mặc dạ-xoa. 409
Quý sinh. 275

S

Sanh Văn Bà-la-môn 318

T

Tân-già-la 413, 440
Tà thạnh pháp 311
Tát-la. 274, 360
Tham giác 270
Thắng sĩ phu sự vật 426
Thần thông nguyệt. 421

Thập Lực Ca-diếp 476
Thất Nhạc 431, 432, 433, 434, 435, 438,
440
Thê-ni quật. 476
Thiện trượng phu. 317, 369
Thi-lộ kệ. .413
Thi-tì thiên tử 386
Thượng tọa sở thuyết kệ 412
Tiễn Mao dạ xoa 418
Tiên thánh. 435
Tì-tương. 428
Tì-xá-xà. 412
Tộc tánh tử 312, 313
tô tức xứ. .266
trạo hối. 268
Trì hoãn nghiệp. 422
Trí tuệ mạng. 284
Trưởng lão .412
Trường Thân Bà-la-môn 311
Trường Trúc. 461
Tú-ba-la-thủ 462
Tứ cú kệ pháp 298
Tụ lạc chủ danh viết ác tánh. 47
Tu-thi-ma 389, 390
Tuyết sơn. .396
Tuyết Sơn 431, 432, 433, 434, 435, 436,
437, 438, 441
Tỳ-kheo-ni sở thuyết kệ 413
Tỳ-sấu-nữu 387
Tỳ-xá-ly quốc 466

U

Uất-đa-la .414
Ương-già .324
Ưu-bà-tắc. 267, 429, 430
Ưu-ba-thất-sử 263
Ưu-bát-la. .347

V

văn chương. 292

X

Xà-lân-ni thiên tử 471

Xá-lợi-phất

   Pl. *Sāriputta* xxxv

Xá-vệ (nước)

   Pl. *Sāvatthi* xxxv

Xích Mã 391, 392, 462, 463

xuất yếu . . 267, 389, 415, 435, 436, 472

xúc cực ác 419

Y

Yết-già trì 324

ý giác 420

Y-ni-diên lộc 435

GIÁO HỘI PHẬT GIÁO VIỆT NAM THỐNG NHẤT
HỘI ĐỒNG HOẰNG PHÁP*

CHỨNG MINH:
Trưởng lão HT Thích Huyền Tôn   (Úc châu),
HT Thích Bảo Lạc   (Úc châu)

CỐ VẤN:
HT Thích Minh Đạt   (Hoa Kỳ)

CHÁNH THƯ KÝ:
HT Thích Như Điển   (Đức)

PHÓ THƯ KÝ:
HT Thích Nguyên Siêu   (Hoa Kỳ),
HT Thích Bổn Đạt   (Canada)

THÀNH VIÊN:
Âu châu: HT Thích Quảng Hiền (Thụy Sĩ), HT Thích Minh Giác (Hòa Lan), HT Thích Thông Trí (Pháp), TT Thích Nguyên Lộc (Pháp).
Úc châu: HT Thích Minh Hiếu, HT Thích Tâm Minh
Hoa Kỳ: HT Thích Nhật Huệ, HT Thích Từ Lực

---

* Cập nhật ngày 15/09/2024.

Liên lạc HỘI ĐỒNG HOẰNG PHÁP

Hòa thượng Thích Như Điển, Chánh Thư Ký, HĐHP
Chùa Viên Giác, Karlsruher Str. 6, 30519 Hannover, Germany
Website: www.hoangphap.org; Email: hdhp.ctk@gmail.com;
Tel: + 49 511 879 630

Thượng tọa Thích Nguyên Tạng, Trưởng ban Báo Chí & Xuất Bản, HĐHP
Tu Viện Quảng Đức, 105 Lynch Road, Fawkner, Vic.3060 Australia
Website: www.hoangphap.org; Email: hdhp.bbc@gmail.com;
Tel: +61 481 169 631

Hòa thượng Thích Tâm Hòa, Trưởng ban Bảo Trợ, HĐHP
Trung Tâm Văn Hóa Phật Giáo Pháp Vân, Ontario, Canada
420 Traders Blvd E, Mississauga, ON L4Z 1W7, Canada
Website: www.phapvan.ca; Email: thichtamhoa@gmail.com
Tel: +1 905-712-8809